தமிழ்ச் சிறுகதை
ஒரு காலத்தின் செழுமை

சு. வேணுகோபால்

THIAGU'S NEST OF BOOKS

தியாகு நூலகம்
கோயம்புத்தூர்

தமிழ்ச் சிறுகதை ஒரு காலத்தின் செழுமை
(திறனாய்வுக் கட்டுரைகள்)
சு. வேணுகோபால்
© சு. வேணுகோபால்

முதல் பதிப்பு: அக்டோபர் 2023
பக்கங்கள்: 352

வெளியீடு:
தியாகு நூலகம்
2D, சாய் சவுந்தர்யம் அடுக்ககம்,
வெற்றி நகர், பி & டி காலனி,
கவுண்டம்பாளையம்
கோயம்புத்தூர் – 641 030.
கைபேசி: 94433 95895

அட்டை, நூல் வடிவமைப்பு: பா. ஜீவமணி, 96000 99112
அச்சாக்கம்: ரமணி பிரிண்ட் சொலுயூஷன்ஸ்,
சென்னை 600 089

விலை: ரூ. 550
ISBN: 978-81-957973-1-8

பதிப்புரை

எழுத்தாளர் சு. வேணுகோபால் அவர்களின் தமிழ்ச் சிறுகதை முன்னோடிகள் பதின்மூன்று பேரின் படைப்புகள் பற்றிய *'தமிழ்ச் சிறுகதையின் பெருவெளி'* நூல் எங்கள் பதிப்பகத்தின் முதல் வெளியீடாக 2018 ஆம் ஆண்டு வெளிவந்தது.

இந்நூல் கதாசிரியர் சு. வேணுகோபால் அவர்களின் விமர்சன முகத்தை வெளிப்படுத்தியது. இதைத் தொடர்ந்து இந்நூலில் உள்ள பதின்மூன்று எழுத்தாளர்களுக்குப் பின் வந்த அடுத்த தலைமுறை எழுத்தாளர்களைப் பற்றி சு. வேணுகோபால் அவர்கள் எழுதவேண்டும் என்ற எண்ணத்தை வாசகர்கள் வெளிப்படுத்தினர்.

அதன் விளைவே தற்போது உங்கள் கைகளில் உள்ள *'தமிழ்ச் சிறுகதை ஒரு காலத்தின் செழுமை'* எனும் இந்நூல். இதில் ஆர். சூடாமணி முதல் கந்தர்வன் வரையிலான பதின்மூன்று சிறுகதை ஆசிரியர்கள் பற்றிய சு. வேணுகோபால் அவர்களின் பார்வையிலான விமர்சனக் கட்டுரைகள் அடங்கியுள்ளன.

இப்பதின்மூன்று சிறுகதை ஆசிரியர்களும் வெவ்வேறு பின்புலமும், இலக்கியப் பார்வையும் உடையவர்கள். இவர்களைப் பற்றிய ஆசிரியரின் பார்வை வாசகர்களை அந்த எழுத்தாளர்களைத் தேடிப் படிக்க முயற்சிக்க வைக்கும் என்று நம்புகிறோம்.

முதல் நூலுக்கு அளித்த ஆதரவைத் தொடர்ந்து எதிர் பார்க்கிறோம்.

தியாகு நூலகம்
கோயம்புத்தூர்

சிற்றிதழின் காவிய நாயகன்
சி.சு. செல்லப்பா
அவர்களுக்கு.

பொருளடக்கம்

□ முன்னுரை:
வசந்தத்தின் வருகை - சு. வேணுகோபால் 9

1. கொண்டாட மறந்த தேவதை:
   ஆர். சூடாமணி 13

2. அத்தலையும் மனிதர்களில் ஒருவராக நின்றவர்
   ஜி. நாகராஜன் 51

3. அழுத்தமான மாந்தர்களைக் கொண்டு வந்தவர்
   இராசேந்திரசோழன் 73

4. உலக நிலக்காட்சிகளின் ஊடே...
   அ. முத்துலிங்கத்தின் கதைகள் 116

5. கோடையில் தளிர்த்த குளுமை
   வண்ணதாசன் 138

6. நவீனச் சிறுகதையின் புதிய குரல்
   அம்பை 180

7. மண்ணும் மனிதர்களும்
   பூமணி 216

8. பொய்முகங்களை நகையாடும் கோபக்காரர்:
   நாஞ்சில் நாடன் 228

9. கனவு கண்டதும் கசப்பை உண்டதும்
   பிரபஞ்சன் 248

10. எளியவர்களின் மனசாட்சி...
    வண்ணநிலவன் கதைகள் 272

11. பா. செயப்பிரகாசத்தின் படைப்புலகம் 291

12. கணக்குவழக்குகளின் அகம்
    ஆதவன் 311

13. முற்போக்கு இலக்கியத்தின்
    அசலான கலைஞன் கந்தர்வன் 340

முன்னுரை

வசந்தத்தின் வருகை

தமிழ் நாவலாசிரியர்கள், சிறுகதையாசிரியர்கள், திறனாய்வாளர்கள், கவிஞர்கள் பற்றி அவ்வப் போது எழுதி வந்திருக்கிறேன். இதழ்களில் வெளியிட வேண்டும் என்ற நோக்கமில்லாமல் விரிவாகவே எழுதிவைத்தேன். இதழாளர்கள் கட்டுரை கேட்டபோது அவற்றிலிருந்து எடுத்துத் தந்து வந்திருக்கிறேன். மிக விரிவாக எழுதிய பெரிய கட்டுரைகளை இதழ்களுக்குத் தராமல் பிரித்து வைத்தேன்.

கோவை தியாகு நூலக நண்பர்கள் இக்கட்டுரைகள் நூலாக வெளிவர வேண்டும் என்று தொடர்ந்து வற்புறுத்தினார்கள். இதில் சிறுகதை சார்ந்த கட்டுரைகளிலிருந்து சிலவற்றைக் கால அடிப்படையில் தொகுத்து ஒரு நுலாகக் கொண்டு வரலாம் என்றேன். அதை ஏற்றுக்கொண்ட நண்பர்கள் 2018 இல் கொண்டு வந்த நூல்தான் "தமிழ்ச் சிறுகதையின் பெருவெளி".

ஒவ்வொருவருக்கும் ஒவ்வொரு கட்டுரை பிடித்திருந்தது. பல்வேறு வகைப்பட்ட இலக்கிய வாசகர்கள் நேரடியாகவும், அறிமுகக் கட்டுரைகளாகவும் விரும்பிப் பகிர்ந்தார்கள். கல்லூரிப் பேராசிரியர்கள் பலரும் இந்நூலைப் படித்து தமது கருத்துகளையும் விமர்சனங்களையும் முன்வைத்தனர். அறிமுகக் கூட்டங்கள் நடத்தினர்.

இவ்வாறு இந்நூல் வெளிவந்த ஆறு மாதங்களில் விற்றுத் தீர்ந்தது. அடுத்து இரண்டாம் பதிப்பு செம்பதிப்பாக வெளி வந்தது. தமிழ்ச் சிறுகதை ஒரு காலத்தின் செழுமை எனும் இந்நூல் முதல் நூலின் இரண்டாம் பாகம் எனலாம்.

தமிழ்ச் சிறுகதைக்கு முக்கியமான ஒரு வரலாற்றுக் காலகட்டத்தை உருவாக்கித் தந்தவர்கள் எழுபதுகளில் எழுத வந்த இளைஞர்கள். மென்மை, வன்மை என்ற இரு ஊற்றுக்கண்களில் இருந்து கிளம்பிய

சிறுகதையாளர்களின் பங்களிப்பு குறித்த கட்டுரைகள் இந்நூலில் தொகுக்கப்பட்டுள்ளன. ஆர். சூடாமணி குறித்த கட்டுரை நியாயமாக முதல் நூலில் இடம் பெற்றிருக்கவேண்டும். அவரின் சில கதைகளைப் படித்திருந்தாலும் ஒட்டுமொத்தமாகப் படித்து எழுதவில்லை. அவர் மறைந்தபோது சிறு குறிப்பு ஒன்றை எழுதினேன். அவரைக் குறிப்பிட்டு பேசுவதைத் தவறவிட்டு விடக்கூடாது என்பதால் இந்நூலுக்காகவே எழுதினேன்.

விளிம்பு நிலை மனிதர்களின் மறுபக்கத்தைக் கொணர்ந்ததில் குறிப்பிடத்தக்கவர் ஜி. நாகராஜன்.

அ. முத்துலிங்கம் அறுபதுகளில் ஒரு தொகுப்பை மட்டும் கொண்டு வந்துவிட்டு, பின் தொண்ணூறுகளில் தான் ஓர் இளைஞனின் உற்சாகத்தோடு மடைதிறந்த வெள்ளமெனப் பாய்ந்தார். மூத்த எழுத்தாளர் என்ற விதத்தில் அவரையும் இத்தொகுப்பிலே சேர்த்து விடுவது சரியாக இருக்கும் என்று தோன்றியது. மற்ற பத்து சிறுகதையாளர்களும் எழுபதுகளில் ஆதிக்கம் செலுத்தியவர்கள்.

ஒரே சீராக தமது படைப்பாற்றலை வெளிப்படுத்தியவர்கள் உண்டு. இடிமின்னலென வெளிப்பட்டவர்கள் சமூக இயக்கங்களில் பயணித்ததாலோ, வேறு பணிகளில் மூழ்கியதாலோ, ஆர்வக்குறைவாலோ அப்படியே நீர்த்துப் போனதும் உண்டு. அழுத்தமான சுவடு பதித்து வந்தவர்களை மரணம் இடையே பாய்ந்து கவ்விச் சென்றதும் உண்டு. நன்றாக சிறுகதைகள் எழுதி வந்தவர்களில் நாவல் பக்கம் காலடி வைத்து சிறுகதைகளைக் கைவிட்டவர்களும் உண்டு. தொடர்ந்து கையளித்து வருகிறவர்களும் உண்டு. ஐம்பது வயதிற்கு மேல் விரைவாக எழுதி, விட்ட இடத்தை நிலைநாட்டிக் கொண்டவர்களும் உண்டு. காலம் எழுத்தாளர்களை என்னென்னவோ செய்து சுருட்டவும் செய்திருக்கிறது. எல்லாவற்றையும் மீறி சிறந்த சிறுகதை ஆளுமையாளராக வெளிப்படுத்திக் கொண்ட நான்கு பேர் இதில் நிற்கிறார்கள் என்பது பெருமைக்குரிய விசயம்தான்.

இக் கதைக்காரரர்களின் பலம் பலவீனம் குறித்து விரிவாகவே எழுதியிருக்கிறேன். என் பார்வையிலான மதிப்பீடுகள் இவை. கலையின் உண்மையை நாடிச்சென்ற கதியில் வைத்து ஆராய்ந்திருக்கிறேன். வெற்றியடைந்திருக்க வேண்டிய கதைகள் எவ்விதம் சரிகின்றன என்பதை என்னுடைய பார்வையில் சொல்லியிருக்கிறேன். ஏன் கதைகள் வெளிப்பாட்டின் உச்சங்களைத் தொடுகின்றன என்பதையும் முன் வைத்திருக்கிறேன். இந்தக் கட்டுரைகள் எழுதப்பட்ட காலம் வேறு.

இதழ்களில் வெளிவந்த காலம் வேறு. எழுதப்பட்டு 15 ஆண்டுகள் கழித்துக்கூட இதழ்களுக்கு எடுத்துத் தந்திருக்கிறேன். இரண்டு காலத்தையும் தகவலுக்காகக் கொடுத்திருக்கிறேன்.

இலக்கிய நுண்ணுர்வு கொண்ட விமர்சகர்கள் எழுபதுகளின் இறுதியில் இப்புதிய எழுத்துப் பட்டாளங்கள் மீது விரிவான ஆய்வை முன் வைத்திருந்தால் அடுத்தடுத்த பத்தாண்டுகள் செறிவான – உக்கிரமான – சவாலான படைப்புகளை இவர்களால் தந்திருக்க முடியும். படைப்பாக்கம் சார்ந்த விமர்சனம் இப்படியான நன்மையை விளைவித்திருக்கும். அது பெரிய அளவில் நிகழவில்லை. சுந்தர ராமசாமியின் விமர்சனம் வண்ணதாசனிடம் ஒரு மாற்றத்தை நிகழ்த்தியிருக்கிறது என்பதைத் தேர்ந்த வாசகர்கள் கண்டுகொள்ள முடியும். அதுபோல தொடர்ந்து பேசப்படவில்லை. ஜெயமோகன் வந்துதான் இலக்கிய முன்னோடிகள் குறித்து விரிவாக எழுதினார். அவரைத் தொடர்ந்து படைப்பிலக்கியம் சார்ந்து விரிவான கட்டுரைகள் எழுதப்படவில்லை. நிறைய மதிப்புரைகள் வந்திருக்கலாம் அதுவேறு. தமிழ்ச்செல்வன், தனது ‘சக பயணி’கள் குறித்து சற்றே விரிவாக அறிமுகப்படுத்தினார். மணிமாறன் கொஞ்சம் எழுதினார். இப் படைப்பாளிகளின் அர்ப்பணிப்புமிக்க பங்களிப்பைப் பற்றி யாரும் சொல்ல வரவில்லையே என்ற ஆதங்கத்தில் என் படைப்பாக்க வேலைகளை ஒதுக்கி வைத்துவிட்டு இவர்கள் குறித்து இவ்விதமாக எழுதியிருக்கிறேன். இங்கு பேசப்பட்டுள்ள படைப்பாளிகளுக்கு இக்கட்டுரைகள் எந்த அளவு பயன் தரும் என்று சொல்ல முடியாது. ஆனால் புதிய படைப்பாளிகளுக்கும் நுட்பமான வாசகர்களுக்கும் இக் கட்டுரைகள் நிச்சயம் பயனளிக்கும் என்றே நம்புகிறேன். ஒரு சிலரேனும் இப் படைப்பாளிகளின் படைப்புகளைத் தேடிப் படிப்பார்களேயானால், அது இப் படைப்பாளிகளுக்குச் செய்யும் நற்காரியமாக அமையும்.

தமிழ்ச் சமூகம் பெருமை கொள்ளத்தக்க இவர்களது பங்களிப்பை அங்கீகரிக்கும்போது அவர்களின் காரியங்கள் பொருளுள்ளதாக மாறும். ஒரு படைப்பாளியாக இவர்கள் மீது சிறிய வெளிச்சத்தைப் பாய்ச்சியிருக்கிறேன். என் முன்னோடிகளுக்குச் செய்திருக்கும் இலக்கியக் கடமையாக இதைக் கொள்கிறேன். சூடாமணி வாழ்ந்த காலத்தில் இப்படியொரு விரிவான கட்டுரையைக் குறிப்பாக இரண்டாயிரத்திற்கு முன்னதாக யாரேனும் எழுதியிருந்தால் எவ்வளவு நிம்மதியாக அசை போட்டிருப்பார்; அல்லது எரிச்சலுடனும் கோபத்தினூடேயும் திரும்பப்படித்து பெருமிதம் கொண்டிருந்திருப்பார்.

தமிழ்ச் சிறுகதை ஒரு காலத்தின் செழுமை | 11

சி.சு. செல்லப்பா பற்றிய எனது கட்டுரையைப் படித்த பல நண்பர்கள் செல்லப்பா இருக்கும்போது எழுதப்பட்டிருந்தால் ஆழமான இலக்கியப் பெருமூச்சொன்றை விட்டு நிமிர்ந்து பெருமிதத்தோடு பார்த்திருப்பார் என்ற பொருள்பட பேசினார்கள்.

ஒவ்வோர் ஆண்டும் வசந்தம் வரும்போது பூக்கும் காலம் வரவே செய்கின்றது. சிலிசிலிவென பூக்கிறதும் உண்டு. சென்ற ஆண்டு பூத்த சில மரங்கள் இந்த ஆண்டு சரியாகப் பூக்காமலும் போவதுண்டு. சில மரங்களில் ஒருபக்க கிளைகளில் பூத்து எதிர்பக்க கிளைகளில் பூக்காமல் இருப்பதும் உண்டு. சில மரங்கள் குப்பென அடர்த்தியோடு அபூர்வமாகப் பூப்பதும் உண்டு. அப்படியான வருகை எழுத்துத் துறையில் எழுபதுகளில் நிகழ்ந்தது. மூத்த படைப்பாளிகளோடு இளையவர்கள் போட்டி போட்டுக் கொண்டு எழுதிய பொன்னான காலம் இவர்களுக்கு வாய்த்தது. இவர்களுக்கு முன்னான இரு தலைமுறைகள் உருவாக்கிய நவீன இலக்கிய உணர்வை இவர்கள் உள்வாங்கி விரைவாக ஓட முடிந்தது. எழுபதுகளில் இருபது படைப்பாளிகளேனும் பொருட்படுத்தத்தக்கவர்களாக இருந்திருக்கின்றனர். இனியொரு பத்துபேரைப் பற்றி நல்ல விமர்சனங்களை மற்றவர்களும் செய்யவேண்டும் என்று விரும்புகிறேன்.

இந்நூலைச் செம்மையாக்கம் செய்து தந்த எனது அருமை நண்பர்களான டாக்டர். கந்தசாமி, திரு. அமரநாதன், பேராசிரியர் இளங்கோவன், மெய்புத் திருத்தத்தில் உதவிய நண்பர் ப. சுடலைமணி ஆகியவர்களுக்கு எனது நன்றி.

26.04.2021 **சு. வேணுகோபால்.**

கொண்டாட மறந்த தேவதை:
ஆர். சூடாமணி

ஆர். சூடாமணி என்றதும் அவர் எழுத வந்த காலத்தில் ஏற்கனவே எழுதிக் கொண்டிருந்த இலக்கிய ஆளுமைகளின் பெயர்கள் நினைவிற்கு வருகின்றன. அதிலும் சிறுபத்திரிகை சார்ந்தும் வணிகப் பத்திரிகை சார்ந்தும் இயங்கியவர்களின் படைப்புகளின் தீவிரத் தன்மையில் உள்ள வேறுபாடுகள் ஐம்பது ஆண்டு கால நெடும்பரப்பில் தெளிவாகத் தெரிகின்றன. தி. ஜானகிராமன், ஜெயகாந்தன், அசோகமித்திரன், ஆ. மாதவன் போன்றோர் வணிகப் பத்திரிகைகளிலேயே தம் எழுத்தாற்றலையும், தரத்தையும் பேணி எழுதியவர்கள். ஒருவகையில் பார்த்தால் வணிக இதழ்கள் தந்த வாய்ப்பை நன்முறையில் பயன்படுத்திக் கொண்டவர்கள். இந்த வாய்ப்பு ஆண்களைவிட ஐம்பதுகளின் இறுதியில் பெண் எழுத்தாளர்களுக்கு அதிகம் வாய்த்தது. அதை அவர்கள் பயன்படுத்திக் கொண்டார்கள். வாசகர்களுக்கு நிறையக் கதைகள் தேவைப்பட்டதால் நிறைய எழுத்தாளர்களுக்கு அது பெரும் வாய்ப்பாகவும் அமைந்தது. இவர்களின் எழுத்துக்களை நாம் தனியாக ஆராய்ந்து அதன் போக்குகளையும் அன்றிருந்த தேவைகளையும் சொல்லலாம். அது வேறுவகையான பணி.

சூடாமணி வெகுஜன பத்திரிகைக்கு ஏற்ற கதைகள் எழுதியிருக்கிறார். அவைகளிலும் அவரது படைப்புமனம் வெளிப்பட்டிருப்பது முக்கியமானது. சில இலக்கியத் தொகுப்புகளில் அவரது கதைகள் இடம் பெற்றிருந்தாலும் தவிர்க்க முடியாத படைப்பாளிகளின் வரிசையில் வைத்து விவாதிக்காமல் விட்டுவிட்டோம். இந்தக் காரியம் எண்பதுகளிலோ தொண்ணூறுகளிலோ நடந்திருந்தால் அர்த்தம் உள்ள தனது பணியைக்கேட்டு மகிழ்ந்திருப்பார். சூடாமணியுடன் நெருக்கத்திலிருந்த அம்பை போன்றவர்கள்கூட

இதைச் செய்யவில்லை. நட்பாக இருப்பது என்பது வேறு. பணியை முன்வைப்பது என்பது வேறு. நான் வாசிக்கத் தொடங்கிய காலகட்டத்தில் ‘இறுக மூடிய கதவுகள்’ கதைவழி சூடாமணியைக் கண்டடைந்தேன். இந்தக்கதை தந்த புத்தம் புதிதான அனுபவத்தால் அவரது பழைய கதைகளைத் தேடிப் படித்தேன். அவரது மிகச்சிறந்த குறுநாவலான ‘இரவுச்சுடர்’ கூட படிக்க வாய்த்தது. பத்தாண்டுகளுக்கு முன் தாமரையில் சூடாமணியின் மரணத்திற்கான அஞ்சலிக் குறிப்பில் இதுபற்றி எழுதியிருக்கிறேன். இவ்விடத்தில் இன்னொன்றையும் சொல்ல வேண்டியிருக்கிறது. அவரது படைப்பாக்க ஆற்றலைச் சொல்லும்போதே படைப்பின் பலகீனத்தையும் குறித்து பேசவேண்டியிருக்கிறது.

ஆ. மாதவனின் கடைத்தெருக் கதைகளையோ ஜெயகாந்தனின் விளிம்பு மக்களின் கதைகளையோ, ஜி. நாகராஜனின் பாலியல் தொழிலாளி பற்றிய கதைகளையோ, கி. ராஜநாராயணனின் கரிசல்காட்டு கதைகளையோ அவரால் எழுத முடியாது என்பது புரிந்து கொள்ளக்கூடியதுதான். இந்த மனிதர்களின் வாழ்க்கைக்கோலம் சூடாமணியின் உலகத்திற்கு அப்பால் ஆனது. ஆனால் லா.ச.ரா. எழுதிய குடும்பக் கதைகளைவிட சிறந்த கதைகளை சூடாமணி எழுதியிருக்கிறார். அசோகமித்திரன் கதைகளின் ஒரு பகுதியை அவரால் எழுத முடிந்திருக்கிறது. சா. கந்தசாமி, ந. முத்துசாமி, பிரபஞ்சன் ஆகியோர் எழுதிய கதைகளைவிட சிறந்த கதைகளைத் தந்திருப்பவர். நடுவயதில் மரணமடைந்த கிருஷ்ணன் நம்பி கதைகளின் எண்ணிக்கைக் கொண்டு பார்த்தால்கூட சூடாமணி கூடுதலான நல்ல கதைகளை எழுதியிருக்கிறார். பிரபஞ்சன், சா. கந்தசாமி முதலியோர் அவர்கள் எழுதிய நாவல்களால் நிற்கிறார்களே தவிர சிறுகதையின் ஆற்றலால் அல்ல. ஆனால் இவர்களது சிறுகதைகளுக்கும் ஓர் இடம் உள்ளது. இவர்கள் பேசப்பட்ட அளவிற்குக் கூடுதலாகவே சூடாமணியின் கதைகள் குறித்து பேசப்பட்டிருக்க வேண்டும். அவ்வாறு பேசப்படாமல் போனதற்குக் காரணங்கள் உண்டு. ஒன்று அவர் பெரும் பத்திரிகைகளில் நிரம்ப எழுதினார். சுமாரான கதைகளையும் சிறந்த கதைகளையும் மாறி மாறி எழுதினார். பத்திரிகையின் அவசரங்களுக்கு எழுதிய கதைகளில் அவரால் நிதானமான ஒரு தரத்தைப் பேணமுடியாமல் போயிருக்கிறது. இரண்டாவது

இந்த இரண்டு நிலைகளையும் பிரித்தறிந்து சூடாமணியின் எழுத்தியக்கத்தைத் தொடர்ந்து வெற்றி தோல்விகளை வற்புறுத்திக் காட்டும் விமர்சகர்கள் இல்லை. இதைப் பற்றியெல்லாம் கவலைப்படாமல் விரிந்த மனதுடன் இலக்கிய ஆக்கங்களில் அவரால் செயல்பட முடிந்தது என்பது வேறு. மேலும் சிற்றிதழ்ச் சூழலில் இயங்கியவர்களுக்குத்தான் தொடர்ந்து சிபாரிசுகளும், விமர்சனங்களும் வலுவாகவும் தொடர்ச்சியாகவும் கிட்டின. சிற்றிதழ்களில் மட்டுமே எழுதுபவர்கள் முக்கியமானவர்களாகக் கருதப்பட்ட காலம். இந்த இலக்கியச் சூழலில் சூடாமணியைத் தொடர்ந்து எடுத்து வைத்துப் பேச இடமில்லாது போனது.

க.நா.சு, சி.சு. செல்லப்பா முன்னெடுத்த இதழ்களில் சூடாமணி பெரிய பங்களிப்பைத் தரவும் இல்லை. அவர் *கணையாழி, கலைமகள், தீபம்* போன்ற இலக்கிய இதழ்களில் எழுதியிருந்தாலும், அவை பெரிய இலக்கிய விவாதங்களை நடத்திய இதழ்கள் அல்ல. க.நா.சு குழுவில் சூடாமணி பேசு பொருளாகவில்லை. முற்போக்குக் குழுவான நா. வானமாமலை குழுவிலும் பேசுபொருளாகவில்லை. அவர் *தாமரை, செம்மலர்* போன்ற முற்போக்கு இதழ்களிலும் எழுதவில்லை. *சரஸ்வதியில்* ஒன்றிரண்டு கதைகள் எழுதியிருக்கிறார். அமைதியான முறையில் அங்கீகாரம் வேண்டி குரல் எழுப்பாமல் அவருக்கு வாய்ப்பளித்த இதழ்களில் எழுதினார். *சுதேசமித்திரன், சதங்கை* இதழ்களில்கூட எழுதியிருக்கிறார். *குமுதம், குங்குமம்* இதழ்களில் எழுத அவருக்கு வாய்ப்பளிக்கப்படவில்லை. *கல்கி, ஆனந்தவிகடன், தினமணிக்கதிர்* முதலிய நல்ல வணிக இதழ்கள் தந்த வாய்ப்பைப் பயன்படுத்தி தொடர்ந்து எழுதியிருக்கிறார். சா. கந்தசாமி சாகித்திய அகாதமிக்காக தொகுத்த நான்கு தொகுப்புக்களிலும் சூடாமணிக்கு இடம் தரவில்லை. விட்டல்ராவ் தொகுத்த மூன்று தொகுப்புகளில் இரண்டில் இல்லை. மற்றொன்றில் இருக்கிறதா என்று தெரியவில்லை. சமீபத்தில் எஸ். ராமகிருஷ்ணன் தொகுத்த *'100 சிறந்த சிறுகதைகள்'* தொகுப்பிலும் சூடாமணிக்கு இடம் தரப்படவில்லை. முக்கியமாக யார் தொகுத்தாலும் இடம்பெறக்கூடிய எழுத்தாளராக இருந்தும், இந்த விடுபடல் அவரைத் தொடர்ந்து இலக்கியத்தில் பேச்சுக்குரியவராக ஆக்கவில்லை. க.நா.சு., வெங்கட் சாமிநாதன்கூட ஆங்கிலப் பதிப்பிற்காகக் கதைகளைத் தொகுத்திருக்கிறார்கள். அவைகளிலும் சூடாமணியின் கதைகள் இல்லை என்றுதான் என் நினைவு.

ஐந்நூற்று எழுபத்துநான்கு கதைகள் எழுதியிருப்பதாக சூடாமணியின் நெருங்கிய தோழியாகவும் வாசகியாகவும் இருந்த சீதாரவி, கே. பாரதி ஆகியோர் குறிப்பிடுகின்றனர். அவர்களின் பெருமுயற்சியில் ஒட்டுமொத்தக் கதைகளிலிருந்து அறுபத்து மூன்று கதைகளைத் தேர்வு செய்து காலச்சுவடு வாயிலாக அறுநூற்று நாற்பத்திஏழு பக்கங்கள் கொண்ட பெருந்தொகுப்பொன்றை *'தனிமைத்தளிர்'* என்னும் தலைப்பில் 2013 இல் வெளியிட்டுள்ளனர். இத்தொகுப்பிற்கு மூன்றாண்டுகளுக்கு முன் 2010 இல் சூடாமணியின் மரணத்தை ஒட்டி அடையாளம் பதிப்பகத்தின் வாயிலாக முப்பத்தியாறு கதைகளைத் தேர்வு செய்து *'நாகலிங்கமரம்'* என்ற தொகுப்பை திலீப்குமார் கொண்டு வந்திருக்கிறார். இதில் நல்ல விசயம் என்னவென்றால் இரு தொகுப்பிலும் ஏழு கதைகள் மட்டுமே மாறிமாறி இடம் பெற்றிருக்கின்றன. மொத்தம் தொண்ணூற்றிரண்டு நல்ல கதைகள் கிடைத்திருக்கின்றன. மீதமிருக்கும் நானூற்று எழுபது சொச்சம் கதைகளில் இன்னும் பத்து தரமான கதைகள் இருக்கக்கூடும். ஆக சூடாமணியின் இலக்கியப் பங்களிப்பாக 100 கதைகள் கிடைத்திருப்பது பொருட்படுத்தத்தக்க ஒன்று. திலீப்குமார், சீதாரவி, கே. பாரதி இம்மூவரே சூடாமணியின் இலக்கியத் தரத்தை நிலை நாட்ட முயன்ற முதன்மையான வாசகர்கள்.

சூடாமணி, புதுமைப்பித்தன் போன்றவரா என்றால் இல்லை; கு. அழகிரிசாமி போன்றவரா என்றால் இல்லை. ஜெயகாந்தன் போன்றவரா என்றால் இல்லை. அம்பை போன்றவரா என்றால் இல்லை. சூடாமணி சூடாமணி போன்றவர். அவர்களைப் போன்றே இவருக்கென்ற தனித்த படைப்பாக்க குணநலன் பெற்றவர். ஜெயகாந்தனைவிடக் கூடுதல் படைப்பெழுச்சி மிக்க குணத்தைக் கதைகளில் வெளிப்படுத்தியவர். கதைகளின் பேசுபொருள் சார்ந்து சற்றே பின்தங்கலாம். படைப்பு மனம் சார்ந்து சிறப்பாக செயல்பட்டிருப்பதைக் குறிப்பிட விரும்புகிறேன். சீரழிக்கப்பட்ட ஒரு பெண்ணிற்குத் தண்ணீர் ஊற்றி பரிசுத்தத்தை 'அக்கினிப் பிரவேசம்' கதையில் வழங்க முடியும் என்றால் நடுவயதைத் தொடப்போகும் திருமணமாகாத பெண்ணின் காமத்துய்ப்பை ஏற்கிற பக்குவத்தை 'சோபனாவின் வாழ்வு' கதைவழி சூடாமணியால் சொல்ல முடிந்திருக்கிறது. முன் தலைமுறை படைப்பாளிகள் போல புரட்சிகரமான கதைகளை ஆர்ப்பாட்டமாகத் தரவில்லை. மாறாக, நிதானத்தோடும்

அமைதியோடும் தருகிறார். புரட்சிகரம் என்பதற்கு சூடாமணிக்கு முன்னரே நம்மிடம் ஆட்கள் உண்டு. அதிலிருந்து திரியைப் பற்றவைத்து வெளிச்சத்தை ஏற்றியிருக்கிறார் என்பதை ஏற்றுக்கொள்ளத்தான் வேண்டும்.

2

1954 இல் 'பரிசு விமர்சனம்' என்ற முதல் கதையை எழுதுகிறார். எடுத்த எடுப்பிலேயே தான் எழுதிய 'நோன்பின் பலன்', 'அன்பு உள்ளம்' முதலிய கதைகளின் வழி தரமான எழுத்தாளரின் வருகை என்பதை அடையாளப்படுத்திக் கொண்டார். அவரின் இறுதி காலகட்டத்துக் கதைகள் வந்துகொண்டிருந்த போது நான் கல்கியில் பணியாற்றிக் கொண்டிருந்தேன். 1998 இல் 'வீம்பு' கதை கல்கி தீபாவளி மலரில் வெளிவந்தது. பேச்சுத்தொடர்பு அற்று பிரிந்துபோன தந்தைக்கும் மகனுக்கும் இடையே மறைந்து கிடக்கும் நெகிழ்ச்சியான தருணத்தைச் சொல்லும் கதை. பத்திரிகைகளின் தேவைகளுக்காக எக்கச்சக்கமான கதைகள் எழுதிக் கொண்டிருந்தாலும் அவர் இறுதி வரை நல்ல கதைகளையும் தந்து கொண்டே வந்திருக்கிறார். அவரது ஐம்பது ஆண்டுகால இலக்கிய வாழ்வு பொருளுள்ளதாக ஆகியிருக்கிறது. முதல் பத்தாண்டு கதைகளில் ஒரு நிதானம், அழகுணர்ச்சி, ஆச்சர்யம், புனைவிற்குள் முற்று முழுதாக மூழ்கிக் கரைந்து போன தன்மை, அடர்த்தி, மனிதர்களின் எண்ணங்களில் நிகழும் வேறுவேறான அம்சங்கள், எதிர்பார்ப்புகள், எதிர்பாராத வெளிப்பாடுகள், மாந்தர்கள் யாரையும் தூக்காமல் யாரையும் தாழ்த்தாமல் அவர்களின் தன்னியல்பின் மீது எவ்வித சாய்வையும் கொள்ளாமல் பின்தொடரும் உள்ளார்ந்த ஆர்வம். இவற்றின் ஊடே இக்கட்டான நெருக்கடியில் ரொம்பவும் எளிமையுடன் அவர்கள் வெளிப்படுத்திக்கொள்ளும் மேன்மையான இடங்களை இக்கதைகள் கண்டடைகின்றன. அந்த உயர்வைச் சொல்வதில், அவ்விதமான மனிதர்களை இனம் காண்பதில் சூடாமணி கனிந்து விடுகிறார். இளம் வயதிற்கே உரிய மானுடநேயம், துக்கத்தில் பங்கெடுக்கும் துடிதுடிப்பு, களங்கமின்மை மீது கொள்ளும் மனஎழுச்சி இக்கதைகளை எழுதுவதில் பின்னின்று இழைத்திருக்கின்றன.

குழந்தைகளின் உலகத்தையும் தாய்மையின் உலகத்தையும் மிகச்சிறப்பாகத் தன் கதைகளில் கொண்டு வந்திருக்கிறார். பல கதைகளில் குழந்தையும் தாயும் பிரிக்க முடியாத விதத்தில் பிணைந்திருக்கிறார்கள். ஒரு குழந்தைக்குத் தாயிடம் வெளிப்படும் அன்பிற்கு நிகரான வெறுப்பும் குரூரமும் தோன்றும்தான். சூடாமணி காட்டும் குழந்தைகள், தாய்மார்கள் காட்டும் நேசிப்பில் நாம் பரிபூரணமான நம்பிக்கை கொள்கிற விதத்தில் புனைகதையை உருவாக்கி விடுகிறார். குழந்தைகளின் உலகத்தைச் சிறப்பாக எழுதியவர்களில் முக்கியமானவர் கு. அழகிரிசாமி. அவரைவிட மூன்று மடங்கு இதில் சாதனை புரிந்திருப்பவர் சூடாமணி. அவர் எழுதிய 50 ஆண்டுகளில் குழந்தைகளைத் தொடும்போதெல்லாம் படைப்பு மனோபாவத்தின் உச்சத்திற்குப் போய் விடுகிறார். மூர்க்கத்தையும் வெறுப்பையும் உமிழும் மனிதர்களையும், மோசமான பழக்கவழக்கங்களையுடைய மனிதர்களையும், தீமையின் ஆட்டங்களையும் அவரால் எழுதியிருக்க முடியும். ஆனால் எழுதவில்லை. வணிக இதழ்கள் நல்வழி காட்டும் கதைகளை வெளியிடுவதில் ஒரே கொள்கையைக் கொண்டிருந்தன. யோசித்துப் பார்த்தால் ஜெயகாந்தன் வணிக இதழ்களில் எழுதிய கதைகள் ஒருவகையில் நல்வழிகளைக் காட்டும் கதைகள்தானே. இது ஒரு போக்காகவே மாறியது. சூடாமணியும் இந்த வணிக இதழ்களின் நன்னெறிகளுக்கு ஆட்பட்டே நல்ல கதைகளை எழுதினார். பத்திரிகைகள் இதனை ஒரு சமூகத்தொண்டாகவே கருதி பிரசுரித்தன. வணிக இதழ்கள் நடத்தும் பரிசுப் போட்டிகளில் தேர்வாகும் கதைகள் அனைத்தும் நல்ல முடிவு கொண்டவையாக வாழ்க்கைக்கு நம்பிக்கையளிக்கக்கூடியதாக இருக்கும். ஜெயகாந்தனும் சூடாமணியும் இந்த எழுதப்படாத விதியை ரொம்பவும் இறுக்கிப்பிடித்துக் கொள்ளாமல் சாகசமாக எழுதித் தாண்டியிருக்கிறார்கள். அதே சமயம் பத்தாண்டு கழித்து கணையாழி, தீபம், சதங்கை, சுதேசமித்திரன், சௌராஸ்டிர மணி இதழ்களில் எழுத வாய்ப்பு அமைந்தபோது மூர்க்கமும் தீமையின் ஆட்டங்களையும் கொண்ட கதைகளை சுதந்திரமாக எழுதியிருப்பதையும் காணமுடிகிறது. இந்தக் காலகட்டத்தில் ‘கலைமகள்’ இதழிலும் காமம் சார்ந்த கதைகளைத் துணிந்து எழுதியிருக்கிறார். அக்கதைகளை கலைமகளும் வெளியிட்டிருக்கிறது என்பது ஒரு புதுமைதான்.

உத்தி சார்ந்தோ, மொழி சார்ந்தோ மெனக்கெட்டு திறமை காட்ட வேண்டும் என்ற எழுத்தாள தோரணை கிடையாது. புதிதான தேர்வில் கதை எழுத வேண்டும் என்ற ஆர்வம்தான் மேலோங்கி இருந்திருக்கிறது. முதல் காலகட்ட கதைகளில் உரையாடலைப் பேச்சு வழக்காகப் பயன்படுத்தவில்லை. ஒரு பொதுமொழியைக் கையாண்டிருக்கிறார். இந்தமொழி பேச்சுவழக்கிற்குச் சற்றே நெருக்கமாகவும் இருக்கிறது. மாந்தர்கள் பேசுவதில் அந்நியத்தன்மை தெரியவில்லை. அறுபதுகளின் பிற்பகுதிகளில் உரையாடலில் இந்தப் பொதுமொழி பின்னகர்ந்து இயல்பான பேச்சு மொழியைக் கையாளத் தொடங்கியிருக்கிறார். ஐம்பதுகளில் தமிழ் சினிமாவின் வசனங்களில் பொது மொழி ஓங்கி ஒலித்தது. அது படைப்பிலக்கியத்திலும் லேசான தாக்கத்தை ஏற்படுத்தியிருக்கிறது. ஆனால் மணிக்கொடி போன்ற இலக்கிய இதழ்களிலேயே புதுமைப்பித்தன் பேச்சு மொழியைக் கையாண்டிருக்கிறார் என்பதையும் பார்க்க வேண்டியிருக்கிறது. பொதுவாகப் புறச்சித்திரிப்பு வலுவாக இல்லாதபோது கதை நம்மை அப்பால் நிறுத்திவிடும். அக்கதை வாசகனுக்குள் ஒரு நெருக்கத்தை ஏற்படுத்தாமல் போய்விடும். சூடாமணி கதைகளின் புறச்சித்திரிப்பு துல்லியமான விவரணைகளால் நிரம்பியதல்ல. வீடோ, தெருவோ, மரமோ, பூவோ, கடைகளோ, பயணங்களோ வேறு வேறு இடங்களோ, காலமாற்றங்களோ கதையின் ஊடாக வருகின்றன. அவற்றின் இருப்பு குறித்த சந்தேகமே தோன்றாத விதத்தில் கதைகள் நம்மை உள்ளே இழுத்துக் கொள்கின்றன. இதுபற்றியெல்லாம் நினைத்துப் பார்க்காத விதத்தில் மாந்தர்களின் அகவிழிப்பில் கதை நகர்வதால் வாசிக்கிற நாமும் மெல்ல அதன் போக்கில் அமிழ்ந்து விடுகிறோம். இந்த எழுத்து முறை உண்டாக்கும் நம்பகத்தன்மையை சூடாமணியின் மிகப்பெரிய பலமாகக் கருதுகிறேன். இந்த இடத்தில்தான் பல பெண் எழுத்தாளர்களின் படைப்புகள் தோற்றுப்போகின்றன. புறச்சித்தரிப்பைப் பல்லைக்கடித்துக்கொண்டு வலிந்து எழுதியிருப்பது தெரியும். புறச்சித்திரிப்பைக்கூட விட்டுவிடலாம். மாந்தர்களை, எழுத்தாளர்கள் விளக்கி இழுத்துச் செல்லும் போதே அதன் புனைவுத் தன்மை நழுவிப் போகிறது. ஒரு பிரச்சனையைக் கதையாக சொல்ல முயன்றுள்ளது வெட்ட வெளிச்சமாகிவிடுகிறது. சிவசங்கரி, வாஸந்தி, திலகவதி

இவர்களின் நல்ல கதைகள் என்ற சொல்லப்பட்டவற்றிலேயே இத்தன்மையைத்தான் பார்க்கிறேன்.

சூடாமணி கதைமாந்தர்களை இழுத்துச் செல்வதில்லை. அவர்களின் மனக்குமுறலை, வெறுப்பை, கனிவை அவர்கள் பின் நின்று அவர்களது மொழியில் எழுதுகிறார். சூடாமணி படைப்பு மனம் கொண்டவர் என்று சொல்வது இதனால்தான். இந்தப் படைப்பு மனம் பலருக்கு வாய்ப்பதில்லை. கதைகளின் முடிவு சார்ந்து நன்மையின் பக்கம் திருப்பும்போது தோல்வியடையும் இடங்கள் சூடாமணியின் கதைகளில் உண்டு. கதையின் உள்இழைகள் இயல்பான குணத்தால் நெய்யப்பட்டு வந்திருப்பதை அறியலாம்.

சூடாமணியின் கதைமாந்தர்கள் தங்களை உரையாடல் வழி உயிரோட்டமாக வெளிப்படுத்திக் கொள்கிறார்கள். அவர்களது ஏடாசித்தனமான பேச்சு, குழந்தைகள் எழுப்பும் கேள்விகள், சந்தேகங்கள், நம்பிக்கைகள், பேய்க்கும் திருடனுக்கும், வெறுப்பை உமிழ்கிறவருக்கும் முத்தம் தர துணியும் கைக்குழந்தைகள், விடை தெரியாத நிலையில் வரும் பதில்கள், வெறுக்கிற மனநிலையில் வரும் சூட்சுமமான சொற்பிரயோகங்கள், தத்தளிப்பில் பெருகிவரும் வார்த்தைகள் இப்படி இப்படி மாந்தர்கள் பண்பாட்டுச் சூழலுக்கு ஏற்ப வெகுவாக வெளிப்படுகிறார்கள். பேச்சு என்பதே மன வெளிப்பாடுதான். உண்மையில் கதை எவ்வளவு பெரிய சிக்கலைப் பேசினாலும் அதன் கருத்தின் தெறிப்பில் மட்டும் இல்லை. இவ்விதமான உயிரோட்டமான அம்சங்களால்தான். ஜெயகாந்தன் கதைகளில் இந்த நுண்ணுர்வுகளே இருக்காது. அசோகமித்திரன் கதைகளில் தகவல்கள் இருக்கும் நுண்ணுர்வுகள் குறைவுதான். ஜெயகாந்தன் அற்புதமான ஒரே ஒரு குழந்தை கதையைக்கூட எழுதியதில்லை. அவர் எழுதிய ‘அக்கிரகாரத்தில் பூனை’ கதை நினைவிற்கு வருகிறது என்றாலும், பூனை மீதான குழந்தையின் பிரியம் மூலம் வேறுவிதமான எண்ணங்கள் உருவாகி வரவில்லை. அக்கிரகாரத்தில் ஓர் அதிர்ச்சியை ஏற்படுத்த வேண்டும் என்ற நோக்கம்தான் அதில் மேலோங்கி இருக்கும். அதாவது பூனையைக் கொல்வது தொடர்பாக. பேதமை, துள்ளல், புதிரான வினாக்கள்தான் குழந்தைகளின் ஆதார சுருதி. அதை சூடாமணி வசப்படுத்தியிருக்கிறார்.

சூடாமணியின் கதைகளில் அந்தந்த மாந்தர்களின் உணர்வுகளிலிருந்து உரையாடல்கள் நிகழ்கின்றன. முக்கியமாக எதிர்மறை நேர்மறையான மாந்தர்கள் அவரவர்களின் நிலையிலிருந்து மோதிக்கொள்கிறார்கள். அவை அவர்களது உரையாடல்களிலும் நடவடிக்கைகளிலும் வெளிப்படுகின்றன. இந்த அசல்தன்மை மாந்தர்களை அழுத்தமாக மனதில் பதியச் செய்கிறது. வில்லன்கள் எழுத்தாளர்களுக்கு வில்லன்கள் கிடையாது என்பதை பல எழுத்தாளர்கள் புரிந்து கொள்வதில்லை. கதைகளில் சில அழகான தொடர்கள் வந்து விழுகின்றன. அவை மெனக்கெடாமல் கதையின் போக்கில், மாந்தர்களின் அக்கணநேரத்தில் தோன்றிய எண்ணங்களாக இருக்கின்றன. ஆசிரியரின் சிந்தனையாகவோ, வெளியிலிருந்து எடுத்துக் கொள்ளப்பட்ட படிமமாகவோ இருப்பதில்லை. கதையில் மாந்தரின் மனவெளிப்பாடாக இருக்கின்றன. “தான் நெருங்க முடியாத ஓர் எல்லை இங்கு இருப்பதை விஜயா உணர்ந்து கொண்டாள்”, “நேரம் சென்றவாறு இருந்தது. கடிகாரத்தின் அசைவு ஒலிகள் உள்ளத்துள் தாக்கும் சவுக்கடிகளாகத் தோன்றின கௌரிக்கு”, “சாமா தாமே சிரித்துக்கொண்டார். தம் பேச்சும் சிரிப்பும் நினைவுகளும் ஏதோ ஒரு பள்ளத்துக்கு அணையிட்டுவிடவேண்டும் என்ற முயற்சியின் ஆவேசம் ததும்பியது அந்த பாவனையில்,” இப்படி சூழலும் மனமும் அந்நேரத்தில் புனைவு மாந்தருக்குள் ஏற்படுத்தும் உணர்வை சூடாமணி மொழிக்குள் கொண்டு வருகிறார். தி. ஜானகிராமன் இவ்விசயம் கைவரப்பெற்ற கலைஞன். அ. முத்துலிங்கம் வாசிப்பின் நினைவுத் திறனால் வெளியிலிருந்து கதைக்குள் பொருத்தமாக எழுதுவார். இவ்விதம் புனைவின் பல நல்லம்சங்கள் சூடாமணிக்கு இயல்பாக கூடி வந்திருக்கின்றன. புதுமைப்பித்தன் போல, ஜெயகாந்தன் போல இவரது கதைகள் கருத்தியல் உலகமல்ல. மெல்லுணர்வுகளின் உலகம். பரபரப்பை உண்டாக்கும் பிரச்சனைக்குரிய கதைகள் எழுதுவதன் வழி உடனடி பிரபல்யமும் அங்கீகாரமும் கிடைக்கவே செய்யும். அவைகளின் தன்மை அத்தகையது. பரபரப்பூட்டக்கூடிய விசயத்தைக்கூட சூடாமணி அமைதியான மென்மையான குணத்தில் எழுதினார்.

சூடாமணி தன் கதைகளின்வழி தேடியது, விரும்பியது உறவுகளின் நேசத்தைதான். அந்தத் தேடலில் அவ்வப்போது கண்டடைந்தது சுயநலத்தையும் வெறுப்பையும்தான். இதில்

உண்மையின் பக்கம் நிற்க விரும்பியவர். ஆரம்பகால கதைகள் மனிதர்களிடம் புதைந்திருக்கும் அன்பை நாடுவதிலேயே பெரும் விருப்பம் கொண்டவராக வெளிப்படுகிறார். பின் வந்த காலங்களில் மனிதர்களிடம் உறைந்திருக்கும் கசப்பையும் நேசமின்மையையும் காணத்தொடங்கினார். ஐம்பதுகளின் மனிதர்களுக்கும் எழுபதுகளின் மனிதர்களுக்கும் இடையேகூட பண்புகள் மாறியிருக்கின்றன. அனுபவம் படைப்பாளியின் பார்வைகளையும் மாற்றும் தானே! இந்த வகையில் கு. அழகிரிசாமியின் படைப்பு உள்ளத்திற்கு நெருக்கமானவர் சூடாமணி.

3

குழந்தைகள் கணந்தோறும் புதுசாக வெளிப்படுத்திக் கொள்ளும் இயல்பான உலகத்தை ஆச்சரியப்படுத்தாமல் கொண்டு வந்தது, தாயுள்ளத்தின் வெவ்வேறு விதமான கருணையின் ஊற்றுக் கண்களைத் திறந்து பார்த்தது, வித்தியாசமான குணாதிசயங்களை உடைய மாந்தர்களின் ஆட்டங்களைக் கூர்ந்து பார்த்து எழுதுவது, துடிப்புமிக்க இளம் உள்ளம் நம் வாழ்க்கையில் ஊடாடும் நம்பிக்கைகளை வம்பிற்கிழுக்கிற போது அதில் வந்து மேவும் புதிய போலியான விளக்கங்களைப் புன்சிரிப்போடு முன் வைத்து தள்ளுவது என்ற விதங்களில் சூடாமணியின் முதல் பத்து பதினைந்தாண்டு கால கதையுலகம் நான்கைந்து வழிகளில் பயணப்பட்டிருக்கின்றது. இன்று யுவன் சந்திரசேகரின், கதைக்குள் வைக்கும் பல கதைகள் என்ற பாணியை சூடாமணி "நட்சத்திரம் பொய்க்குமா?" (1958) என்ற கதையிலேயே கையாண்டிருக்கிறார். எத்தனைவிதமான பாணிகளைக் கைக்கொண்டாலும் வாசகனைத் தாக்கி உலுக்காதபோது அக்கதை அவனைவிட்டு விரைவாக மறைந்துவிடும். எனவே கதை ஏற்படுத்தும் பாதிப்பு அக்கதைக்கு வலுவான அம்சத்தைத் தருகிறது என்பது என் எண்ணம். இந்த வகையில் ஆரம்பகாலகட்ட கதைகள் 'நோன்பின் பயன்' 'அன்புள்ளம்', 'அந்த நேரம்', 'எட்டணா நாணயம்', 'யோகம்' 'அவன் வடிவம்', 'படிகள்', 'தெளிவு' என்ற எட்டுக் கதைகளும் அநாயசமாக எழுதப்பட்ட அற்புதமான கதைகள். இந்த வரிசையில் சேரத்தக்க கதைகள்தான் 'இரண்டின் இடையில்',

'உரிமைப்பொருள்' ஆகியவை. ஆனால் 'இரண்டின் இடையில்' 14 வயது சிறுவனின் பருவமாற்றங்களை உணர்த்துவதற்குப் பதில் ஆசிரியர் புகுந்து நிரம்ப விளக்கிவிட்டார். 28 வயது வாத்திச்சி மீது விடலைப் பருவத்துப் பையனுக்கு வரும் கவர்ச்சி சரிதான். கதை முடிவில் அவளுக்குத் திருமணமாகியிருப்பதாகவும் கணவனைக் கண்டு அவன் உடைந்து போவதாகவும் கதை முடிகிறது. திருமணம் ஆனதை ஏன் மர்மப்படுத்த வேண்டும்? இது சினிமாத்தனமானது. இந்தக் குறைகளால் இட்டுக்கட்டப்பட்ட கதையாகிறது. 'உரிமைப்பொருள்' கதையில் வரும் பாலுவின் தாயான அகிலா ஒரு வித்தியாசமான பெண். பாலு தவறு செய்தால் தான் அடித்து திருத்தலாம். மற்றவர் திருத்தக்கூடாது. இவள் விரும்பாதவர்களுடன் பேசினால் பிடிக்காது. உடையோ சாப்பாடோ தான் விரும்புவதை அவன் ஏற்கவேண்டும். அவனது தவறை மற்றவர் விமர்சனம் செய்தால் அவர்கள் முன் அவனை அடித்து அவர்களை வெறுப்படையச் செய்கிறாள். இப்படி அவளுக்கு நல்லது செய்ய முன் வந்தாலும், யோசனை சொல்ல முன் வந்தாலும் தவறுகளைச் சுட்டிக்காட்டினாலும் அவள் எதையும் ஏற்றுக் கொள்ளாதவளாக இருக்கிறாள். சில சமயம் அதற்கு மாற்றாகக்கூட செய்யத் தூண்டுகிறாள். தான் பெற்றவள் எனவே எல்லாவிதத்திலும் அவன் தனக்கு மட்டுமே உரியவன் என்ற பிடிவாதமும், நல்லெண்ணத்தில் அரவணைக்கிறவர்களைக்கூட கசப்பால் துண்டிக்கிறவளாகவும் இருக்கிறாள் இந்தத் தாய். இம்மாதிரி வித்தியாசமான குணாதிசயம் கொண்ட மாந்தர்களைக் கதையில் கொண்டு வந்து நிறுத்தியிருக்கிறார். அகிலாவின் நடத்தைகளை வேறு மாந்தர்கள் பேசுவது சரிதான். ஆசிரியர் இடையில் சன்னமாகவும், இறுதியில் புகுந்து பெரிதாகவும் விளக்குவதைத் தவிர்த்திருந்தால் சிறப்பான கதையாக மாறியிருக்கும்.

ஒரு கதையின் சிறப்பைக் குறைப்பது கூடுதலான ஆசிரியரின் விளக்கங்கள் என்பது உணரப்பட வேண்டும். நல்ல எடிட்டர் வேலை இதை சுட்டிக்காட்டி செம்மை படுத்துவதுதான். அப்படியான சகிருதயன் தமிழ்ச்சூழலில் இல்லை. வெகுஜன இதழ் வாசகர்களுக்கு இந்த விளக்கங்கள் தேவையாக இருக்கலாம். நல்ல கதைக்கு இவை உறுத்தல்கள்தான். ஆனால் சூடாமணி கதையின் பேசு பொருள் சார்ந்து தேர்வதும் விசயங்களைத்

தொடுவதும் தமிழ்ச் சிறுகதை உலகிற்கு விசேசமானவை என்பதாலேயே அவர் முக்கியமானவராகிறார்.

'அக்கா', 'இதுபெரிது', 'ஒரு கீற்றுப்பெண்', 'ஓவியனும் ஓவியமும்', 'ஆராய்ச்சி', 'நிகழ்ச்சி' பொருட்படுத்தத்தக்க கதைகள். திலீப்குமார் தொகுப்பில் மூன்றாவதாக வரும் 'நிகழ்ச்சி' ஒரு காதல் கதை. இந்தக் கதை எழுதப்பட்ட ஆண்டு 1961 என்று இருக்கிறது. கதையின் காலம் 70களின் பிற்பகுதியாக இருக்கிறது. டெலிவிஷன் இளைஞர்களிடம் காணப்படும் அமிதாப்பச்சன் ஃபேஷன், அண்ணா சிலை திருப்பம், பற்றிய குறிப்புகள் வருகின்றன. காலத்தை சரிபார்ப்பது நல்லது. இருபது ஆண்டுகால உப்புசப்பற்ற திருமண வாழ்க்கை ஒருவகையில் அமைதியான சாதாரண குடும்ப வாழ்க்கை. மறுநாள் அவளது வாழ்க்கை பரபரப்புமிக்கதாக ஆகப்போகிறது. அதை அறியாமல் நூலகப் புத்தகத்திற்குள் இருந்த சிறு காதல் கடிதத்தைப் படிக்கிறாள். யாராக இருக்கும் என்று மனம் ஒவ்வொருவராகத் தேடிச்செல்கிறது. திறமையாக எழுதப்பட்ட கதைதான். தன் மகள் மீது சந்தேகமா? அப்படியான நினைவே தாய்க்கு வராதபடி எழுதியிருக்கிறார். குடும்பத்திற்கே தெரியாமல் நிகழ்ந்து முடிவது உண்மைதான். ஆனால் தாய்க்கு இயல்பாக தன் மகள் மீது சந்தேகம் வரத்தானே செய்யும். அப்படி வராமல் அதை கதைக்காக சூடாமணி தவிர்க்கிறார். இந்தக் கேள்வி எழுந்தபின் நன்றாக எழுதப்பட்டும் கதை தன் மதிப்பை இழக்கிறது.

'நிகழ்ச்சி' கதைக்கு நேர் எதிரான கதை 'படிகள்' சூடாமணி எழுதிய கதைகளிலேயே கவித்துவம் முழுமையாகக் குடியேறிய கதை இதுதான். ஆந்திரப் பிரதேசத்தில் ஒரு மலை அடிவாரத்தை ஒட்டிய மாண்டிஸோரி பள்ளிச்சூழலில் எழுதப்பட்ட கதை. மலைப்பிரதேசம், குழந்தைகளின் குதூகலம், விளையாட்டோடு கற்கும் கல்வியில் தோன்றும் மகிழ்ச்சி, ஆசிரியருடன் குழந்தைகள் கொள்ளும் நெருக்கம், சமத்துவம், நிபந்தனையற்ற அன்பு, உயர்ந்து நிற்கும் மலைச்சிகரம், அதன் அழகு, அதைச்சுற்றியுள்ள விதவிதமான நில அமைப்பு, இதமான குளிர்காற்று ஒவ்வொரு கணமும் வானத்தில் ஏற்படும் மேகங்களின் மாயாஜாலம், நிலப்பகுதியில் தெரியும் பாதைக்கோடுகள், பசுமை போர்த்தியிருக்கும் காட்சி, நீரோடை, களங்கமற்ற குழந்தைகளிடம் இருந்து வரும் அதிசய பேச்சு,

தனிமையின் ஏகாந்தத்தைத் தரும் மலைப்பாதைப் பயணம் என ஒவ்வொரு நொடியும் சிகரத்தை நோக்கி பயணிப்பதாக இருக்கிறது. குழந்தைகளின் ஆனந்தம் இடப்பக்கமும் அழகு கொஞ்சும் இயற்கைச் சூழல் வலப்பக்கமுமாக பிணைந்து இருப்பதாக எழுதப்பட்ட கதை. இயற்கையும் சிகரமும் குறியீடு என்று சொல்லாமல் அமைந்துவிட்ட அற்புதம் இக்கதையில் ஜொலிக்கிறது. அந்தச்சூழலே ஒரு தெய்வாம்சம் பொருந்திய இடமாக தவழ்வதை 'படிகள்' கதையில் கொண்டு வந்திருக்கிறார். இது அதிகாரமில்லாத அன்புமயமான தெய்வாம்சம் ஆட்சி செய்யும் இடமாக இருக்கிறது. கு. அழகிரிசாமி 'திரிவேணி' கதைவழி அடைந்த வெற்றிக்கும் மேலானதாக எனக்குத் தோன்றுகிறது. 'படிகள்' நாம் வந்துசேர வேண்டிய அழகு சொரியும் இடம் இது என்று காட்டுகிறது. மாற்றாந்தாயால் வளர்க்கப்பட்ட ராமு என்ற இரண்டு வயது சிறுவனையும், அந்தத் தாய் கர்ப்பம் அடைந்தபின் அப்பெண்ணின் அம்மா அவனிடம் அது உன் தாய் அல்ல என்று வக்கிரமாக சொல்லிச்சொல்லி திகைக்க வைத்து பிரிப்பதும், இது தெரியாமல் சுகப்பிரசவம் பெற்று மருத்துவ மனையிலிருந்து வரும் மாற்றாந்தாய், அம்மா செய்திருக்கும் சகுனித்தனம் தெரியாமல் அச்சிறுவனை தன் அன்பால் அள்ளும் கதைதான் 'அன்புள்ளம்.' ஒரு வயதிலிருந்து வளர்த்த அத்தாயின் அன்புள்ளத்தைக் கோயிலாக கட்டி வைத்திருக்கிறார். சிறுவனின் ஒவ்வொரு விருப்பத்தையும் நிறைவேற்றவிடாமல் அந்தப்பாட்டி தடுப்பதும் வெறுப்பதும் தான் கதையின் பகுதிகள். ஒரு மாற்றாந்தாய் தாய்மையின் பேருணர்ச்சியை அவனுக்கு வழங்குவதும், வெறுப்பைக் காட்டி காயப்படுத்திய பாட்டியின் நிந்தனையில் துயருற்ற களங்கமில்லா குழந்தை, தாய்மையின் மகத்தான அரவணைப்பை உணர்வதுமாக இக்கதை ஒரு காவிய எல்லையைத் தொட்டிருக்கிறது. எல்லா காவியங்களும் சென்று தொடும் இடம் உன்னதத்தைத்தான். மாற்றாந்தாய் - பாட்டி - மூத்தாள் குழந்தை மூவரும் அவரவர் நிலையில் தங்களை முழுமையாக வெளிப்படுத்திக்கொள்கின்றனர். 1954 இல் விகடனில் வந்த கதை. இந்த காவிய மனம் தான் இவருள் இவ்விதமான பல கதைகளை எழுத வைத்த ஊற்றுக்கண் எனலாம். 70களில் நவீன வாழ்க்கையின் காற்று வீசுகிறது. அதை பின்னால் பார்க்கலாம்.

சூடாமணியின் தொடக்ககால கதைகளைப் படிக்கிறபோது ‘மகாபாரதம்’ போன்ற பெருங்காவியத்தின் கிளைக் கதைகளாக இணைத்தால்கூட பொருத்தமாக இருக்கும் என்று தோன்றுகிறது. உணர்வுப்பூர்வமான கதைகள். துரோகங்களை மன்னிக்கிற தாயுள்ளம் அப்படித்தான் இருக்கிறது. அந்த 50களின் 60களின் தாய்மார்கள் அந்தக் காலங்களோடு மறைந்துவிட்டதாகவும் நினைக்கத் தோன்றுகிறது. ‘அவன் வடிவம்’ கதையில் வரும் பெண் தன் கணவன் தனக்கிழைத்த துரோகத்தை நினைத்து பொருமுகிறாள். போலியோவால் கால்முடமான வளர்ந்த தன் பையனையும் வளர்ந்த பெண்பிள்ளையையும் வைத்துக் கொண்டு அவள் படும் அவதி ஒரு பக்கம் இருக்க, கணவன் மற்றொரு பெண்ணுடன் வாழ்ந்து பெற்ற மகனை வீட்டுக்கே அழைத்து வருகிறான். மனைவிக்கும் மகளுக்கும் ஆத்திரம் பொங்குகிறது. அவனைப் பார்க்க மறுக்கிறாள். வார்த்தைகள் தடிக்காமல் கணவனும் மனைவியும் மோதிக்கொள்கின்றனர். மகள் உணவு படைக்கிறாள். ஊனமுற்ற தன் மகன் எந்த சந்தோசத்தையும் அடையாமல் முடங்கி இருக்க, இன்னொருத்திக்குப் பெற்றவனை துணிந்து அழைத்து வந்தது கடும் வேதனையை உண்டாக்குகிறது. அவனைப் பார்க்க மறுத்த அம்மாவின் தன்மானத்தை, அப்பாவிற்கு கொடுத்த அவமானத்தை நினைத்து பெருமிதம் கொள்கிறாள் மகள். அந்த இளைஞன் கிளம்பத்தயாராகிறான். அவளுள் என்னவோ ஒரு வேகம் திரள்கிறது. கணவன் கேட்ட வெற்றிலைபாக்கை எடுத்துக்கொண்டு ஓடுகிறாள். வந்த இளைஞன் தலைகுனிந்தபடி வெற்றிலை பாக்கை வாங்கிக்கொள்கிறான். அந்த நேரத்தில் அவனை முழுசாகப் பார்க்கிறாள். அம்மாவிடம் இருந்த உறுதி கடைசி நிமிடத்தில் உடைந்ததைக் கண்டு மகள் வெறுக்கிறாள். அம்மாவின் முகத்தைப் பார்க்கிறாள். “அவள் முகத்தில் வேதனையின் இடத்தில் இப்போதும் வேதனைதான் இருந்தது. ஆனால் கோபத்தின் இடத்தில் காணப்பட்ட பாவனை புரிந்து கொள்ள முடியாமல்” தேடுகிறாள். தாயின் உதடுகள் துடிக்க தாபவேகத்துடன் பேசுகிறாள். “அதே சாயல்தாண்டி! அப்படியே இருக்கிறான் அதே அச்சுதான், முகம், உடல்வாகு எல்லாம் அப்படியே சந்துருவின் கால் சரியாக இருந்தால் அவன் எப்படி இருப்பான் என்று பார்த்துவிட்டேன். இது போல் உயரமாய், கம்பீரமாய், கலகலப்பாய் இருப்பான். இன்று என் சந்துருவை முழுசாகப் பார்த்துவிட்டேன், விஜயா! கடவுளே... அந்தப்

பையன் நன்றாகயிருக்கட்டும் இனிமேல் அவரிடம் கூட எனக்குக் கோபம் இல்லை" என்கிறாள். முடமில்லாது முழு அழகோடு தன் மகனைப் பார்க்க விரும்பிய தாயின் மனவெழுச்சியை இக்கதையில் வரைந்து காட்டிவிட்டார் சூடாமணி. இப்படியான பிள்ளையைப் பெற்ற தாய்மார்களின் உள்ளக்கிடக்கையை, ஏக்கத்தை ஒரு சந்திப்பின் வழி வெளிப்படுத்திவிட்டார். இன்னொன்று அந்த மகனை மகளாக மாற்றி சூடாமணி அவ்விடத்தில் வைத்தால் கதையின் ஊற்றுக்கண் நமக்குப் புலப்படும்.

சூடாமணியின் வயதொத்த பெண்களைப் பார்க்கும்போது அன்று அவரின் அப்பா அம்மாவிற்கு இப்படித்தானே தோன்றியிருக்கும். சிறுவயதில் அம்மை கண்டு உடல்குன்றிய சூடாமணியை ஒரு மகத்தான ஆளுமையாக உருவாக்கத் துணை நின்றதில் அவருடைய அப்பாவிற்கு மிகப்பெரிய பங்குண்டு. சூடாமணிக்கு வீட்டிலேயே வைத்து வளமான கல்வியை ஏற்படுத்தித் தந்தவர். முதல் கதை எழுதிய தினத்திலேயே பாராட்டி ஊக்கப்படுத்தியவர். மகள் எழுத்தின் வழி சிறப்பான இடத்தைப்பெற வசதி வாய்ப்புகளைப் ஏற்படுத்தித் தந்தவர். அவரது தாயும் அப்படிப்பட்டவரே. சூடாமணி பெண்ணியக் கோட்பாடு சார்ந்து ஆணையோ பெண்ணையோ அணுகாமல் பிரச்சனையின் உண்மை சார்ந்து இறுதிவரை அணுகியதற்கு அவருடைய அப்பா ஒரு காரணமாக இருந்திருக்கலாம் என்று தோன்றுகிறது.

'யோகம்' தனக்கு குழந்தைகள் இல்லை என்று வீட்டு வேலைக்கு வந்த ஒரு தாயின் கதை. இரு மகன்கள் குடும்பமாக இருந்தாலும் தாய்க்குப் பாதுகாப்புத் தராமல் வெளியேற்றியவர்கள் என்பது முதலாளி அம்மாவிற்குத் தெரிய வருகிறது. சம்பளத்தை அந்த முதலாளி அம்மாவிடமே சேமித்து வைக்கிறாள். தாய் நல்ல இடத்தில் சேர்ந்து சம்பாதிப்பதை அறிந்த மகன்கள் சுற்றிச்சுற்றி வருகின்றனர். தாயைக் கைவிட்ட அவர்களை முற்றாக வெறுக்கிறாள் முதலாளி அம்மா. அவன்களைத் துரத்தியும் அடிக்கிறாள். அவர்களுக்கு ஒருபோதும் கருணை காட்டாதே, ஆதரவு தராமல் விரட்டிய துரோகத்தை மறக்காதே என்று புத்திமதியும் கூறுகிறாள். அதற்கும் சரி என்கிறாள். இந்த கழிசடைகளை நம்பி ஏமாந்து விடவேண்டாம். உனக்கு ஓர்

ஆபத்து என்று வந்தால் யாரிடம் நிற்பாய் ? உனக்கு நீயேதான் உதவிக்கொள்ள முடியும். அவர்களுக்குப் பணம்தான் குறி. நன்றி இருக்காது, கவனமாக இரு என்கிறாள். முதலாளியம்மா சொல்வது எல்லாம் நூற்றுக்கு நூறு உண்மைதான். மகன் திரும்ப வருகிறான். தாயிடம் தன் வறுமையைக் கூறி நைசாக பணத்தையும் பெற்றுக்கொண்டு செல்கிறான். இது அறிந்து முதலாளியம்மா கோபப்படுகிறாள். அதற்கு வீட்டு வேலைக்காரியும் தயங்கி பதில் சொல்கிறாள். "நன்றியை உணர்வது உணராததும் அவர்கள் பொறுப்பு அம்மா. என் குழந்தை கஷ்டப்படும்போது நான் எப்படி உதவாமல் இருக்க முடியும்! நான் என்ன செய்யட்டும் நம்மை இப்படிப் பெற்றது அந்த ஜெகன்மாதா அல்லவா" என்கிறாள். இப்படியும் ஒரு தாய். இயல்பான முடிவு. இயல்பான கனிவு.

பல கதைகளில் துரோகிகளை மன்னித்துவிடுகிறார். ரிஷியாக நின்று அவரால் சபிக்கத்தோன்றுவதில்லை. காந்தி, தாகூர், ஜே. கிருஷ்ணமூர்த்தி முதலியோரின் எழுத்தின் மீதும் செயல்களின் மீதும் சூடாமணி கொண்ட ஈடுபாடு அவரது படைப்புகளுக்குப் புதிய பார்வைகளைத் தந்திருக்கிறது. அதன் தாக்கம் அவரது படைப்புகளில் அமைதியான முறையில் வெளிப்பட்டிருக்கிறது. மனிதர்களை அன்பால் வெல்லமுடியும் என்பது சூடாமணியின் ஆழமான நம்பிக்கைகளுள் ஒன்று. அத்தோடு மனசாட்சிக்கு முக்கியத்துவம் கொடுத்த கலைஞர் சூடாமணி என்பது அவரின் கதைகள் சொல்லும் சாட்சி. கர்ணனின் கொடையுள்ளம் போன்றது அவரது எழுத்தின் அடிப்படை. அவர் எழுத்தில் மட்டுமே அப்படி இருந்ததில்லை. தனது இறப்பிற்குப்பின் எட்டுகோடி சொத்துக்களை ஏழை எளிய குழந்தைகளின் கல்வி வளர்ச்சிக்கு விட்டுச்சென்ற செயலைப் பார்க்கும் போது அவரது கதைகளில் வந்த தாய்க்கும் சூடாமணிக்கும் வேறுபாடு இல்லை என்பதைக் காணலாம்.

முதல்கட்ட கதைகளில் ஆசிரியர் தலையீடு இல்லாத கதைகளும் எழுதியிருக்கிறார். மாந்தர்களின் வித்தியாசமான குணங்களைத் தெளிவாகச் சொல்கிறேன் என்று கதைக்குள் விளக்க உரைகளும் தந்திருக்கிறார். சீதாரவி, கே. பாரதி சேர்ந்து தொகுத்த *'தனிமைத் தளிர்'* தொகுப்பில் ஆசிரியரின் தலையீடு உள்ள கதைகள் இருக்கின்றன. தேவையான நல்ல

கதைகள் என்பது அவர்களின் பார்வை. திலீப்குமார் தொகுத்த 'நாகலிங்கமரம்' தொகுப்பில் உள்ள கதைகள் ஆசிரியரின் தலையீடு இல்லாதவை. சிறுகதையின் ஒருமை, வடிவம், நேர்த்தி குறித்த அக்கறையுள்ள ஒருவரின் அழகியல் அக்கதைகளுக்குக் கூடுதல் பலத்தைத் தருகின்றன. வடிவம் சரியாக அமைந்து பெரிய பாய்ச்சலை தராத கதைகளும், வடிவத்தில் சிறிய நெகிழ்ச்சி இருந்தும் பெரிய வீச்சைத்தரும் கதைகளும் இருக்கத்தான் செய்கின்றன. இரு அம்சங்களையும் எற்றுத்தான் பார்க்கவேண்டியதிருக்கிறது. வடிவ உணர்வோடு கூடிய கதை, முதலில் அது சாதாரண கதைதான் என்ற பலகீனத்தை முற்றாக ஒதுக்கிவிட்டு வாசித்தால் நாம் பார்க்கத் தவறிய, பார்த்திராத மானுடகோணம் ஒன்றைக் காட்டுகிறது. ஒரு சிறுகதை வாழ்வின் பகுதிகளில் ஒன்று என காட்டி புதிய அறிதலை அளிக்கிறது. மனிதர்களை, இந்தச் சமூகத்தைப் புரிந்து கொள்ள வைக்கிறது. வாசகன் நெருக்கம் கொள்வதிலும் விலகிப்போவதிலும் வடிவம் பெரிய பங்காற்றுகிறது என்றே நினைக்கிறேன்.

ரத்தமும் சதையுமான சிறு கதைகள் இருக்கின்றன. சில கதைகள் அனுமானத்தின் துணைகொண்டு வாழ்க்கையை வளைத்துப் பார்க்க முயன்றிருக்கின்றன. சில கதைகள் மன்னிப்பு வழங்குவதற்காக எழுதப்பட்ட பத்திரிகை கதைகளாக இருக்கின்றன. உளவியல் சார்ந்து எழுதுவதில் வல்லவர் என்று உசுப்பிவிட்டே வந்ததால் உளவியலின் கொதிப்பை நேருக்குநேர் அணுகாமல் நல்லவராக்கும் நோக்கில் உளவியலைத் திருப்பி நகர்த்திக் கொண்டவராகவும் இருக்கிறார். பத்திரிகைகளுக்காக எழுதிய கதைகளிலும்கூட வாசகர்கள் மனநெருக்கம் கொள்ளும்படியாக மாந்தர்களின் மனவெளிப்பாட்டை மீட்டிக்கொள்கிறார். இதைப்பிற பெண் எழுத்தாளர்கள் இவரளவு சரியாக கைக்கொள்ள முடிந்ததில்லை.

சூடாமணி தன்னைக் கோட்பாடுகளுக்குள் ஒடுக்கிக் கொண்டதில்லை. இயக்கம் சார்பாக நின்று எழுத வேண்டும் என்று விரும்பியதும் இல்லை. பெண் என்றும் ஆண் என்றும் பேதங்களுக்குள் நின்று எழுதவில்லை. பல செயல்பாடுகளில் பல இடங்களில் ஆணாதிக்கம் கோலோச்சுவதைக் கண்டு அவர் ஒதுக்கியதும் இல்லை. அதே சமயம் ஆண்களைக் கசப்புணர்வுடன் அணுகுவது என்பது படைப்பு செயல்பாட்டிற்கு எதிரானது என்பதை உணர்ந்து கொண்டவராகச் செயல்பட்டிருக்கிறார்.

படைப்பாளியாகத் திறந்த மனதோடு இந்த மானுட சமூகத்தை அணுகுவதையே தனது படைப்பாக்கச் செயலாகக் கொண்டார்.

4

எழுபதுகளைத் தொட்டு எழுதப்பட்ட கதைகளில் தொழில் சார்ந்த தேர்வு இருக்கிறது. அதன் கஷ்டநஷ்டங்களைச் சொல்வதில் முனைப்புக் காட்டியிருக்கிறார். புனைவிற்குள் அதனை வாழ்க்கையாகவும் காட்டியிருக்கிறார். நுட்பமான உணர்வு கழன்று செல்வதைக் கவனத்தில் கொள்ளாமலும் எழுதியிருக்கிறார். மிக இளம் வயதிலேயே விதவையாகி தான் தனித்து வளர்த்த மகனுக்குத் திருமணம் செய்ய முடியாமல் போனதை நினைத்து உள்ளூர வருந்தும் தாயைப் பற்றிய கதை 'அன்னையின் முகத்துப் புன்னகை', இரண்டு முறை அவனுக்குத் திருமணம் நிச்சயிக்கப்பட்டும் திருமணம் தடைபடுகிறது. முதல்முறை தாத்தாவின் மரணத்தைக் காட்டி நின்று போகிறது. இரண்டாவது முறை நிச்சயிக்கப்பட்ட பெண் கார் விபத்தில் மரணமடைந்ததால் நின்று போகிறது. இப்படியான மரணங்கள், அம்மாவிற்காக மகன் திருமணமே செய்யாமல் தியாகி ஆக்கத்தானே தவிர உண்மைக்கு எதிரானது. தாய் திருமணம் செய்துகொள் என்று சொல்லும் போதெல்லாம் அவன் அம்மாவிற்காக இப்பிறவி என்று பேசுகிறான். எவ்வித உணர்வும் அற்ற தியாகியாகக் காட்ட முனைவது மனித அம்சத்திற்கு எதிரானது. அப்படியே ஒரு மகன் நிஜத்தில் இருந்திருந்தால் கூட கதையில் உணர்வோட்டத்தோடும், நம்பகத்தன்மையோடும் உருவாக்கப்படவில்லை.

இரண்டாவது திருமணம் செய்து கொண்டவன் முதல் மனைவி இறந்த சம்பவத்தில் மன்னிப்பு கேட்க விரும்புவதாக எழுதப்பட்ட கதை, 'மன்னிப்புக்காக' அவன் இரண்டாம் மனைவியுடன் இனி சந்தோசமாக வாழப்போவது ஒரு முரட்டுத்தனமான உண்மை. சூடாமணி அவனை மன்னிப்பு கேட்க வைப்பதற்காகவே கதையை உருவாக்குகிறார். சூடாமணி தான் விரும்பிய திசையில் கதையை நகர்த்திக்கொண்டு அதற்கொரு உளவியலைக் கட்டமைக்கிறார். இப்படி நிறையக் கதைகள் எழுதியிருக்கிறார். குமரிப்பெண் தனக்குக் காதல் கடிதம் எழுதியவனைப் பாட்டியைக் கொண்டு

பதிலடிக் கடிதம் கொடுத்து விரட்டும் கதை 'கடிதம் வந்தது.' இதெல்லாம் பத்திரிகைத்தனமான கதைகள். தி.மு.க. ஆட்சியில் ஹிந்தி, சமஸ்கிருத பண்டிதர்கள் வேலையிழந்து வறுமைச் சுழலில் சிக்கி நசிந்தவர்களாகச் சொல்லும் 'நீலத்தாமரை', கண் தெரியாத மாற்றுத் திறனாளியின் தட்டச்சுப் பொறியை அநாயசமாக இயக்கும் திறனையும் தன்மானத்தையும் சொல்லும் 'என் பேர் மாதவன்' (சுந்தர ராமசாமி 'விகாசம்' என்று பின்பு ஒரு கதை எழுதியிருக்கிறார்) ஒரு பூசகரின் வழி கடவுள் தனக்குள்ளும் இருக்கிறான், பிறத்தியாருக்குள்ளும் இருக்கிறான் என்பதைச் சொல்லும் 'திருமஞ்சனம்' ஆகிய மூன்று கதைகளிலும் தொழில் சார்ந்த தகவல்கள் அந்தக் கதை மாந்தர்களுக்கு மிகவும் வலுவூட்டுகின்றன. சூடாமணிக்குத் தெரிந்த இப்பின்னணி கதைகளை நன்றாக காலூன்ற வைக்கின்றன. இப்பின்னணியைத் தாண்டி கதைக்குள் மலரும் இயல்பான மலர்ச்சிகள் கூடிவரவில்லை. விசயத்தை சரியான விதத்தில் கொண்டு செலுத்திவிட்டால் மட்டும் போதாது. அக்கம்பக்கத்தில் தலைகாட்டும் இன்னபிற விசயங்கள் கதைக்கு நேரடியான எந்த பயனும் அளிக்காது போகலாம். அவை கூடி வந்த விதத்தில் உருவாகும் கதையின் வீச்சே தனி. அதுதான் படைப்பின் தனித்துவம்.

இந்த வகையில் பார்க்கும்போது சூடாமணி எழுதியிருக்கும் குழந்தைகள் சார்ந்த கதைகளின் உயிரோட்டம் சுகாதாரமானது; வசீகரம் மிக்கது. தாய்மையைப் பேசும் கதைகளும் சிறப்பானவை. இவ்விடத்தில் ஒன்றைச் சொல்லியாக வேண்டும். மேன்மையான உணர்வுகளைச் சொல்லிவந்த கதையுலகிலிருந்து விலகி கசப்பான எதார்த்த உலகை காட்டுவதற்கு நகர்ந்திருக்கிறார் என்பது தெரிய வருகிறது. எழுபதுகளில் ஆளுமைமிக்க பெண்களையும் மன உணர்வின் தீவிரத்தையும் சேர்த்தே எழுதியிருக்கிறார். இது மிக முக்கியமான ஒரு முன்னகர்வு. ஒவ்வொரு கதையிலும் ஒவ்வொருவிதமான பெண் மனதை வலுவாக உருவாக்கிக் காட்டியிருக்கிறார். உணர்ச்சி ததும்பும் இளமை, காமமும் அன்பும் கலந்த தாய்மை, அறிவை நாடும் தோழமை என்ற மூன்று கட்டங்களை மூன்று திருமணத்தின் வழி கடக்கிறார். அதையும் கடந்து தனித்து சுதந்திரமான தன் ஆளுமையை வெளிப்படுத்த நினைக்கும் கனிந்த ஞானத்திற்கான தேடல், தோழமை மிக்க நல்ல கணவனாலே வீழ்த்தப்படுவதைச்

சொல்லும் 'நான்காம் ஆசிரமம்', பிறந்த வீட்டை உதறி கணவனின் அதிகாரத்திற்குக் கட்டுப்பட்டு ஒரு கட்டுக்குள் வாழ்ந்த பெண் தன் தம்பியின் மரணத்தை அறிய நேர்ந்தும் தெரியாததுபோல தன் வைராக்கியத்தை வெளிப்படுத்தி கணவனைக் குறுகச் செய்யும் 'பெருமையின் முடிவில்', தான் புத்தி பேதலித்தவள் இல்லை என்று நிரூபிக்க முனைகிற தாய்க்கும், இவள் புத்தி பேதலித்தவள்தான் என்பதை சீண்டியும் அலறியும் குழந்தைகளுக்குப் பயமூட்டி தன்வசப்படுத்திக் கொள்ளும் குரூரமான மாமியாருக்கும் இடையே நிகழும் மோதலை வைத்து எழுதப்பட்ட 'வீடு திரும்பினாள்', ஓர் இசைமேதையை இசைமேதையாக அங்கீகரித்தபடி அவனது கள்ளத் தனமான அந்தரங்கத்தைக் கண்டு அற்பனாக காட்டியபடி, அவனது அந்தரங்கத்தைப் பொதுவெளியில் சொல்வதற்கு வாய்ப்புத்தேடி வந்தபோது பொது வெளிக்கு அது வெறும் கிளுகிளுப்பாகிவிடும் என்பதை உணர்ந்து மறுக்கிற பக்குவம்மிக்க கிழவி, ஒரு தருணத்தில் மிக இளம் வயதிலேயே இறந்துபோன அந்த கணவனின் புகைப்படத்தைக் காண்கிறபோது, அந்த இளம் வயது புகைப்படம் அவளுக்கு அந்த முதிய வயதில் தன் மகனாக ஒரு கணம் தோன்றுகிற புதுமையான மனக்காட்சியைக் காட்டும் 'மேதையின் மனைவி', மரணம் உறுதி என்பதைத் தெரிந்த தாய், யாரையும் வெறுக்காமல் பிள்ளைகள் மீது அன்பையும், வன்மத்தோடு குடும்பத்தில் சண்டை மூட்டிவிட்டுக் கொண்டிருந்த கணவனின் தங்கையின் தற்போதைய வறுமையைக் கண்டு கனிந்து உதவும் கதையான 'ஒரு கூட்டுக் கடிதம்', திருமணத்திற்கு முன்பே பெண்ணின் தனிப்பட்ட விருப்பங்களை கைவிடும்படி வரப்போகும் வசதியான கணவன் வற்புறுத்த அவளது தாய் தந்தையரும் நல்ல இடம் என்று சொல்லி நெருக்க சில விருப்பங்களை விட்டு அவனது விருப்பங்களை ஏற்கிற பெண், ஓர் எல்லையில் தன் லட்சியக் கனவும் தகர்ந்து போகும் நிலையை உணர்ந்து அவனை நிராகரிக்கிற முடிவை எடுக்கிறதைச் சொல்லும் 'பிம்பம்', பேரன் பேத்திகளைக் கண்டு ஐம்பது வயதிற்கு மேல் கணவனின் துணையோடு சமூகப்பொறுப்புள்ள பெண்ணாக மலர்ந்து ஒளி வீசுவதைச் சொல்லும் 'செந்திரு ஆகிவிட்டாள்' போன்ற கதைகளில் ஆளுமைமிக்க பெண்களை வலுவாக உருவாக்கி இருக்கிறார். 'நான்காம் ஆசிரமம்', 'மேதையின் மனைவி' போன்ற

கதைகளில் ஜே. கிருஷ்ணமூர்த்தியின் சாரமான 'அறிந்ததிலிருந்து விடுதலை'யும் சுதந்திரமான மனிதப் பார்வையும் பின்னின்று பங்காற்றியிருக்கலாம் என்று தோன்றுகிறது.

'இணைப்பறவை'யில் வரும் மனைவியை இழந்த முதியவரின் வெளிப்படுத்த முடியாத துக்கம், 'அவள் வீடு' கதையில் வரும் கணவனை இழந்த அண்ணிக்குத் தோழமையோடு உதவும் கொழுந்தன், குடும்பத்திற்காகவே உழைத்து வயது முதிர்ந்துபோன மகளுக்கு ஆண் தொடர்பு உண்டு என்பதைத் தெரிந்து வெதும்பும் தந்தை, மெல்ல ஆணைப்போல பெண்மகளுக்கும் தேவையான ஒன்றுதானே என்ற முதிர்ச்சியை வெளிப்படுத்தும் 'சோபனாவின் வாழ்வு' எனப் பல துணிச்சலான கதைகளை எழுபதுகளிலேயே ஆர்ப்பாட்டமில்லாமல் எழுதியிருக்கிறார். உறவுச் சிக்கலை ஆண்களும் ஏற்றுக்கொள்ளும் பக்குவத்திற்கு நகரும் தன்மையில் காட்டியிருக்கிறார். முரண்பாடான இரு துருவங்களை உளவியல் ரீதியில் மோதவிட்டு சிறப்பாக வளர்த்தெடுக்கப்பட்ட இக்கதைகளின் முடிவு பெரும்பாலும் அனுபவத்தில் கனிந்த கனிவாக முடிகின்றது. முடிவுசார்ந்து இருவேறு கருத்துக்கள் இருக்கலாம். வாசகர்கள் ஏதோ ஒருவிதத்தில் நல்ல பயனை அடைய வேண்டும் என்ற நோக்கத்தினால் நேசிப்பை நோக்கி நகர்த்தி விடுகிறார். பெரும்பத்திரிகை வாசகநோக்கம் இருந்தால்கூட இக்கதைகள் படைப்பு ரீதியாக பழுதில்லாமல் உருவாகியிருக்கின்றன; வலுவாக இருக்கின்றன.

திருமண பந்தத்தில் பெண்களின் தனித்துவங்கள் சிதைந்து போவதைப் பல கதைகளில் வெளிப்படுத்துகிறார். சமஸ்கிருத இலக்கியங்களில் புலமை பெற்றிருந்த பெண், சமஸ்கிருதம் தெரியாத கணவனின் குத்தல் பேச்சுக்களால் படிப்பதைக் கைவிட்டு குடும்ப பாரத்தை ஏற்று எல்லோரையும் போல சாதாரண பெண்ணாக ஆகிப்போனதை 'பிம்பம்', பாடம் ஒப்பிக்கவில்லை என்பதற்காக பள்ளிக் குழந்தைகளை நிர்வணமாக்கி துன்புறுத்தும் வக்கிர எண்ணம் கொண்ட ஆசிரியையை 'துகள் செய்து கிடத்துவாள் தாய்'. தன் பாலியல் சுகத்திற்காக சிறுவயது மகனைத் தன்னுடன் ஒட்டவிடாமல் வைத்திருக்கும் தாயை (தகப்பனையும்தான்) 'தனிமைத் தளிர்', தன் பக்கம் வறுமையையும் மாப்பிள்ளை பக்கம் ஊனத்தையும் காரணமாக வைத்து மகனின் திருமண விசயத்தில் பேரம்பேசி

படு அற்பனாக நடந்து கொள்ளும் தகப்பனை 'நாகலிங்க மரம்', வீட்டு வேலை செய்து பிழைக்கும் தாயின் சேமிப்பைச் சுரண்டி வாழும் மகன்களை 'யோகம்' மருமகளைப் புத்தி பேதலித்தவளாக காட்டுவதில் முழு ஆதிக்கத்தைக் காட்டும் மாமியார் 'வீடு திரும்பினாள்' என்று எல்லோரையும் சேர்த்தே எழுதுகிறார்.

ஒரு படைப்பாளியாக பெண் சார்பாகவோ ஆண் சார்பாகவோ எழுதாமல் பிரச்சனையின் உண்மை முகத்தை எழுதுவதில் அவரிடம் இருக்கும் சத்திய ஆவேசத்தை மிகஉயர்ந்த பண்பாகப் பார்க்கலாம். இன்னொரு முக்கியமான அம்சம், கதைமாந்தர்கள் 'நான்' என்ற செருக்கையும், தன்முனைப்பையும் குறுக்கி, பலகீனங்களையும் போதாமைகளையும் பெற்றிருக்கும் சாதாரண மாந்தர்களாகக் காட்டுவது கதைகளுக்குக் கூடுதல் நம்பகத்தன்மையை அளிக்கின்றன. எழுதவந்த காலம் தொட்டு, எழுதுவதை நிறுத்திய வயோதிக காலம் வரை இந்த இலக்கியப் பார்வையிலிருந்து சூடாமணி சற்றும் விலகவே இல்லை. மாற்றாந்தாயின் மகனை தன் மகனின் உருவாகக்காணும் ஆரம்பகால கதைகளில் ஒன்றான 'அவன் வடிவம்' தொடங்கி கடைசி காலகட்டத்தில் எழுதிய 'அடையாளம்' வரை இந்தப் பண்பைப் பார்க்கலாம். குடும்ப வாழ்வின் பல்வேறு பிரச்சனைகளை அணுகிப்பார்க்கிறார். தியாக உணர்வு மேலோங்கிய கால கட்டத்து ஆண்களும் பெண்களும் வருகிறார்கள். தனித்து வளர்த்த தாயின் மரணத்திற்குக்கூட வராத ஈரமற்ற பிள்ளைகளும் வருகிறார்கள். மாமனார், மாமியார், தாய் தந்தை, அண்ணன், தம்பி, மகன், மருமகன், மருமகள், அண்ணி, கொழுந்தி, அத்தை, மாமன், தாத்தா, பாட்டி, பேரன், பேத்தி, தூரத்து உறவுகள் இவர்களிடையே தவழும் அன்பையும் பரிவையும் அதேபோல கசப்பையும் வெறுப்பையும் மிகையில்லாமல் உளவியல் கோணத்தில் காட்டுகிறார். பின்னிப்பிணைந்திருந்த இந்த உறவுமுறைகளை இன்றைய படைப்புகளில் காணமுடியாது. காலத்தின் கோலம் இவரது கதைகளில் அழகாகத் தீட்டப்பட்டிருக்கிறது.

5

பாலியல் சிக்கல் குறித்தும் வறுமை குறித்தும் எழுதிய கதைகளில் நுணுக்கமான நகர்வு நடந்தேறியிருக்கிறது. எழுபதுகளின் கதைகள் தனிப்பட்ட மாந்தர்களின் பாலியல் இச்சையை அகத்தவிப்பின்வழி காண்கிறார். புற உலகிலிருந்து பாலியல் சிக்கல் ஏற்படுவதை 80களின் கதைகளில் அதிகம் காட்டுகிறார். 70களில் வறுமையை வெளிப்படையாக வாழ்வின் கதியில் வைத்து எழுதியவர் 80களில் உக்கிரமான நிகழ்வுகளின் பின்னணியில் மறைந்து வெளிப்படும்படி எழுதியிருக்கிறார். அந்த நிகழ்விற்கே வறுமைதான் முக்கிய காரணியாக இருக்கிறது என்பதை யூகித்துக்கொள்ளும்படி நுட்பமாக எழுதியிருக்கிறார். அதேபோல கதைகளின் வடிவம் சார்ந்தும் இருவேறுவிதமான பிரச்சனைகள் தென்படுகின்றன. 70களின் கதைகளில் கதை உருவாக்க உள் இழைகள் கவனமின்மையால் ஏற்படும் குறைகளையும், 80களின் கதைகளில் பிரச்சனையை நேர்முகமாக எதிர்கொள்வதற்கு முன்னமே கதையை நிறுத்திவிடுகிற தன்மையினாலும் காணமுடிகிறது. மாற்றாந்தாயின் மகனை ஏற்றுக் கொள்வதில் உள்ள சிக்கலை தகப்பன், அவனது இரண்டாம் இளம் மனைவி, பையனின் மாமன், அத்தை, பாட்டி இவர்களின் கோணங்களில் மிகச்சிறப்பாக உருவாக்கி, பிரச்சனையை நேர்முகமாக சந்திக்கவேண்டிய இடத்தில் திசைதிருப்பப்பட்ட கதை ‘பிரச்சனையும் குழந்தையும்’. சிறுவனை உறுதியாக வேண்டாம் என்கின்றனர் புதிய மாற்றாந்தாயும், அத்தையும் கணவனும், மாமாவும் தங்களின் மனைவியின் பக்கம் சாய்கின்றனர். பாட்டி நிராதரவான நிலையைக் கண்டு கலங்குகிறாள். மாந்தர்களின் சுயநலப்பித்தைக் கொதிப்புடன் காட்டியும், சிறுவனின் நிலைகுறித்து சொல்லாமல் சம்பந்தமற்ற வேறு ஓர் அழகான நாய்க்குட்டி கதையை இணைக்கிறார். முரணை உக்கிரமாக வெளிப்படுத்தாமல் திசைமாறிப்போய் விடுகிறது. ஒருமை கூடாத கதை.

‘விலாசதாரர் ராமசாமி’ கதையின் உருவாக்கத்தில் இரண்டு பிரச்சனைகள். பத்தாண்டுகளாக வீட்டுத் தோட்டங்களைக் கவனித்து வந்த கிழவர் இறந்துபோகிறார். அவர் இறந்த ஒரு வாரம் கழித்து அந்த வீட்டு முகவரிக்கு ஒரு கடிதம் வருகிறது. பெயர் ஜி. ராமசாமி. இந்த வீட்டில் அப்படியொரு

ஆள் இல்லை என்று அனுப்பிவிடுகின்றனர். கதையில் என்ன விவரிக்கப்படுகிறதென்றால் 10 ஆண்டுகளாக கிழவரின் பெயரைக் கேட்காமலே இருந்துவிட்டதாகச் சொல்லப்படுகிறது. அம்மா, மனைவி குழந்தைகள் யாருக்கும் தெரியவில்லை என்பது நம்பும்படியாக இல்லை. அவ்வீட்டுத் தலைமகன் முத்துவின் பார்வையில் கதை சொல்லப்படும்போது, கதையின் முன்பாதியில் கிழவரைப் பற்றிய வெறுப்பான பார்வை வெளிப்படுகிறது. கடிதம் வந்தபின் தோட்டவேலை செய்த கிழவன் மீது கனிவான பார்வை வெளிப்படுவது பொருத்தப்பாடாக இல்லை. ஆனால் அடுத்தடுத்து பார்க்கப்போகிற, சந்திக்கிற, நினைவிற்கு வருகிற மனிதர்களின் பெயர்கள் கிழவனின் பெயர்களில் ஒன்றாக இருக்குமோ என்று எழுகிற எண்ணங்கள் படைப்புமனம் கொண்டதாக இருக்கின்றன. ஆனால் கடிதத்திற்கும் கிழவருக்கும் சம்பந்தமில்லாது இருக்கிறது. இந்த வகையில் ஒருமை கூடாமல் தோல்வியுற்ற படைப்புகள் நிறையவே இருக்கின்றன.

'உதயபடிவம்' அற்புதமான ஓர் உளவியல் சிறுகதையாக வந்திருக்க வேண்டிய ஒன்று. சிறு பிசகால் விளக்கக் கதையாக மாறிவிட்டது. 15 வயது நிரம்பிய பிரகாஷ் என்ற விடலைப் பருவத்து இளைஞன், ராஜனின் மனைவியான சரளாவைச் சுற்றிச்சுற்றி வருகிறான். சில சந்தர்ப்பங்களில் சரளா பாடும்போது அவளது குரலை வியந்து புகழ்கிறான். அவளது குழந்தையிடம் நேசத்தோடு விளையாடுகிறான். இவனது வருகையைக் கவனித்த கணவன் "உன் மீது அவன் காதல் கொண்டுள்ளான்" என்கிறான். கணவனே மனைவியிடம் நேரடியாகக் கூறுவதும், பின் அவனது "வயது அப்படி அவன் சிதைந்து போகக்கூடும்" என்றும் இரு சந்தர்ப்பங்களில் கூறுவது, இயல்பிற்கு முரணாக இருக்கிறது. கணவன் இதை வெளிப்படையாக மனைவியிடம் கூறாமல் கண்காணித்து வந்திருந்தாலோ அல்லது மனைவியே ஒரு சந்தர்ப்பத்தில் காணும்படி எழுதியிருந்தாலோ மிகச்சிறப்பாக அமைந்திருக்கும். உணர்வுகளைச் சிறப்பாக வெளிப்படுத்தியும் அவனது நடவடிக்கைகளுக்கு வெளிப்படையான விளக்கங்களைச் சொல்வதால் அமைதிகூடாமல் போய்விட்டது. இந்தப்பருவத்து பிள்ளைகளின் இனக்கவர்ச்சியைப் புரிந்து நடந்துகொள்ளுங்கள் என்று வாசகர்களுக்குக் கூறுவதுபோல இருக்கிறது. பருவகாலத்தில் தோன்றும் இனக்கவர்ச்சியை வைத்து சூடாமணி ஐந்தாறு கதைகள் எழுதியிருக்கிறார்.

‘சூடாமணிக்குப் பின்பு எழுத வந்த ஆதவன் கதை மாந்தர்கள்வழி இந்தப் பாணியை விஸ்தாரப்படுத்தினார். உளவியல் சிக்கலைச் சொல்வதற்காகவே 70களில் நிறையப்பேர் எழுதினர். இவ்விதமான உளவியல் சார்ந்த சிக்கலை வெகு லாவகமாகவும், நேர்த்தியாகவும் நுட்பமாகவும் எழுதியவர் இராசேந்திரசோழன். ‘உதயபடிவம்’ கதையைப் போன்றே அவர் எழுதிய ‘எதிர்பார்ப்புகள்’ கதை நினைவிற்கு வருகிறது. இக்கதையில் காமம் கண்டடைதலாக திறக்கப்படுகிறது. ஆ. மாதவனும் இதை சிறப்பாக கதையில் கொண்டுவந்தவர். வடிவம் சார்ந்த சிற்சில குறைகளை மீறி மாந்தர்களின் உளவெளிப்பாடுகளை நன்றாக கொண்டு வருவதினாலேயே படிக்க நெருக்கமாக இருக்கிறது. ‘உதயபடிவம்’ சிறுகதை வெளியீட்டு முறையில் நேர்ந்த சரிவை கவனத்தில் கொண்டோ என்னவோ ‘விருந்தினர்களில் ஒருவன்’ கதையில் அதே காமம் சார்ந்த உணர்வை மிக வெற்றிகரமாகப் படைத்திருக்கிறார். அக்காலத்தில் ‘உதயபடிவம்’ கதை குறித்த விமர்சனங்கள் வந்ததோ என்னவோ, தெரியவில்லை. அக்கதை சௌராஷ்டிரமணி தீபாவளி மலரில் வந்திருக்கிறது. ‘உதயபடிவம்’ கதைக்குப்பின் எழுதப்பட்ட ‘விருந்தினர்களில் ஒருவன்’ வெகுநேர்த்தியாகப் படைக்கப்பட்டிருக்கிறது. இக்கதையில் நடுவயதைத் தாண்டியவரை மணந்துகொண்ட இளம்பெண். வீட்டிற்கு வரும் விருந்தினர்களில் ஒருவனான இளைஞனைக் கவனிக்கிறார். அவனது பார்வை முதலில் அசூசையைத் தந்தாலும் மெல்ல அவன் மீது உள்ளம் செல்வதை உணர்கிறாள். இளைஞன் மீது தோன்றும் காதலை, விருப்பத்தை அவளது அன்றைய நடவடிக்கை வழி கவனப்படுத்தியபடி அர்த்தப்பூர்வமான ஒரு மௌனத்தை உருவாக்கிக் காட்டுகிறார். இளமையின் ஏக்கத்தைக் கணவன் புரிந்துகொள்வது குறையாகத் தென்படவில்லை.

பெற்றோர்களின் அரவணைப்பிற்காக ஏங்கும் குழந்தையை நெருங்கவிடாமல் பாட்டியின் வளர்ப்பிலேயே விட்டுவிட்டு தாம்பத்தியத்தைக் கொண்டாடும் தம்பதியர், குழந்தையை ஒரு சுமையாகக் கருதுவதை சொல்லும் ‘தனிமைத் தளிர்’ கதையும் முக்கியமானதுதான். பெற்றோர்களைப் பற்றிய பாட்டியின் புரிதலும் சிறுமியின் ஏக்கங்களும் நுணுக்கமாகச் சொல்லப்பட்டிருக்கின்றன. சிறியவீடு. பிரியமான மகனுக்குத் திருமணமாகிறது. அவனது விருப்பத்திற்கு மீறி விதவைத்தாய்

தமிழ்ச் சிறுகதை ஒரு காலத்தின் செழுமை | 37

பணியாளர் விடுதிக்குச் செல்கிறாள். இந்த 'அம்மா பிடிவாதக்காரி' என்ற இந்தக் கதையில் 20 வயதிலிருந்து 45 வயது வரையில் அவள் தனது காமத்தை நசுக்கி ஒடுக்கிக்கொண்ட துன்பத்தைச் சொல்ல விரும்புகிறார். கதையை மகன் பார்வையில் எழுதியதினால் இப்பிரச்சனையை விளக்க அம்மாவின் தோழியைக் கதைக்குள் இழுத்து வருகிறார். ஒருவேளை தாயின் பார்வையில் சொல்லப்பட்டிருந்தால் மிகச்சிறந்த கதையாக மாறியிருக்கும்.

சூடாமணியிடம் படைப்பு பார்வை இருக்கிறது. சொல்லப்படாத பகுதியைத் தேர்ந்துகொள்ள முடிகிறது. எழுத்தில் நெருக்கத்தைக் கொண்டு வந்துவிட முடிகிறது. தான் சொல்லியிருக்கும் முறை ஏற்றுக்கொள்ளக் கூடியதாக இருக்கிறதா? அதில் நடைமுறைக்கு ஒத்துவருகிறதா?, விலகிப்போகிறதா? விசயத்தை விளக்குகிற இடமாக மாறிவிட்டதா?, குறிப்பமைதியோடு உருவாகியுள்ளதா?, திடீர் திருப்பம் முழுக்கதையின் உள்ளோட்டத்திற்கு வலு சேர்க்கிறதா? வாசகனுக்காக வைக்கப்பட்டிருக்கிறதா? அறிவுறுத்தலுக்காக ஒரு பக்கம் நீர்த்துப்போகும்படி வேண்டுமென்றே விடப்பட்டிருக்கிறதா? இந்தக் கேள்விகளை எழுதப்பட்ட கதைகள் மீது அவரே எழுப்பிப் பார்த்திருந்தால் இன்னும் பல நல்ல கதைகள் நமக்குக் கிடைத்திருக்கும். கலைமனம் கொண்ட படைப்பாளி எழுதும் போதே இவ்விதமான கேள்விகளுக்கு இடமில்லாமலே எழுதிவிடுவான். வாசகனைப் பற்றியே நினைக்காமல் உண்மையை நாடும் நோக்கில் புனைவிற்குள் ஆழும்போது இந்த பலகீனத்திற்கே இடமில்லாமல் போய்விடுகிறது. முக்கியமான விமர்சகர்கள் இவர் எழுதிய காலங்களிலேயே படித்து விமர்சனம் செய்திருந்தால் அடுத்தடுத்து செம்மையான கதைகளை சூடாமணியால் தந்திருக்க முடியும். பெரும் பத்திரிகைகளில் எழுதும்போது அவ்வாசகர்கள் படைப்பு முறையில் உள்ள குறைகளைக் காணும் அளவு திறம் பெற்றவர்களாக இருப்பதில்லை. அவர்களுக்குப் புதிய விசயம் என்று மட்டுமே தோன்றும். எனவே தொடர்ந்து எப்படி வளைத்து எழுதினாலும் அவ்வாசகர்கள் ஏற்றுக் கொள்வார்கள் என்ற முடிவுக்கு வந்து விடுகிறார்கள். ஒருமை குறித்த கவலையில்லாமல் எழுதிவிடுகிறார்கள். 60, 70, 80, 90 என்பது சிற்றிதழ்களின் காலம். அந்தக் காலத்தில் எழுதப்படும் ஒவ்வொரு கதையும் விமர்சனத்திற்கு உள்ளானது. அவ்விமர்சனம், அடுத்த கதையில் பலகீனமற்ற விதத்தில் எழுத

வேண்டும் என்ற விழிப்பை படைப்பாளிக்கு கொடுக்கிறது. பெரும்பத்திரிகைகள் வெளியிடப்பட்ட கதைகளை முக்கியமான விமர்சகர்கள் படிக்காமல் விட்டு விடுவது ஒரு மரபாகவே இருந்து வந்திருக்கிறது. நண்பர்கள் சுட்டிக்காட்டி, இதழும் கிடைத்திருந்தால் கவனத்திற்கு வந்திருக்கலாம். இது சொற்பமே. எனவே கதைகளை எழுதியவர்களும் இதில் தப்பித்துக்கொள்வதை ஒரு வசதியாகக் கொண்டனர்.

சூடாமணியைப் பொருத்த அளவில் நல்ல படைப்புமனம் கொண்டவராகவே இருக்கிறார். சிறந்த கதைகளை எழுதிவிடும் திறம் படைத்தவராகவும் இருக்கிறார். இந்தப்பெரும் பத்திரிகையில் எழுதும்போது நம்பகத்தன்மை சார்ந்து கவனம் செலுத்தியிருந்தால் இன்னும் பல நல்ல கதைகள் வெகுஜன பத்திரிகை சார்ந்து கிடைத்திருக்கும். இதை சூடாமணி தவறவிட்டுவிட்டார் என்ற வருத்தம் சில கதைகளைப் படிக்கின்றபோது ஏற்படுகிறது. தொண்ணூறுகளுக்கு வரும்போது முன்சொன்ன பலகீனங்கள் ஒதுங்கி செம்மை கூடி வந்திருப்பதை அவதானிக்க முடிகிறது. இந்த மாற்றம் மிகத் தாமதமாக நிகழ்ந்திருக்கிறது.

6

சூடாமணி, ஓரளவு தந்தையின் வசதியான பின்புலத்தில் இருந்து எழுத வந்தவர் என்றாலும் வறுமை உண்டாக்கும் நெருக்கடிகளை அழுத்தமான வாழ்க்கைச் சித்திரங்களை வாடித்துக்காட்டியிருக்கிறார். வேறொரு விசயத்தை தீவிரமாகக் காட்டியபடி அதனிடையே வறுமையின் நரம்பொன்று சட்டென வெட்டித் துடிப்பதின் பக்கம் நமது கவனத்தைத் திருப்பிவிடுகிறார்.

சுழலும் காட்சிகளினூடே இல்லாமையின் துக்கத்தை மௌனமாகக் காட்டுகிற கலைஅமைதிமிக்க கதைகளை எழுதியிருக்கிறார். இக்கதைகள் வறுமையை நேரடியாக விவரித்து வறுமை இது என்று காட்டும் முற்போக்குக் கதைகளைவிட வறுமை என்று முழங்காது வாழும் கதியில் வறுமையைக் காட்டுவதால் மனதை அதிகம் பாதிக்கின்றன. 70களில் இருந்த வறுமை இன்று மங்கி இருக்கலாம். அதைப்புரிந்து கொள்கிற

விதத்திலும் முன்னேறியிருக்கலாம். செல்வச்செழிப்பை நம் ஆடைஅலங்காரங்களில் செலவழிப்பதில் மேட்டிமைத்தனத்தை எப்போதும் போல் வெளிப்படுத்திக் கொண்டிருக்கிறோம். ‘சுவரொட்டி’ கதையில் சாலையில் பயணம் செய்வோரை வைத்து இதை விவரிக்கிறார். வாலிபர்கள் நாற்சந்தி சந்திப்பில் வைத்திருக்கும் கவர்ச்சியான விளம்பரத்தைப் பார்க்கிறார்கள். ரவிக்கை அவிழ்ந்துகிடக்க முதுகுகாட்டி படுத்திருக்கும் கவர்ச்சியான பெண்ணை ஆவலோடு பார்ப்பதை விவரிக்கிறார். சாலையில் செல்லும் பல்வேறு வயதினர் கவர்ச்சியான உடையணிந்த வசதியான பெண்கள் எல்லோரும் ஒரு கணம் பார்த்து நகர்கின்றனர். மேலாடை இல்லாமல் குளிரில் நடுங்கும் சிறுமியும் கவர்ச்சியான அந்தப் படத்தைப் பார்த்தபடி நிற்கிறாள். வாலிபர்கள் துரத்தியும் நகராமல் பார்க்கிறாள். “உனக்கு என்னன்னு புரியாது ஓடு” என்றதும், “எனக்குத் தெரியும். அவ சொக்காய்க்குள்ள இன்னொரு சொக்காயும் போட்டிருக்கா” (பாடி) என்று குளிரில் நடுங்கியபடி சொல்லும் சேரிச் சிறுமியின் பேதமையான பதிலில் அக்கால சேரியின் ஒட்டுமொத்த வறுமையைப் பார்க்கும்படி கதையைத் திசைதிருப்பி விடுகிறார். 72 இல் உலகக் குழந்தைகள் ஆண்டு கொண்டாடப்பட்ட பின்னணியிலிருந்தும்கூட இக்கதையின் முக்கியத்துவத்தைப் புரிந்து கொள்ளலாம்.

கடவுள் என்ற கருத்தாக்கத்தின் ஆன்மிக விழைவைச்சொன்ன “திருமஞ்சனம்” கதையிலிருந்து நகர்ந்து கடவுள் இல்லை என்று உணர்ந்து வெற்றுச் சடங்கை செய்வதிலிருந்து விலகிவிடத் தவிக்கிற பிராமண பூசாரி குடும்பத்தின் வறுமை மனிதனை அற்பத்தனமும் சுயநலமும் மிக்கவனாக மாற்றிவிடும் அபத்தத்தைச் சொல்லும் “நாகலிங்கமரம்” போன்ற கதைகள் முக்கியமானவை. வறுமையை மட்டும் சொல்லாமல் வறுமை மனிதர்களின் உள்ளங்களில் என்னவிதமான எண்ணங்களை உண்டாக்குகிறது என்பதையும் சேர்த்து எழுதும் கலைத்திறம் பெற்றவராக இருக்கிறார். இதைத்தான் சக்தி வாய்ந்த எழுத்து என்கிறேன்.

வேலை இழந்து வீட்டு வாடகை தரமுடியாது, பசியோடு வாழும் தம்பதிகள் பற்றி ‘நாம் என்ன செய்வது’ கூலி வேலைக்குச் செல்லும் தாய்க்காகப் பள்ளிப் படிப்பை உதறிவிட்டு

தங்கையைத் தூக்கிப் பராமரிக்கும் சிறுமி பற்றி 'பொழுது போக' வறுமையிலும் நேர்மையை நம்பும் ஏழைச் சிறுவனும் தாயும் பற்றிய 'நீல ரிப்பனும் வானவில்லும்' வறுமையைப் போக்க கல்வியைத் தொடராமல் குடும்பத்திற்காக உழைத்து மதிப்பற்றுப் போகும் மகனைப் பற்றி 'தோழமை,' காப்பகத்தில் குழந்தையை விட்டுவிட்டு வீட்டு வேலைக்குச் செல்லும் பெண்ணைப் பற்றி என்று எத்தனையோ வாழ்க்கைச் சித்திரங்களை உயிரோட்டமாகத் தீட்டியிருக்கிறார். ஏழ்மையையோ, தியாகத்தையோ, வேலையின்மையையோ சொல்வதினால் மட்டுமே இக்கதைகள் முக்கியத்துவம் பெறுவதில்லை. இந்த நெருக்குதல்களிலிருந்தும் மனிதர்களிடம் வெளிப்படும் மனவெழுச்சியின் அழகிய தருணங்களைத் திறந்து வைப்பதிலும், கைவிட்டுப் போன அழகிய தருணங்களால் வந்தடையும் வெறுமையையும், அடுத்தவர் வலி உணராது தன் வலியைப் பேசும் அபத்தத்தையும் திறந்து வைப்பதில் அக்கதைகள் முக்கியமான கதைகள் ஆகின்றன. இந்த மானுட உணர்வைத் தொடராத கதைகள் வெறும் கதைகளாகிப் போகின்றன.

'துகள் செய்து கிடத்துவள் தாய்', 'இரண்டாவது அப்பா', 'மழை' போன்ற கதைகள் தீமைக்கு எதிரான, புரட்சி எண்ணம் கொண்ட கதைகள்தான். ஆனால் புனைவம்சம் கூடிவராது நாடகத்தன்மை கொண்ட உடனடி செயல்பாட்டை நோக்கியே உரையாடல் அடுக்கப்படுவதால் கலைத்தன்மை கூடிவராது வெறும் கதைகளாக எஞ்சுகின்றன. இன்னும் சரியாகச் சொல்வதாக இருந்தால் மேன்மையைச் சொல்லமுனையும் போது கலாப்பூர்வமான சித்திரிப்பும், கசப்பைக் கையில் எடுக்கும்போது தீர்வை நோக்கிய கவனத்தோடு விவாதத்தன்மை மேலோங்கியும் விடுகிறது. நாவலில் விவாதத்தன்மைக்கு ஓர் ஈர்ப்பும் சிறுகதையில் அது கூர்மையை மழுங்கடிப்பதாகவும் ஆகிவிடுகிறது. தேர்வு சார்ந்து நுட்பமான பார்வைகொண்ட கதைகளில் இந்த அம்சம் தலைதூக்கும்போது வாசகனுக்குள் ஓர் அலையை உண்டாக்குவதில்லை.

ஒரு வயது தம்பியைப் பராமரிக்க பள்ளிக் கல்வியைக் கைவிட நேரும் ஏழைச் சிறுமியைப் பற்றிய கதை 'பொழுதுபோக'. அச்சிறுமியின் கோபம், அரவணைப்பு, அடி, வெறுப்பு, எதிர்ப்பேச்சு, பொறுப்பு, ஆசை, காவல்

என்று மிகச்சிறப்பான உணர்வுகளை வெளிப்படுத்திய கதை, மிகச்சிறந்த கதையாக ஆகியிருக்க வேண்டியது. சிறுமியை ஓர் எல்லையில் காபந்துபண்ணிவிட்டார் ஆசிரியர். பகலெல்லாம் கைக்குழந்தையோடு போராடிய சிறுமி மாலையில் பொழுதுபோக்குப் பூங்காவிற்குத் தூக்கி வருகிறாள். வேலையற்ற ஓர் இளைஞன் அச்சிறுமியிடம் ஐஸ் வேண்டுமா என்று பேச ஆரம்பித்து தன் பக்கம் இழுத்து விடுகிறான். நாளை சந்திப்பதாக கதை முடிகிறது. நாளைய சந்திப்பில் என்ன ஆகுமோ என்பதை யூகத்திற்கு விட்டுவிடுகிறார். சிறுவர் சிறுமியரின் பேதமைமிக்க எண்ணங்களைச் சிறப்பாக பல கதைகள் வெளிப்படுத்தியது போலவே இக்கதையிலும் கொண்டு வந்திருக்கிறார். சிறுமி அடுத்து எதிர்கொள்ளவிருக்கும் சிக்கல்தான் பேசவேண்டிய பகுதி. ஏமாற்றப்படலாம், சீரழிக்கப்படலாம். வாழ்வின் உக்கிரத்தை நேர்முகமாக ஏற்பதுதான் எழுத்தாளனின் வேலை. அதைப் பேசாமல் நிறுத்திக்கொண்டார். கதையில் கூடிவந்த குழந்தமையின் அற்புதத்தைச் சிதைக்க வேண்டாம் என்று நினைத்துவிட்டாரோ என்னவோ. தனிப்பட்ட முறையில் சூடாமணிக்கு ஒரு சல்யூட் வைக்கலாம். நாகரிகமான எல்லையில் நிறுத்துகிறார் என்பது புரிந்துகொள்ளக்கூடியதுதான். ஆனால் ஒரு மோசமான உண்மையை நிஜத்தில் தடுக்க முடியாது.

1975, 76 இரண்டாண்டுகள் மட்டுமே சிறுகதைகள் எழுதிய சிதம்பரம் என்பவரின் 'அலை', கு. அழகிரிசாமியின் 'திரிபுரம்' பாலியல் பலாத்காரத்திற்கு ஆளாவதை மனம் பதைக்கச் சொல்கின்றன. இதே போன்றுதான் 'கதவை யாரோ தட்டும்போது', 'ஒரு நாற்காலியும் ஒரு மரணமும்', 'கிரிஜாவிற்கு என்ன ஆகும்' கதைகள் உள்ளியக்கம் சரியாக உருவாகி முடிவு சார்ந்து தீவிரத்திற்குள் நுழையாமல் அந்தரத்தில் நிற்கின்றன. முடிவு சார்ந்து செயற்கையான முடிச்சைப் போட்டு முடித்து வைக்கப்படுகின்றன. 'தண்டனை' கதையில் கணவனின் கள்ளக்காதலை அறிந்து வெதும்பும் மனைவியைச் சிறப்பாக உருவாக்கிவிட்டு, பத்து நாட்கள் வேறொரு பெண்ணுடன் உல்லாசமாக இருந்துவிட்டு வந்ததை எந்த உணர்வும் இல்லாமல் விரிவாக கணவன் தட்டையாக ஒப்பிக்கிறான். 'நானும் இப்படி உல்லாசம் போய்விட்டு வரலாமே' என்று மனைவி பேசி அதிர்ச்சி தரும் பத்திரிகை கதையாகிப்போனது.

இவரின் பல கதைகள் அகச் சிரத்தையுடன் எழுதப்பட்டும் முடிவு சார்ந்து திரும்பும்போது உருவாகி வந்த நம்பகமான வாழ்க்கைச் சித்திரங்கள் வீணாகிப் போகின்றன. மற்றொருவகையில் பிரச்சனையின் வேரை ஆழ்ந்து பார்க்காமல் விட்டுவிடுவதால் அதன் முழு ஆற்றலைப் புதிய திறப்பைக் காட்டாமல் போய்விடுகின்றன. மாறாக, அறத்திற்கு எதிரான - பரஸ்பர மதிப்பு இல்லாத தீய விசயங்கள் தோற்க வேண்டும். நல்லவற்றிற்கு ஏற்றம் தர வேண்டும் அதன் வழி வாசகர்களுக்கு நல்வழிகாட்ட வேண்டும் என்ற எண்ணத்தில் முடிவுகளைத் திருப்புவதால் பிரச்சனையின் உண்மை மழுங்கடிக்கப்படுகிறது. தீர்வுகளைத் தட்டில்வைத்துத் தரவேண்டியதில்லை. பிரச்சனையின் தீவிரத்தை நோக்கிப் பாய்வதுதான் எழுத்தாளனின் முதன்மையான கடமை. இத்தீவிரத்தன்மையோடு நேர்நிலை உச்சத்தைத் தன் போக்கில் இயல்பாக அடையவும் கூடும். அதுவும் மிகச்சிறந்த வெற்றிதான். 80 கால கதைகளில் நவீன வாழ்வின் தாக்கம் அதிகம் இருப்பதைக் காணமுடிகிறது. பணி சார்ந்து இந்தியாவின் பல்வேறு இடங்களுக்குச் செல்வதால் பழைய குடும்ப உறவுகளில் இருந்த நெருக்கம் கலைந்துபோகிறது. அந்நியர்களாகிப் போகின்றனர். வெளிநாடுகளில் வெள்ளைக்கார ஆணையோ பெண்ணையோ திருமணம் செய்து குடியேறி, பெற்றோர்களைக் கைவிடுகின்றனர். பொறியியல் படிப்பு மருத்துவப் படிப்பு படிக்கும் தலைமுறை பெருகுகிறது. மனைவியிருக்க இன்னொரு பெண்ணை ஆண்கள் சேர்த்துக் கொள்கின்றனர். பெண்களின் தத்தளிப்பு பேசப்படுகிறது. விதவையின் மறுமணம் சாகசமாக ஏற்றுக் கொள்ளப்படுகிறது. பெண்கள் கல்வியில் எழுச்சி கொள்கின்றனர். முதியவர்களின் உணர்வுகள், மரபான சம்பிரதாயங்கள் மெல்ல கழன்று போகின்றன. அதை இளம்தலைமுறை பொருட்படுத்தாமல் கடக்கிறது. மனைவிமார்களின் தாய்மார்களின், முக்கியமாகப் பெண்களின் உணர்வுகளை மதிக்கின்ற மெல்லிய கீற்று தோன்றுகிறது. ஒட்டுமொத்தத்தில் சமூகமாற்றத்தின் புதியகாற்று வீசுவதை இக்காலக் கதைகள் காட்டுகின்றன.

தொடர்ந்து ஆறு குழந்தைகளைப் பெற்று நைந்துபோகிறாள் பெண். இன்னொரு கர்ப்பத்தை உடம்பு தாங்காது என்று சோர்ந்து போகிறாள். அதையும் மீறி கர்ப்பம் தரிக்கிறாள். பலமிழந்துபோன அப்பெண்ணின் கர்ப்பத்தைக் கலைக்கக்கூடாது என்று டாக்டரிடம் பேசி அழைத்துவரும் பொறுப்பற்ற

தமிழ்ச் சிறுகதை ஒரு காலத்தின் செழுமை | 43

கணவன், சந்தையிலிருந்து வாங்கிய வீட்டுப் பொருட்களை அன்று அபூர்வமாக சுமந்து வருகிறான். அந்த பாரம் பெரிய அலுப்பையும் வலியையும் தருகிறது. தன் வலி உணரத்தெரிந்த அவனுக்கு அடுத்தவரின் வலி உணர முடியாத தன்மையைக் கரிய புன்னகையுடன் சொல்கிறது 'டாக்டரம்மாவின் அறை'.

ஒரு தாய்க்குப் பிறந்த இரு சகோதரிகளின் எண்ணங்கள் திருமணத்திற்குப்பின் வெவ்வேறு பார்வை கொண்டவையாக மாறிவிட்டதை நீண்டகாலத்திற்குப் பின்னான சந்திப்பில் வைத்து வெளிப்படுத்தும் 'அந்நியர்கள்', வயதான காலத்தில் முதுமையின் அடையாளங்களை எப்போதும் உதறி இனிமையாக்கிக் கொள்ள ஈடுபடுபவள், தன் இளமைக்காலத்தில் மூழ்கி அந்த இளமையின் ஊஞ்சலில் அமர்ந்து அசைபோடுவதில் ஆசைப்படுகிறாள். இன்னும் அந்த இளமைக்குள் போய்விட முடியும் என்று முதுமையில் முயல்கிறதை முன்னும் பின்னுமாக காட்டும் 'நீலாயதாட்சி அம்மாள் வயது அறுபது', மரணம் பற்றிய பயமில்லாது மகிழ்ச்சியோடு எதையும் செய்யும் தாத்தா, பேரனின் விபத்தில் விழிப்பு கொள்வதைத் தொடும் 'உயில்', கணவனின் மரணத்தில் அவன் அழகான காதலியைத் தேடிக்கொண்டதை, காதலற்று வெறும் மனைவியாக வாழ நேர்ந்த துக்கத்தைச் சொல்லும் 'இருட்டில் இருந்தவள்' கல்வியின் பெரிய எல்லையைத் தொட்டவர்கள் திருமணமானதை மிகப்பெரிய தகுதியாகக் கொண்டு தன் குரூர எண்ணங்களை வெளிப்படுத்தி மகிழும் அற்பத்தனத்தைச் சொல்லும் 'வாழ்த்துக்கள்' அறுபது வயது தாயை யாருடனும் நெருங்கவிடாது உதாசீனப்படுத்துவதும், வீட்டுக்கு வருபவர்களுடன் பிரியமாக பேசவந்தால் தேவையில்லாமல் மூக்கை நுழைக்கும் தொந்தரவுப் பேர்வழி என்று விரட்டும் மகளின் பார்வைக்கு அப்பால் முதிய வயதில் அறிவுச் செல்வத்தின் மீது கொள்ளும் அழகான ஆசையைச் சொல்லும் 'ஒரு நாளின் 24 மணிநேரம்' கதைகளில் சொல்லப்பட்டதற்கு அப்பால் சொல்லாமல் விடப்பட்ட பகுதிகள் மிக வலுவாக இருக்கின்றன. பேசப்படாமல் கடந்து வரும் மௌனம் வாசகர்களிடம் நிறைய பேசுகின்றன. குறையில்லாத கதைகள் இவை.

ஆதிக்க சமூகத்தில் பிறந்த சிறுவர்கள் ஒடுக்கப்பட்ட சிறுவன் மீது தொடுக்கும் குரூரமான தாக்குதல்களை மனம் பதைக்க கொடுத்திருக்கும் 'வெளியில் நல்ல மழை', சிறுவயதின்

பிடிவாதத்தால் இரண்டாம் திருமணம் செய்யாமலே போன தாயின் துயரத்தை வேதனையோடு உயர்ந்த மனநிலையில் பரிசீலிக்கும் மகனின் பார்வையில் சொல்லப்பட்ட 'இறுக மூடிய கதவுகள்', 'வாழ்த்துக்கள்' மூன்றும் 80-களில் எழுதப்பட்ட சாதனைக் கதைகள். இவற்றில் இரண்டு கதைகள் வெகுஜன இதழ்களில் வெளிவந்தவை.

தொண்ணூறுகளில் எழுதப்பட்ட கதைகளில் வடிவரீதியான குறைகள் அதிகம் இல்லை. தரம் சார்ந்து முன்னே பின்னே இருக்கலாம். எடுத்துக்கொண்ட விசயம் சார்ந்து நேர்த்தியாகச் சொல்லியிருக்கிறார். எல்லா வயதினரையும் இக்காலத்திலும் எழுதி வந்திருந்தாலும் ஒப்பீட்டளவில் அறுபது வயதைத் தொடும் மாந்தர்களைப் பற்றி சற்றே அதிகம் எழுதியிருக்கிறார். வயதானவர்களை எழுதுகிறேன் என்று அழுத்தம் இல்லாமல் உறவுகளின் மையமான பின்னலில் வைத்து அவர்களது ஆசைகள், விரக்திகள், அதிகார தோரணைகள், பொழுது போக்குகள், தனிமைகள், நோய்நொடி தரும் அலுப்புகள், கோபதாபங்கள், முதிர்ந்து கனிந்த அனுபவத்தின் பரிவுகள், பிடிவாதங்கள் பற்றி சொல்ல வேண்டும் என்ற முனைப்பு இல்லாமல் குடும்ப இயக்கத்தின் ஊடே கவனப்படுத்தியிருக்கிறார்.

தொண்ணூறுகளின் கதைகளில் மைய இழையாக ஓடுவதை இரண்டு சொற்றொடர்களில் சொல்லவேண்டும் என்றால் வெவ்வேறான மனநிலைகளை வெவ்வேறான அணுகுமுறை கொண்டவர்களைப் பற்றிச் சொல்லும் கதைகள் எனலாம். இதில் சாதனை என்று சொல்லத்தக்க இரு கதைகள் 'அடிக்கடி வருகிறான்', 'அமெரிக்க விருந்தாளி' ஆகியவை. வறியவர்களின் துயரங்களை அவர்களின் பாதையில் பின்தொடர்ந்து காட்டுவதே சூடாமணியின் ஆக்கமுறை. இதில் 'புவனாவும் வியாழக்கிரகமும்' கதை மிக முக்கியமான ஒன்று. நமக்கு முழுமையாகத் தெரியாதவர்கள் நம்மிடம் சண்டை இட்டவர்கள், மணவிலக்குப் பெற்று பிரிந்து போனவர்கள், சுயநலம் கொண்டவர்கள், மகன்களின் முடிவுகளை ஏற்காத பெற்றோர்கள், ஒரு சந்தர்ப்பத்தில் கோபத்தால் வசைகளை விட்டவர்கள் என்று முரண்படுபவர்கள் அப்படியே நிராகரிக்கப்பட்டே ஆகவேண்டியவர்கள் இல்லை. இன்னொரு கோணத்தில் அவர்கள் புரிந்து கொள்ளப்பட வேண்டியவர்கள். நேரிடையாகவோ, மறைமுகமாகவோ

அவர்கள் பக்கத்திலும் இருக்கும் நியாய உணர்வுகளை சற்றே மதித்து ஏற்றுக்கொள்ளும்போது வாழ்க்கை அர்த்தபூர்வமாக மாறுகிறது. இன்றைய வாழ்வில் ஏற்படும் உறவுச்சிக்கலை மாற்றத்தின் நிலையிலேயே வைத்து பரிவோடு அணுகுகிற குணம் கடைசி கால கதைகளில் அதிகம் காணமுடிகிறது. மனம் கனிந்து அணுகுகிறபோது முரண்கள் முரண்களாகத் தெரியாது. இந்தப்பார்வை மானிட உறவுகளை அழகானதாக மாற்றும் என்பதற்குச் சாட்சியங்களாக 'துளிர்', 'ஒரு மாலைப்பொழுதில் இரு தோழிகள்', 'நாமாவளி', 'மூன்று வருட இடைவெளி', 'வீம்பு' கதைகளைச் சொல்ல முடியும். 'மூன்று வருட இடைவெளி', 'வீம்பு' இரண்டும் ஒரே தன்மை கொண்ட கதைகள். 'மூன்று வருட இடைவெளி' கதையில் மிகையுணர்ச்சி சற்றே தலைதூக்கி விட்டது. ஆனால் 'வீம்பு' மிகையுணர்ச்சி இல்லாமல் சொல்லப்பட்ட நல்ல கதை. அப்பா மகன் இருவரின் உள்ளார்ந்து கிடக்கும் அன்பைப் பேசுகிறது. சொல்லும் முறையில்தான் கதைகள் வெற்றியடைகின்றன என்பதற்கு 'புவனாவும் வியாழக்கிரகமும்', 'அடிக்கடி வருகிறான்' கதைகளை உதாரணமாகச் சொல்லலாம்.

மானுட வாழ்வில் உடனடியாக ஒரு புரிதலையோ, தீர்வையோ அகம்சார்ந்தும் புறம்சார்ந்தும் அடைந்துவிட முடியாத சிக்கல்கள் இருக்கவே செய்கின்றன என்பதைச் சொல்லும் கதைகள்தான் இன்னும் வலுவான பாதிப்பை உண்டாக்குபவையாக இருக்கின்றன. 'புவனாவும் வியாழக்கிரகமும்' பெண்ணைப் பெற்ற கீழ் நடுத்தர வர்க்கத்துத் தகப்பன் கூடிவராத திருமணத்திற்காக அலையும் அலைச்சலையும் முதிர்கன்னியாகிக் கொண்டிருக்கும் மகளின் நிலையை ஒரு சிறு குறிப்பின் வழியே உணர்த்தியும் துணுக்குற வைக்கிறது. சொல்லப்பட்ட பகுதி வலுவாகவும் சொல்லாமல் விடப்பட்ட பகுதி பேரலையாகவும் வந்து தாக்குகிறன. 'மடியில் பூனை' கதையும் இவ்வகையில் எழுதப்பட்ட கதைதான். மகனுக்குப் பெண் கேட்டு வந்தவன் அப்பெண்ணின் இளம் விதவைத்தாயின் மீது கொள்ளும் காதலையும், அதனை உணர்ந்ததும் அவனை உடனடியாகத் துரத்தியடிக்கும் தாயின் உள்ளத்திற்குள் கிளம்பும் அந்தரங்கமான ஓர் உணர்வையும் வெகுநுட்பமாகச் சொல்கிற கதை 'அடிக்கடி வருகிறான்' இக்கதையை 1997 இல் தன் 66 ஆம் வயதில்

எழுதியிருக்கிறார் என்பதைப் பார்க்கும்போது படைப்பிற்காக வைத்திருந்த திறந்த உள்ளத்தை உணர்ந்து கொள்ள முடிகிறது.

மனிதர்கள் ஏதோ ஒரு சந்தர்ப்பத்தில் சுய பரிசீலனை செய்துகொள்வதால் புதிய தெளிவுகள், வெளிச்சங்கள் கிட்டும். (ஒரு மனநிலை, பூமாலை). வலசாரை சட்டெனப் பாய்ந்து கொத்தித் தூக்குவதுபோல வித்தியாசமான மாந்தர்களைத் தன் கதைகளில் பிடித்துக்காட்டியிருக்கிறார். தான் பெற்ற பிள்ளை தனக்கு மட்டும் சொந்தம். தன் விருப்பம் மீறி அக்குழந்தை அடுத்தவர்களிடம் நெருங்கிவிடக்கூடாது என்று கடுமையாக நடந்து கொள்ளும் தாய் (உரிமைப்பொருள்) உறவுக்காரர்களைப் பார்த்தால் நச்சரித்து காசுகேட்கும் வெறுக்கத்தக்க பழக்கத்தை உடையவரிடமும் முகிழ்க்கும் பிரியம் (ஒரு கீற்றுப் பொன்) வயதில் மூத்த பெண்கள் மீது விடலைப் பருவத்து பையன்கள் கொள்ளும் காதல் (இரண்டின் இடையில், உதயபடிவம்) அடுத்தவரின் வளர்ச்சியை அங்கீகரிக்காமல் சதா குத்திப்பேசும் குணம் படைத்த பெண் (வாழ்த்துக்கள்) முதுமையிலிருந்து விடுபட தன் பால்யகால இளமையில் மூழ்கி பகற்கனவில் தன்னை மீட்டுக்கொண்டிருக்கும் வயதான பெண் (ஞாயிறு மாலை) மறதி உண்டாக்கும் தவறுகளால் பதட்டத்திற்கு உள்ளாகும் 60 வயது பெண் (அடையாளம்) என்று இக்கதைகளின் வெற்றி தோல்விகளைவிட மனிதர்களின் வித்தியாசமான நடவடிக்கைகளைக் கதைகளாக்கியிருப்பதில் கவனத்தைப் பெறுகின்றன. கி.ரா. போல பாவனை ரீதியாக பாத்திரங்களை நளினப்படுத்தாமல் குணங்கள் மீது தன் பார்வையை முழுமையாகச் செலுத்தி எழுதியிருக்கிறார்.

அறுபது, எழுபது, எண்பதுகளில் எழுதிய பெருநகரப் பெண்கள், மாதர் சங்கம் என்ற அமைப்பை வைத்து நிறைய கதைகளில் பெண்களின் பிரச்சனைகளைத் தீர்த்து வைத்தார்கள். புரட்சிகரமான முடிவுகளைத் தரும் அமைப்பாகக் காட்டினார்கள். சூடாமணி கதைகளில் மாதர் சங்கம் வருகிறது. அதை வைத்து தீர்வுக் கதைகளை எழுதவில்லை. மாறாக புதிய தரவுகளை எடுத்துக்கொண்டு நெருக்கடியான வாழ்க்கைச் சித்திரங்களைத் தீட்டி விடைகாண முற்பட்டிருக்கிறார்.

சூடாமணியின் கதைகள் அதிகமும் பிராமண குடும்பங்கள் சார்ந்தவை. இதில் வீட்டுவேலைக்கு வரும் ஒடுக்கப்பட்ட சமூகப் பெண்கள் பற்றியும் அவர்களின் குழந்தைகள் பற்றியும் கணிசமாக எழுதியிருக்கிறார். தன்னைச் சுற்றி இருந்த ஏழை உழைப்பாளிகளின் வாழ்வைக் கவனித்து எழுதி வந்தவர். நடைமுறையில் இன்னும் வழக்கத்தில் வராத சற்றே யதார்த்தத்தை மீறிய விசயங்களை நடைமுறையில் இருப்பது போன்று வலுவான யதார்த்த தளத்தில் நம்பகத் தன்மையோடு கதைகளை உருவாக்கியிருக்கிறார். கதையில் உருவாகி வந்த யதார்த்தம் வாசகனுக்கு நெருக்கத்தைத் தருகிறது. (செந்திரு ஆகிவிட்டாள், சோபனாவின் வாழ்வு, ஒரு மாலைப்பொழுதில், இரு தோழிகள்...) உன்னதமான கனவும், சாத்தியத்திற்கான மனமும் கூடி அமைதியான தொனியில் எழுதப்பட்டதாலேயே இது சாத்தியமாகியிருக்கிறது. சிலர் நடைமுறை யதார்த்தத்தைக்கூட கதைகளில் கொண்டுவரும்போது சொதப்பலாக்கி மனம் ஒன்றாமல் செய்துவிடுகின்றனர் என்பதிலிருந்து சூடாமணியின் எழுத்தை வித்தியாசப்படுத்திப் பார்க்கலாம். இல்லாமை அவர்களை எப்படியெல்லாம் துரத்துகிறது, அதை எப்படியெல்லாம் எதிர்கொண்டு முன் நகர்கிறார்கள் என்பதை மனிதநேயத்தோடு எழுதியிருக்கிறார். அவர்களைப் பித்தலாட்டம் மிக்கவர்களாகவோ, ஏமாற்றுப் பேர்வழியாகவோ எங்கும் காட்டவில்லை. பிறவியிலேயே குறையுடையவர்கள் பற்றி பச்சாதாபம் காட்டாமல் அவர்களது குணநலன்களை தொடக்கத்திலிருந்தே எழுதி வந்திருக்கிறார்.

குடும்பம் என்ற மையத்திலிருந்து எழும் உறவு முரண்களைக் கொண்ட கதைகளில் நிதானமும் மாந்தர்களின் மன உணர்வுகளும் வெகுசிறப்பாகக் கூடி வந்திருக்கின்றன. முடிவில் அன்பை வற்புறுத்தும்படியாக எழுதப்பட்ட கதைகளிலும் மாந்தர்களை மனதிற்கு நெருக்கமான விதத்தில் நம்பகத்தன்மையோடு படைத்திருக்கிறார். குடும்பம் என்னும்போதே அதனோடு தொடர்புகொள்ளும் அத்தனை உறவுகளையும் பிற வெளிமனிதர்களையும் சேர்ந்தேதான் சொல்கிறேன். பண்பற்றவர்களைக் கதைகளில் விமர்சனத்திற்கு உட்படுத்தினார். நிராகரிக்கவும் செய்தார். சில சமயம் மனம் திருந்தி வந்தவர்களைத் தவறுகளை உணர வைத்தார். அரசியல், பொருளாதாரம், இடப்பெயர்வு என்ற பல்வேறு காரணிகள் வாழ்க்கையைப் பாதிப்பதைப் பார்க்கிறோம். அவைகளின்

சாட்சியங்களாக இருக்கின்றன அவரது கதைகள். நல்லவர்களும் குரோதமானவர்களுமானது குடும்பம் என்பதைக் காண்கிறார். அதன் நல்ல அம்சங்களை எழுதியது போலவே, அதில் அதிகாரம் கொண்ட ஆண்களின் ஒடுக்குமுறைகளையும் குரல் உயர்த்தாமல் எழுதினார். துரோகங்களால் நல்வாழ்வை இழந்து சுயமரியாதையோடு எழுந்து நின்ற பெண் ஆளுமைகளை 50 வருட இலக்கியப் பணியில் தொடர்ந்து அடையாளப்படுத்தினார்.

சூடாமணி தன் உடல்நிலை கருதி திருமண பந்தத்திலிருந்து ஒதுங்கி வாழ்ந்தவர். குடும்பத்தை அவர் வெறுக்கவில்லை. குடும்பங்கள் நல்லவிதமாக வாழவேண்டும் என்று விரும்பினார். என்றாலும் எங்கும் புனிதப்படுத்தவில்லை. சண்டை சச்சரவுகளினூடேதான் நேசத்தின் பக்கம் திருப்பினார். அவரது கதையுலகம் அதைத்தான் சொல்கிறது. தமிழ்ச் சிறுகதைக்கு அமைதியான பங்களிப்பைச் செய்திருப்பவர். இத்துறையில் அதிகம் கண்டுகொள்ளப்படாத தேவதை அவர். 'அந்நியர்கள்' கதையில் 'நம்மைச்சுத்தி எங்கே பார்த்தாலும் ஆபாசமும் பயங்கரமும் இருக்கிறதனால் எழுத்திலேயாவது நல்லதையும் தூய்மையையும் காட்டிவிடுவது என் லட்சியம்' என்று சகோதரிகளில் ஒருவர் இப்படிக் கூறுவார். இந்த வாக்குமூலம் சூடாமணி தன் எழுத்துக் குறித்து சொன்னதும்தான்.

தமிழ்ச் சிறுகதை வரலாற்றில் புதுமைப்பித்தன் ஒரு ரகம், கு. அழகிரிசாமி ஒரு ரகம். தி. ஜானகிராமன் ஒரு ரகம், ஜெயகாந்தன் ஒரு ரகம், அசோகமித்திரன் ஒரு ரகம். கி. ராஜநாராயணன் ஒரு ரகம். இந்த வகையில் ஆர். சூடாமணி ஒரு ரகம். மீற முடியாது வாழ்க்கைச் சூழலில் அமிழ்ந்து புழுங்கும் பெண்களும், மீறல்கள் தமக்கே உரிய சிறிய சுதந்திர உணர்வு என்று வெளிப்படுத்திக் கொண்டவர்களும் ஆர்ப்பாட்டமில்லாமல் அறிவுறுத்தல் என்ற நோக்கமில்லாமல் அவர்களது இயல்புணர்வுகளோடு கதைகளில் அமைதியாக வெளிப்படுகின்றனர். ஆண் பெண் என்று பேதம் பார்க்காமல் பாதிக்கப்பட்டவர்களின் பக்கம் நிற்பது தெரியாத விதத்தில் அவர்களது உள்ளக்கொதிப்பை, நியாயத்தை அவை 'புரட்சிகரமான கதைகள்' என்ற முத்திரையைக் குத்தாத விதத்தில் மெல்ல நிதானித்து ஓடும் நதிபோல காட்டுவதைத் தனது எழுத்து முறையாகக் கொண்டிருக்கிறார். ஆதிக்க மனோபாவம் பெண்களை எவ்விதமெல்லாம் நசுக்குகிறது,

வறுமை மானிட உணர்வுகளை எவ்விதமெல்லாம் மேலாக, நாம் யூகித்திராத கோணத்தில் குழந்தைகளிடமும் மனிதர்களிடமும் வெளிப்படுகிறது என்பதை புதிதான மலர்ச்சியோடு காட்டுகிறார். இந்த எனது மதிப்பீட்டை சூடாமணியின் தேர்ந்தெடுக்கப்பட்ட 92 கதைகளில் இருந்துதான் சொல்கிறேன். 574 கதைகளைப் படித்து தொகுக்கிறபோது இந்த எண்ணம் மாறலாம். அலுப்பு தொற்றிக்கொள்ளவும் நேரலாம். என்றாலும் இந்தக் கதைகளின் வழி ஆர். சூடாமணி மதிப்பிற்குரிய கதைக்காரர் என்றே சொல்கிறேன்.

◻ 27.04.2020 ◻ கனலி, ஜூன் 2021.

◉

அத்தலையும் மனிதர்களில் ஒருவராக நின்றவர் ஜி. நாகராஜன்

நவீன தமிழ் இலக்கியப்பரப்பில் வித்தியாசமான பார்வையில் வித்தியாசமான குரலில் நாம் பொருட்படுத்தாத வேறு வகையான வாழ்க்கையைப் பொருட்படுத்தி எழுதியவர் ஜி. நாகராஜன். 1957 முதல் 1974 வரை எழுதியிருக்கிறார். பதினேழு ஆண்டுகளில் தமிழ், ஆங்கிலம் என இரண்டு மொழிகளில் இரண்டு நாவல்கள், ஒரு குறுநாவல், முப்பத்தியெட்டு சிறுகதைகள், சில கட்டுரைகள் எழுதியிருக்கிறார். 1963 இல் "குறத்தி முடுக்கு" குறுநாவலை எழுதி அவரே பதிபித்திருக்கிறார். வாசகர்களிடம் சரியாகச் சென்று சேரவில்லை. பெரிய சூடுபட்டிருக்கிறார். 1963 இல் இருந்து 1967 வரை எழுத்தில் ஒரு தொய்வு நேர்ந்திருக்கிறது. 1968 இலிருந்து 1974 வரை படைப்பெழுச்சியோடு தீவிரமாக இயங்கியிருக்கிறார்.

ஜி. நாகராஜனுக்கு இன்று ஒரு மதிப்பை அளிப்பது அன்று பலர் எழுதத் தயங்கிய விளிம்புநிலை மக்களையும் உதிரிகளையும் பரத்தையர்களையும் துணிந்து எழுதி இலக்கியத்தில் அவர்களுக்கு ஒரு புதிய இடத்தை உருவாக்கிக் காட்டியிருப்பதால்தான். பேசாப்பொருளைப் பேசத்துணிந்த ஜி. நாகராஜன் தன் சொந்த வாழ்க்கையைப் பற்றிக்கூட கவலைப்படாமல் இதைச் செய்திருக்கிறார். இம்மாதிரியான ஆக்கங்களுக்கு பிரசுர வெளியும் வாசக வெளியும் குறைவாய் இருந்த காலத்தில் துணிந்து செய்திருக்கிறார்.

எல்லோருக்கும்தான் இந்த உலகில் வாழவேண்டியிருக்கிறது. அவரவர் பாடுகளுடன் முட்டிமோத வேண்டியிருக்கிறது. சிலரால் வாழ்க்கையைக் கொண்டாட முடிகிறது. பலரால் வாழ்க்கையை வசப்படுத்த முடிகிறது. இன்னும் பலரால் நிம்மதியான

வாழ்க்கையைச் சரியான விதத்தில் அமைத்துக்கொள்ள முடிகிறது. வேறு பலரால் ஏற்ற இறக்கங்களோடு எதிர்கொள்ள முடிகிறது. இதற்கெல்லாம் ஏதேதோ வகையில் பின்புலம் இருந்து அவர்களைத் தாங்கிப் பிடிக்கிறது. அலுவலகப் பணியே பிறவிப் பயன் என்று பற்றியிருக்க முடிகிறது. எந்தப் பின்புலமும் இல்லாமல் அன்றாடமே பிரச்சனையின் நியதியாக இருக்க நிமிடத்திற்கு நிமிடம் தங்கள் மேல் கவிகிற நெருக்கடிகளை எதிர்கொள்கிற உதிரிகளின் உலகம் ஒன்றும் இருக்கிறது. முற்றான வேறொரு பிராந்தியம் இது. இப்படியான ஒரு வாழ்க்கை முறையைப் பொருட்படுத்தி இலக்கியமாக ஆக்கியிருக்கிறார் ஜி. நாகராஜன்.

இவற்றில் கலையின் ஒளிவீசும் சிறுகதைகள் குறைவு. நிறைவு கூடாத கதைகள் பல. நாகராஜனின் கதை உலகம் பரந்து விரிந்ததும் அல்ல. சிறு பகுதியில் கவனம் குவிந்திருப்பது. தனிமனிதர்களின் கெட்ட புத்திகளை வேறுவேறு கதைகளில் தொட்டிருக்கிறார் என்றாலும் சிறுகதை என்ற வடிவில் இருக்கின்றன. பெரிய பாதிப்புகளை உருவாக்காதவை. திருப்பத்தை வைத்து சமாளிக்கிறார்.

2

பாலியல் சார்ந்து எழுதப்பட்ட கதைகளில்தான் ஜி. நாகராஜன் தனித்துத் தெரிகிறார். காம உணர்ச்சியைக் கிளர்த்தும் ஓர் உணர்ச்சிப் பொருளாக எழுத்தைக் கையாளவில்லை. பாலியல் தொழிலில் ஈடுபட்டவர்களின் வாழ்வின் பாடுகள் எவ்விதம் இருக்கின்றன? அன்றாடத்தில் அதனை எவ்விதம் எதிர்கொள்கிறார்கள்? எவ்விதம் அந்தத் தொழிலைக் கைக்கொள்கிறார்கள்? எவ்விதம் மீள்கிறார்கள்? அல்லது அந்தச் சுழலில் இருந்து வெளியேற முடியாமல் எவ்விதம் ஏற்று நகர்கிறார்கள்? என்று காட்டுகிறார். அந்த வாழ்க்கை புதிதாக இருக்கிறது. விபச்சாரிகள், மாமாக்கள், திருடர்கள், போக்கிரிகள், ரிக்‌ஷாக்காரர்கள், குடிகாரர்கள் சூழ்ந்த உதிரிகளின் உலகமாக இருக்கிறது. சமூகத்தால் வெறுக்கப்பட்டு ஒதுக்கவேண்டிய குற்றவாளிகள் என்ற கண்ணோட்டத்தில் பார்க்கப்படுபவர்கள், ஏற்றுக்கொண்ட வாழ்க்கையைக் காட்டுகிறார். வலிந்து அவர்கள் மீது பச்சாதாபம் கொள்ளாதவாறு

அணுகுகிறார். வலிகளைக் கசப்புகளைச் சொல்வதாக மட்டும் இல்லாமல் அந்த மனிதர்கள், பெண்கள் தங்களுக்கானதை எப்படி சாகசமாக வசப்படுத்திக்கொள்கிறார்கள் என்பதை விலகி நின்று சொல்கிறார். காம நுகர்ச்சியைப் பின்தள்ளிவிட்டு அவர்கள் மாட்டிக்கொண்டிருக்கும் சிண்டு சிடுக்குகளையே ஒரு வாழ்க்கை முறையாகக் காட்டுகிறார். இதனை ஒரு சாக்காக வைத்து பாலியல் உணர்ச்சிகளைத் தூண்டும் கிளுகிளுப்பான பகுதியை எழுதிச் சொருகும் கைங்கரியத்தை நிராகரிக்கிறார். இந்தப் பார்வையினாலேயே ஜி. நாகராஜன் தமிழின் ஒரு முக்கியமான படைப்பாளி ஆகிறார். தங்களை ஜி. நாகராஜன் வாரிசு என்று சொல்லிக்கொள்பவர்கள் அவர் தனித்து நடந்த இந்தத் தடத்தை மேலும் முன்நகர்த்தியிருக்கிறார்களா என்று கேட்டுக்கொண்டால் போதுமானது.

“மோகம்” என்றறொரு கதை. அது சதங்கை இதழில் (ஏப்ரல் 1972) வெளிவந்தது. அக்கதையை அப்படியே “நாளை மற்றும் ஒரு நாளே” நாவலில் ஓர் அத்தியாயமாக இணைத்திருக்கிறார். அதனால் சிறுகதை வரிசையில் வேண்டாம் என்று விடுத்துள்ளனர். ஐரீன் என்ற ஆங்கிலோ இந்தியப் பெண்ணும் சுப்பையா செட்டியார் என்ற பெரிய காய்கறி வியாபாரிக்கும் ஏற்படும் உறவைச் சொல்கிற கதை “மோகம்”. பாலியல் தொழிலை ஒப்பந்த அடிப்படையில் செய்யும் ஆங்கிலோ இந்தியப்பெண் பலே கைகாரியாக இருக்கிறாள். தன்னை ஓர் ஆங்கிலேய வம்சத்திலிருந்து வந்தவள் என்று பெருமை கொள்கிறாள். சுப்பையா செட்டியாரைப் பெரும் முதலாளி என்று நம்பி ஏமாந்து போனதைக் கண்டதும் ஒப்பந்தத்தைத் துண்டிக்க சண்டித்தனம் செய்கிறாள். மெடிக்கல் அலவன்ஸ், கிறிஸ்துமஸ் அலவன்ஸ், சினிமா அலவன்ஸ் என்று மிக நீண்ட பட்டியலை வைத்துக்கொண்டுதான் யாருடனும் ஒப்பந்தம் செய்கிறாள். கோடை வாசஸ்தளத்தில் தங்கி உடம்பிற்கு ஓய்வு தர பணம் கேட்கிறாள். செட்டியார் ஆங்கிலேயரின் பழக்கங்களிலும் அவர்களின் நிறத்திலும் சற்று மோகம் கொண்டவர். ஓர் ஆங்கிலோ இந்தியப் பெண்ணை வசப்படுத்தி வைத்திருப்பதைப் பெருமையாகத்தான் நினைக்கிறார். என்றாலும் அவள் பணத்தைக் கைப்பற்றுவதிலேயே குறியாக இருப்பதைக் கண்டு உஷார் ஆகிறார். கேட்ட பணத்தை அவ்வளவு லேசில் செட்டியாரிடம் பெற முடியாது என்பது தெரிந்ததும் வசவுகளைப் பொழிகிறாள்.

அவள் வீசும் சில கெட்ட வார்த்தைகளால் வேதனைப்படுகிறார். "பக்கர்" என்ற வார்த்தை அவள் வாயிலிருந்து வருகிறது. கோபம் கொண்டு அதற்கு விளக்கம் (சரியான ஆம்பிளை) கேட்டு மகிழவும் செய்கிறார். பிரச்சனைகளைத் தீர்த்துக்கொள்ள முடிவெடுக்கின்றனர். ஒரு மாதத்திற்கு உள்ளாகவே சிறுதொகை கொடுத்து ஒப்பந்தத்தை முடித்துக் கொள்கின்றனர். இந்த உறவு புதிதாக இருக்கிறது. சொல்லப்படாத உலகைச் சொல்லுவதனாலே எடுத்தவுடன் கதை ஈர்க்கவும் செய்கிறது.

கதையில் அவள் ஒப்பந்தத்தை மீறி பகல் நேரத்தில் வேறு ஆடவனுடன் இருக்கிறாள். பஞ்சாயத்தைத் தீர்க்க வரும் தரகன் பெரிய பிசினஸ்மேன் என்று கேட்டதும் அவனை வளைத்துப்போட அப்போதே அடிபோடுகிறாள். செட்டியாருக்கு ஐரீனை வைத்துக்கொள்ளத்தான் ஆசை. என்றாலும் அவள் கேட்பதையெல்லாம் அள்ளிக்கொடுக்கவும் அவருக்கு மனசில்லை. பணத்தில் கறராகவே இருக்கிறார். அவர்களது மோகத்தைப் பொருளாசை வெற்றிகொள்கிறது. ஐரீன் ஆங்கிலேயப் பெண்ணாகவும் தமிழ்ப் பெண்ணாகவும் வேஷம் இட்டாலும், செட்டியார் ஆங்கிலேயேக் கனவானாகவும் பெரிய வியாபாரி ஆகவும் வேஷம் போட்டாலும் பொய் நிலைக்க மறுக்கிறது. அவர்களின் மோகம் காமத்தை விடவும் பணத்தை தீவிரமாகப் பற்றியிருக்கிறது. இனப்பெருமை, குலப்பெருமை, தொழில் பெருமை எல்லாம் பணப்பெருமையிலேயே பதுங்கிக் கிடக்கிறது என்று சொல்கிறது கதை. இதை ஒரு சிறுகதையாகத் தந்திருந்தால் நல்ல சிறுகதைகளில் ஒன்றாக இடம்பெற்றிருக்கும்.

திருநெல்வேலி நகரின் ஓர் ஒதுக்கப்பட்ட பகுதி குறத்தி முடுக்கு. அதன் முழுப்பெயர் வள்ளி குறத்தி முடுக்கு. அந்தப் பகுதியில் ஒளிந்தோ, மறைந்தோ, காவல்துறைக்கு மாமுல் செலுத்தியோ அத்தான்கள் என்ற மாமாக்கள் மூலம் பாலியல் தொழிலில் ஈடுபடும் பெண்களின் பிரச்சனைகளைக் காட்டுகிறார். இந்தப் பொறியில் மாட்டிக்கொண்ட பெண்களின் மீது எவ்வித இழிவுகளையும் சுமத்தாமல் மிக மிக உள்ளடங்கிய, பரிவுணர்வு வெளிப்படையாகத் தெரியா வண்ணம் காட்டியுள்ளார். பதினாறு வயதே ஆன மரகதம் தொழிலுக்கு வந்த சில மாதங்களிலேயே பணவிஷயத்தில் படு கெட்டிக்காரியாக மாறிவிடுகிறாள். அக்காவின் கணவனை நம்பிவந்த தங்கம் அவன் முதலாளிக்கு

கூட்டிக்கொடுக்கப்படுகிறாள். பின் அவள் பாலியல் தொழிலில் வந்து மாட்டிக்கொள்கிறாள். காதல் என்ற பெயரில், குழந்தை பெற்றுக்கொள்ள வேண்டும் என்ற கனவில், நேர்மையற்ற வழக்குகளில், காவல்துறையின் தந்திரங்களில், கவனி கவனி என வாடிக்கையாளர்களை உள்ளே தள்ளியபடி நெருக்கும் அத்தான்களின் கெடுபிடிகளில் பெண்கள் சிக்கி நாசமடைகின்றனர். அவர்களது நம்பிக்கையில் மண் விழுகிறது அத்தான்கள், தலைவிகள், தரகர்கள், வாடிக்கையாளர்கள், காதலர்கள் என்று வெவ்வேறு குடும்பச்சூழலில் இருந்து வந்த பெண்கள் பலரிடம் ஏமாறுகிறார்கள். "குறத்தி முடுக்கு" குறுநாவல் பற்றி ஒரே வரியில் சொல்லவேண்டுமானால் "துரோகத்தின் சிறு காவியம்" எனலாம். துரோகமே நீக்கமற சூழ்ந்திருக்கும் தங்கம் அக்காள் கணவன் மீதும், கதை சொல்லியான காதலன் மீதும், வாடிக்கையாளர்கள் மீதும் அன்பை மட்டுமே கொடுப்பவளாக இருக்கிறாள். இப்படி ஒரு சுபாவம்.

இந்த வள்ளி குறத்தி முடுக்கில் வந்து சிக்கிக்கொண்டவள்தான் தேவயானை. புதிதாக வந்த இந்த தேவையானை சிறு பெண். காமுகர்களைத் தொடர்ந்து அத்தான் அனுப்பிக்கொண்டே இருக்கிறான். வேறு வழியில்லாமல் தற்கொலைக்கு முயலும் நேரத்திலும் ஒருவன் வந்து கதவைத் தட்டுகிறான். தற்கொலை முயற்சியிலிருந்து தவறி கீழே விழுகிறாள். மீண்டும் கதவு தட்டப்படுகிறது. அத்தானின் கூட்டில் சிக்கிக்கொண்டு மீள முடியாது பாலியல் கொடூரத்தை அனுபவிக்கும் இந்த தேவயானை என்ற பாத்திரத்தைப் பிரித்தெடுத்து இன்னும் புனைவின் வீச்சோடு எழுதப்பட்ட கதைதான் "டெர்லின் ஷர்ட்டும் எட்டு முழ வேட்டியும் அணிந்த மனிதர்".

குறத்தி முடுக்கில் வரும் தேவயானைதான் இந்தக் கதையில் வரும் தேவயானை என்றாலும் இன்னும் பித்தேறிய மனநிலையைத் தீவிரமாக இதில் வெளிப்படுத்துகிறாள். சாவைத் தேடும் தருணத்திலும் ஒரு நற்கனவு புகுந்து ஆட்டுகிறது. அத்தானின் வாடிக்கையாளராகக் கொண்டுவரப்படும் டெர்லின் ஷர்ட்டும் எட்டு முழ வேட்டியும் அணிந்த மனிதர் அவளைத் தொந்தரவு செய்யாமல் வந்து அமர்ந்து உரையாடுகிறார். உடல் அழகை ரசிக்கிறார். தன்னைத்தர அவள் பல வகைகளில் முயல்கிறாள். அதைப் பொருட்படுத்தாமல் அன்புடன் அளாவளாவிவிட்டு

உரிய பணத்தைத் தந்து விடைபெற்றுப் போகிறார். இது கற்பனையில் அவள் உருவாக்கிக் கொண்ட மனிதர் அடுத்தடுத்து வாடிக்கையாளர்களில் வரும் ஒரு நிகழ்வாக வருவதாக நம்புகிறார். தூக்கில் தொங்க தயாரிப்பில் இருக்கும் பொழுது அடுத்த வாடிக்கையாளன் கதவைத் தட்டுகிறான். தற்கொலைத் தயாரிப்புகளை அந்த அளவில் விட்டுவிட்டு கீழே இறங்கிவந்து கதவைத் திறக்கிறாள். அத்தானும் நாடி வந்தவனும் நிற்கின்றனர். வந்து போன டெர்லின் சட்டைக்காரர் பற்றி சொல்கிறாள். அவன் தந்த ஐந்து ரூபாய் தலையணையில் தேடுகிறாள். பணம் அங்கும் இல்லை, வேறு எங்கும் இல்லை. அந்தப் பெண்ணின் மனக் கற்பனையில் வரைந்துகொண்ட ஓர் அன்பான மனிதர். மனக்கற்பனையே உண்மையில் ஒன்றாகிப்போய் அவளைத் திகைக்க வைக்கிறது. அத்தான் இவளைப் புரட்டுக்காரி என்று ஏசுகிறான். தொடர்ந்து புணர்ச்சிக்கு விரட்டுகிறான். அத்தானின் விரட்டலுக்கும் தனிமைக்கும் ஓடி ஓடி நொறுங்கிப்போன தெய்வானை தற்கொலையைத் தேர்கிறாள். இதற்கிடையேதான் ஓர் அன்பான வாடிக்கையாளன் வந்துபோனதாக நம்புகிறாள். தப்ப முடியாத கொடுமையும் அதனூடே மனம் விரித்துக்கொள்ளும் கற்பனையான மனிதரையும் குலைத்து எழுதப்பட்ட மிக வலுவான கதை. கடுமையான யதார்த்தம் கற்பனையின் சிறு அசைவையும் எதார்த்தத்தின் ஒரு பகுதியாக மாற்றிவிடுகிறது.

மாயத்தன்மை அவளைத் திகைக்க வைக்கிறது. மன உளைச்சல் அதையும் நிஜமாக்கிக்கொள்கிறது. வந்து போனவர்களில் ஒன்றாகிறது. நெருக்கடியான சூழலில் நம்பிக்கையின் கீற்றை இப்படித்தான் மனம் உருவாக்கிக்கொள்கிறது, அல்லது மன பேதலிப்பில் தனக்கான ஒன்றை உருவாக்கிக்கொள்கிறது. பாலியல் சுரண்டலின் உடல் நோவை, மனநோவைத் தீவிரமாக சொல்லியது "குறத்தி முடுக்கு". டெர்லின் கதை அந்த நோவோடு ஒரு கனிவை நாடியதையும் சேர்த்து ஒரு புதிய பரிமாணத்தைக் காட்ட முனைந்தது. அந்தப் பெண்களை இந்த யதார்த்தத்தில் வைத்துதான் பரிவைக் காட்டினார். அக்காலத்தில் ஜி. நாகராஜனிடம் குடிகொண்டிருந்த முற்போக்குத் தன்மை இந்த இரு கதைகளிலும் கூடி மிகச்சிறப்பான முறையில் உருவாகி வந்திருக்கின்றன.

பரத்தை பற்றி ஜி. நாகராஜன் எழுதிய சிறு குறிப்பில் “அடுத்து வருபவன் ஆணா, அலியா, கிழவனா, வாலிபனா, அழகனா, குரூபியா, முரடனா, சாதுவானவனா என்றெல்லாம் கவலைப்படாது அவனிடத்தில் தன்னைத்தானே ஒப்படைத்துக்கொள்கிறாளே அந்தச் சிறுமியிடத்து யாரும் ஒரு தெய்வீக உணர்வைச் சந்திக்காமல் இருக்க முடியாது. சமுதாயம் அவ்வப்போது கற்பிக்கும் போலி ஏற்றத்தாழ்வு உணர்ச்சிகளுக்கு இறையாகாமல் இருப்பவன் ஒருவனே இதைப் புரிந்துகொள்ள முடியும். எது எப்படி இருப்பினும் “தேவடியாள்” என்பதை ஒரு வசைச் சொல்லாகப் பயன்படுத்த நியாயமே இல்லை. வேண்டுமென்றால் தி. ஜானகிராமனது “கோபுர விளக்கு” என்ற சிறுகதையையோ அல்லது யூஜின் ஒனீலின் “அன்னா கிறிஷ்டி” நாடகத்தையாவது படித்துப் பாருங்கள். “பரத்தை மாதவியின் நல்லியல்புகள் தானே மணிமேகலையிடத்து குடிகொண்டன” என்று எழுதிய உள்ளம் இந்தப் பெண்களை எவ்வளவு தூரம் கரிசனையுடன் அணுகியிருக்கிறது என்பதற்கான மேன்மையான வாக்குமூலம். இது ஒரு படைப்புப் பார்வை. இப்படி சொல்லியிருந்தாலும் எல்லா பரத்தையர்களையும் இந்தக் கண்ணோட்டத்தில் அவர் பார்க்கவில்லை. பரத்தையர்களின் தந்திரங்கள், எத்தனங்கள், நடிப்புகளையும் வெவ்வேறு கதைகளில் சேர்த்தே காட்டியிருக்கிறார். தாம்பத்திய உறவுகளைக் கிளுகிளுக் கதைகளுக்கும் மேலாக எழுதும் சூழலில் ஜி. நாகராஜன் பாலியல் உலகத்தை மிகமிக பொறுப்புணர்ச்சியுடன் பாசாங்கற்ற உண்மையின் வெளிப்பாட்டுடனும் எழுதிக் காட்டியிருக்கிறார். “நான் விரும்பும் அளவிற்குச் சொல்ல முடியவில்லையே” என்று அவர் சொன்னதையும் சேர்த்துதான் இக்கதைகளை மதிப்பீடு செய்யவேண்டியிருக்கிறது.

உதிரி மனிதர்களின் நல்லியல்புகளைச் சொல்லவேண்டும் என்ற நோக்கத்தாலோ, கீழானவர்களாகக் காட்டவேண்டும் என்ற நோக்கில் அவர்களது சீரழிவுகளையோ, அவர்களுக்கு எடுப்பான ஒரு வண்ணம் பூசி வாசகர்களைக் கவர வேண்டும் என்பதோ அவரது ஆக்கங்களில் இல்லை. மாறாக அந்த உதிரி மனிதர்கள் என்ன நினைக்கிறார்கள், அன்றாட களத்தில் எப்படி ஆடுகிறார்கள், மனிதர்களை எதிர்கொள்கிறார்கள், அல்லல்படுகிறார்கள் என்ற ஒரு நியதியில் விலகிநின்று உருவாக்கி இருக்கிறார். அந்த மக்கள்மீது ஒரு பரிவு இருக்கிறது. அது படைப்பாக்கத்தில் ஒரு

கைப்பொருளாக கொண்டதல்ல. படைப்பாக்கத்திற்கு வெளியே அவரிடம் இருக்கிறது. எதுவானாலும் எப்படியானாலும் சரி தவறுகளுக்கு அப்பால் அவர்கள் ஆடுகிற ஆட்டங்களைச் சொல்வது மட்டுமே தன் பொறுப்பு என்று படைத்திருக்கிறார். இவ்விதம் யதார்த்தத்தின் வெம்மையைச் சொல்வதையே தனது இலக்கியப் பார்வையாகக் கொண்டு இயங்கி இருக்கிறார்.

பரத்தையர்கள் பற்றி பல கதைகளை ஜி. நாகராஜன் எழுதியிருந்தாலும் "மோகம்", "டெர்லின் ஷர்ட்டும்" என்கிற இரு கதைகளில் கூடிவந்த படைப்பு மனம் இவ்வகையான பிற கதைகளில் கூடி வரவில்லை.

வந்தவனைச் சட்டுபுட்டென வேலையை முடித்து வெளியேற்ற ஆடும் நாடகங்களை, போடும் வேசங்களை, பணத்திலே குறி வைத்திருக்கும் கண்களை, வளைத்துப்போட விரிக்கும் ஜாலங்களைக் காட்டியதோடு நிறுத்திக்கொண்ட கதைகளும் உண்டு. வாடிக்கையாளரிடம் நேசம் மேலெழுந்து தன்னைத் தருகிற பெண்களும் உண்டு. கதை சொல்லி கண்ணியம் மதிப்பு கௌரவம் எல்லாவற்றையும் கழற்றி எரிந்துவிட்டு காம வேட்கைக் கொண்ட வாடிக்கையாளனாகத்தான் வருகிறான்.

இணக்கமாக நடந்து கொள்ளாத பரத்தையிடம் இனி போகக்கூடாது என்று நினைக்கிறவன் அவனது சம்பாத்தியத்திற்கு வாய்த்தது அதுதான் என்று திரும்பச் செல்லவைக்கும் காமத்தைச் சொல்லும் "சுழற்சி", தன் பரத்தைத் தொழிலில் சிறு வயது மகளையும் ஈடுபடுத்தி ஒரு வீட்டையும் கட்டி மகளுக்கு நல்ல இடத்தில் திருமணம் செய்து வைத்து, சொந்தத்தில் ஒரு சிறுவனைப் படிக்க வைக்கிற பொறுப்பை ஏற்றிருக்கிறவள், இனி இந்தப் பாலியல் தொழில் வேண்டாம் என்று தீர்மானமாக இருக்கிறாள். அவளைப் பார்க்க வருகிற பழைய வாடிக்கையாளனைத் திருப்திப்படுத்தி ஒரு கல்யாணத்தை பண்ணிக்கோ" என்று அனுப்புகிற "பூர்வாசிரமம்" கதை, அன்றைய பசியைப் போக்குவதற்காக பெண் தரகராக மாறி மைனரை ஓட்டலில் வைத்து மடக்கி, தன் மகள் உங்களுக்காக காத்திருப்பாள் என்று நம்ப வைத்து காசை கரைத்து ஏமாற்றி சாகசம் செய்கிற "நடிகன்" கதை, கடத்தல், கொலை, காட்டிக் கொடுத்தல், காவலரோடு பங்கு போடுதல் என நடக்கும் கடற்கரை சார்ந்த ஊரில் ஏழை

பிராமணத்தாய் வறுமை காரணமாக பாலியல் தொழில் நடத்தும் தலைவியிடம் மகளை அனுப்பி வைப்பதைச் சொல்லும் "எங்கள் ஊர்" கதை, பால்வினை நோய் வந்து வயிற்று வலியில் துடிப்பவளை உன்னால்தான் எனக்கு இந்த கனோரியா சீக்கு வந்ததாகக் கூறி அடிக்கிறவன், வேதனை தாளாமல் இறந்தவள் பற்றி தட்டி கேட்கச் செல்கிறவன் தோழியோடு சல்லாபிப்பதாக முடியும் "துக்க விசாரணை" கதை, பொருளாதாரத்தில் வீழ்ச்சி அடைந்த தந்தை ஏதோ மகளை மருமகன் வீட்டிற்கு பஸ் ஏற்றி அனுப்புவதைப் போல தொழிலுக்கு அனுப்பும் தந்தை, அவளுக்கு வந்து வாய்த்த பேடி ஓட்டம் எடுத்ததை சொல்லும் "ஆண்மை" முதலிய கதைகளில், வாடிக்கையாளர்களிடம் நடந்துகொள்ளும் முறைகள், உரையாடல்கள், சின்ன சின்னப் போக்கிரித்தனங்கள், அதற்கெல்லாம் அப்பால் வாழ வேண்டும் என்ற நிர்ப்பந்தங்கள் பற்றி சொல்கின்றன. ஆனால் இந்தக் கதைகளில் சிறுகதையின் தீவிரத்தன்மை கூடிவரவில்லை இப்படியெல்லாம் இருக்கிறது என்று சொல்கிற நிலையில் இருக்கிறது.

சமத்காரமாக முடிவு சார்ந்து ஒரு திருப்பத்தை வைத்து சிறுகதையாக ஆக்குகிறார். காமத்தின் முன் போட்டுக்கொண்ட தீர்மானங்கள் கழன்றுகொள்வதைத்தான் வெவ்வேறு கதைகள் ஒரே முடிவாக கொண்டிருக்கின்றன. ஒரு கண்டுபிடிப்பை மற்ற கதைகளில் வைப்பது ஒரு சமத்காரம்தான். வெவ்வேறு பின்னணியில் வெவ்வேறான குணவியல்பு கொண்ட பரத்தையர்களைப் பற்றி கதைகளில் சொல்லப்பட்டிருக்கின்றன. தொழிலுக்கு அப்பால் வாழ்வின் புதிரைக் காண்பதாக இல்லை.

"ஆண்மை" கதையில் எல்லா காம சேட்டைகளையும் செய்துவிட்டு இறுதியில் நான் ஆண்மையற்ற பேடி என்று சொல்லி, கதை சொல்லி கிளம்புவது ஒருவித ஏமாற்று வேலை. திடீர் திருப்பம் வெற்று ஆரவாரமாக இருக்கிறது. "துக்க விசாரணை" கதையில் திடீர் திருப்பம் முரணுக்காகவே செய்யப்பட்டிருக்கிறது. "போலீஸ் உதவி", "பச்சைக் குதிரை" கதைகளில் திருப்பம் சரியான விதத்தில் புனைவாகவில்லை.

"எங்கள் ஊர்" கதையில் கூடிவராத இரண்டு முனைகளை ஒன்றாகக் கட்டி வைக்கப்பட்டிருக்கிறது. அல்லது கதையின் ஒருமைக்கு மெனக்கெடாததால் இரு பகுதிகளாகவே கிடக்கிறது.

இக்கதைகளைப் பரத்தையரின் சில நடவடிக்கைகள் சில அவதானிப்புக்களுக்காக பொருட்படுத்தலாமே தவிர "டெர்லின் ஷர்ட்" கதை போல நல்ல சிறுகதையாக எதுவும் தேரவில்லை. இப்படி ஓர் உலகம் இருக்கிறது என்பதை ஜி. நாகராஜன் காட்டியிருக்கிறார் என்று சொல்வதற்கு மட்டுமே இடமிருக்கிறது.

இதில் "பூர்வாசிரமம்" ஓரளவு பொருட்படுத்தத்தக்க வகையில் இருக்கிறது. கதை புனைவின் முக்கியமான சூழலை உருவாக்கும் இடங்களில் செயற்கைத் தனம் தெரிகிறது. வைத்த ட்விஸ்ட்டை திருப்புவது என்பது ஜனரஞ்சகக் கதையில் காணப்படும் வழக்கமான பாணிதான். "மிஸ் பாக்கியம்" கதையில் அக்காள் கணவன் அத்தானுக்கு எழுதிய கடிதத்தில் "குழந்தைகளுக்கு முத்தங்கள் அத்தானுக்கு வணக்கம்" என்று எழுதுவதற்குப் பதிலாக "குழந்தைகளுக்கு வணக்கம் அத்தானுக்கு முத்தம்" என்று எழுதி இருப்பதை நினைவூட்டி கேலி பேசுமிடங்கள் கதையை வேறு கோணத்தில் வளர்க்கப் போவது போன்ற பாவனை தவிர வேறில்லை. அடுத்து பக்கத்துவீட்டில் குடியிருக்கும் அத்தானின் நண்பரான கட்டையன் ஆளில்லாத சமயத்தில் வருகிறான். தண்ணீர் கேட்கிறான். குடிக்கிறான். பின் பாக்கியத்தைத் தூக்கி கட்டிலில் கிடத்துகிறான். பாக்கியமும் கட்டித் தழுவுகிறாள். வேலையை முடிக்கிறான். எந்த அறிமுகமும் இல்லாமல் எந்த அச்சமும் இல்லாமல் இப்படி சுமூவாக நிகழ்த்திக்கொள்கிறார்கள்.

அதேசமயம் தனிமையில் இருக்கிற பையன் செல்லதுரையை அழைத்து அமர வைத்துவிட்டு கட்டிலில் மல்லாந்து படுத்தவாக்கில் பேசுகிறாள். காமம் இருவரின் கண்களிலும் வெளிப்படுகிறது. ஆனால் விலகுகிறாள். ஒரு பொருத்தமான சூழலைத் தவிர்க்கிறாள். உடன் வேலை பார்த்த சாரதா வீட்டில் ஒருநாள் தங்கி அவளது கணவருடன் பேச ஆசைப்பட்டது நிறைவேறாமல் போவதும் வருகிறது. அப்பா காட்டிய இளைஞனை வேண்டாம் என்று பத்து ஆண்டுகளுக்கு முன்பு நிராகரிக்கிறாள். யாரைப் பார்த்தாலும் காமவயப்படும் பாக்கியம் அவனை நிராகரிப்பதற்கு உரிய காரணங்கள் இல்லை. இப்படி வாசகனின் காதில் பூச்சுட்டி பூச்சூட்டி ஒரு 'த்ரில்'ஐத் தருகிறார். ரங்கநாயகி என்ற மாணவியை அழைத்து வலுக்கட்டாயமாக கலவியில் ஈடுபடும் பாக்கியம் ஏன் செல்லத்துரையை அவ்விதம் செய்திருக்கக்கூடாது. அதுதானே இயல்பான வாய்ப்பு.

இப்படி கதை முழுக்க உளவியலுக்கு மாறான குளறுபடிகள் மலிந்திருக்கின்றன. அப்புறம் ரங்கநாயகி மூச்சுப் பேச்சு இல்லாமல் கிடப்பதைக்கண்டு வைர மோதிரத்தைப் பொடியாக்கி அதனை பாக்கியம் தின்று சாவதுமாக கதை முடிகிறது.

பாக்கியத்தின் பணி சார்ந்து எத்தனையோ நண்பர்களைச் சந்தித்திருக்க முடியும். அதில் காதல் கொள்ள வாய்ப்பும் இருக்கிறது. தர்க்கம் இல்லாமல் கதையை எங்கெங்கோ சுற்றி இழுத்துக்கொண்டு வருகிறார். லெஸ்பியன் உறவை வித்தியாசமாகச் சொல்லவேண்டும் என்று முடிவெடுத்துக்கொண்டு எழுதப்பட்ட கதையாகத்தான் இருக்கிறது.

எனினும் இக்கதையில் சீரழிந்த அக்கா குடும்பத்திற்கு உதவச் சொல்லும் தந்தை, அக்கா பிள்ளைகளின் ஊதாரித்தனத்தின் மீது இவள் கொண்ட வெறுப்பு, சகதோழிகள் திருமணம் முடித்து சந்தோசமாக இருப்பதைப் பார்த்துக்கொள்ள நேரும்போது ஏற்படும் அவஸ்தை, இடைவிடாத படிப்பு, தனிமை, அத்தனிமையே கட்டுப்பாடு இல்லாமல் தின்னவைத்து உடல் பெருக்கக் காரணமாகி வருத்தம் கொள்வது என்று கதையின் மைய இழையைத் தொட்டு வரும் சிறுசிறு பகுதிகள் நன்றாக இருக்கின்றன. கதையின் உள்ளியக்கம் சந்தர்ப்பங்களுக்கும் உளவியலுக்கும் புறம்பாக இருக்கிறது. போலியான அதிர்ச்சி வைத்திய கதை 'மிஸ் பாக்கியம்'.

ஜி. நாகராஜன் தன் கதைகள் குறித்து செய்திருக்கும் சுய விமர்சனத்தில் "மிஸ் பாக்கியம்" ஆசிரியரின் வெற்றி கண்ட சிறுகதையாக, அதாவது சிறுகதையாக நாற்பது மதிப்பெண் பெறும் கதையாகக் குறிப்பிடுகிறார். கதையைப் படித்ததும் அப்படித்தான் தோன்றியது. ஆனால் கதையின் அகக்கூறுகள் பொருத்தமற்ற தன்மையில் புனையப்பட்டு இருப்பது தெரியவர வர கதையின் உயிரோட்டம் மங்கி சுணங்கி விட்டது. வித்தியாசமான காம உறவு, வித்தியாசமான சாவு மட்டும் கதைக்கு ஒரு நல்ல மதிப்பீட்டைத் தராது. கதைக்குள் பெருகிவரும் உண்மை ஒளிதான் படைப்பை உயர்த்துகிறது. அது இந்தக் கதையில் இல்லை. பல கதைகளிலும்தான்.

3

காமத்தின் பாற்பட்ட பிறழ்வுகளையும் மீறல்களையும்தான் அதிகமாக ஜி. நாகராஜன் எழுதியிருக்கிறார். ஒரு கதை, கணவர் மதிப்புமிக்க பேராசிரியர். அவர் ஒரு மலடன் என்ற பிரச்சனை தடியூன்றி நடக்கும் காலத்தில் வருகிறது. மலடன் என்று ஏளனத்தில் அவர் ஆட்படாமல் இருக்க மனைவி ஒருவனுடன் சேர்ந்து கர்ப்பம் தரிக்கிறாள். அதைக்கேட்டு கணவர் மனைவியை அவளுடைய தம்பி வீட்டிற்கு அனுப்பி வைக்கிறார். மன அழுத்தத்தால் ஊர் சுற்றுகிறார். குழந்தை பிறக்கும்முன் இறந்துவிட நினைக்கிறார். இப்படியான கதைதான் "வாழ்வும் எழுத்தும்". கதையில் அவளுக்கு நாற்பத்தி ஐந்து வயதைத் தொடுவதாக இருக்கலாம். பேராசிரியர் நடைகுச்சியை பயன்படுத்துவர் என்பதால் ஐம்பத்தைந்து வயதுக்கு மேலாகவே இருக்கும். இருபத்திரெண்டு ஆண்டுகளுக்கு முன் திருமணம் நடந்திருக்கிறது. இரண்டாண்டு தாம்பத்தியத்தில் தன் பலகீனம் உணர்ந்து மனைவியுடன் இணைவதை முற்றாக தவிர்த்துவிடுகிறார். இருபது ஆண்டுகள் இருவருக்கும் இடையே கலவியே இல்லை. மனைவி இத்தனை ஆண்டுகள் எந்தச் சலனமும் இல்லாமல் கணவனை மதித்து வாழ்ந்து வந்திருக்கிறாள். மிக ஒழுக்கமான பெண். இப்போது திடீரென கணவன் மலடன் இல்லை என்று காட்ட வயிற்றில் குழந்தையை உண்டாக்கி இருக்கிறாள். இருபது ஆண்டுகள் கர்ம சிரத்தையோடு பேராசிரியருக்கு உண்மையாக இருந்தவள் திடீரென இப்படி உறவு பிறழ்ந்து குழந்தை பாக்கியத்தை உண்டாக்கிக்கொண்டாள். அதுவும் கணவனின் மலடன் பட்டத்தை அழிக்க என்று எழுதுவது நம்பும்படியாக இருக்கிறதா? மலடன் என்ற பிறரின் பார்வையை அழிக்க ஐந்து வருடத்திலோ சற்று இன்னும் தள்ளி பத்தாவது ஆண்டிலோ அவள் செய்து காட்டியிருந்தால்கூட நம்பலாம். ஏதோ ஒரு வகையில் தெரிந்தவன் என்ற குறிப்புகூட இல்லை. அதுவும் வயதான காலத்தில் பேராசிரியர் மலடன் இல்லை என்று மற்றவர்களுக்குக் காட்ட மீறுவது மனைவியின் குணவியல்பிற்கு கொஞ்சமும் பொருத்தமானதாக இல்லை. அவளுக்கு அவ்விதமான சலனங்களே இருபத்தியொரு ஆண்டுகள் வரை இல்லை. புனைவின் சூட்சுமங்கள் குறித்து ஜி. நாகராஜனுக்கு அக்கறை இல்லை, புனைவு என்பது நிஜத்தை விட வலுவான கோலம் கொள்ளவேண்டும் என்ற உணர்வு அவருக்கு இருந்ததில்லை.

புனைவு உருவாக்கத்தில் ஓட்டைகளை விட்டுவிட்டு கதையை வாசகனுக்கு அதிர்ச்சி ஊட்டுவதாக முடிவை வைத்தால் எந்த பிரயோஜனமும் இல்லை. அந்த முடிவிற்குக் கதைக்குள்ளே ஒரு மனநிலை இழையோடி இருக்கவேண்டும். ஓ ஹென்றி பாணியிலான கதைகளின் இறுதி திருப்பம் எல்லா கதைகளுக்கும் சரியாக அமைந்துவிடாது. வித்தியாசமான முடிவாக இருந்தாலும் பொக்கானது என்று தெரிந்துவிடும்.

"கல்லூரி முதல்வர் மிஸ் நிர்மலா" கதையில் காதர் என்ற கிழவனோடு உறவுகொண்ட ஒரு மாணவி இந்த விஷயத்தை மற்றொரு தோழிக்கு எழுதியதாக வரும் கடிதம் நம்பிக்கையை உண்டாக்கவில்லை. ஏனென்றால் ஒரே அறைத் தோழிகள் ஏன் கடிதம் எழுதவேண்டும். ரகசியமாக சொல்வதற்கே வாய்ப்பு உண்டு. பின் ஏன் கடிதத்தைக் கதைக்குள் கொண்டு வருகிறார் என்றால் கல்லூரி முதல்வர் நிர்மலாவிற்கும் அந்த கிழ காதருக்கும் ஓர் உறவை ஏற்படுத்தவேண்டும் என்பதற்குத்தான். கதை அசலாக ரூபம் கொள்ளவில்லை. புனைவாக்கம் சிறப்பாக அமையவில்லை என்றால் அது எப்பேர்ப்பட்ட கதையாக இருந்தாலும் சிறு பாதிப்பையும் ஏற்படுத்தாது. அது கதையாக மட்டுமே எஞ்சி நிற்கும் என்பது குறித்து ஜி. நாகராஜன் கவனம் கொண்டதே இல்லை. சில கதைகள் அசலாக அமைந்து விட்டிருப்பது, அப்படி கூடிவந்துவிட்டது என்பது மட்டும்தான். பிறர் சொன்னதையோ கேள்விப்பட்டதையோ தன் அனுபவமாக மாற்றுவது தான் கலை. செயற்கைத் தனம் கலையாகாது. உண்மையில் ஜி. நாகராஜன் கதைகளை இந்த வகையில் சிலர் மிகையாகப் பாராட்டுகிறார்கள் என்பது தெரிகிறது.

இன்று யுவன் சந்திரசேகர் எழுதும் சிறுகதைக்கு (கதைத் தொகுதி பாணி) முன்னோடியாக ஜி. நாகராஜன் ஒரு கதையை எழுதியிருக்கிறார். நன்றாகவும் இருக்கிறது. விசயம் தெரிந்த மனிதருக்கு நட்பு வட்டம் இருக்கும். அவரை நாடி நட்புக்கொள்கிற நண்பர்களும் உண்டு, தயக்கமில்லாமல் தனக்குத் தோன்றிய கருத்துக்களை, யோசனைகளை, வழிகாட்டல்களை துணிந்து சொல்கிற கதைசொல்லிக்கு நட்பான மூன்று நண்பர்கள் அதைக் கேட்டு முன்னேற்றுவது பற்றியதுதான் கதை. கதைசொல்லிக்கு ஒரு சமயம் நெருக்கமாய் இருந்த ஒரு பரத்தை, ஒரு காதலி, ஆன்மிகத்தில் நாட்டம் கொண்ட ஓர் இளைஞன் இவர்களுக்கும்,

மற்றொரு விதத்தில் இவரது ஆங்கில புலமையில் மோகம் கொண்டு நட்பான இளைஞன், இவரது யோசனைப்படி பரத்தையையும், இவரது காதலி சினிமாத்துறை நண்பனையும் ஆன்மிக இளைஞன் அரசியலையும் கைப்பற்றுகின்றனர். இவர்கள் யோசனை கேட்டபோது செய்யலாம் என்று சின்ன தைரியம் மட்டும்தான் சொல்கிறார். அவர்கள் வேறு யாரும் எதிர்பாராத பொருளியல் உச்சத்திற்குச் செல்கின்றனர். உண்மையில் இப்படியான அதிசயத்தக்க மாற்றங்கள் நேர்ந்து விடுவது உண்டு. இப்படியெல்லாம் இருந்து விடுபவர்கள் உயர்ந்து விடுவார்கள் என்று நம்பி அவர் யோசனை சொல்லவில்லை. இரண்டு குழந்தைகளோடு பரத்தை தொழில் செய்துவந்தவளை இவனது யோசனையால் திருமணம் செய்தவன் பல தொழில்கள் செய்து தொழில் அதிபராக மாறுகிறான். காதலியைக் கதைசொல்லிக்கு உதவிய ஓர் ஓய்வு பெற்ற அரசு ஊழியர் அவனது காதலியைக் கலந்தது தெரியவர திரைத்துறை நண்பரிடம் சென்று செல்வாக்கு பெறலாம் என்கிறான். அவளுக்குப் பெரிய யோகம் அடிக்கிறது. ஆன்மிக இளைஞன் அரசியலில் புகுந்து பாராளுமன்ற உறுப்பினரானதோடு கூத்தும் குடியையும் அனுபவிக்கிறான். இந்த மூன்று கோணங்களில் சொல்லப்பட்ட கதை "நான் புரிந்த நற்செயல்கள்" இந்தப் பார்வை உள்ளார்ந்த எள்ளலோடு நன்றாகக் கூடிவந்திருக்கிறது. பரத்தையை திருமணம் செய்கிற சிஷ்யனின் பகுதி இன்னும் சிறப்பாக இருக்கிறது.

ஜி. நாகராஜனைக் கவனிக்கவைத்தது, கவர்ந்தது, எழுதத் தூண்டியது எல்லாம் பொதுவாக ஏற்றுக்கொள்ளப்பட்ட ஒழுக்கம் சார்ந்த வாழ்க்கையையோ மனிதர்களையோ அல்ல. பொதுச் சமூகம் விரும்பும் கௌரவத்திற்கு உரியவர்கள் அல்ல. மதிப்பற்றவர்கள், வெறுக்கப்படுபவர்கள், உதிரிகள்தான். அவர்கள் போக்கிரிகள், அத்தான்கள், பரத்தையர்கள், திருடர்கள், குடிகாரர்கள், தாழ்த்தப்பட்டவர்கள், கூட்டிக்கொடுப்பவர்கள், ரவுடிகள், உறவு மீறிய குடும்பப் பெண்கள் முதலியவர்கள். இவர்களுக்கும் குடும்பங்கள் இருக்கின்றன. தொழில்கள் இருக்கின்றன. வாழ்க்கை இருக்கிறது. படுக்கையறைகளில், காவல் நிலையங்களில், முச்சந்திகளில், சாராயக் கடைகளில், பிரத்தியேகமான தெருக்களில், பேருந்து நிறுத்தங்களில் தங்களை வெளிப்படுத்திக் கொள்கின்றனர். நமக்கு சிக்கலாகத் தோன்றும் உறவுகளை எப்படி சாகசமாக நகர்த்துகிறார்கள், பிரச்சனைகளை

எப்படி எதிர்கொள்கிறார்கள் என்பதில் ஜி. நாகராஜன் கவனம் கொள்கிறார். அதில் உள்ள மீறல்களையும், பிறழ்வுகளையும், முரட்டுத்தனங்களையும் எழுதுவதில் விருப்பம் கொள்கிறார். கதைகளின் வெற்றி தோல்வி பற்றி கவலைப்படாது உதிரிகள் குறித்து எழுதியிருக்கிறார். இந்த உலகை எழுதுவதில் இருக்கிற ஆர்வம் பிற பகுதிகளில் அதிகம் இல்லை. ஜி. நாகராஜனின் இலக்கிய எல்லை சிறியது. வேறு எல்லைகளில் நின்று எழுத வேண்டும் என்ற பெரிய கனவு அவருக்கு இல்லை.

'மிஸ் பாக்கியம்'', ''வாழ்வும் எழுத்தும்'', ''நான் புரிந்த நற்செயல்கள்'', ''கல்லூரி முதல்வர் மிஸ் நிர்மலா'' இந்தக் கதைகள் பாலியல் மீறல்களைச் சொல்வதற்காக எழுதப்பட்ட கதைகளாக இருக்கின்றன. இந்த வகையில் பிறழ்வு வாழ்வின் அடியாழத்தில் நின்று எழுதப்பட்ட உக்கிரமான கதையாக ''யாரோ முட்டாள் சொன்ன கதை'' மட்டுமே இருக்கிறது.

ஒரு சந்தர்ப்பத்தில் பரத்தையோடு தொடர்பிருந்தாலும் அமைதியான ஒரு குடும்ப வாழ்வாக இருக்கவேண்டும் என்று விரும்புகிற மணி, ஜமீன்தார் வாரிசினால் ஏமாற்றப்பட்டு இவனை மணக்கிற பாக்கியம், ரவுடியாகவும் பெரிய புள்ளிகளுக்குப் பெண்களை கூட்டிக் கொடுக்கும் பயமறியாத பரமன், தகப்பன் மீது பெரும் பாசம் கொண்ட சிறியவன் அழகர் இவர்களை சுற்றி நிகழ்கிறது கதை.

மணியைத் தூக்கி எறிந்துவிட்டு தன் இஷ்டம்போல் இரவில் ஆடவர்களுடன் சல்லாபித்துவிட்டு வருவதை ஒருபோதும் கணவனால் தடுக்க முடியவில்லை. பணத்தைத் திரட்டி ஜமீந்தாரை பழிவாங்க வேண்டும் என்பதற்காக அவள் பாலியல் தொழிலில் ஈடுபடுகிறாள். கணவன் மனைவியின் சண்டையில் இவனுடைய வீட்டை கேட்கிறாள். அதற்கு மணி சம்மதித்து வந்தாலும் குழந்தையைத்தர மறுக்கிறாள். எதையும் விட்டுத்தர மறுக்கிற குணம் கொண்டவளான பாக்கியம், அவளைத் தொழிலுக்கு அனுப்பாதே என்று மன்றாடினாலும் காதில் வாங்காது கூட்டிக் கொடுக்கிற பரமன், இருவரையும் அவனால் கட்டுப்படுத்த முடியவில்லை என்றாலும் அவனால் விலகிச் செல்லவும் முடியவில்லை. பாக்கியத்தின் உடல் வனப்பும் அவள் தரும் காமமும் அவனைக் கிரங்கடிக்கிறது.

தூங்கிக்கொண்டிருந்த பரமனை எழுப்பி தன் மனைவி எங்கே என்று கேட்கிறான். பேச்சு வாய்த்தகராறு ஆகிறது. உதை விழுகிறது. மணி ஒரு கணத்தில் பிராந்தி புட்டியால் தாக்கி கழுத்தைக் குத்தி கொலை செய்யும்படி நேர்கிறது. மனப்பதட்டம் ஆட்டிக்குலைக்க தடையங்களை மறைக்க முயல்கிறான். காவலர்களிடமிருந்தும், கல்லெரிபவர்களிடமிருந்தும் தப்பித்து ஓடுகிறான். தப்பிக்க நினைத்தப் பகுதி சோளக்காடாக இல்லை. கண்ணுக்கெட்டிய மட்டும் வயல்வெளி. அதன் ஓரங்களில் தென்னை மரங்கள். மணி சிறுவனாக மாடு மேய்த்த காலத்தில் நிகழ்ந்த ஒரு நிகழ்ச்சி நினைவிற்கு வருகிறது. அங்கு வந்த பெரிய மனிதருக்கு இளநீர் காய்கள் பறித்து போட ஏறுகிறான். காற்று வீசுகிறது. மரத்தின் முக்கால் உயரத்திலிருந்து புத்தம் புதிய உலகைக் காண்கிறான். தூரத்தில் நீல வானம், தரையெங்கும் பசுமை அமைதி கொண்டிருக்கும் வீடுகளின் தோற்றம், வீசும் காற்று இந்த இயற்கையின் பேரெழில் ஒரு நிறைவைத் தக்க வைத்திருப்பதாக காண்கிறான். அவனைப் பிடுங்கி எறிவது போல இப்போது காற்று வீசுகிறது. கையெட்டும்தூரம் வந்தும் இளநீர் காய்களைப் பறிக்க முடியாமல் இறங்குவதாக படிமத்தோடு கதை முடிகிறது.

இவர்களது வாழ்க்கை எப்போதும் பிரச்சனைகளால் பின்னப்பட்டு இருக்கிறது. எதுவொன்றையும் அவிழ்த்து விடவோ முடித்து விடவோ முடிவதில்லை. பாசத்தாலோ, உடல் தேவையாலோ பேசித் தீர்த்துவிடலாம் - புரிய வைத்துவிடலாம் என்ற நம்பிக்கைகளால் அல்லாடியபடியே அடிவாங்க நேருகிறது. வாழ்வின் நெருக்கடி கொலையில் கொண்டு போய் நிறுத்துகிறது. அமைதியும் அழகும் தென்றலும் இனிமையும் நிரம்பித் ததும்பும் ஒரு வயல்வெளி போல வாழ்வதற்கு இடமிருந்தும் மனித உறவுகள் சிக்கல் மிக்கதாக இருக்கிறது. வாழ்வின் இனிய சுவையைத் தொடமுடியாமலே போய்விடுகிறது.

"யாரோ முட்டாள் சொன்ன கதை" ஜி. நாகராஜனின் சாதனைக் கதை. "குறத்தி முடுக்கு" குறுநாவலில் ஒரு நிதானமான நகர்வில் பற்பல வாழ்க்கைக் கோலங்களை உண்டாக்கிக் காட்டினார். "யாரோ முட்டாள் சொன்ன கதை"யில் யாரும் யாருக்கும் கட்டுப்படாத தான்தோன்றித்தனத்தால் விளையும் மோதலும்

நிராகரிப்பும் முட்டி மோதிக்கொள்கிற உணர்ச்சிகளும் பிணைந்து சிறப்பாக வெளிப்பட்டிருக்கிறது.

“ஓடிய கால்கள்” கதையில் தப்பிக்க முயன்ற கைதியை காவலர்கள் மடக்கிப்பிடித்து தண்டிக்கிறார்கள். ஒவ்வொரு காவலரும் தங்கள் பழியுணர்ச்சியை விதவிதமாய் தீர்த்துக்கொள்கின்றனர். அவர்களது வக்கிர உணர்வுகளைச் சற்று எள்ளலோடு சொல்லி இருக்கிறார். காவலர்களின் சித்திரவதை வலிதருவதாக உருவாக்கிவிட்டு கைதி பற்றிய பின்னணி சரியாக கூடி வராததால் காவல் நிலையத்தின் கொடூரத்தைச் சொல்வதற்காக மட்டும் எழுதப்பட்ட கதையாக ஆகிவிட்டது. இதே பின்னணியில் எழுதப்பட்ட “பூவும் சந்தனமும்” கதை காவலர்களின் கீழ்மையைக் கேலியும் கிண்டலுமாகச் சொல்கிறது. ஹார்லிக்ஸ் பாட்டிலுக்காக நெளிவதும், சந்தேகத்தின் பெயரில் பிடித்துவந்த கிழவனுக்குத் தண்ணீர் தராமல் இழுத்தடிப்பதுமான காவலர், தன் மனைவியின் கள்ளத்தொடர்பைக் கண்டுபிடிக்க முடியாதவராக இருக்கிறார். இந்தப் பின்னணி “ஓடிய கால்கள்” கதையில் கூடி வந்திருந்தால் நல்ல கதையாக ஆகியிருக்கும்.

பிட்பாக்கெட் அடிக்கும் பொறுக்கியாக, கலகமூட்டுபவனாக, குடிகாரனாக, பரத்தையர்களால் விரும்பப்பட்டவனாக இருக்கிற மைலு என்ற மாந்தன் “இழிந்த சாதி” கதையில் வருகிறான். அவனைக் கண்ணில்லாத, மூக்கில்லாத, வாயில்லாத ஓர் ஓட்டை மட்டும் முகத்தில் உள்ளவன் துரத்துவதாக வருகிறது. வாசகனாக ஓர் உள்ளார்ந்த அர்த்தத்தை விரித்துக்கொள்ளலாம். வித்தியாசமான கதைபோல வாசிப்பில் தோன்றுகிறது. அவனுக்கு அந்தக் குரூபி சித்திரம் வருவதற்கான காரணங்கள் ஏதுமில்லை. புதுசாக ஒன்றைச் சொல்கிறார். அது கதைக்குள் பொருந்திவராதபோது பெரிய பாதிப்பை உண்டாக்குவதில்லை.

ஓரளவு கதைமாந்தரை வலுவாகக் காட்டிய கதை “அப்படி ஒரு காலம் அப்படி ஒரு பிறவி”. ஒரு கொலை நிகழ்ச்சியை வீரதீரத்தோடு காட்சிப்படுத்திய கதை. “நிலவொளியிலே” வெறும் கொலை நிகழ்ச்சி மட்டும் சிறுகதையாகிவிடாது என்ற புரிதலில் ஜி. நாகராஜன் அக்கதையில் வந்த வெள்ளையன் பாத்திரத்தை மல்லனாக பெயர் மாற்றி கொலைக்கு முன்னான அவனது செயல்பாடுகளை விஸ்தரித்து, அவன் செய்த

கொலைகள், பெண் உறவுகள், சாமியாரின் தோழமை, பெரிய மனிதர்களுடனான பகை என்று பகைப்புலத்தை உருவாக்கி கதையை வலுவுள்ளதாக மாற்றியிருக்கிறார். "நிலவொளியிலே" கதையில் வந்த டீக்கடை நாயர், வெள்ளையனின் மனைவி இவர்களை எல்லாம் நீக்கிவிட்டு அதில் வந்த கருப்பாயியை சற்றே வேறு தினுசாக மாற்றி மல்லனின் விட்டேத்தியான ரவுடி பாத்திரத்திற்கு வலுவூட்டியிருக்கிறார். இந்தக் கதையை வெறும் ஏய்ப்பு என்று ஜி. நாகராஜன் சுயவிமர்சனம் செய்திருந்தாலும் கதைக்கான உழைப்பைத்தந்து வலுவாக உயர்த்தியிருக்கிறார். மனம் ஒன்றி எழுதப்பட்ட கதைகளில்தான் நுணுக்கங்கள் கூடி வந்திருக்கின்றன. இந்த வேலையை அவரின் பல கதைகள் கோரி நிற்கின்றன. அதனாலே அவரது வெற்றியடைந்த கதைகள் குறைவாகவே இருக்கின்றன.

ஜி. நாகராஜன் மூன்று நான்கு கதைகள் அப்படியே புதுமைப்பித்தனின் கதைகளை இவரது பாணியில் சொல்லியவையாக இருக்கின்றன. "தீராக்குறை" கதை புதுமைப்பித்தனின் "நினைவுப்பாதை" கதையாகவும் "ஜுரம்" கதை "செல்லம்மாள்" கதையாகவும் இருக்கின்றன. புதுமைப்பித்தன் கதைகளில் உருவாகி வந்த கலை மேன்மை ஜி. நாகராஜன் கதைகளில் கூடிவரவில்லை. "அங்கும் இங்கும்" கதை கூட புதுமைப்பித்தனின் "பொய்க்குதிரை" கதையிலிருந்து குழந்தையின்மை என்ற ஏக்கத்தைச் சொல்கிற கதைதான்.

"போலீஸ் உதவி", "பச்சைக்குதிரை", "மயக்கம்" அவ்வளவாக பொருந்தி வராத திடீர் திருப்பப் பகுதிகளை வைத்து செய்யப்பட்ட கதைகள். "ஆண்டுகள்", "இருளிலே", "போலியும் அசலும்" கதைகள் மனித மனங்களின் கீழ்மையையும் உள்ளார்ந்த ஆசைகளையும் சொல்பவை. சிறுமையின் சிமிட்டலைக் காட்டுபவை. இதற்கு மேல் விசேஷமான கதைகள் என்று சொல்வதற்குகில்லை.

4

புதுமைப்பித்தன் வழியே நவீனத்துவம் வந்துவிட்டது என்றாலும் அறுபதுகளின் இறுதியில் அது உருவாக்கிய வாழ்க்கை முறை இன்னும் வெளிப்படையாகத் தெரிந்தது. அது படைப்புகளில் வெளிப்பட்டன. நம்பிக்கை இழப்பு, லட்சியங்களின் தோல்வி, சுயநலம், அன்னியத் தன்மை போன்ற மனிதர்களிடம் ஏற்பட்ட மாற்றங்கள், அரசியல், நீதிமன்றம், கல்வி, மருத்துவம், அலுவலகம் போன்று பல்வேறு நிறுவனங்களில் நுழைந்த சீர்கேடு சர்வதிகாரப் போக்கு போன்ற பல்வேறு பிரச்சனைகள் வாழ்க்கையின் ஓர் அங்கமாயின. கீழ்மைகளை மக்களும் ஏற்றுக்கொள்ளத் தலைப்பட்டார்கள் இதில் தனி மனித சுதந்திரம், பெண்ணியக் குரல், ஒடுக்கப்பட்டோரின் குரல், என்று வேறு தன்மைகளும் எழுந்தன. மனித சமூகத்தில் மனிதர்களின் இருத்தல் பிரச்சனைகள் ஒவ்வொருவருக்கும் ஒவ்வொரு விதமாக அனுபவங்களை உண்டாக்கின.

பணி சார்ந்து நிலத்தைவிட்டு வெளியேறியது, அலுவலக வேலை என்பது ஒரு குறிக்கோளாக மாறியது, நகரங்கள் பெருகியது, உறவுகள் சிதைந்தது, ஏமாற்றுத் தன்மை குடியேறியது, கட்சி மனப்பான்மை பகைமையை உண்டாக்கியது என்று எத்தனையோ பிரச்சனைகள் மனித மனங்களை வேறு விதமாக மாற்றியிருக்கிறது. படைப்பாளி இவற்றின் ஊடே உண்மை ஒளி எப்படி இருக்கிறது என்று தேடிப் பார்த்ததின் விளைவுகள்தான் நவீனத்துவ படைப்புகள். போலிகளும், சுயநலமும், கேடுகளும் நிறைந்த மானிட வீழ்ச்சியைக் கண்டு சொன்னது.

அது மட்டுமல்லாது டி.எஸ். எலியட், ஜார்ஜ் ஆர்வெல், காஃப்கா, காம்யூ போன்றோரின் எழுத்து முறையில் அவர்களது பார்வையும் தமிழ்ச் சூழலில் பாதிப்பை உண்டாக்கியது. இரண்டு உலகப்போர்கள் மாற்றிய ஐரோப்பிய வாழ்க்கை முறையை அவர்கள் அணுகியதைப்போல தமிழ் சமுதாயத்தையும் அணுக முற்பட்டனர். இந்த மனநிலை "கசடதபற", "நடை" போன்ற இலக்கிய ஏடுகளில் எழுதியவர்களிடமும் வெளிப்பட்டது. தொடர்ந்து மற்றவர்களிடமும் இந்த பாணி நகர்ந்தது. அழுத்தமான எதார்த்தவாதியாக இயங்கிய ஜி. நாகராஜனை இந்தக் காலச்சூழல் நவீனத்துவத்தின் பக்கம் ஈர்த்தது.

கண்முன் அந்நியமாகிக் கொண்டிருக்கும் சமூக மனநிலையை அவரது "கிழவனின் வருகை", "மனிதன்", "இலட்சியம்" முதலிய கதைகள் புதிய மொழிநடையில் விமர்சித்தன. ஜி. நாகராஜன் மனிதர்களிடம் தேடிச் சென்ற லட்சியம், வீழ்ச்சியின் பூதாகரமா மாறிக்கொண்டிருப்பதைக் காட்டுகின்றன. இக்கதைகளுக்கு முன்னோடியாக சொல்லத்தக்க அவரது மற்றொரு கதை "கயிற்று நுனி". கனவும் ஏமாற்றமும் கூடிக்கலந்த கதை. ஒரு கனமான பின்னணியில் எழுதப்பட்டிருந்தால் முக்கியமான கதையாக மாறியிருக்கும்.

கணக்கிற்கு முப்பத்தியெட்டு கதைகள் எழுதியிருந்தாலும் ஜி. நாகராஜனை ஒரு நல்ல படைப்பாளியாக இனம் காட்டுபவை "யாரோ முட்டாள் சொன்ன கதை", "கிழவனின் வருகை", "டெர்லின் ஷர்ட்டும் எட்டு முழு வேட்டியும் அணிந்த மனிதர்", "மனிதன்", "இலட்சியம்", "அப்படி ஒரு காலம் அப்படி ஒரு பிறவி", "மோகம்" இந்த ஏழு கதைகள் மட்டும்தான். "குறத்தி முடுக்கு" குறுநாவலும் "நாளை மற்றும் ஒரு நாளே" நாவலும் அவரை ஓர் இலக்கியவாதியாகக் காட்டுகின்றன. ஒட்டுமொத்தத்தில் அவரது படைப்புகளின் வழி அவரை இலக்கியப் பேராளுமை என்று சொல்வதற்கில்லை. பல கதைகள் டுவிஸ்டை வைத்து சமாளிக்கிறார். அதற்கே உரித்தான டுவிஸ்ட் உருவாகும்போதுதான் இலக்கியமாகும். வித்தை இலக்கியமாகாது.

ஜி. நாகராஜன் குடிகாரராக, பரத்தனாக, உதிரிகளின் நண்பராக, எத்தராக, நோயைப் பெற்றுக்கொண்டவராக இருந்தபடி ஓர் எழுத்தாளர் வாழ்க்கையையும் வாழ்ந்ததில் உள்ள கவர்ச்சி, அவரது எழுத்து பணியை மீறி பேச வைத்தது. அவர் தன் எழுத்தில் காட்டிய அத்தலையும் மனிதர்களைவிட வெறுக்கப்படும் வாழ்வை ஏற்றுக்கொண்டவராக திரிந்திருக்கிறார். அவரது தனிப்பட்ட வாழ்க்கை வாசகர்களுக்குத் துணிச்சல் மிக்கதாக இருக்கிறது. எனக்கும்தான். அது படைப்பை அளவிடும் தகுதியாக ஆகிவிடாது. அவர் படைத்திருக்கும் படைப்புகளின் வீரியமும் தரமும்தான் இலக்கியப் பணிக்கு முக்கியத்துவத்தை உண்டாக்கும். ஒரு படைப்பாளியாக ஜி. நாகராஜனின் எல்லை குறிப்பிட்ட சிறு பகுதியைச் சார்ந்தது. வாழ்க்கையில் எத்தனை எத்தனையோ பிரச்சனைகள் எட்டுத்திக்குமிருந்தும்

நம்மை நெருங்குகின்றன. சில அழகிய கோலங்கள் தொட்டுச் செல்கின்றன. அரிதான வெளிச்சம் நமக்குள்ளும் பிறரிடமும் கிட்டுகின்றது. மர்மங்கள் சில சமயம் துலங்குகின்றன. இப்படியான பரந்துபட்ட வாழ்க்கைச் சித்திரங்கள் ஜி. நாகராஜன் படைப்புலகில் இல்லை. கவித்துவ கணங்கள் படைப்பில் கூடிவரவேயில்லை. இவ்வுலகிலும் எச்சூழலிலும் அது மேலெழுந்து வரக்கூடியதே. அப்படியான படைப்பாற்றலைக் கொண்டவரில்லை ஜி. நாகராஜன்.

இன்று காலையில் ஒரு காட்சி. உக்கடம் பேருந்து நிறுத்தத்தில் நான் சென்ற வண்டி நிற்கிறது. முழுமையாக முடிக்கப்படாத மேம்பாலத்திற்கு அடியில் ஒரு பெண் ஒரு மனிதனை அணைத்திருக்கிறாள். அவரும் அணைத்திருக்கிறார். காதல் மிதமிஞ்சி சாலைக்கு வந்துவிட்டது. சட்டென ஏதோ பழைய காதலர்கள் சந்தித்ததுபோல சந்தித்துக்கொண்டு பிரிக்க முடியாதபடி தழுவி நிற்கின்றனர். இது என்ன பாரிஸ் மாநகரமா என்று தோன்றியது. உற்று கவனித்தால் அவர்கள் காலடியில் இரண்டு மஞ்சள் நிற கட்டைப்பைகள் இருக்கின்றன. அங்கும் இங்கும் மனிதர்கள் நகர்ந்தபடி இருக்கிறார்கள். அந்த மனிதரின் நெற்றியில் திருநீறு துலங்குகிறது. நாற்பத்தி ஐந்து வயது இருக்கும் அவர் அனைத்தபடி பெண்ணின் முதுகை தட்டுகிறார். காதலர்கள் இல்லை கணவன் மனைவிதான். அந்தப் பெண்மணி அவரைவிட இரண்டு இன்ஞ் உயரம் தான். வயது முற்பத்தியொன்பது, நாற்பது இருக்கலாம். நின்றபடி அவர் தோளில் சாய்ந்து அணைத்து இருக்கிறாள். ஏதோ மயக்கம் போல அல்லது படபடப்பா என்று தெரியவில்லை. தன் கைகுட்டையால் அவளது முகத்தைத் துடைக்கிறார். அவர்களை கடந்த ஒரு கிழவி அந்த கட்டைப்பையைத் தூக்கி இன்னும் ஓரமாக வைக்கிறார். இப்போது அந்தப் பெண் மெல்ல தலையைத்தூக்கிப் பார்க்கிறாள். மாநிறம் கதிகலங்கிய முகம் தெரிகிறது. அவர் நின்றபடி பெண்ணின் முதுகைத் தட்டி ஆறுதல் படுத்துகிறார். நான் பயணிக்கும் வண்டி நகர்ந்துவிட்டது. அந்தத் தம்பதிகள் எத்தனையோ சண்டைகள் போட்டிருக்கலாம். ஒரு சமயம் பிரிந்து செல்லக்கூட நினைத்திருக்கலாம். இந்தக் கணம் மனைவி அவனை அணைத்திருக்கிறாள். அணைத்ததிற்கு கணவன் பயப்படாதே என்று தாங்கிக்கொண்டிருந்த காட்சி ஏன் என் கண்ணில் பட்டது, போகட்டும்.

தமிழ்ச் சிறுகதை ஒரு காலத்தின் செழுமை | 71

அவரது நாடோடித் தன்மையால் மிகையாகப் புகழப்படுகிறார். மகத்தான இலக்கியப் பணியிலிருந்து இனம்கண்டு கொண்டாடுவது எதிர்கால இலக்கிய வளத்திற்குச் சிறப்பு சேர்க்கும். பிற எழுத்தாளர் வாழத்துணியாத வாழ்க்கையின் சகல துன்பங்களையும், அவமானங்களையும், சிறுமைகளையும் ஏற்றார். புரிந்துகொள்ளப்படாத மனிதர் அல்ல அவர். அவருக்குரிய வாய்ப்பைத் தர மறுத்த சமுதாயம் இது. நியாயமாக கிடைத்திருக்குமானால் இந்தத் தொண்ணாந்தித் தனத்திற்குள் விழுந்திருக்கமாட்டார். இதைவிட சிறப்பான வகையில் பங்களிப்பு செய்திருப்பார். இந்தச் சமூகமும் உறவுகளும் நண்பர்களும் கொஞ்சம் கருணை காட்டியிருக்கலாம். பாரதிக்கும், புதுமைப்பித்தனுக்கும் இரங்காத சமூகமா ஜி. நாகராஜனுக்கு இறங்கும்!

□ தாய்வீடு, 2023

⊙

அழுத்தமான மாந்தர்களைக் கொண்டு வந்தவர் இராசேந்திரசோழன்

எழுபதுகளின் பிறப்பு தமிழ்ச் சிறுகதைக்கு ஒரு பொற்காலத்தை ஈந்திருக்கிறது. இத்துறையில் நிகழ்ந்த இரண்டாவது பெருவெடிப்பு. (முதல் பெருவெடிப்பு மணிக்கொடிக்காரர்களால் நிகழ்ந்தேறியது.) மணிக்கொடிக்கு அடுத்த தலைமுறையில் தி. ஜானகிராமன், கு. அழகிரிசாமி என்ற இரு ஜாம்பவான்கள் தமிழ்ச் சிறுகதையை ஓர் உச்சத்திற்குக் கொண்டு சென்றிருந்தாலும் பெருங்கூட்டமாக இயங்கவில்லை. சிறுபத்திரிக்கை, நடுத்தர இலக்கிய இதழ், பெரும் பத்திரிகை, வார, மாத இதழ்கள் என எல்லாத் தளங்களிலும் தரமான கதைகள் எழுதும் பட்டாளம் ஒன்று எழுபதுகளில் உருவானது. சா. கந்தசாமி, ந. முத்துசாமி, ஆதவன், அம்பை, பா. செயப்பிரகாசம், ஜெயந்தன், வண்ணநிலவன், வண்ணதாசன், நாஞ்சில் நாடன், பூமணி, சு. சமுத்திரம், பிரபஞ்சன், கந்தர்வன், மேலாண்மை பொன்னுச்சாமி, பாலகுமாரன், மாலன், சுப்ரமண்யராஜு, சி.ஆர். ரவீந்திரன், சுஜாதா என தமிழ்ச் சிறுகதை உலகமே ஆவேசமிக்க ஒரு கொண்டாட்டக் காலமாக மாறி இயங்கியது. இதில் ஒவ்வொருவரும் விவரிப்பில், மொழியாளுமையில் ஒரு பாணியும் தனித்த பார்வையும் கொண்டிருந்தனர். எடுப்பில், முடிப்பில் சொல்லாளுமையில் வித்தியாசங்கள் இருந்தன. இதிலும் தனித்துவமான நடை போட்டவர் இராசேந்திரசோழன். மேற்சொன்ன யாராலுமே வசப்படுத்த முடியாத, பெண்களின் உலகை முதன்முதலில் கதை உலகிற்குள் கொண்டுவந்த அசாத்தியமான கதைக்காரர். இவரது கதாபாத்திரங்களான குடியானவப் பெண்கள், தென்னாற்காடு மக்களின் எளிய பேச்சு மொழியை மிகையில்லாமல் அப்பட்டமான வெளிப்பாட்டில் அத்தனை சாகசங்களோடு வெளிப்படுத்திக் கொண்டனர்.

நாசூக்கு, நளினம், கைப்பக்குவம், எழுத்துப்பக்குவம் என அனைத்தையும் நிராகரித்து அவர்களின் மொழி வெளிப்பாட்டின் அகப்பிரதேசத்தை மிக மிகத் துல்லியமாக ஜோடனையற்று குறிப்பமைதியின் பேரெழிலோடு கதைக்குள் கொண்டு வந்தவர் இராசேந்திரசோழன். நேரடி தெருச் சண்டை, வீட்டுச் சண்டையில் வெளிப்படும் மொழியை நாம் கேட்டதுண்டுதான். அப்படியே நேரடியாக இலக்கியமாக மாறுவதற்கு உத்தரவாதம் இல்லை. ஒடுக்குமுறைக்கு ஆளான பெண்கள் கையாண்ட சக்தி வாய்ந்த ஒரே ஆயுதம் அவர்களின் வாயாடித்தனம். ஆண்களுக்கு அடி, உதை கைவசம் என்றால் பெண்கள் மொழியை உண்மையான ஆயுதமாக்கி வீசுபவர்களாக இருக்கின்றனர். அந்த மக்கள் மொழியை இராசேந்திரசோழன், தன் பெண் கதாமாந்தர்களின் வழி வெளிப்படுத்தும் போது இலக்கியத்தின் உச்சபட்ச எல்லையத் தொட்டுவிடுகிறது. அவர்களின் விதவிதமான பேச்சை பக்குவத்தோடு வசப்படுத்திய சாகசம் அதற்கு முன்னும் அவரது எழுத்துக் காலத்திலும் நிகழவில்லை. வெளியே கரடுமுரடாகவும் புனைவிற்குள்ளே வசீகரமாகவும் மாற்றி விடுகிற தேர்ந்த எழுத்துக் கலைஞனாக எடுத்தவுடன் தன்னை வெளிப்படுத்திக்கொண்டவர். புனைவில் அம்மொழியைத் தங்கள் பாடுகளின் விமர்சனமாக அகத்தின் ரகசியங்களாக நுட்பமான விதத்தில் மாற்றிவிடுகிறார். இங்கேதான் மொழி கலை ரூபம் கொள்கிறது. சிலந்திபோல மொழியைப் பின்னிப்பின்னி கதையின் மையத்திறப்பில் கொண்டு வந்து நிறுத்துகிறார். அந்த சிறப்பு மனிதர்களின் புதிய வெளிப்பாடாக இருக்கிறது. இதில் பெண்கள் ரத்தமும் சதையுமாய்த் தனித்துத் தெரிகிறார்கள். தமிழ்ச் சிறுகதை வரலாற்றில் ஏடாசி, நக்கல், குதர்க்கம், வேகாலம், மூர்க்கம், துணிவு, வசை, இச்சை, வேலை என எத்தனையோ பிரிவுபடாத அம்சங்கள் அவர்களிடம் மொழியின் (பாவனையோடு) சுருதியில் வெளிப்பட்டன.

பெண்கள் தங்கள் மனக்கொதிப்பைச் சொல்லும் போது கு.ப.ரா. அவர்களின் பின் நின்று குரல் கொடுக்கிறார். பெண்களின் வசீகரத்திற்குப்பின் தி. ஜானகிராமனின் கைவண்ணம் இருக்கிறது. தன்னை ஒரு நளினமிக்க பெண்ணாக மாற்றிக் கொள்கிறார் வண்ணதாசன். இராசேந்திரசோழன் தன் கதைமாந்தர்களின் பின் தன்னை நிறுத்திக் கொள்வதில்லை. மாறாக சத்தம் வரும் பக்கம் எட்டிப் பார்க்கிறார். தெரியவில்லை என்றால் கதவை

நன்றாகத் திறந்து வைக்கிறார். ஜானகிராமனின் கண்கள் வசீகரத்தைக் கொண்டு வரும் போது இராசேந்திரசோழன் வாழ்வின் சித்திரத்தைக் காதுகளின் வழி உறிஞ்சிக்கொண்டு தன் இதயத்திலிருந்து உருவங்களாகத் தீட்டி உலவவிடுகிறார். புனைவின் இந்தக் கலைச்செயல்பாடு நான்கு ஆண்டுகள் (1970-74) அவரிடம் ஆவேசத்துடன் வெளிப்பட்டிருக்கின்றது. அப்போது 'மற்றும் ஒரு ஜெயகாந்தன்' என்றுகூட இலக்கிய வட்டத்தில் கொண்டாடப்பட்டார். நவீன தமிழ் இலக்கியப் பரப்பில் பெரும் சாதனையை நிகழ்த்தியிருக்க வேண்டிய இராசேந்திரசோழன் தன் பயணத்தை நேரடி சமூகச் செயல்பாட்டில் இறக்கியதும் அவருள் கனன்று கொண்டிருந்த இலக்கிய ஆவேசம் முற்றாக வடிந்துவிட்டது. என்றாலும் எழுபதுகளின் மிகச்சிறந்த சிறுகதையாளர்களுள் ஒருவராக இன்றும் இராசேந்திரசோழன் தெரிகிறார்.

முதல் நான்கு ஆண்டுகளில் ஐம்பது கதைகள் வரை எழுதியிருக்கிறார். சமீபத்திய தேடலில் கிடைத்த இருபத்தைந்து கதைகளும் அச்சில் வெளிவந்துள்ளன. வறுமையின் கோலத்தைக் குடும்பத்திலும், புறத்திலும் வைத்து மனம் துடிக்க நம் முன் காட்சிப்படுத்துகிறார். கதாமாந்தர்களின் உலகிலிருந்து அவர்களின் வறுமையை அதன் சிடுக்குகளை, நெருக்கடிகளைக் காட்டுகிறார். எழுத்தாளனின் குரல் எங்கும் தலைதூக்குவதே இல்லை. சகமனிதர்களின் துயரக் குரலைத்தான் கேட்கிறோம்.

ஏழெட்டு நாட்களாக பத்துப் பைசா கொடிக் காசு சேர்க்க அலைமோதும் ஒரு சிறுமியின் வறுமையை அவளின் உள்ளத்துடிப்பை 'பறிமுதல்' கதையில் நம் மனம் கசிய கொண்டு வந்திருக்கிறார். மிக நேர்த்தியான சிறுகதை வடிவத்தை எழுதத் தொடங்கிய ஆரம்பத்திலேயே கையகப்படுத்தியிருக்கிறார். இந்த வடிவம் பிரச்சாரமற்று விளிம்புநிலை மனிதர்களின் அவலங்களைக் காட்சிரூபமாக மட்டுமே வைத்து ஒதுங்குகிறது. ('சாம்பல் குவியல்').

இப்படி அகவடித்திலும் புறவடிவத்திலும் புனைவு கொண்ட கதைகள் பல உள்ளன. வறுமை மட்டுமல்லாது புறஉலகில் அதிகாரம் கொண்ட மனிதர்கள், அகஉலகில் அதிகாரம் கொண்ட மனிதர்கள் இந்த எளிய மனிதர்களை எவ்வளவு தூரம்

தமிழ்ச் சிறுகதை ஒரு காலத்தின் செழுமை | 75

மனரீதியாகத் துன்புறுத்தி இன்பம் காணும் வக்கிர உள்ளம் படைத்தவர்களாக உள்ளனர் என்பதை, ‘மதராசும் மன்னார் சாமியும்’, ‘பக்கவாத்தியம்’, ‘பொழுதுகள்’, ‘கடன்’, ‘எதிரி’, ‘இணக்கம்’ போன்ற கதைகளில் காட்டுகிறார். எளியவர்கள் அடையும் அலைக்கழிப்பும் கசப்பும் நம் மனதை ஏதோ விதத்தில் பாதிக்கின்றன.

‘இடைவெளி’ கதையில் கூடிக்கலந்து கொண்டாடி வாழ்ந்த சிறுவர்கள், பெரியவர்களான பின் சந்திக்கின்றனர். நண்பன் உற்சாகமற்று எதிர்கொள்கிறான். பழைய மகிழ்வான நினைவுகளுக்கு நேர் எதிராக விருப்பமற்ற அலுப்பான சந்திப்பாக அமைகிறது. ஏன் இவனைத் தேடி வந்தோம் என்றாகிறது. பழைய நினைவுகளுக்கும் இந்தச் சந்திப்பு பங்கம் விளைவிக்கிறது. ஏன் இப்படி நேர்கிறது? வறுமை, வயிற்றுப்பாட்டிற்கான ஓட்டம், நிச்சயமற்ற வேலை எல்லாம் மனதின் ஆழத்தில் இருக்கும் இனிய நினைவுகளைத் துரத்தியடித்தே விடுகின்றன. இந்த வறுமை நொறுக்கித் தள்ளும் அன்பை கு. அழகிரிசாமி ‘சந்திப்பு’ கதையில் காட்டியிருக்கிறார். இது இன்று பலருக்கு ஒரு பொது அனுபவமாக மாறிவிட்டதும் உண்மை. அதைத்தான் எழுத்தாளர்கள் கண்டடைந்து எழுதுகின்றனர்.

‘பொழுதுகள்’ கதை சத்திரத்துத் திண்ணையில் சோம்பேறிகள் சூதாடும் தாய விளையாட்டை ஒரு சரடாகக் கொண்டது. அந்த இடத்திற்கு அருகில் சுற்றிலும் கொச்சக் கயிறு திரிப்பவர்கள், முறம் முடையும் கிழவி, காய்ச்சப்பட்ட கடப்பாறையின் நுனியை அடித்து கூராக்கும் கருமான், எதிரும் புதிருமாக அலுவலகம் செல்வோர், பள்ளி மாணவர்களின் ஓட்டம், பயண வண்டியின் விரைவு, பனியனுடன் டீக்கிளாசைக் கழுவித்தரும் சிறுவன், தெருவழியே போகும் பிச்சைக்காரி, எருமூட்டை அடுக்கும் தொழிலாளி, கழைக்கூத்தாடியின் குரல்; இந்தச் சுற்றுப்புற இயக்கங்கள் இடையே தாய ஆட்டம். காலை, மதியம், மாலை மசங்க மசங்க ஆட்டம், சூதாட்டம் தொடர்கிறது. இந்த ஆட்டக் கும்பலிடம் ஒரு சிறுவன் தன் தந்தையிடம் கருவாடு வாங்க காசு கேட்டபடியே நிற்கிறான். ஒரு கழைக்கூத்தாடியின் சிறுபெண் வயிற்றைத் தட்டி பிச்சை கேட்கிறது. ஆட்டக்காரர்களிடம் வெறுப்பு ஏறுகிறது; துரத்துகிறார்கள். இருட்டியபின் தெருவிளக்கு வெளிச்சம் தெரிகிறது. ஆட்டம் முடிவை நோக்கி உச்சம்

அடைகிறது. அவர்கள் கேட்கும் தாயம் விழாமல் இழுத்துக் கொண்டு இருக்கிறது. ஓர் இடம் அதனைச் சுற்றிலும் அன்றாட வேலையில் மூழ்கி இருக்கும் மனிதர்களின் உழைப்பு ஒருபுறம், சோம்பேறிகளின் கூடாரம் மறுபுறம்; இந்த இரண்டு நிகழ்வுகளை ஒரு மைய அச்சில் சுழலவிடுகிறார். இந்தச் சிறுகதையின் வடிவமும் அதன் உச்சபட்ச அரவணைப்பில் உழைப்பின் உன்னதத்தில் உயிர்வாழும் எளியவர்களின் உலகை அள்ளித் திரட்டிக் காட்டுகிறார். சோம்பேறிகள் எவ்வளவு சொகுசாக நிழலில் அமர்ந்து எது பற்றியும் கவலைப்படாமல், இத்தனை உழைப்புக் காட்சிகளின் உயிர்த்துவத்தை உணராமல் ஆட்டத்தின் போதையில் மூழ்கி இருக்கின்றனர். வாழ்வின் முரணை பல்வேறு இணைவுகளின் ஊடே காட்டுகிறார்.

'விதிகள் விதிகள்' என்றொரு கதை. நீண்ட நாட்களாக மழை இல்லாமல் போகிறது. ஒரே ஒரு அடிபம்பை மையமிட்டு வறட்சிக் காலத்தில் ஊர் மக்கள் குவிகிறார்கள். நீருக்காக தோட்ட மோட்டார்களை நோக்கி எங்கெங்கோ ஓடுகிறார்கள். நல்லநீர் வரும் ஓர் அடிபம்பைச் சுற்றி இரண்டு குடத்திற்காக ஊரே திரண்டு போட்டி போடுகிறது. இந்த மையப்புள்ளியில் எத்தனை எத்தனை விதமான பெண்கள், தண்ணீருக்கான தேவைகள், காரணங்கள், அதில் கோள் மூட்டல்கள், திருட்டுத்தனங்கள், பொறாமைகள், அடாவடித்தனங்கள், இரைச்சல்கள், கெஞ்சல்கள், பிடிவாதங்கள், குடுமிப்பிடி சண்டைகள், வேலையை விட்டு வருபவர்களின் சங்கடங்கள், விருந்தினர் பிரச்சனைகள், பிள்ளைத்தாட்சிகள் என எல்லோரும் தண்ணீருக்காகத் திரண்ட வண்ணம் இருக்கிறார்கள். முறையான விதத்தில் தண்ணீர் கிடைக்க விதிமுறைகள் கொண்டு வருகின்றனர். ஒவ்வொரு முறையும் விதிகளைத் தகர்க்கும் இக்கட்டான பிரச்சனை வந்துகொண்டே இருக்கிறது. வரிசையை, நேரங்களை மீறும்படி ஏதோ ஒரு நெருக்கடி ஏதோ ஒருவருக்கு வந்தபடியே இருக்கிறது. விதிகளைக் கறாராகக் கடைப்பிடித்தால் காருண்யம் அடிப்பட்டுப் போகும். புதிதாக வரும் பிரச்சனையை அரவணைத்து விதிகளைத் தளர்த்தி புதுவிதியைப் போட்டாலும் மற்றொரு பிரச்சனை வருகிறது. ஓர் அடிபம்பை வைத்து சுயநலத்தையும் மெல்லிய மனிதநேயத்தையும் மோதவிட்டுப் பார்க்கிறார். விட்டுக்கொடுத்தலுக்கும் பிடிவாதத்திற்கும் இடையே ஏற்படும் மோதலில் எத்தனையோ குணாதிசயங்கள் வெளிப்படுகின்றன. அடிபம்பு என்ற புள்ளியில் அத்தனை

கோபதாபங்களும் வந்து குவிகின்றன. மனித நாடகத்தை கதையில் மேடை ஏற்றுகிறார். விதிமுறைகள் எல்லாம் சரிதான். அந்த விதிமுறைகளை அசைக்கிற சிக்கல்கள் முளைத்துக் கொண்டே இருக்கின்றன. இதுதான் வாழ்க்கை. அதைப் புரிந்துகொள்கிற பக்குவம் இல்லையென்றால் விதிகள்கூட மனிதத்திற்கு எதிரானதாக இருக்கும் என்பதைத் தொடுகிறது கதை.

இராசேந்திரசோழன் கதைகள் ஒற்றைத் தடம் கொண்டதல்ல. பல ஒற்றையடிப் பாதைகள் வந்து சங்கமிக்கும் இடமாகப் பல கதைகள் இயங்குகின்றன. சமூகக் கதைகள் என்றுமட்டுமில்லை; குடும்பக் கதைகளிலும்தான். குடும்பக் கதைகளில் அதற்குரிய பல்வேறு பிரச்சினைகள் பின்னிப் பிணைந்திருக்கின்றன. இதுமிகச் சவாலானது. சிறுகதையின் வடிவம் துருத்தாமல் அதே சமயம் அந்த வடிவத்திற்கு மேலதிகமான அடர்த்தியை, பிரச்சனைகளின் பின்னலைச் சேர்த்தபடி எழுதும் சவாலான படைப்புக் கலையை வெற்றிகரமாகச் செய்திருக்கிறார். அடர்த்தியை அவாவும் அவரது கண்கள் எழுத வந்தவுடனே கிட்டியிருப்பது பெரிய விசயம். இவரது வெற்றிகரமான கலை வெளிப்பாடு இது. எழுபதுகளில் எழுத வந்த பிறருக்கு வாய்க்காத ஒன்று.

ஒரு பார்வையில் கதைக்குள் ஒரு சிக்கலான பிரச்சனையைப் பின்தொடர்ந்து செல்கிறார். அது ஓரிடத்தில் முட்டி நிற்கிறது; அல்லது பிரச்சனைக்கு ஒரு திறப்பு கிடைக்கிறது. அதைக் கதாமாந்தர் எதிர்கொண்ட விதத்தில் விரிக்கிறார். கதை முழுக்க இணைந்திருக்கும் இழைகள் வாழ்வின் முரணைத் தொட்டுக்காட்டுகின்றன. அதற்கு அப்பால் அக்கதைக்குள்ளே மனிதனுள் பதுங்கியிருக்கும் அகத்தின் ஆட்டங்கள் வெளித்தெரியா வண்ணம் ஆடும் விதத்தை வெகு நுட்பமாகக் காட்டுகிறார். வேறு எந்த தமிழ் முற்போக்கு எழுத்தாளரும் ஒரே கல்லில் இப்படி இரண்டு விசயங்களைக் கதையில் வீழ்த்தியதில்லை.

வர்க்கப் பிரச்சனையைப் பேசும் ‘எதிரி’ கதையில் அரைமணி நேரம் தாமதமாக வரும் ஒரு தொழிலாளியைப் பாடாய்ப்படுத்துகிறான் அதிகாரி. கம்பெனியில் இப்படி பிரச்சனை வரும்போதெல்லாம் தொழிலாளிகளின் தலைவன் சவால் விடுகிறான். எந்தக் காரியமும் தொழிலாளர்களுக்குக் கூடி

வருவதில்லை. கதையின் கதைக்களம் பெரிய லேத் பட்டறை நிறுவனம். தொழிலாளியின் தலைவன் வாய்ச்சவடால் பேர்வழி. உருப்படியாக நல்ல காரியம் ஏதும் செய்யாமல் நிறுவனத்திற்கு நல்லவனாக வண்டியை ஓட்டுபவன். யாரோடும் அதிகம் பேசாத ஒரு முரடன் அங்கு தொழிலாளியாக வருகிறான். யாருக்கும் அவனைப் பிடிப்பதில்லை. ஒரு சந்தர்ப்பத்தில் ஒரு மணிநேரம் தாமதமாக வந்த ஒரு தொழிலாளியை வேலையை விட்டுத் துரத்தப் பார்க்கிறான் மேனேஜர். வாய்ச்சவடால் பேர்வழி முன்னிற்காமல் ஒதுங்குகிறான். புதிதாக வந்த முரடன் கெஞ்சும் அந்தத் தொழிலாளியின் சார்பாக முன்னின்று மேனேஜரை உண்டு இல்லை என்று ஆக்குகிறான். தொழிலாளிகள் முரடனின் தார்மீக அறத்தின் பக்கமாக வருகிறார்கள். சவடால் தலைவன் புதியவனை ஏற்றுக்கொள்ள முடியாமல் அவனை உதைப்பேன் கொல்லுவேன் என்று குடிபோதையில் பிதற்றுகிறான். எதிரி யார்? முதலாளியா? தொழிலாளிகளின் தலைவனா? ஒரு தொழிலாளிமீது மற்றொரு தொழிலாளி கொள்ளும் வெறுப்பு எதிரியாக மாறுகிறது. தலைமைத்துவம் கிட்டாதபோது, மனிதனுள் வன்மம் தலைதூக்கி ஆடுகிறது. தொழிலாளர்களுக்கு உள்ளே ஓர் எதிரி, தனக்குள்ளே ஓர் எதிரி என்பதாக கதைவிரிகிறது. பிரச்சனையைச் சொல்ல வந்த கதை கொஞ்சம் தாண்டிச் சென்று மனிதனுள் பதுங்கியிருக்கும் வெறுப்பையும் சேர்த்துச் சொல்கிறது.

இராசேந்திரசோழன் முற்போக்குவாதி; முற்போக்கான இயக்கங்களில் ஈடுபட்டவர். ஆனால் அந்த முற்போக்கு அமைப்புகளிலும் மனிதன் ஏன் பிற்போக்காக நடந்து கொள்கிறான் என்பதைத் தொடர்ந்து கவனப்படுத்துகிறார். ஏற்றுக்கொண்ட கொள்கைக்கு எதிராக மனிதன் செயல்படுவதும் ஓர் இயல்பா? மனித மனம் இப்படித் தாவுவதை ஏன் கட்டுப்படுத்த முடிவதில்லை? இந்த அல்லாட்டத்தை வாழ்வின் ஒரு கூறாகப் பார்க்கிறார். அதேபோல கொள்கைகள் மனிதன் வகுத்துக்கொண்டவை. கொள்கைக்கு மீறிய நிர்பந்தம் ஏற்படும் போது கொஞ்சம் நெகிழ்ந்து கொள்வதால் ஏற்படும் அனுகூலத்தை ஏன் அங்கீகரிக்கக்கூடாது என்ற பார்வையும் இராசேந்திரசோழனிடம் இருக்கிறது. எவ்வளவு உயர்ந்த கொள்கையானாலும் அது மனிதனை அரவணைக்க வேண்டுமென்றே விரும்புகிறார். எல்லா மனிதனுக்கும் இந்த வாழ்க்கைச் சூழல் சிக்கலை உண்டாக்குகிறது. கொள்கை இருக்கட்டும். அதோடு மானுட நேயத்திற்கு ஒரு

கை கொடுப்பதால் கொள்கை ஒன்றும் கெட்டுவிடாது என்ற கருணையின் கண் அவனிடம் விழித்தபடியே இருக்கிறது. உழைப்பாளியும் அடிப்படையில் மனிதன்தான்; அவனுக்கும் மனிதர்களின் ஆசாபாசங்கள் எல்லோரையும் போல துடிப்புடனே இருக்கிறது என்பதை பல கதைகளில் சொல்லியிருக்கிறார். ஒரு படைப்பாளியாக அவர் எழுதவந்த காலத்திலேயே பார்வையைச் சுருக்கிக் கொண்டதே இல்லை. பல முற்போக்கு இயக்கங்களில் இணைந்து முன்கள வீரராகச் செயல்பட்டவர். படைப்பு என்று வருகிற போது மனிதர்களின் மனக்கோலங்களுக்கு முக்கியத்துவம் தரவும் செய்தார். *செம்மலரில்* மூன்றாண்டுகள் முப்பது கதைகளுக்கு மேல் எழுதியிருந்தாலும், அந்த வாய்ப்பைப் பெற்றிருந்தாலும் அவர் தன் கலைப்பார்வையை எதன்பொருட்டும் வளைத்துக் கொண்டதில்லை.

2

'உளைச்சல்' என்றொரு கதை. துள்ளுமாந்தத்தால் மூச்சிரைப்பிற்கு உள்ளாகி துன்பப்படுகிறான் பையன். ஐந்தாண்டுகளுக்கு முன்பு இந்த வெட்டு நோயால் மூத்தவனைப் பறிகொடுத்தவர்கள். கணவனுக்கு மூத்த மகனின் இறப்பும் அவனது குழந்தையின் செயலும் திரும்பத்திரும்ப வந்து மனதை அழுத்துகிறது. தந்தை சிறுவனாக இருந்த காலந்தொட்டு ஒரு கிழவி அந்த ஊரில் பிச்சை எடுத்து வாழ்ந்து வருபவள்; இப்போது வங்கெழடாகிவிட்ட பிச்சைக்காரி. அம்மா ஒரு காலத்தில் தினம் தினம் பிச்சை இட்டவள்; மனைவியும் பிச்சை இட்டவள். இப்போது இருள் கவிழ்கிறது. சுற்றுப்புற வீடுகளின் அரவம் கேட்கிறது. அந்தப் பிச்சைக்காரியின் எப்போதுமான பாட்டு கேட்கிறது. இவன் வீட்டு வாசலிலும் கேட்கிறது. மனைவி பிச்சை இடுபவள்தான், "புண்ணியம் பாத்ததெல்லாம் போதும், போ... போ... என்ன நிம்மதி வந்தது" என்று துரத்திவிடுகிறாள். ஒரு வாய் அன்னம் போட்டிருக்கலாம் என்று நினைக்கிறான். என்றும் இல்லாதபடி இப்படி இல்லை என்று சொன்னது மனசைச் சங்கடப்படுத்துகிறது. மகனின் நோய் பயங்காட்டுகிறது. தூக்கமில்லாமல் ஏதேதோ நினைவுகள் வந்து அடிக்கின்றன. இடையிடையே இருபது முப்பது ஆண்டுகளாக பிச்சையிட்டும், இந்தச் சந்தர்ப்பத்தில்

துரத்தியதும் அவள் பிச்சை வாங்காது தடியால் தட்டிச் சென்றதும் பொருள் தெளிவாகப் புரியாத அவளது பாடலும் என்னவோ செய்கிறது. பையன் நோயிலிருந்து விலகி மேலேறி வருகிறான். அந்தக் கிழவி அதற்குப்பின் பிச்சைக்கேட்டு வராது போகிறாள். நடைப்பயிற்சி போகும் போது சத்திரம் வருகிறது. "இங்கே இருக்குமே ஒரு கிழவி எங்கே" என்று கேட்கிறான். அவள் இறந்து ஐந்தாறு நாட்களாகி விட்டன என்கின்றனர்; துயரம் கவ்வுகிறது. பிச்சையிடாதது, மகன் பிழைத்தது, கிழவி இறந்தது, நீண்ட பிச்சைப் பந்தம் அறுந்தது என நினைவுகளின் அலைகளை எழுதியபடி வாசக ஊகத்திற்கு விட்டுவிடுகிறார். இந்த மாறுதலை நாம் ஒருவித தத்துவ சார்பிற்கும் கொண்டு செல்லலாம். ஒரு சாமானியனின் மன உளைச்சலை எழுத இராசேந்திரசோழன் என்ற முற்போக்குவாதிக்கு எந்த தடையும் இருந்ததில்லை. கொள்கையையும் மனிதனின் அகத்தையும் அவர் ஒருபோதும் குழப்பிக்கொள்வதில்லை.

3

அச்சம், மடம், நாணம், பயிர்ப்பு என்ற பூச்சான ஜோடிப்பையெல்லாம் கழற்றிக் கொண்ட அசலிலும் அசலான பெண்களை முதன் முதல் தமிழ்ச் சிறுகதைப் பரப்பிற்குள் கொண்டு வந்தவர் இராசேந்திரசோழன். இன்னவிதம் என்றில்லாமல் பல விசயங்களில் மிகத் துணிச்சலான பெண்களை, மூர்க்கமான பெண்களை, இலக்கிய உலகம் அதுவரை கண்டிராத பெண்களை நேருக்குநேர் காட்டியவரும் அவரே. 'விவஸ்தை', 'ருசிப்பு', 'தனபாக்கியத்தோட ரவ நேரம்', 'எங்கள் தெருவில்', 'இழை' போன்ற கதைகளில் வரும் பெண்கள் தனித்துவமானவர்கள். கி.ரா.வின் எழுத்துவகையில் உடல்மொழி பிரதானமாக இடம் வகிக்கிறது. தி. ஜானகிராமன் விவரணையின் வழி பாத்திரங்களை உயிர்ப்பித்தவர். இவர்கள் கதாமாந்தர்களின் சித்திரங்களைக் கைவசமான எழுத்தின்வழி உருவாக்கிவிடுகின்றனர். இராசேந்திரசோழன் அசலான பெண் மாந்தர்களையும் ஆண் மாந்தர்களையும் உருவாக்கியிருக்கிறார். விவரணையிலோ, உடல் பாவனையிலோ அல்ல; அவர்களின் பேச்சு மொழியாலும் அன்றாட செயல்பாடுகளினாலும் உண்டாகும் சித்திரங்கள்.

உழைப்பு, வேகம், அடுத்தடுத்துத் தொட்டு நகரும் செயல்கள் எல்லாம் பேச்சு என்ற தூரிகையால் அசலான உருவத்தைப் பெற்றுவிடுகின்றன. நம் அனுபவ உலகிலிருந்து அவர்களை ஒப்பிட்டுக் கொள்ளும்படியான கதாமாந்தர்கள் அவர்கள்; பேச்சின் சித்திரக்காரர் அவர். அவர் எழுதிய மூன்றாவது கதையான 'எங்கள் தெருவில் ஒரு கதாபாத்திரம்' கதையிலேயே உச்சபட்சமான விதத்தில் சாதித்துக்காட்டிவிட்டார். பேச்சு மொழியின் அற்புத நாட்டியத்தை இந்தக் கதையில் வரும் பவுனம்மா வழி தீட்டிவிட்டார்.

சாதாரண ஒரு குடியானப் பெண்ணின் அன்றாட வேலைகளின் அத்தனை சுவடுகளையும் சகஜமாகப் பின்னிப்பின்னி உழைப்பின் கொதிப்பிற்கே சரணடைந்த அவளுக்கு ஒரு கோயிலையே கட்டி விடுகிறார். அடர்த்தி என்னும் படைப்புக்கலை பிசிறில்லாமல் இவரின் புனைவில் நெய்யப்பட்டிருப்பது போல் மற்றொருவரை உடனே சொல்ல முடியவில்லை. மிகையில்லாமல் ஒவ்வொரு சொல்லும் உயிர்பெற்று அசையும் குடியானவ வாழ்வின் பேரழகை இந்தத் தொடக்கப் படைப்பிலேயே சாதித்துவிட்டார்.

பின்மதிய வேலையில் தன் மகளின் சீமந்தத்தை முன்னிட்டு உதவிகேட்டு வரும் தேவானைக்கு இயல்பாகப் பணம் இல்லை என்று மறுப்பதும், மாலை கணவனுடன் பிள்ளையை சினிமாவிற்கு அனுப்பும்போது "இந்தப் பணத்த போறவழியில அந்த தேவானைக்கு கொடுத்திரு, பாவம் பொண்ணுக்கு சீமந்தமாம்" என்று உள்ளம் கனிய முடிக்கும் இடம் மிகத் தேர்ந்த கலைஞனுக்கே உரிய முடிப்பு. புழுதியும் வேர்வையும் பால் கவிச்சியும் வேலையும் ஓட்டமுமான பல்வேறு பாடுகளின்வழி ரத்தமும் சதையுமான ஒரு மனுஷியை அவள் உள்ளத்தில் மலர்ந்த மகத்துவத்தைக் காட்டி வரையா உயிரோவியமாக்கியிருக்கிறார். அடர்த்தியென்னும் இந்த வாழ்வின் அழகியல், 'சடங்கு', 'நீதி', 'விருந்து' 'தனபாக்கியத்தோட ரவநேரம்', 'விதிகள் விதிகள்', 'பொழுதுகள் நாட்டம்', 'சவாரி', 'சென்னையில் பார்க்க வேண்டிய இடங்கள்', 'சாம்பல் வெயிலில்' கதைகளில் அற்புதமாகக் கூடிவந்திருக்கிறது. இவ்விதம் தனித்துவமான மானிட வார்ப்புகளை இராசேந்திரசோழன் பல கதைகளில் வடித்து உலவவிட்டிருக்கிறார். 'சடங்கு' கதையில் வரும் மனபாதிப்பிற்கு உள்ளான கிறுக்கி, 'நீதி' கதையில் வரும்

யோக்கியமான குடிகாரன், என பல மாந்தர்களைச் சொல்ல முடியும். இவர்களுக்கு நேரும் சூழலையும் அவர்களது செயல்பாடுகளையும் நிதானமாக விலகி நின்று நிகழ்வுகளைத் தொகுத்து அவர்களின் வித்தியாசமான நடவடிக்கைகளைக் குணநலன்களை நரம்புகளாக்கி தனித்த மாந்தர்களாக நம்முன் உருவாக்கிக்காட்டுகிறார்.

4

இராசேந்திரசோழனின் தீவிரமான படைப்புச் செயல்பாடு என்பது நான்காண்டுகள்தான். எண்பதுகளில் இரண்டு மூன்று கதைகள் எழுதியிருந்தாலும் எழுபதுகளின் முதல் நான்காண்டுகள் போல எப்போதும் அமையவில்லை என்றே கூறலாம். எண்பது தொண்ணூறுகள் முழுநேர இடதுசாரி அரசியல்வாதியாக சமூகச் செயல்பாட்டாளராகவே இருபதாண்டுகள் இயங்கினார். இரண்டாயிரத்திற்குப்பின் பதின்மூன்று கதைகள் வரை எழுதியிருக்கிறார். இக்கதைகள் முழுக்க அவருடைய அரசியல் சமூகப் பின்னணியில் வைத்து எழுதப்பட்டவை. அவரது அரசியல் செயல்பாட்டிற்கு ஒப்பவே தென்னாற்காட்டின் மக்கள்மொழி அவரது கையை விட்டுப் போய்விட்டது. பொதுத்தன்மைக்கு ஏற்ப கட்டுரைத் தன்மையில் சரளமான பொதுமொழியைத் தன் புனைவுகளுக்கு ஏற்றுக் கொண்டார். அது தன் அனுபவத்தைச் சொல்வதுபோன்ற நடையைக் கொண்டது. தொண்ணூறுகளுக்குப் பின், பின்நவீனத்துவத்தின் வருகை, கதை சொல்முறைகள் பல்வேறு வடிவங்களுக்கு இடம் கொடுத்தது. மாயயதார்த்தமென்றோ, படிமமென்றோ, உருவகமென்றோ, புள்ளிகளின் சர்ரியலிசக் கலவை என்றோ எழுத வேண்டும் என்ற திட்டம் இல்லாமல் தான் சொல்ல நினைத்ததைத் தனக்குள் உருவாகி வந்த ஒரு வடிவத்தில் எழுதியுள்ளார். அனுபவத்தை நேரடியாக முன்வைக்காமல் பொதுத் தளத்திற்கு ஏற்றவிதத்தில் புனைவு யதார்த்தமாக வடிவமைத்துக் கொண்டு எழுதியுள்ளார். ஒரு பேச்சிற்கு ‘சவாரி’, ‘விசுவாசம்’, ‘கரசேவை’, ‘நாவன்மை’ கதைகளை மெட்டாபிக்சன் சாயல்கொண்ட கதைகள் எனலாம்.

‘பிரார்த்தனைகளும் பிரசாதங்களும்’, ‘தக்கார் தகவிலார்’, ‘புரட்சிப் பயணம்’, ‘முனைப்பு’, ‘சென்னையில் பார்க்க

வேண்டிய இடங்கள்' கதைகள் தான் பெற்ற அரசியல் இயக்க அனுபவங்களிலிருந்து எழுதப் பெற்றவை. ஒவ்வொரு இயக்கத்தினுள்ளும் பொய்மைகளுக்கு, சுயநலத்திற்கு, வேண்டப்பட்டவர்களுக்குப் பொருளற்ற விதிகளுக்கு இடம் தந்ததால் உண்மைகள் வெளியேறிய சூழலைச் சொல்ல எத்தனிக்கும் கதைகள் இவை. இக்கதைகளில் ஆழமான தத்துவங்களோ, தத்துவ விவாதங்களோ, தரிசனங்களோ. கொடூரமான வாழ்வியல் நெருக்கடிகளோ புனைவிலிருந்து உருவாகவில்லை. ஒருவகையில் இயக்கத்தின் மேற்புறமான மனிதர்களின் சாதாரண விசயங்களே கதைகளாக ஆகியிருக்கின்றன. தத்துவ விவாத முரண்களிலிருந்தோ ஆழமான வாழ்க்கைத் தேடலில் இருந்தோ அல்ல, சாதாரண நடைமுறை விசயங்கள் இயல்பிற்கு, நெகிழ்ச்சிக்கு இடமில்லாது போவதைப் பற்றிப் பேசுகின்றன. இவ்வியக்க அமைப்புகளேகூட எவ்விதமான அரசியல் பிரளயத்திற்கும் உள்ளாகாதவை.

ஆல்பர்ட் காம்யூவின் 'விருந்தாளி', ஹீலியோ கொர்த்தஸாரின் 'சந்திப்பு', இசபெல் அலண்டேயின் 'நீதிபதியின் மரணம்', ஹெர்னன்டொ டெல்லஸின் 'வெறும் நுரைதான்', எமிலி நல்ரல்லாவின் 'முட்டைக்கோஸ் பொம்மை' என்று புரட்சியின் கொதிநிலையில் வைத்து எழுதப்பட்ட கதைகள் அல்ல. இந்தக் கொதிநிலை இந்த அமைப்புகளுக்கும் நேரவில்லை; நேர்ந்திருந்தாலும் அக்கொதிநிலை எழுதப்படவில்லை. எனவே இக்கதைகளில் பொய்மை இல்லை. கொள்கைகளுக்கு அப்பால் மனித அறம் சார்ந்த நெகிழ்ச்சி தேவை என்பதை வற்புறுத்துகின்றன. தனி மனிதனின் இக்கட்டை ஏற்றுக்கொண்ட நெகிழ்ச்சி, அவனது குரலுக்குச் செவிசாய்க்கிற நெகிழ்ச்சி, யதார்த்தத்தை உணர்ந்து கொண்ட நெகிழ்ச்சி மற்றும் உண்மைக்கு இடம் தருகின்ற நெகிழ்ச்சி, மிக மிக எளிமையான அரவணைப்பு இல்லாது போகும் தன்மையைத் தான் விமர்சிக்கிறார். அதேசமயம் அறத்திற்கு எதிராக நேர்மைக்கு எதிராக வேண்டப்பட்டவர்களுக்கு அமைப்புகள் தரும் சலுகையை விமர்சனம் செய்கிறார். இந்தப் பார்வை தொடக்கம் முதலிலே இவரிடம் இருந்து வருகிற பண்பு என்பதைக் காணமுடிகிறது. விமர்சனம் புனைவின் விமர்சனமாக அமைகிறதே தவிர நேரடி விமர்சனமாக இல்லை. வாழ்நிலை அனுபவத்திலிருந்து வைக்கிற விமர்சனமாகவே இருக்கிறது. எனவே இக்கதைகள் புனைவு அம்சம் கொண்ட கதைகளே.

சென்னை வந்த கிராமவாசி அவசரத்துக்கு மந்தையில் வெளிக்கு ஒதுங்கியதைக் காரணம் காட்டி சமூகக்குற்றம் செய்ததாக காவல்துறை பிடித்து மனம் நோக அலைக்கழிப்பு செய்வதை (மதராசும் மன்னார்சாமியும்), பகுத்தறிவு பற்றியெல்லாம் பேசும் நண்பர்கள் ஐந்து ரூபாய் வாங்கும் ஐயரை நிராகரித்து, புதிய பகுத்தறிவு ஐயருக்கு இருநூற்று ஐம்பது ரூபாய் பேச்சுக்கூலி தரும் புது வழக்கத்ததை (வைபவம்), வர்க்கப் போராட்டத்தில் தொழிலாளி வர்க்கம் சார்ந்து முன்னால் நிற்பவர்கள் மெல்ல முதலாளிகள் தரும் துக்கடாக்களை ருசித்து அவர்களுக்கே அரணாக மாறுவதை, நாய்களைப் பாத்திரங்களாக்கி எழுதியிருக்கும் உருவகக் கதையில் (விசுவாசம்), கைதட்டுதல் என்ற சடங்கு வெற்று மேடைப் பேச்சிற்கு எவ்வளவு தூரம் கிளுகிளுப்பையும் உற்சாகத்தையும் தரவல்லதாக இருக்கிறது என்ற பேச்சாளனின் கையே அதன் சிறப்புகளைப் பேசுவது போல எழுதப்பட்ட (கரசேவை), பட்டிமன்ற பேச்சாளிகள் கூட்டத்தை மகிழ்ச்சிக் கடலில் கூட்டிப்போகும் நோக்கில் ஒவ்வொருவரின் நாக்கும் விதவிதமாக வளர்ந்து வளர்ந்து நீண்டு பார்வையாளர்களைத் தடவி சொக்க வைக்கிற விதமாக சொல்லப்பட்ட (நாவன்மை), முற்போக்கு மாநாடுகளில் நடக்கும் கூத்துக்களை (பிரார்த்தனைகளும் பிரசாதங்களும்), முற்போக்கு இதழ்கள் தேர்வு செய்யும் பதர்களை (தக்கார் தகவிலார்), புரட்சியை நோக்கி முற்போக்காளர்கள் நிதி திரட்டும் பயணங்கள் (புரட்சிப் பயணம்), தூய தமிழில் பேசுபவன் மட்டும்தான் தமிழனா என்ற சிக்கலை (முனைப்பு) என்று சாகடிக்கும் மனித உணர்வுகளை இக்கதைகள் விமர்சிக்கின்றன. சீறிய பொறுப்பாளர்களின் அதிகார தோரணை உச்சத்தில் ஆடுகிறது. எந்தவித முன்னெடுப்புகளாலும் இதனுள் சில நல்ல காரியங்களை நுழைத்துவிட முடியாத தடுப்புக்கரங்கள் இருப்பதைச் சொல்கின்றன. இராசேந்திரசோழனின் வருத்தம், கவலை இந்த இடத்தில்தான் இருக்கிறது.

இராசேந்திரசோழனின் பிற்கால அரசியல் கதைகள் எதுவும் சோடை போகவில்லை. அவை புனைவின் அம்சங்களை ஏற்றுக்கொண்டவை. உள்ளடங்கிய குரலில் நிகழ்வின் தளத்தில் முரண்களைச் சொல்பவை. புதிய தடத்தில் இவ்வகையான அரசியல் கதைகள் எழுதியவர் என்ற பெயர் இராசேந்திரசோழனுக்கு இனி வந்து சேரும். எனினும் இக்கதைகள் படைப்பெழுச்சியின்

உச்சபட்சமான வெளிப்பாடு கொண்டவை அல்ல. கதைகள் உண்டாக்கும் வெம்மை வாசகனுக்குக் கிட்டுவதில்லை. புத்தெழுச்சிமிக்க தெறிப்புகள் கதையில் மிளிரவில்லை. முரணான நடத்தைகளை எள்ளல் தன்மையோடு சொல்கின்றன. என்றாலும் இவ்வகையில் எழுதப்பட்ட கதைகள் 'சவாரி', 'விருந்து' மற்றும் 'சென்னையில் பார்க்க வேண்டிய இடங்கள்' மூன்றையும் மிகச்சிறந்த கதைகளாகச் சொல்வேன். சொல் முறையில், வடிவத்தில் கற்பனையில் கதைகளுக்கு ஒரு வசீகரத்தைத் தந்தாலும் அக்கதைகள் உண்டாக்கும் அனுபவச் செழுமையின் தீவிரத்தில்தான் மேலான தகுதியை அடைகின்றன என்று உறுதியாகச் சொல்லத் தோன்றுகிறது.

இரண்டாயிரத்துப்பத்தில் 'மயக்கம்' என்ற கதையை எழுதியிருக்கிறார். 'மண்மொழி' இதழில் வந்த நல்லகதை. இளங்குமரியின் காதலைப்பெற ஓர் இளைஞன் தன் நடத்தையில் வெளிப்படுத்தும் நுணுக்கமான வெளிப்பாடுகளை அசலாக வெளிப்படுத்தியிருக்கிறார். தன் காதல் ஒருதலைக் காதல்தான் என்று மூக்கறுபட்டு நிற்பதை விநாயகரின் தங்கத்துதிக்கை களவுபோகும் இடத்தில் வைத்துக் காட்டுகிறார். ஆரம்பகாலக் கதைகளில் வரும் சீனு என்ற பெயர் இக்கதையில் வருகிறது. நடை, வேகம், உணர்ச்சி, கொந்தளிப்பு, நடிப்பு, பாவனைவெளிப்பாடு என இளமையின் துடிப்பு பொங்குகிறது. எழுபதுகளில் எழுதிய கதையைத் தேடியெடுத்து சற்றே நிவர்த்தி செய்து (பிள்ளையார் துதிக்கையை குறியீடாகக்காட்டி) 2010 இல் வெளியிட்டாரோ என்று எண்ணும்படி இருக்கிறது. இராசேந்திரசோழன் தன் கதைகளுக்கு வைக்கும் ஒற்றைச் சொல்லாலான தலைப்புகள் ஒன்றிற்கும் மேலான அர்த்தங்களைத் தரும்படி அமைந்துவிடுகின்றன. கதைகளும் அதற்குரிய திறப்புகளாக அமைந்திருப்பது ஒரு தனித்த தன்மையைப் பெற்றிருக்கின்றன.

காப்பிரியல் கார்ஸியா மார்க்வெஸின் உலகப்பிரசித்திப் பெற்ற கதை 'மிகப்பெரும் சிறகுகளுடன் வயோதிகன்'. கொலாம்பியா தேசத்து கடற்கரைக்கு மீனவர்களால் பிடித்து வரும் நோயுற்ற பெரும் சிறகுகள் கொண்ட மனிதனை மையமிட்ட கதை. அவனைக் கூண்டில் அடைத்து கண்காணிக்கும் மக்கள் பல்வேறு யூகங்களை வெளியிடுகின்றனர். வரப்போகும் தேசத்தின் ஆபத்துக்களை, நன்மைகளை, நேற்றைய பிரச்சனைகளை,

நம்பிக்கைகளை, பயங்களை, மக்களின் எண்ணங்களில் எழும் சந்தேகங்களை அவர்களின் குரல்வழி குவித்து பெரிய சமூகச் சித்திரத்தை இக்கதையில் உருவாக்கிக் காட்டுகிறார். இராசேந்திரசோழன் இக்கதையைப் படித்திருக்கிறார இல்லையா என்று தெரியவில்லை. சவாரி கதையை இதன் பாதிப்பில் எழுதப்பட்டதாகவும் தெரியவில்லை. ஆனால் அது போன்ற ஒரு மையத்தைக் கொண்ட கதை. முற்போக்கு இயக்கத்தின் வளர்ச்சியை நோக்கமாகக் கொண்டு பயணத்திட்டத்திற்கென நலிவுள்ள குதிரையை வாங்குவதும், அதனால் நேரும் அவஸ்தைகளை முன்னிட்டு விற்க தீர்மானிப்பதும்தான் கதை. இந்தக் குதிரையை முன் வைத்து அமைப்பின் அணுகுமுறைகளைப் பன்முகப் பார்வையின் குவிமையத்தில் எள்ளி நகையாடியிருக்கிறார். புதுமைப்பித்தனின் 'கடவுளும் கந்தசாமிபிள்ளையும்' கதையை மிஞ்சும் கதை என்றே சொல்வேன்.

நையாண்டி என்று சொல்லப்படும் எள்ளல் கதைக்குத் தமிழில் அபூர்வமான உதாரணமாக இக்கதையைக் காட்டலாம். இதுபோன்ற கதையை எழுத அவரது இயக்க அனுபவம் அநாயசமாகப் பின்னின்று பங்காற்றியிருக்கிறது. எள்ளலின் வீச்சுக்கள் இரண்டு மூன்றை எடுத்து வைக்கலாம் என்ற ஆசை இருந்தாலும் முழுக்கதையைப் படித்து அனுபவித்தல்தான் அக்கதைக்குத் தரும் சிறந்த மதிப்பாக இருக்கும் என்பதால் விடுகிறேன். எளிய சுயபுத்திக்குக்கூட இடமில்லாமல் போகும் இடத்திலிருந்துதான் இந்த எள்ளலின் ஊற்றுக்கண் கொப்பளிக்கிறது. 1983 இல் எழுதப்பட்ட மையம் கதையிலிருந்தே இப்பாணியை கைக்கொண்டு வந்திருக்கிறார். இக்கதையுடன் சேர்த்து வாசிக்கவேண்டிய நல்லகதைகள் 'புரட்சிப்பயணம்', 'தக்கார் தகவிலார்', 'மையம்', 'பக்தி மார்க்கம்', 'விணை' முதலியவை. எடுத்த எடுப்பிலேயே தேர்ந்த சிறுகதைக் கலைஞனாக வெளிப்பட்ட இராசேந்திரசோழன் இருபது ஆண்டுகள் இயக்க செயல்பாட்டில் ஆர்வம் கொண்டு எழுதாமல்போன காலங்கள் பெரும் இழப்புதான். எனினும் இச்செயல்பாட்டுக் கால அனுபவம் சில நல்ல கதைகளையும் தந்திருக்கிறது. என்றாலும் மானுட ஆழங்களுக்குச் செல்லவில்லை. லட்சிய நோக்கங்களை இயக்கங்கள் கைவிட்டு பேருக்கு இயங்கிக்கொண்டிருக்கும் நிலையை, தேர்தல் அரசியலுக்காக வளைந்து கொடுக்கும் நிலையைப் பிரதானமான அம்சமாக

ஏற்றுக் கொண்டுள்ளதை, இயக்கத்தின் தலைமைப் பொறுப்பில் இருப்பவர்களின் நோக்கங்களுக்கு ஏற்ப இயக்கங்களில் இயங்கும் ஜனநாயகமற்ற தன்மையை விமர்சனம் செய்யும் கதைகளாக அவை இருக்கின்றன. இப்போக்கை விமர்சனம் செய்வதற்கு ஏற்ப புனைவுவடிவம் கட்டமைக்கப்படுகிறது. இந்தப் புனைவுகளில் விவாதிக்கப்படும் விசயம் எளிய முறையிலான உதாரணத்தை முன்வைத்து இருபுறமும் அலசப்படுகிறது. இந்த அலசல் அரசியலின் ஆழ அகலங்களுக்குச் செல்லாமல் மேலோட்டமான விமர்சனமாக அமைந்திருக்கிறது. பெரிய பாதிப்பை உண்டாக்குவதில்லை. அமைப்பின் பொய்மையை மட்டுமே கண்டுகொள்ள உதவுகிறது. குடியானவர்களின் வாழ்வைக் குறித்து எழுதிய சாதாரண கதைகளை இந்த அரசியல் அனுபவக் கதைகள் முறியடித்து பெரும் சாதனைகளை நிகழத்தியிருக்க வேண்டும். அது நிகழவில்லை. வேறு தமிழ் எழுத்தாளர்களுக்குக் கிட்டாத இந்த அனுபவங்கள் வழி, ஆல்பர்ட் காம்யூவின் ‘விருந்தாளி’ போல கதைகள் இவரிடமிருந்து வெளிவரவில்லை. அமைப்பு, அரசியல் நெருக்கடியில் சிக்கலான வாழ்வியல் அனுபவங்களைக் கண்டடையவில்லை. இயக்க செயல்பாட்டினை விமர்சனம் செய்வதாக மட்டுமே அமைந்துவிட்டன. விட்டுக்கொடுப்பது என்ற அரசியல் ஆட்டத்தை மட்டுமே பேசுவதால் பேரனுபவங்களை நோக்கி நகரவில்லை. இயக்கங்களின் புறவடிவான செயல்கள் பற்றிய விமர்சனமாகவே இருக்கின்றன.

இராசேந்திரசோழனின் இயக்க அனுபவங்கள் தந்த மற்றொரு சிறந்த கதை ‘சென்னையில் பார்க்க வேண்டிய இடங்கள்’. இக்கதையைப் படித்ததும் தோன்றியது முப்பதாண்டு காலம் முற்போக்கு செயல்பாடுகளில் விரும்பி இயங்கிய ஒருவனின் நினைவலைகளாகத் ததும்புவதுதான். அதுவும் சென்னை மாநகரத்தை மட்டுமே வைத்த நினைவலைகள். வடிவ ஒருமைக்கு நல்ல கதையும்கூட. அதில் ஒரு சோகம் ததும்புவதாக இருக்கிறது; நிறைவு தருவதாகவும் இருக்கிறது. வெறும் கனவுகளாகப் போய்விட்டனவே என்ற கவலைகள் மேவுவதாகவும் இருக்கிறது. அத்தோடு இதற்கெல்லாம் காரணமாகி மறைந்து பின்நின்ற மனைவியின் சின்னஞ்சிறு விருப்பத்தை நிறைவேற்றக்கூட இயலாது போன நினைப்பை, சுயநலத்தைத் தொட்டுத்திறக்கிறது. இராசேந்திரசோழனைச் சற்றே தெரிந்திருக்கும் வாசகனுக்கும்,

தெரியாத நேரடி வாசகனுக்கும் வெவ்வேறு அனுபவத்தைத் தரக்கூடிய கதை இது. எனக்கு இந்தக் கதையோடு அவரின் செயல்பாடுகள் சற்றே தெரியும் என்பதால் தன் வாக்குமூலத்தின் சிறிய பகுதி என்பேன். இந்த வாக்குமூலத்தில் (சென்னை மட்டும்) முப்பதாண்டு காலம் முற்போக்கு செயல்பாடுகளில் விரும்பி இயங்கிய மனநிறைவான சில நினைவலைகள் ததும்புகின்றன. அதேசமயம் சோகம் ததும்புவதும் எனக்குத் தெரிகிறது. நல்ல மனிதனாக இந்தச் சமூகத்திற்கு செய்தவை நிறைவானவையா? அதனால் பயன் விளைந்ததா? இந்த ஈடுபாட்டில் மிகச் சிறிதளவு குடும்பத்தில் அக்கறை செலுத்தாது போனது நியாயம் தானா? இழந்தவை எத்தனை?. ஓர் எழுத்துக் கலைஞனை முடக்கியதும் இந்த ஆர்வம்தானே!. எதிலும் திருப்திக் கொள்ள முடியாத ஒருவித மனக்கலத்தின் அலையடிப்பாகவும் இந்தக் கதை இருக்கிறது. மனப்பூர்வமாகப் போராட்ட நினைவுகளை மிகுந்த மன எழுச்சியுடன்தான் சொல்கிறார். ஒரு நிறைவான மனிதனாக செயல்பட்டுவிட்டேன் என்பதாகத்தான் அவரது குரல் ஒலிக்கிறது. என்றாலும் பொருளிழந்த ஏக்கத்தின் குரலாக பார்க்கும்போது வேறொரு இராசேந்திரசோழனை உணரவும் கொள்ளவும் முடிகிறது. கதை சொல்லியின் மனைவிக்கு சென்னையைச் சுற்றிப் பார்க்க ஆசை. முக்கியமாக, கடலைப் பார்க்க பத்தாண்டுகளா? இருபது ஆண்டுகளா? எத்தனையோ ஆண்டுகளுக்கு முன் தோன்றியது. 75 கிலோமீட்டருக்குப் பக்கத்தில் இருக்கும் சென்னைதான். ஒரு சந்தர்ப்பத்தில் கதை சொல்லியால் இதற்கு நேரத்தை ஒதுக்கவும் முடிகிறது. முப்பதாண்டுகள் இயக்கப் பணிகளுக்காக ஓடியவர், இரண்டு நாள் மனைவியின் நீண்டநாள் விருப்பத்தை நிறைவேற்றவும் விரும்புகிறார்.

பார்க்கும் இடங்களை விவரிக்கிறார். சட்டக்கல்லூரி நெருங்குகிறது. ஊரில் கொடுத்தனுப்பிய பணத்தை உரிய மாணவனுக்குப் பொறுப்பாகத் தருகிறார். இந்தக் கட்டத்தின் முன் நடந்த பான்பராக்கு எதிர்ப்பு போராட்டத்தை மனைவிக்கு விவரிக்கிறார். ஆணைக்கௌனி காவல் நிலையத்திற்கு இழுத்துச் சென்றதைப் பற்றிச் சொல்கிறார். பெரியார் திடல் வருகிறது. தன்னுரிமை மாநாட்டு நினைவுகள் திரள்கின்றன. இலங்கை வங்கிப் பக்கம் பேருந்து திரும்புகிறது. ஈழத் தமிழர்களுக்காக வங்கியில் பூட்டுப் போட்டதற்கு போலிஸ் இழுத்துச் சென்றதை விவரிக்கிறார். பேருந்து திரும்புகிறது. வெட்டுச்சேவை,

லயோலா கல்லூரி, இலங்கை தூதரகம், சாஸ்திரி பவன், வள்ளுவர் கோட்டம், தமிழ்க் கல்வி மாநாடு, வடபழனி, விஜயா, வாஹினி ஸ்டுடியோ, ஓட்டல் சாப்பாடு என பேருந்து கடக்கும் இடங்களில் கலந்து கொண்ட போராட்டங்கள், வழக்குகள், விடுதலை என்றெல்லாம் மனைவியிடம் மனவெழுச்சியோடு சொல்கிறார். சாப்பாட்டிற்குப்பின் எங்கு போகலாம் என்று முதன்முதலாகக் கேட்கிறார். கடற்கரைக்கு என்று மனைவி சந்தோசமாகச் சொல்கிறார். வெயில், தோள் பைகளின் கனத்தைக் காரணம் காட்டி, நண்பரின் குழந்தையைப் பார்க்கலாம் என்கிறார். மறுநாள் ஞாயிற்றுக்கிழமை என்பதால் அருகில் உள்ள ஹிக்கின்பாதம்ஸ் கூட்டிப்போகிறார். அலைகள் வெளியீட்டகம் நட்பு வட்டத்தைப் பற்றிச் சொல்லி சிலாகிக்கிறார். புத்தகங்கள் வாங்குகிறார். நண்பர் வீட்டுக்கு அழைத்துச் செல்கிறார். மறுநாள் மதியம் வரை கதைசொல்லி இரண்டு நண்பர்கள் வீட்டிற்கு அழைத்துப்போகிறார். மூன்று நண்பர்களும் கதை சொல்லியின் இயக்கத் தோழர்கள். மனைவிக்கும் தோழர் தெரிந்தவர் என்பதால் குழந்தைகளுக்குத் தின்பண்டங்கள் வாங்கிச் செல்கிறார். இதுதவிர மனைவிக்குப் பெரிதாக எதுவும் தெரியாது. திட்டத்தில் நண்பர்கள் வீட்டுக்குச் செல்வதாக இல்லையென்றாலும் அப்படி நடக்கிறது. இப்பயணத்தில்கூட கதைசொல்லியான கணவனின் விருப்பங்களே நிறைவேறுகின்றன. சொல்லப்போனால் திடீரென்று தோன்றிய விருப்பங்கள் நிறைவேறுகின்றன. திங்கட்கிழமை அலுவலகப் பணிக்கு ஓட வேண்டும் என்பதால் மாலை நான்கு மணிக்கே பேருந்து நிலையம் வருகின்றனர். கர்நாடகப் பேருந்து அலுவலகம்முன் நடந்த காவிரிநீருக்கான போராட்டத்தைப் பற்றிச் சொல்கிறார். அப்புறம் மீனம்பாக்கம் விமானநிலையத்தை ஊருக்குத் திரும்பிச்செல்லும் வழியில் பேருந்தில் இருந்தவாறே காட்டுகிறார். இரண்டு நாள் பேருந்திலேயே சென்னையைக் காட்டிவிட்டார்.

எத்தனை அனுபவங்கள் ஓர் ஆணுக்கு!. இந்த அனுபவங்களுக்கெல்லாம் பின் நின்று தாங்கிய மனைவியால் மெரினா பீச்சை நேரடியாகக் காணும் அனுபவத்தைக் கணவனால் உண்டாக்கித்தர முடிந்ததா? சுற்றிக்காட்டியது அவரது சுவடுகளைத்தானே. எந்தப் போராட்டத்திலும் கலந்து கொள்வதைத் தடுக்காது ஒத்துழைத்த மனைவியின் ஆசையைப் புரிந்துகொள்ள முடிந்ததா? திருமணத்திற்குமுன் சொந்தக்காரர்

வீட்டுக்கு வந்த போது, லைட்ஹவுசைப் பார்த்ததாக பயணத்தின் துவக்கத்தில் மனைவி சொல்கிறார். முப்பது ஆண்டுகால திருமண பந்தத்திற்குப்பின் கிடைத்த ஜோடிஉலாப் பயணம் இது. தரையில் கால்படாமல் கண்களாலேயே சென்னையைச் சுற்றிக்காட்டிய புரட்சிக்காரர். சமூகத்தை முன்னேற்ற ஓடோடி உழைத்த முற்போக்குவாதி. சென்னையில் பார்க்கவேண்டிய இடங்கள் எவ்வளவோ இருக்கின்றன. கதை சொல்லி காட்டிய இடங்கள் அவனது போராட்ட அனுபவங்கள் சம்பந்தப்பட்டவை. மனைவி விரும்பிய இடங்களும் உண்டு. அவை அர்த்தமற்றவையாக முடிகின்றன. திரிசூலம் நெருங்குகிறது; வண்டலூர் மிருகக்காட்சிச்சாலை வருகிறது. இடது பக்கம் காட்டி "வண்டலூர் ஜூ இதுதான். உள்ளே மிருகங்கள் இருக்கும்" என்கிறார். அவளுக்கு வேகாலம். முகம் கடுகடுக்கிறது. பல்லைக் கடித்துக் கொண்டு, "மிருகக்காட்சி சாலைன்னா மிருகங்கள் இல்லாம மனுஷங்களா இருப்பாங்க. வீணா வயித்தெரிச்சலக் கௌப்பாம வாய மூடிக்கினு பேசாம வாங்க கம்முனு" என்கிறாள்.

மிருகக்காட்சி சாலையிலிருக்கும் விலங்கு எங்கேயும் நகராது. அதற்கென்று ஓர் உலகம் இல்லை. விருப்பங்கள் இல்லை. அதற்குக் கூண்டே காடு. மற்றவர்களுக்கு வேடிக்கைக்காக அடைத்து வைக்கப்பட்டிருப்பது. கணவன்மார்களுக்கு மனைவி ஒரு காட்சிப் பொருள்தானா? காட்டைப் பற்றிய அனுபவமற்ற விலங்குகள், பெண்களும் அப்படித்தானோ? எவ்வளவோ கேள்விகள் எழுகின்றன; புதிய திறப்புகள் திறக்கின்றன. வாழ்க்கை பற்றிய மனைவியின் எண்ணம் என்னவாக இருக்கும் என்று யோசிக்கிறபோது, இந்த மனிதனோடு வாழ்ந்ததற்கு தான் ஒரு பொருட்டே அல்ல என்று ஆகியிருப்பதாகக்கூடத் தோன்றும். இந்தச் சமூகத்திற்கு தான் ஏதோ ஒரு வகையில் பொருள்படும்படி வாழ்ந்திருப்பதாக நிறைவு கொள்ளும் அவர், அதற்கு அர்த்தமளித்த மனைவியின் சிறிய விருப்பங்கள் ஒன்றிரண்டைக்கூட நிறைவேற்ற முடியாதவராக இருக்கிறார். எல்லா இந்தியக் குடும்பங்களின் கதைகளும் கிட்டத்தட்ட இதுதான். கதை அந்த வகையில் பொது உண்மையைத் தொடும் கதையாக இருக்கிறது. மிருகக்காட்சி சாலையைக் காட்டி கதையைத் தற்செயலாக முடிக்கிற போது ஆழமான குறியீட்டுக் கதையாகவும் பரிமாணம் கொள்கிறது. மிக நல்ல கதை.

சிறுகதை வடிவத்தை மிகக் கச்சிதமாக கையாள்பவர் இவர். சிறுகதையின் உருவத்தைச் சிறப்பாக வெளிப்படுத்தியவர் அவர் என்று சொல்லும் வாசகர்கள் உண்டு. மற்றவர்களைவிட இக்கலை நுட்பத்தைச் சிறப்பாகக் கையாண்டவர் இராசேந்திரசோழன். சிறுகதையில் கச்சிதம் என்பதுதான் என்ன? கதை வெறுமனே சம்பவமாக இல்லாமல் அந்த சம்பவத்தினுள் இருக்கும் முரணை சரியான விதத்தில் வெளிப்படுத்துவதும் புதிய அறிதல்களை, புரிதல்களை, மர்மத்தை அந்தச் சிறுகதையின் நிகழ்விலிருந்து தன் பார்வையால் உருவாக்கிவிடும் சாரத்தைத்தான் கச்சிதமான வடிவம் என்கிறேன். சாதாரண கதைகளுக்குக்கூட நல்ல தரத்தை இந்தப் பார்வை கொண்டு வந்து சேர்த்துவிடுகிறது. இன்னொரு வகையில் விளக்குவதாயிருந்தால் ஒரு நிகழ்வு வெறும் நிகழ்வாக விரிந்தோடிப்போய் வேறொரு சிறுகாட்சியைத் தொட்டுக்காட்டி அந்த விரிந்த நிகழ்வை வேறொரு கண்கொண்டு பார்க்கும்படி அல்லது விமர்சனத்திற்கு உட்படுத்தும்படி வாசகன் பார்வையில் யூகிக்க விட்டுவிடுவதுதான். இப்பாணி இவரது கதைகளில் வெகு நுணுக்கமான வடிவமைப்பைக் கொண்டதாக இருக்கிறது. இராசேந்திரசோழன் சிறுகதை வடிவத்தில் கையாளும் கச்சிதம் இதுதான். இறுதியில் காட்டப்படும் புதிய கோணம் மட்டும் இல்லாதிருந்தால் விரிவான நிகழ்வு ஓர் அர்த்தமற்ற வெற்று நிகழ்வாக மட்டுமே எஞ்சிவிடும். ஒட்டுமொத்த நிகழ்வையே வேறொன்றாகப் பார்க்க வைக்கும் சாவியை இறுதியில் சுருக்கமாக இரண்டு மூன்று வரிகளில் எழுதிவிடுகிறார். அது மிகச்சிறிய காட்சியாக அமையும் போது கூடுதலான வீச்சையும் பெறுகிறது. கதையில் சொல்லப்பட்ட பல விவரணைகள் விசேசத் தன்மையுடன் பெரும் அரசியலைப் பேசுவதாக மாறிவிடுவதைக் காணமுடியும். கதையை வாசித்து வரும்போது இந்த விவரிப்பும் கவனமும் தேவையா என்று தோன்றிட முடிவை நோக்கி நகர்வதற்கு முன்னதாகவே அனைத்தும் பொருளாழம் மிக்க விமர்சனப் பார்வையாக மாறிவிடுகிறது. இவ்வகையான உள்முக விமர்சனக் குரலை 'இணக்கம்', 'வெளிப்பாடு' போன்ற இரண்டு கதைகளைப் படித்தாலே இந்த வடிவ அழகியலை உணர்ந்து கொள்ள முடியும். 'சென்னையில் பார்க்க வேண்டிய இடங்கள்', 'புரட்சிப்பயணம்', 'எங்கள் தெருவில் சடங்கு', 'மயக்கம்', 'வைபவம்', 'பேதமை' என்று பல கதைகளை இந்த வகையில் சொல்ல முடியும்.

5

இவரது நடை வசீகரமானது என்று சொல்வதற்கில்லை. கதை ஓட்டத்தில் கவித்துவ தருணங்களும் மலர்வதில்லை. மொழி விளையாட்டும் இல்லை. மிக எளிய மக்கள் மொழிதான் பேச்சில் குதிக்கிறது. அதில் நுட்பமான கவனிப்புகள் இருக்கின்றன. இடத்தின், சூழலின் வாசம் நம் நாசியில் வெம்மையோடு தாக்குகிறது. பேச்சின் வெளிப்பாட்டில் அவர் அடைந்திருக்கும் உச்சம் அப்போது யாரும் தொட முடியாத ஒன்றாக அமைந்திருந்தது. தி. ஜானகிராமன் உரையாடலைக் கொண்டு செல்வதில் வல்லவர்தான். அதை தி.ஜா. தன் கைச்சரக்கால் நளினமாக்கினார். இராசேந்திரசோழன் நளினமாக்காமல் அந்த மொழியின் சூட்டையும் வீச்சையும் அப்படியே உள்வாங்கிக் கடத்தினார். வெகு இயல்பாக கதையின் இதயத்திலிருந்து உருவாகும் எள்ளல் இவருக்கு வாய்த்த ஒன்று. துல்லியமான அடையாளப்படுத்தலோடு கூடிய நிதானத்தன்மை கொண்டது இவரதுநடை; நம்பகத்தன்மை என்ற மிகப்பெரிய பலத்தை உருவாக்கிவிடுகிறது. அதற்கென்று ஒரு வசீகரம் இருக்கிறது. தன்னியல்பில் உருவாகும் வசீகரம் அது.

பீடி குடிப்பவர்களைப் பற்றி ஆழ்ந்த யோசனையில் அவன் கன்னம் ஒட்ட கப்கப்பென்று இழுத்து கத்தை கத்தையாகப் புகைவிட்டான். வத்திப் பெட்டி குச்சி உரசுகிறது. நெருப்பு ஜுவாலை பீடியில் பற்றுகிறது. ரெண்டு தம் இழுத்துவிட்டு தரையில் ஒரு தேய்ப்பு, துண்டு பீடி காதில் குடியேறுகிறது. புகை தலைகள் கசிகிறது. தாய ஆட்டம் சூடு பறக்கிறது. இப்படியொரு சித்திரம்.

வங்கிழடான பிச்சைக்காரி அவள். எப்போதும்போல் முன்னிரவில் பிச்சை கேட்டுவரும் குரல் கேட்கிறது. தன்னைமறந்து தன்நினைவு இல்லாமலே, கடமைமாதிரி, தன்னோடுசேர்ந்து வளர்ந்துவிட்ட உறவுமாதிரி, பக்தி ஸ்லோகம்மாதிரி, அந்தப் பாட்டு தெய்வீகத்தின் முன்னே அர்ச்சகர்களின் ஸ்தோத்திரம் போல அவள் பாடிக்கொண்டே வருவாள். இப்படியொரு அவதானிப்பு.

கணவனுக்கும் மனைவிக்கும் சண்டை. விடாமல் பேசுகிறாள். கணவன், “ஒனக்கு இன்னம் என்னமோ ஒடம்பு

ஊரிக்கினுதான் இருக்கு” என்கிறான். அடிவாங்கியபின் கோபத்தில் முன்தாழ்வாரத்தில் அமர்ந்து கொள்கிறாள். நீண்ட நேரமாக ஆதங்கத்தைக் கொட்டுகிறாள். கைக்குழந்தை அழுகிறது. எல்லாவற்றையும் போட்டுவிட்டு அப்பன் வீடு போக இருந்தவள், குழந்தையைத் தூக்க ஆள் இல்லை. பக்கத்து வீட்டுக்காரியிடம் தூக்கி வந்து தரச் சொல்கிறாள். உள்ளே போக ரோசம் தடுக்கிறது. குழந்தைக்குப் பால் தருகிறாள். ‘புள்ளைய வுட்டுட்டுப் பூடறதாமில்ல... இவரு வச்சி காப்பாத்திட மாட்டாரு, வீறாப்புல ஒண்ணும் கொறச்சல் இல்ல, குழந்தையின் இளம் கழுத்திலும் பிடரியிலும் முத்து முத்தாய் அரும்பியிருந்த வியர்வையை வாயால் ஊதிவிட்டு, “பாவம் புள்ளைக்கி என்னமா வேர்த்துடிச்சும்மா...” இப்படியொரு தாய்மையின் கோலம். மந்தையில் அவசரத்துக்கு ஒதுங்கிய மன்னாரை போலிஸ் பிடித்து ஜீப்பில் ஏற்றுகிறது. கால் கழுவக்கூட அவர்கள் அனுமதிக்காததால் ஜீப்பில் அமராமல் குனிந்து நிற்கிறான். அமரச் சொல்லியும் வேட்டியில் ஒட்டுமே என்பதால் அமராமல் நிற்கிறான். போலீஸ் “பெரிய மகரிஷி இவரு. போய் ஒக்காருயா சரிதான். எல்லா ஒரேயடியா சேத்து கழுவிக்கலாம்” என்று சற்று நகர்ந்து உக்காருகிறான். இப்படி ஓர் எள்ளல்.

கிழவி பள்ளிக்குப் போகும் பேத்தியின் பாவாடையைத் தைக்க பழந்துணியை எடுத்துக்கொண்டு டெய்லரிடம் வருகிறாள். துணியைப் பார்க்கிறான். “ம்ம்... என்னா எல்லாம் பழந்துணியா...” “ஆமாண்டப்பா, எல்லாம் பேரப்பிள்ளைங்களுது. அவ என்னா சூத்தில அருவாமனைதான் வச்சிருப்பாளோ என்னவோ தெரியலை. எதுவும் கட்டுன மூணாநாளு டாரா கிழிச்சிக்கினு வந்துட்ரா. சாக்காட்டம் துணி எடுத்து குடுத்தாகூட சரிதா. இப்பத்தான் ஆறாம் மாசம் எடுத்துக் குடுத்த பாவாடை இது. அதுக்குள்ள பாரேன். அவ கிழிச்சு வச்சிருக்கிற லெட்சணத்த” இப்படி நாசூக்கைத் தாண்டி வந்துவிட்ட அனுபவம்.

செகதாம்பாள் கைக்குழந்தைக்காரி குடியானவள். புருஷன் நல்ல உழைப்பாளி. செகதாம்பாளுக்கு எதிர்வீட்டில் குடியிருக்கும் பள்ளிக்கூட ஆசிரியர் மீது மோகம். குளிக்கும் போது தெரியும் வெள்ளை நிக்கர், செவத்த உடம்பு, எலும்பு தெரியாமல் மேவியிருக்கும் திட்டமான சதை, வாரம் ரெண்டு தலைமுழுக்கு, எண்ணெய்ப் பூச்சால் மொழுமொழுக்கும் மேனியில்

வழவழவென்று சோப்பைப் போட்டுக் குழப்புவதைப் பார்க்கவே ஓர் இதுவாக இருக்கும். போய்த்தேய்த்துவிடலாமா என்றுகூட ஓர் ஆசை வரும். வாயில் கொஞ்சம் புகையிலையைக் கிள்ளி அடக்கியபடியே கிறக்கத்துடன் நின்று பார்த்துக்கொண்டிருப்பாள். இப்படியொரு ஏக்க வெளிப்பாடு.

தோட்டத்தில் வேலை நடக்கிறது. பையன் இரவாட்டம் படம் பார்த்துவிட்டு பொறுப்பில்லாமல் தூங்குகிறான். கணவன் சீட்டாட்டத்தில் மூழ்கியிருப்பதாகத் தகவல் வருகிறது. தோட்டத்தில் களைவெட்டு நடக்கிறது. தண்ணீர் கொடுக்க ஆளில்லாமல் தவிக்கிறாள். "அந்தக் கெழவன் பாவம் அங்க குந்திக்கினு கெடக்குது. ரெண்டு மூட்ட கேவுரு வித்த பணம். இன்னிக்குத் தரேன்னு வாங்க்கினு போனான். எடையப்பன். அத்தப் போயி வாங்கிக்கினு வந்த பாடும் இல்ல. என்னதான் நெனச்சிக்கினுகிறாரு இந்த ஆம்பள. இப்படியே அண்ட வூட்டுக்காரன் மாதிரி வேளா வேளைக்கு வந்து துன்னுப்புட்டு போயிடலாம்னு நெனச்சிக்கிறாரா நோவாம. வரட்டும் வரட்டும். இன்னைக்கி ஒரு முடிவு தெரிஞ்சிபோவுது. ச்சீ எவளால முடியும் இந்த ஆம்பள கூட குடித்தனம் பண்ண. ஒருத்தியிருப்பாளா ஒருத்தி." குடியானவப் பெண்ணின் இப்படியொரு பாடு.

வறட்சிக்காலம். எங்கும் குடிநீருக்கு அலைகிறார்கள். வேலைக்குப் போய்விட்டு இருட்டில் வந்து வீட்டு வேலைகளைப் பார்க்கிறாள். பாவப்பட்ட அவளுக்கு விதியைமீறி முன்னிரவில் இரண்டுகொடம் தண்ணீர் அடிக்க பொறுப்பாளன் விடுகிறான். அதைப் பார்த்து மற்றொருத்தி மல்லுக்கு நின்று இரண்டு குடம் தண்ணீரை வீம்பாக அடிக்கிறாள். அவன் தடுத்ததற்கு அவச்சொல் வந்துவிடுகிறது. "அந்த பர்மாகாரு வீட்டுக்காரி வந்து என்ன இவ்ளோ அவ்ளோ கேள்விதான்னு இல்லிங்க. அம்மாம் கேள்வி கேட்டுது. நான் அவளுக்கு ரெண்டு கொடம் தொறந்து உட்டதனால நான் அவள வச்சிக்குனு இருக்கறனாம. அவங்க வூட்டுக்காரன் இத கேட்டா என்னங்க ஆவுறதுன்னு" வாத்தியாரிடம் முறையிடுகிறான். இப்படியொரு கிராமத்து முகம்.

குழந்தைகள் குளத்திற்குக் குளிக்க வருகின்றனர். அழுக்குப் போகிறதோ என்னமோ தண்ணீரை அழுக்காக்கி

அட்டகாசம் செய்துவிட்டு கரைக்குவந்து அதுஅது டவுசரையும் பாவாடையையும் எடுத்து மாட்டிக்கொண்டு வந்த மாதிரியே ஓடிவிடும். அது கருமான்பட்டறை. வேலை நடக்கிறது. கருமான் இடுக்கியால் கடப்பாரை முனையைப் பிடித்து தூக்கிப் பார்க்கிறான். கிழிந்த சாக்கால் சூடுபடாமல் பிடித்து புரட்டிக்கொடுத்து வெளியே எடுக்கிறான். வியர்வை வழியும் கருத்த உடம்போடு காத்திருந்தவன் கைகளை உயரே தூக்குகிறான். "ணங் ணங்" சம்மட்டிஅடி சீராய் விழுகிறது. அடி பம்பு பிரச்சனையை ஒழுங்குபடுத்த முயல்கிறார்கள். பைப்படி புளியமரத்து நிழலில் மட்டும் நாலைந்து பெண்கள் தங்கள் முறைவரக் காத்திருந்து இணக்கமாய் பேசிக்கொண்டு உட்கார்ந்திருக்கிறார்கள். மற்ற வீட்டுக்காரர்கள் அவரவர் முறை எப்போது வருகிறது என்று அறிய அவரவர் வீட்டிலிருந்து சிறுவர் சிறுமிகளை அனுப்பிப் பார்த்து தெரிந்து கொண்டு வருகிறார்கள். தியேட்டர் வாசலில் நீண்ட கூட்டம்; பெல் அடித்ததும் கியூ இழுத்துவிட்ட ஸ்பிரிங் மாதிரி சுருங்குகிறது. படம் முடிந்து வெளியே வருகிறார்கள். ஏதோ ஆவியடிக்கும் குடோனிலிருந்து வெளிப்பட்டாற்போலத் தோன்றுகிறது. வெளியே வெப்பமாக இருந்த போதிலும் காற்று வீசியது. இப்படியான புறஉலகம் மீதான கவனம் கதைகளுக்கு அசல் தன்மையை அளிக்கின்றன. ஜெயகாந்தனிடம் நுணுக்கங்கள் கூடி வருவதில்லை. இராசேந்திரசோழனிடம் படைப்பாக்கம் சார்ந்து பெறுவதற்கு இடம் இருக்கிறது.

அது ஒரு நோயுற்ற குதிரை. முற்போக்கு அமைப்பினரின் போக்குவரத்து அவசரத்திற்கு வாங்கப்பட்டது. அடிக்கடி சண்டித்தனம் செய்கிறது. உலக வங்கிக்கடன் பெற்று அமைக்கப்பெற்ற முக்கிய சாலைகளில் மட்டும் தங்கு தடையின்றி உற்சாகமாக ஓடுவதாகவும் உள்ளூர் கிளைச்சாலைகளில் திரும்பிய உடன் உற்சாகம் குன்றி மிகவும் சுணக்கமாகவும், அசமந்தமாகவும் நடை போடுவதாக ஒரு புகார் இருந்தது. இதனால் குதிரைக்கும் ஏகாதிபத்தியத்திற்கும் ஏதாவது நெருக்கமான உறவிருக்கவோ அல்லது குதிரையின் பின்னணியில் எகாதிபத்திய சதியிருக்கவோ வாய்ப்புண்டு என்கிற சந்தேகம் கட்சி வல்லுநர்கள் மத்தியில் நிலவியது. குதிரையை வைத்து செய்திருக்கும் எள்ளல் ஒரு தனி ரகம்.

6

இராசேந்திரசோழன் கதை உலகில் பாட்டன்மார்கள், பாட்டிமார்கள் தலைமை மாந்தர்களாக இல்லை. சில கதையின் ஊடாக நகர்ந்து மறைந்து விடுகிறார்கள். கைக் குழந்தைகள் இருக்கிறார்கள். குழந்தைகள் வருகிறார்கள். நான்கைந்து கதைகளில் நன்றாகவே வெளிப்பட்டிருக்கிறார்கள். துணிச்சலாக, மிகவும் துணிச்சலாகத் தங்களை வெளிப்படுத்திக் கொள்ளும் திருமணமான இளம்பெண்கள் நிறைய வருகிறார்கள். கிட்டத்தட்ட இளம் ஆண்கள் ஈடுகொடுக்க முடியாத அளவிற்கு அவர்களின் தனித்தன்மைகள் பொங்குகின்றன. சங்ககாலத்திலிருந்து காட்டப்பட்ட பெண்களின் நளினம் சிதறித் தூள்தூளாகிப் போகிறது. விடமேறிய அசலான பெண்களின் வருகை தமிழ் இலக்கியப் பரப்பில் இவரால் நிகழ்ந்தது.

எழுபதுகளில் எழுத வந்த பெண் படைப்பாளிகளினாலேயே கொண்டுவர முடியாத பெண்களை அநாயசமாகக் கதைகளில் உலவவிட்டவர் இராசேந்திரசோழன். குடியானவப் பெண்களின் உழைப்பை (எங்கள் தெருவில்) கணவன்மார்களின் பொறுப்பற்ற தன்மையை, சோம்பேறித்தனத்தை (விவஸ்தை, ருசிப்பு), மன அழுத்தத்தினால் மனப்பிறழ்வில் வீழ்வதை (சடங்கு), கணவன் மனைவி சண்டையில் ததும்பி வெளிப்படும் தாய்மையை, குடும்பப் பொறுப்பை (தனபாக்கியத்தோட ரவ நேரம்), இக்கட்டான நேரத்தில் பொதுப்புத்தியை உடைக்கிற கணத்தை (டெய்லர் கந்தசாமி), விட்டேத்தியாகத் திரியும் கணவனைக் குற்றம் சாட்டியபடியே சந்தோசமாகத் தாம்பத்தியத்தில் ஈடுபடும் மனைவியை (இழை), பெருகும் காமத்தைத் தான் விரும்பும் ஆடவனிடம் அடையத் துணிவதை (நாட்டம்), தன்னை எப்போதும் அலங்கரித்துக் கொண்டு தெருவில் செல்லும் ஆடவர்களை நிறுத்தி "நேத்து என் கனவில என்ன நீ வச்சிருக்கிற மாதிரி கனா கண்டேன்" என்று சொல்லியபடி கடன் கேட்கும் யுத்தியை (ஊனம்), கள்ளக்காதலில் ஈடுபட்டிருந்தும் மதிப்பார்ந்த ஆடவனைத் திருமணம் செய்ய விரும்பும் பெண்ணை (தற்செயல்), கள்ளக்காதலர்களின் உக்கிரமான உரிமை மோதலை (கோணல் வடிவங்கள்), தன்னைப் பத்தினியாக வெளிப்படுத்திக் கொண்டு ஆடவர்களின் அசைவுகளை நோட்டமிட்டு கவனிப்பதிலேயே மூழ்கும் ஆர்வத்தை (புற்றில் உரையும் பாம்புகள்), தன்

குழந்தையின் சாக்கிட்டு தன் மீது இச்சை கொண்டு சுற்றி சுற்றி வரும் இளைஞனின் பாவ்லாவைக்கண்டு வெறுப்பை நாசூக்காக வெளிப்படுத்துவதை (எதிர்பார்ப்புகள்), குடும்பத்தின் கண்ணியம் சிதையக் கூடாது என்பதற்காகத் தன் வேசித் தொழிலை அறிய வைத்துவிடக்கூடாது என்று தவிக்கும் பெண்ணை (பயன்கள்), ஆட்களை மடக்கிப்பிடிப்பதில் காட்டும் சாகசங்களை (சில சந்தர்ப்பங்கள்), சிவப்பு கருப்பு அழகிகள் மார்க்கெட் சூட்டை கையாளும் விதத்தை (வானம் வெளிவாங்கி), கும்பலாகச் சிக்கி தலை குனிந்து தவிக்கும் கூட்டத்தை (இணக்கம்), இவர்களுக்குப் பின் உள்ள வறுமையின் கோலங்களைச் சேர்த்தே காட்டுகிறார். எத்தனை வகையான பெண்கள்! அதுவும் முதல் நான்காண்டுகள் எழுதியவைகளிலிருந்து!

இராசேந்திரசோழன் மரபான பார்வையில் தாய்மையென்றோ, தாலி மகிமையென்றோ, கடவுள் பயம் என்றோ, குடும்ப கண்ணியம் என்றோ, பாசம் என்றோ பெண்களைப் புனிதப்படுத்தவில்லை. இவர்களுக்குக் குடும்பம் இருக்கிறது. கணவன்மார்கள் இருக்கிறார்கள். குழந்தைகள் உண்டு. தீராத உழைப்பு இருக்கிறது. வறுமை இருக்கிறது. அன்றாடப் பிரச்சனை இருக்கிறது. அதனூடே காமத்தின் பெருக்கும் இருக்கிறது. அதனைக் கொண்டாடத் துடிக்கிறது, துணிகிறது; சிக்கி அடியும் வாங்குகிறது. இது விசயமாக இராசேந்திரசோழன் எளியவர்கள் மீது பச்சாதாபம் காட்டுவதில்லை. இதன்பொருட்டு இவர்களைக் குறைவாகவும் மதிப்பிடுவதில்லை. அவர் செய்திருப்பதெல்லாம் பேச்சின்வழி ரத்தமும் சதையுமாகப் பெண்களின் ஆசாபாசங்களை மிக மிக நுட்பமாகத் திறந்து காட்டியிருப்பதைத்தான். மேட்டுக்குடி மக்களின் வாழ்க்கைக்கு எதிர் நிலையில் இயங்கும் பாட்டாளியின் அக உலகம்தான் இவரது கதை உலகம். அதை இவ்வளவு தீவிரமாகக்காட்டிய முற்போக்கு எழுத்தாளர் வேறொருவர் தமிழில் இல்லை. ஜெயகாந்தன் சேரி மக்களின் பாலியல் மீறல்களைச் சொல்லியிருந்தாலும் அதில் எழுத்தாளனின் பரிவான கோணம் இருக்கும். இராசேந்திரசோழன் தன் பரிவை மாந்தர்களின் மேல் ஏற்றி சுமக்க வைப்பதில்லை. அப்படியே சூழலையும் மனத்தகிப்பையும் துல்லியமாக எடுத்து வைக்கும் காரியத்தில் தான் ஆசை கொள்கிறார். தன் கவசத்தை அவர் அணிந்து கொள்வதில்லை. இராசேந்திரசோழன் ஒரு மனிதனாக

மிகப்பெரிய மனிதாபிமான எழுத்தாளனாக எளிமையின் தீவிரத்தில் வெளிப்படுத்திக்கொண்ட கலைஞன்.

குழந்தைகள் மிகக்குறைவாகத் தென்பட்டாலும் வறுமையில் அவர்கள் கொள்ளும் துயரம், கோபம், சுறுசுறுப்பு, பிடிவாதம், அரட்டைத்தனம், உழைப்பு, சமாதானம், மகிழ்ச்சி எல்லாம் சாதாரண விவரிப்பில் சொல்வது போன்ற தோற்றத்தில் நுணுக்கமான கவனிப்புகளாக இருக்கின்றன. கைவசப்பட்ட இந்தச் சொல்முறையின் கலைஞன் என்றே இவரைச் சொல்லலாம். குறைவான காலத்திலேயே நிகழ்ந்த சாதனை இது. மாபெரும் இலக்கியச் சாதனையாக நிகழ்ந்திருக்க வேண்டிய இந்தப் பயணம் பாதியில் முறிந்து சமூகச் செயல்பாடுகளில் மூழ்கியபின் இந்த அம்சம் அவரின் கைவிட்டுப் போனதையும் அறிய முடிகிறது.

இதே பெண்கள் அளவு ஆண்கள் இவரது கதைகளில் வந்தாலும் பெண்களை ஓர் இரண்டுபடி மேலே மொழியில் வசப்படுத்தி அசாத்தியம் நிகழ்த்தியிருக்கிறார். பெண்களின் செயல்பாடுகளில், நடவடிக்கைகளில் உருவாகும் குணவிசேசங்களில் அவர்களைத் தனித்துக் காட்டுகிறார். மௌனத்தின் பின்னுள்ள எண்ணங்களின் தீவிரத்தை உளவியல் நோக்கில் பல கதைகளில் விடுவிக்கிறார். ஆண்கள் காமத்தை மர்மமாகவும் பெண்கள் சூசகமாகவும் வெளிப்படுத்துபவர்களாக இருக்கின்றனர். இது மற்ற எழுத்தாளர்களின் பார்வைக்குத் தலைகீழானாது. பெண்கள் போல பேச்சில் சுழன்றடிக்கும் திறன் இல்லையா என்றால் பொதுநிலையில் இல்லை என்று சொல்லலாம். நான் சொல்லவருவது மேடைசார்ந்த விசயமல்ல. உறவு சார்ந்த விசயம். 'எதிரி', 'நீதி', 'கடன்', 'மடை' கதைகளின் மாந்தர்கள் தங்களின் வெற்றிகளையோ தோல்விகளையோ பேசுகின்றனர். இவர்களின் சவடால் தனத்திற்குப்பின் உள்ள போலித்தனத்தைத் தோலுரிக்கும் நோக்கு கதையின் அடியிழையாக இருப்பதைக் காணலாம். 'உளைச்சல்', 'டெய்லர் கந்தசாமி', 'இடைவெளி', 'பகல் தூக்கம்', 'மயக்கம்', 'விருந்து', 'விவஸ்தை', 'நாட்டம்', 'தனபாக்கியத்தோட ரவநேரம்', 'இழை', 'தற்செயல்', 'சிதைவுகள்', 'புற்றில் உறையும் பாம்புகள்', 'எதிர்பார்ப்புகள்' மற்றும் 'ஊனம்' கதைகளில் வரும் ஆண்கள் பெண்களின் வாயடிப்புகளுடன் போட்டிபோட முடிவதில்லை. பெண்கள் தங்கள் பேச்சு வன்மையால் ஏறியடிக்கின்றனர். இவர்களின்

உளவியல்சார்ந்த துடிப்பை ஒரு சந்தர்ப்பத்தில் திறந்து காட்டுகிறார். மிஞ்சுவதும் எஞ்சுவதுமான காமம் ஆண்களிடம் கண்டடைதலாக அமைந்திருக்கிறது என்றும் சொல்லலாம்.

கோணங்கி, இராசேந்திரசோழனின் எழுத்து முறையிலிருந்து தான் தன் எழுத்தை உருவாக்கிக் கொண்டதாக சமீப காலமாகக் கூறி வருகிறார். ஆனால் இப்படியான பெண்களை, ஆண்களை எந்தக் கதையிலும் அவர் கண்டடைந்ததாகச் சொல்வதற்கில்லை. தடயமும் இல்லை. கோணங்கியின் பிற்காலக் கதைகள் இராசேந்திரசோழனின் கனவுக் கதைகளான 'நிலச்சரிவு', 'பரிணாமச் சுவடுகள்' மற்றும் 'இச்சை' கதைகளின் நடைபாணியை ஒத்திருக்கிறது என்று வேண்டுமானால் சொல்லலாம். அதிலும் கனவில் மனிதர்கள் கொள்ளும் விசித்திர அனுபவங்கள், அவ்வனுபவங்கள் உள்ளத்தில் உருவாக்கும் பதட்டம், திகைப்பு, அர்த்தம் கொள்ள முடியாது விரியும் காட்சிகள், அர்த்தம் கொள்ளும்படியான காட்சிகள், திக்குத் தெரியாது இழுத்துச் செல்லும் பாதையில் சித்திக்கும் சில வெளிச்சங்கள் என்ற எந்தக் கலாபூர்வமான அம்சங்களும் கோணங்கியின் கதைகளில் கூடிவந்ததாக என்னால் சொல்ல முடியவில்லை. 'பரிணாமச் சுவடுகள்' கதை அடைந்திருக்கும் உச்சம், அதன் நேர்நிலை தரிசனத்திலும், 'இச்சை' கதை அடைந்திருக்கும் வீச்சு அதன் அகதரிசனத்திலும் இருக்கிறது. 'நிலச்சரிவு' இவ்வகையில் கனவின் சாத்தியப்பாடுகளைக் கொண்டிருந்தாலும் சில இடங்களில் வெளிப்படையான விமர்சனங்கள் சற்றே கீழே இறக்குவதுபோல் இருக்கிறது. போலீசின் லஞ்சலாவண்யம் குறித்து வரும் இடத்தில் இவ்விதம் தோன்றியது. மற்றபடி மூன்று கதைகளிலும் புனைவின் சாத்தியத்தை நிகழ்த்தியிருக்கிறார்.

7

அதிவேகமாக எழுதிய எழுபதுகளின் காலத்து வாழ்க்கைச் சுவடுகள், கதைகளில் விவரணைகளாக அழகாகச் சித்திரம் கொண்டிருக்கின்றன. அக்காலத் தியேட்டர்கள், கவுண்ட்டர்கள், லாட்ஜ்கள், டாக்ஸி ஸ்டாண்டுகள், டாக்ஸி ஓட்டுநர்கள், சென்னையின் சேரிப் பகுதிகள், மௌண்ட் ரோடு, தின்பண்டங்கள், டெய்லர் கடைகள், வீட்டுத் தோட்டங்கள்,

கொல்லைகள், திருமணங்கள், தெருவோர விளிம்பு மனிதர்கள், தாய விளையாட்டுகள், பட்டறை வைத்திருப்பவர்கள், சம்சாரிகள், வாத்திமார்கள், குளக்கரைகள், அறுவடையான வயல்வெளிகள், பக்கத்து வீட்டுப்பெண்கள், அம்மாக்கள், காமக்கிழத்திகள், பெட்டிக்கடைகள், சிகரெட் பீடி பிடிப்பவர்கள், பரட்டைத் தலைகள், சிங்காரித்த முகங்கள் என்று வாழ்க்கையோடு பிணைந்திருக்கும் சித்திரங்கள் அச்சு அசலாக தெரிகின்றன. எல்லாவற்றினிடையேயும் பின்னின்று துரத்தும் காசுகள் காசுகள் காசுகள். அப்புறம் இரவு, பகல், தெருமுக்கு, வீடு, தியேட்டர், கொல்லை என எங்கும் நிறைந்திருக்கும் மானிடக் காட்சிகள். இவை எழுபதுகளின் காலத்தைக் கண்முன்னே நிறுத்துகின்றன. இப்போது படிக்கின்றபோது இக்கதைகள் அக்காலத்தின் சாயலை அப்படியே பெயர்த்து வைத்திருப்பதாக எனக்குத் தோன்றுகிறது. அது இன்று வாசிப்பில் வசீகரமிக்கதாக இருக்கிறது. ‘காசு’ என்று சொல்லமாட்டார்கள் ‘காசி’ என்பார்கள். ‘கூட்டிக்கொண்டுப் போ’ என்று சொல்லமாட்டார்கள். ‘இட்டுக்கிணு போ’ என்பார்கள். ‘வேட்டியை சுருட்டிக்கொண்டு’ என்று சொல்லமாட்டார்கள். ‘சோமனை சுருட்டிக்கொண்டு’ என்பார்கள். பெண்களை ‘சூத்துக்குப் பிரிமனை போடுகிறவளாச்சே’ என்பார்கள். ‘சாயும் பொழுதை சாயரட்சை’, ‘வீணாக கோபத்தைக் கிளப்பாதே’ என்பதை ‘ஈசாமை கிளப்பாதே’, ‘சோம்பேறித்தனம்’ என்பதை ‘சோராமை’, ‘உடம்பு மரமரப்பாக இருக்கிறது’ என்பதை ‘உன் உடம்பு ஊரிக்கினுதான் இருக்குது’ என்பார்கள். ‘கை காம்பேறிப் போய்விட்டது, அது அதுக்கும் இருத்தியா இருக்கும்போல செத்தமின்ன செடாச்சிக்னே, இமுஷை, பெரிய தலமூச்சுனையா போச்சி, பூரிவலம் போகிறது, வண்டியை அசக்கினான், பச்சசிரிப்பு, கழுதைக்கி சிரிப்பு, குதிர்படாம, அதப்பு’ என்று தென்னாற்காட்டு மக்களின் மொழி மண் வாசனையோடு நம் மனதில் படிந்து மேவுகிறது.

தமிழ்ச் சிறுகதைப் பரப்பில் ஜெயகாந்தன், தி. ஜனாகிராமன், அசோகமித்திரன், அ. முத்துலிங்கம், வண்ணதாசன், ஜெயமோகன் போல எழுதிக்குவித்திருக்க வேண்டிய ஆளுமைமிக்க இராசேந்திரசோழன் புயலாக நுழைந்து ஓர் ஆட்டு ஆட்டி சட்டென பேனாவை மூடி பனியாக உறைந்து போய்விட்டார் என்று வருத்தம் கொள்ள வேண்டியதாக இருக்கிறது. வந்த

வேகத்திலேயே முப்பதாண்டுகள் இயங்கியிருந்தால் எழுபதுகளில் தோன்றிய பேராளுமையாக இராசேந்திரசோழன் இருந்திருப்பார்.

8

இராசேந்திரசோழன் கதைகள் குறித்து அவ்வப்போது யாரேனும் பேச நேர்ந்தால் இராசேந்திரசோழனின் எட்டுக் கதைகள் தொகுப்பை அருமை என்பார்கள். அந்த எட்டுக் கதைகளைவிட வீரியமிக்க பல எட்டுக் கதைகள் இருக்கின்றன என்பது அவர்களுக்குத் தெரிவதில்லை. எனக்கு உடனே நினைவுக்கு வரும் கதை, 'சில சந்தர்ப்பங்கள்'. ஓர் இளம் விபச்சாரியைப் பற்றிய கதை. எப்போதோ படித்தது. தலைப்பு நினைவிலிருந்து மறைந்துவிட்டது. ஆனால் இராசேந்திரசோழன் கதைகள் பற்றி நினைக்கும் போதெல்லாம் இந்தக்கதை ஞாபகத்திற்கு வந்துவிடும். கதை இப்படித் தொடங்குகிறது. ஒரு டாக்ஸி டிரைவர் சவாரி இல்லாமல் நிறுத்தத்தில் சாய்ந்து கிடக்கிறான். மணி பதினொன்று. வேலைக்குச் செல்வோரின் பயணப் பரபரப்பு அடங்கி நகரம் மந்தமாக நகரத் தொடங்கும் நேரம். இருக்கையில் அமர்ந்து செய்தித்தாளைப் புரட்டிக் கொண்டிருக்கிறான். தூரத்தில் ஓர் இளம்பெண் ஓர் இளைஞனுடன் கைகோர்த்து பேருந்து நிறுத்தத்திற்குச் சாலையைக் கடப்பதைப் பார்க்கிறான். அவசரமாக கதவைத் திறந்து டாக்ஸி ட்ரைவர் அவர்களை நோக்கி வேகமாக நடக்கிறான். அவளை நெருங்கி, "பழைய கடன் பாக்கியைக் கொடு" என்று மடக்குகிறான். அவள் "நீ யார்? உன்ன யாரென்னே தெரியாது" என்கிறாள். இவனுக்குக் கோவம் நுனி மூக்கில் வருகிறது. "என்னை யாரென்று தெரியாதா" என்று நெருங்குகிறான். அவள் அந்த இளைஞனிடம் "அத்தான் இவனப்பாரு. வம்பு இழுக்குறத" என்று சொல்கிறாள். பேருந்துவர இருவரும் விழுந்தடித்து ஏறுகின்றனர். இவனால் துரத்திப்பிடிக்க முடியாமல் திரும்பி வருகிறான். ஒரு மாதம் முன்பு இவனை டாக்ஸி எடுக்கச் சொல்லி மெரினா பீச்சுக்கு விடச்சொல்கிறாள். வெவ்வேறு இடங்களில் காரை நிறுத்தச் சொல்கிறாள். வண்டியை நிறுத்தி பிளாட்பாரத்தில் அங்கும் இங்கும் நடக்கிறாள். மெல்ல இவனுக்கு விசயம் விளங்கி விடுகிறது. இது ஒரு கிராக்கி என்று; எங்கெங்கோ இழுத்தடிக்கிறாள். பல ஆடவர்களைப் பார்த்துப்

பேசுகிறாள். எதுவும் சரிப்பட்டு வராது வண்டிக்கு வருகிறாள். இரவு ஒன்பது மணியாகிறது. நடமாட்டம் அடங்குவதற்குள் ஒருவனைப் பிடித்தாக வேண்டும் என்று வண்டியை எடுக்கச் சொல்கிறாள். நடனக் கிளப்பிற்கு அருகிலுள்ள தியேட்டருக்கு விடச்சொல்கிறாள். அங்கு நிகழ்ச்சி முடிந்து வெள்ளைக்காரர்கள் வெளியே வருகிறார்கள். வண்டியிலிருந்து இறங்கிப்போய் ஒருவனைக் கையைப் பிடிக்கிறாள். "நோ... நோ..." என்று உதறிக்கொண்டு போகிறான். அடுத்தவன், அடுத்தவனும் அப்படியே. ஜோடி இல்லாத ஒரு வெள்ளைக்காரன் வருகிறான். வண்டிக்குள் வந்ததும் தடவ ஆரம்பிக்கிறான். முத்தம் தருகிறான். டாக்ஸி டிரைவருக்குக் கடுப்பாகிறது. இப்படி ஒரு கிராக்கியிடம் மாட்டிக் கொண்டோமே வாடகையை வசூல் செய்யும்வரை பொறுமையா இருக்க வேண்டும் என்று கட்டுப்படுத்திக் கொள்கிறான். அந்த வெள்ளைக்காரன் கட்டி அணைக்கவும் "முதலில் பணத்தைக் கட்டு" என்கிறாள். அவன் சட்டென அவளிடமிருந்து விலகி வெளியேறுகிறாள். இவள் பின்னால் துரத்திப்போய் அப்படிக் கேட்டிருக்கக்கூடாது மன்னிக்கும்படி கேட்கிறாள். கையைப் பிடித்துக் கெஞ்சுகிறாள். அவன் ஒரு பத்து ரூபாயை எறிந்துவிட்டுப் போய் விடுகிறான். இவளுக்கு இங்கிதம் தெரியவில்லை என்று டிரைவரும் நினைக்கிறான். ஐந்து மணிநேரம் இழுத்தடிப்பிற்குப்பின் ஓரிடத்தில் இறக்கிவிடச் சொல்கிறாள். இவன் வாடகை கேட்கிறான். அவள் கண் கலங்கியபடி அந்த பத்து ரூபாய் தாளை நீட்டுகிறாள். அவளது அலங்காரம் சோபை இழக்கிறது. பத்து ரூபாயை வாங்கிக்கொண்டு "மீதியை எப்பத் தருவாய்" என்கிறான். "ஒரு வாரத்தில்..." என்கிறாள். அவளது முகவரியை ரிசல்ட் அட்டையின் பின்புறம் எழுதியதும் "வீட்டுக்கு மட்டும் வரவேணாம் அண்ணா... கொஞ்சம் தாமதமானாலும் தந்துவிடுவேன்" என்கிறாள். இரண்டு மாதம் கண்ணில் தட்டுப்படாமல் இப்போதுதான் மாட்டுகிறாள். ஆனால் அவள் சாகசமாக பேருந்தில் ஏறித் தப்பித்துப் போகிறாள். டாக்ஸி ஓட்டுநருக்கு ஆத்திரம் வருகிறது. தன்னை யாரென்று தெரியாது என்றாளே. வேசி மவளை இன்று விடக்கூடாது என்று அவள் தந்த முகவரியைக் கொண்டு மாலை வேளையில் டாக்ஸியை விடுகிறான். அது ஒரு சேரி; இருபுறமும் ஒடுக்கமான வீடுகள். தெருவெல்லாம் சாக்கடை நீர். வண்டியை ஓர் எல்லைக்கு மேல் செலுத்த முடியாது ஓரிடத்தில் நிறுத்துகிறான். இறங்கி அவள்

வீட்டை விசாரித்துக்கொண்டே போகிறான். சிறு வீடு அது; ஓதம் அடித்த சுவர்கள். உள்ளே நாற்பத்தைந்து வயதுள்ள பெண்மணி கிழிந்த துணிகளைத் தைத்துக் கொண்டிருக்கிறாள். அமர இடமில்லாது துணியால் தூசியைத்தட்டி சிறு பலகையில் அமரச் சொல்கிறாள். எங்கும் பழைய துணிகள் சுருண்டு கிடக்கின்றன. இரு குழந்தைகள் பள்ளி விட்டு வருகின்றனர். ஒரு சிறு பெண் "இது யாரம்மா..." என்று பயந்து கேட்கிறது. ஓட்டைக் கூரைக்கு அட்டை வைக்கப்பட்டிருக்கிறது. அவள் "டீ வாங்கி வரட்டுமா" என்கிறாள். "வேண்டாம். இனியொரு நாள் வருகிறேன்" என்று கிளம்புகிறான். காரில் ஏறி அமர்ந்து வண்டியை எடுக்கும் போது "அண்ணா..." என்று பின்னால் ஓடி வந்து கையைப் பிடிக்கிறாள். "ஒரு மாசம் வருமானம் இல்ல... இன்னிக்குத்தான் ஒருவன் வந்தான். மன்னுச்சுகண்ணா" என்று பணத்தை எடுத்துத் தருகிறாள். "வீட்டில் ஒன்னும் சொல்லலேயே..." என்கிறாள். இவன் மௌனமாகத் தலையாட்டிவிட்டு வண்டியை நகர்த்துகிறான். தன்னை ஏமாளி என்று நினைத்து விட்டாளே இந்தப்பாதகி என்ற கோவத்தில் பழிவாங்கத்துடித்த இதயம் வறுமை கசியும் அவளின் சேரி வாழ்க்கையை எதிர்கொண்டு ஏன் வந்தோம் என்று மனசு துடிக்க வெளியேறும் இடத்தை மிகையில்லாமல் வாசகன் இதயத்தில் கடத்திய அந்தக் கதை என்னால் மறக்க முடியாதபடி பதிந்திருக்கிறது.

தி. ஜானகிராமனின் 'கோபுர விளக்கு', ஜெயகாந்தனின் 'எங்கோ யாரோ யாருக்காகவோ', ஜி. நாகராஜனின் 'டெர்லின் ஷர்ட்டும் எட்டு முழ வேட்டியும் அணிந்த மனிதர்', சு. வேணுகோபாலின் 'மீதமிருக்கும் கோதும் காற்று' போன்ற சிறந்த கதைகளில்கூட உருவாகாத பாலியல் தொழிலாளியின் அன்றாட பிரச்சனைகள், சில சந்தர்ப்பங்கள் கதையில் துல்லியமாகக் கூடி வந்திருக்கிறது. இப்படி எட்டுக் கதைகள் தொகுப்பில் இல்லாத பல சிறப்பான எட்டு கதைகள் உண்டு. கையிலெடுத்துப் பிரித்தால் கிடைக்கும். இராசேந்திரசோழன் தன்னைச் சுற்றியுள்ள வாழ்க்கையை நளினமாகப் பார்ப்பதில்லை. ஆண்களோ பெண்களோ வாழும் வாழ்வின் முரட்டுத்தனத்தை அப்படியே முடிந்தமட்டும் பெயர்த்துவிட முயல்கிறார். பச்சாதாபக் கண்கொண்டு யாரையும் அணுகுவதில்லை. அவர்களின் இயல்பு என்னவோ, ஏமாற்றுத்தனம் என்னவோ, பதுங்கி விழித்திருக்கும் காமம் என்னவோ, அது தலைகீழாகும்படி நேரும் விசித்திரம்

என்னவோ, மூர்க்கத்தனம் என்னவோ, ஜாலங்கள் என்னவோ, வறுமையின் கொடூரப்பிடி என்னவோ, குடும்பச் சண்டையில் நாறும் நாற்றம் என்னவோ, அதில் விளையும் சமாதானம் என்னவோ, அப்பட்டமாக வெளிப்படுத்திக் கொள்ளும் விளிம்பு நிலை மனிதர்களின் குணாதிசயங்கள் என்னவோ அவற்றை மிகத் துல்லியமாக அவர்களது மொழியில் தீட்டியிருக்கிறார். வாழ்வின் மூர்க்கத்தனத்தை அதே முரட்டுத்தனத்தோடு அணுகிய படைப்புக் கலைஞன்.

எழுபதுகளின் இவரால் இது நிகழ்ந்தது. கைவசமான இந்தக் கலையை கைவிட்டு இயக்கச் செயல்பாடுகளில் அர்ப்பணிப்புடன் ஈடுபடச் சென்றார். திரும்ப வரும்போது அவரது கலை அவரை விட்டு வெகுதூரம் போய்விட்டது என்பதை நம்மால் உணர முடிகிறது.

9

காமத்தின் மர்மத் தடத்தைச் சொல்லும் கதைகள் தனி ரகம்தான். எல்லாக் கிளைகளும் அதன் மையத்தை நோக்கியே பாய்வது அக்கதைகளுக்குக் கூடுதல் ஓர்மையைத் தந்து உலுக்கலோடு கதவைத் திறக்கின்றன. அதன் வசீகரம் அப்படியே புற உலக அனுபவங்களைச் சொல்லும் கதைகளில் அமைய வேண்டும் என்பதில்லை. சமூகக் கதைகள் வேறுவகையான வடிவமைப்பில் இருக்கின்றன. உழைக்கும் மனிதர்களின் ஒருங்கிணைப்பில் அடர்த்தியான இழைகளுடன் பின்னி சமூக விமர்சனத்தை வாசகன் உருவாக்கிக் கொள்ளும்படி படைக்கப்பட்டிருக்கின்றன. மூன்றாவதாக அவரது அரசியல் கதைகளின் தன்மைகள் குறித்து முன்னமே பேசப்பட்டிருக்கிறது. தமிழ்நாட்டில் கம்யூனிச, தமிழ்தேசிய கட்சி அமைப்புகள் செயல்படும் விதத்தில் இராசேந்திரசோழனுக்கு விமர்சனம் இருந்திருக்கிறது. அவை சார்ந்து எழுதப்பட்ட ஒவ்வொரு கதையும் சிரத்தையுடனும் வடிவ ஒழுங்குடனும், அடர்த்தியுடனும் இருக்கின்றன. அவை வாசகனுக்குப் பெரும் பாதிப்புகளை உண்டாக்குவதில்லை. இராசேந்திரசோழன் வழியாக அமைப்பின் பலகீனங்களை அறிந்து கொள்கிறோம். அது நடைமுறை பிரச்சனைகளால் சிக்கலுக்கு உள்ளாகி இருக்கிறது. இந்த நடைமுறைப் பிரச்சனையிலுள்ள

சிக்கலைத் தீர்மானிக்காமல் நகர்த்திக்கொண்டு செல்லும் அமைப்பைத்தான் விமர்சிக்கிறார்.

இராசேந்திரசோழனின் கலையாற்றல், காமத்தின் திறப்புகளைக் கண்டடைந்த விதத்திலும் அதன் மோதலில் மாறுபட்ட பார்வைகளை அவர் வெளிப்படுத்திய விதத்திலும் உச்சபட்ச வெளிப்படாக இருக்கிறது. காமத்தை வக்கிரமாகப் பார்க்கும் பார்வையில்லை; மனித அலைக்களிப்பாகப் பார்க்கிறார். மானிட இச்சையின் ஆட்டங்களைக் கவனப்படுத்துகிறார். மனிதனுள் பதுங்கியிருந்து ஏதோ ஒரு சந்தர்ப்பத்தில் அடக்க முடியாத இச்சா சக்தியாகத் தலைகாட்டுகிறது என்பதைத்தான் எழுதுகிறார். இந்த மோகத்தை எதிர் துருவத்தில் வேறு பல நம்பிக்கைகள், அறிதல்களால் பாமரர்கள் வாழ்க்கை தந்த உலகியல் அனுபவத்தால் எப்படி கடக்கின்றனர் என்பதையும் சேர்த்துக்காட்டுகிறார். இந்த மேலான இலக்கிய கலையின் சிறு துளிரைக் கூட வக்கிர எழுத்தாளனால் நெருங்கிப் பார்க்க முடியாது; எழுதவும் முடியாது.

'இடம்' அவரது சாதனைக் கதைகளில் ஒன்று. திருமணமாகாத முரடனான சாரங்கபாணி பக்கத்து வீட்டு சாந்தா என்ற கர்ப்பிணிப் பெண்ணுடன் கொண்டுள்ள நட்பு அபாரமானது. அவளது அன்றாட நடவடிக்கைகளில் உதவுவதுகூட ஆச்சரியப்பட வைக்கிறது. கர்ப்பிணி சாந்தாவிற்கு ஒரு கைக்குழந்தையும் இருக்கிறது. துணியைச் சுழற்றியடித்து துவைக்க முடியாமல் மூச்சு வாங்கும் அவளது சிரமத்தைப் பார்த்து "கொண்டா நான் துவைத்துத் தருகிறேன்" என்று தூக்கியடித்து அலசித் தருகிறான். அவளது சட்டை பாடியை அள்ளித் துவைக்க முயல்கிறபோது, அவள் அதை மட்டும் வேண்டாம் என்று சொல்லித் தடுப்பதும் அதையும் மீறி துவைத்து அலசித்தரும் இடம்; எட்டுமாத கர்ப்பிணிப் பெண்ணான அவள் இவனுக்கு வடிகஞ்சி எடுத்துத்தர அடுக்களைக்குள் போனவள், விழுந்து பேச்சு மூச்சு இல்லாமல் கிடக்கும்போது ஓடிப்போய் நெஞ்சை இறுக்கிப் பிடிக்கும் சட்டைப் பட்டனை அவிழ்த்து மூச்சுவிட தோதுசெய்து நெஞ்சைத் தடவி விடுவதும், வேர்த்த முகத்திற்கு நீரைத் தெளித்து அவளுக்கு உதவும் இடம். அதேபோல அவன் தன் பின்முதுகைத் தேய்க்க முடியாமல் முயலும் போது சாந்தா சோப்பைக் கொண்டா என்று வாங்கி சோப்புப்போட்டுத் தேய்த்துவிடும்

இடம், இப்படி சினிமா போவதற்கு, கடற்கரை போவதற்கு, மருத்துவமனை போவதற்கு, அலுவலகம் போவதற்கு, பேச்சுத்துணைக்கு என்று இருவரும் மாறிமாறி செய்துகொள்ளும் உதவிகள் எல்லாம் களங்கமில்லாமல் நிகழ்கிற இடங்கள்தான். வீட்டுக்குச் சொந்தக்காரியின் மகளான கஸ்தூரி கல்லூரியில் படிப்பவள். அவளுடன் பல சந்தர்ப்பங்களில் வம்பிழுக்கிறான் சாரங்கபாணி. அப்படி வம்பிழுக்கும்போதெல்லாம் அவளும் வாயால் மூர்க்கமாகப் பதிலடி கொடுக்கிறாள். ஒருசமயம், ஓர் இளைஞனுடன் தெருவில் நின்று பேசிக்கொண்டிருக்கும்போது இவன் தேவையில்லாமல் மூக்கை நுழைக்கிறான். "அவன் யார்? அவனுடன் ஏன் பேசுற" என்று கேட்கிறான். "உனக்கு எதுக்குச் சொல்லணும்" என்கிறாள்; அது வாய்ச்சண்டையாக மாறுகிறது. அது இவனுக்குப் பெரிய ஆத்திரத்தை உண்டாக்குகிறது. ஒருநாள் சாந்தாவைத் தேடி மேலே வருகிறான். சாந்தா இல்லாத சமயம் அது. அந்த சந்தர்பத்தில் கஸ்தூரியின் வாயைப்பொத்தி தன் அறைக்குள் தூக்கிச் சென்று எலும்பு நொறுங்கும்படி கட்டியணைத்து இறுக்குகிறான். வளையல்கள் உடைகின்றன. கூடுதலாக என்ன நடந்தது என்ற குறிப்பு இல்லை. முத்தம் கொடுத்தானோ என்னவோ. ஆனால் வேறு தவறு ஏதும் நடக்கவில்லை. இந்தப் பழிவாங்கலுக்குப்பின் அவன் முற்றாக அவள் விசயத்திலிருந்து விலகிக் கொள்கிறான். அதேசமயம் அவளும் இவனிடமிருந்து விலகி தானுண்டு, தன் வேலையுண்டு என்று அமைதியாக இருக்கிறாள். சாந்தாவுடன் கஸ்தூரி சேர்ந்து வரும்படியான நிலை வரும்போதெல்லாம் இவன் தவிர்த்து விடுகிறான். எப்போதும்போல் சாந்தாவிற்கு உதவுகிறான். இந்த இரண்டாவது குழந்தை பிறந்து எட்டுமாதமாகிறது. சாந்தா பெரிய அழகி அல்ல. இவனே "எலிக்குஞ்சு மாதிரி இருக்க..." என்று கேலி பேசுவான். "இதுபோதும் அவருக்கு..." என்பாள். ஓர் இரவு இருவரும் பேசிக்கொண்டிருக்கிறார்கள். இரு குழந்தைகள் தூங்கிக் கொண்டு இருக்கின்றன. அவள் முகத்தில் உடம்பில் புது பொலிவு உருவாகி இருப்பதைப் பார்த்து பாராட்டுகிறான். அவளும் பேசிக்கொண்டே பாயைப் போட்டு "இங்க படுக்க வேண்டியதுதான..." என்கிறாள். அவளது விரலைத் தொட்டு அழுத்துகிறான். என்ன தோன்றியதோ முரட்டுத்தனமாக அவளை அள்ளி அணைத்து கட்டிலுக்குத் தூக்கிச் செல்கிறான். அவள் வேண்டாம் என்கிறாள். இவனது பிடிவாதம் முரட்டுத்தனமான

பிடியில் இறுகுகிறது. திமிர முடியாமல் அழுகிறாள். அழுகை தொடர்ந்து நீளவும் விட்டுவிடுகிறான். தான் இப்படி நடந்து கொண்டிருக்கக்கூடாது என்று வருந்துகிறான். காமத்தின் விசித்திரத்தை இராசேந்திரசோழன் இக்கதையில் கம்பி மேல் நடந்து காட்டியிருக்கிறார். மன்னிப்பு கேட்கிறான். அது அத்துடன் முடிந்துவிடுகிறது. சாந்தா மறுபடியும் அவன் மீது பாசத்தைக் காட்டுகிறாள். அதுமட்டும் வேண்டாம் என்கிறாள். அவனுக்குப் பிடித்தமான வடிகஞ்சி, காப்பி தருகிறாள். அவனுக்கு சாந்தா தன் இதயத்தில் ஓர் இடம் தந்திருக்கிறாள். உடல் ரீதியான உறவு இல்லாத ஓர் உறவைப் பேண நினைக்கிறாள். இப்படியொரு கதா மாந்தர். கஸ்தூரியை யாரோ பெண் பார்த்துவிட்டு செல்கிறார்கள். அன்று இரவு சிப்ட் முடித்து சாரங்கபாணி வருகிறான். எல்லோரும் தூங்கிக்கொண்டு இருக்கிறார்கள். இருட்டில் கஸ்தூரி மட்டும் தூணில் சாய்ந்து துயரத்தோடு தூங்காமல் இருக்கிறாள். மோதலுக்குப்பின் இருவருக்கும் இடையில் பேச்சே அற்றுப்போகிறது. அவளது தாளாத் துயரத்தைக் கேட்கலாமா என்று நினைக்கிறான். கஸ்தூரியின் உள்ளத்தில் மலர்ந்த காதலை, அல்லது அந்த முதல் ஸ்பரிசம் எத்தனை எத்தனையோ விதமாக அவளுள் சுழற்றி அடித்த விதம் பற்றி எதுவும் சொல்லப்படாமலே உணர்ந்து கொள்ளும்படியாக நம்மைக் கொண்டு நிறுத்துகிறார். அவள் உள்ளத்தில் சாரங்கபாணி எப்படி நிறைந்தான் என்பது மாயத்தன்மை கொண்டதாக இருக்கிறது. அவளுள் அவன் பிடித்திருக்கும் இடத்தைப் பெண்பார்த்துவிட்டுச் செல்லும்போது உணர்கிறாள். மிகச்சாகசத்துடன் எழுதப்பட்ட கதை. இந்தக் கதையில் சாந்தாவின் கணவன் மின்வாரிய அலுவலகப் பணியாளனாக இருக்கிறான். இக்கதைக்குள் அவன் பெரிய அளவில் மலரவில்லை. சலனமற்ற விதத்தில்தான் ஓரிரு இடங்களில் வந்து போகிறான். சாந்தா சங்கரபாணியின் உரையாடலில் வரும் பாதியளவுகூட அவனது இருப்பு விரிவு கொள்ளவில்லை. இதுசற்று பலகீனமாகப்பட்டது.

திருமணமாகாத ஆடவன் திருமணமான இளம்பெண் என்ற எதிர்வுகளில் ஏழெட்டு கதைகள் எழுதியிருக்கிறார். ஒவ்வொரு கதையிலும் காமத்தின் ஆட்டங்களை வேறுவேறு கதவுகளின்வழி திறந்து பார்த்திருக்கிறார். இந்த மர்மவிளையாட்டில் நேரும் விநோதங்களைக் கண்டடைவதில் போய் முட்டி நிற்கிறது இவரது பல கதைகள்.

‘சாவி’ கதையை வாசித்து முடித்ததும் பெரிய ஈர்ப்பை உண்டாக்கவில்லை. மற்ற கதைகளில் ராஜேந்திர சோழன் மின்னல்போல பளிச்சிட வைத்த இடங்கள் இக்கதையில் இல்லை. ஆனால் இக்கதையை நினைத்து அசைபோடும்போது வெகுநுட்பமாகவும் புதிய பொருள் கொள்ளும்படியும் எழுதப்பட்டதாக அமைந்திருக்கிறது. வீட்டுக்குள் சாவியை வைத்து மறதியாகப் பூட்டிவிடுகிறாள். அது அமுக்குப்பூட்டு. கணவன் சிறுவயதில் பல பூட்டுக்களைச் சாவியில்லாமல் கம்பி வைத்து திறந்த படுகெட்டிக்காரன். இப்போது ஆணி கம்பி என்று தேடிக் கிடைக்காமல் ஏதேதோ வைத்து திறந்து பார்க்கிறான். மனைவி முன் தன் திறமையைக் காட்ட சந்தர்ப்பமாக நினைத்து பலவாறு முயல்கிறான். விளக்குப் பிடிப்பதில், ஆணியைத் தேடுவதில், மனைவியைத் திட்டுகிறான். தன் திறமைக்குச் சின்ன ஆணிகூட இவளால் கொண்டுவர முடியவில்லை என்று வாயடிக்கிறான். இறுதிவரை அவனால் திறக்க முடியாது எரிச்சல் அடைகிறான். அது வீட்டின் ஓர் அறை என்பது தெரிகிறது - “நீயும் குடும்ப நடத்துற லட்சணமும், அப்படித்தான்... உள்ளவச்சி பூட்டிட்ட. இப்ப இதுல கெடக்கிற ஆஸ்திய எவன் வந்து கொள்ளை அடிச்சிப் பூடப்போறான்னு பூட்டி வச்சிக்கிற அப்பப்ப... நல்லெண்ணையாவது ரவ எடுத்தா” என்கிறான். “வேணா. அது கெடந்தா போவுது வுடுங்க அப்பிடியே. காத்தாளைக்கு நானே தெறந்துக்றேன். எழுந்திருங்க நீங்க” என்றதும் வீறாப்பு காட்டுகிறான். “ஆமா இந்த வீறாப்புல ஒண்ணும் கொறைச்சல் இல்ல” என்கிறாள். பூட்டைப் பெண்ணாகவும் சாவியை ஆணாகவும் கொண்டால் கதை எங்கோ இழுத்துச் சொல்கிறது. அப்படியெல்லாம் முழுதாகத் திறந்துவிடக்கூடிய சாவி ஆண்களிடம் இல்லை என்கிறதோ. பூட்டைப் பெண்ணின் மனசாக வைத்தால் அதுவும் லேசில் திறந்து பார்த்துவிட முடியாது இந்த ஆடவர்களால் என்கிறதோ?. இப்படித்தான் கணவன் மனைவிக்கிடையேயான தாம்பத்திய வாழ்க்கை மல்லுக்கு நின்றபடி இருக்குமோ? பெண்கள் எப்போதும் ஒரு ரகசியத்தை வைத்திருக்கிறார்கள். அதை அப்படியொன்னும் லேசில் திறந்து பார்த்துவிட முடியாது என்கிறதோ? பூட்டு என்று தலைப்பு வைக்காமல் சாவி என்று தலைப்பு வேறு வைத்திருக்கிறார். சாவியைவிட பூட்டு அசைக்க முடியாது என்கிறதோ? காலையில் நானே

தெறந்துக்கிறேன் என்கிறாள். அந்தச் சாவியை வைத்திருப்பவளும் அவள்தானோ? குடும்பத்தைத் தன் கையில் வைத்திருப்பவள் என்றும் சொல்கிறதோ. எல்லாவற்றிற்கும்மேல் அவன் வெளியில் திறக்க முடியாத பூட்டுக்களைத் திறந்தவன். சொந்த வீட்டு பூட்டைத்திறப்பதில் அவ்வளவு சிரமப்படுகிறான். எத்தனையோ விவகாரங்களைத் தீர்க்க முடிகிறது. சொந்த பிரச்சனையைத் தீர்க்க முடியாமல் முட்டிமோத வேண்டியதாகிவிடுகிறது. இதுதான் வாழ்க்கை. அதைத் தீர்த்துக்கொள்ளும்படி மனைவியே அடுத்த நிலைக்கு நகரவும் செய்கிறாள். கதை பல்வேறு அறிதல்களை நோக்கிப் பிரிந்து ஓடி விடைகளைத் தேடுகிறது. வாசகக் கணிப்புக்கு சவால்விடும் நல்ல கதையாகிறது.

10

ஒரு படைப்பாளியாகவும் விமர்சகனாகவும் படிக்கிற போது சில கதைகளில் சிற்சில குறைபாடுகள் இருப்பது தெரிகின்றது. 'சூழல்' கதையில் வரும் பெண் திருமணமானவள். கணவர் அரசு ஊழியர் அவளுக்கு நேர்ந்த இரு அனுபவங்களைச் சொல்கிறார். திருக்கோவிலூரில் இருக்கும்போது, வேலையில்லாத இளைஞன் - பக்கத்து வீட்டுக்காரன், இவர்கள் வாங்கும் செய்தித்தாளை வாங்கிப்படிப்பதன்வழி நெருங்கிய பழக்கம் ஏற்படுகிறது. ஒரு சந்தர்ப்பத்தில் அவளுக்கும் அவனுக்கும் கலவி நேர்கிறது. பின் கணவனின் வேலை மாறுதல் காரணமாக திண்டிவனத்துக்கு மாறி வருகிறாள். அங்கு நான்கைந்து குடும்பங்கள் உள்ள வளவு. அதில் நடுத்தர வயது உள்ள மீசைக்காரன் பெண்களைக் கண்டால் வலிந்து பேசும் பழக்கம் உள்ளவன். அவனிடம் இவள் பேசுவது கணவனுக்குப் பிடிக்காமல் போகிறது. சந்தேகம் கொள்கிறான்; மனைவியைத் திட்டுகிறான். மீசைக்காரன்மீது இவளுக்கு எந்த நாட்டமும் இல்லை; நெருக்கமும் இல்லை. மீசைக்காரனின் நடவடிக்கை கணவனுக்குச் சந்தேகத்தைத் தருகிறது. திருக்கோவிலூரில் இவளுடன் உறவு கொண்டவன் திண்டிவனத்திற்கு வேலைபெற்று வருகிறான். ஒரு நாள் இவர்களைச் சந்திக்க வருகிறான். கணவன் உற்சாகமாக சந்தையில் ஏதாவது வாங்கிவருவதாகச் செல்கிறான். இது கதை. நுட்பமான ஒரு விவரணை மட்டும் இக்கதையில் வருகிறது.

திருக்கோவிலூரிலிருந்தது தனிவீடு. இங்கு திண்டிவனத்தில் இருப்பது நான்கைந்து குடும்பங்கள் உள்ள வரிசைவீடு. கணவன் யாருக்கும் தெரியாத வகையில் தப்புத்தண்டா நடப்பதை ஏற்றுக்கொள்கிறாரா? கண்ணியக் குறைவாக குடும்ப மரியாதை வீதிக்கு வந்துவிடக்கூடாது என்று மீசைக்காரனுடன் நின்று பேசுவதை வெறுக்கிறாரா? என்று பார்ப்பதற்கு இடமுண்டு. பெண்ணின் கோணத்தில் சொல்லப்படும் இக்கதை. கணவனுக்கு இது தெரியாது என்றே சொல்கிறாள். ஏன் இவனை நம்புகிறார். மீசைக்காரனை நம்ப மறுக்கிறார் என்பதுதான் அவளுக்கு ஒரு புதிராக இருக்கிறது. வரிசைவீடு கண்காணிப்புக்குரியது என்று நினைக்கிறாரா? அப்படி இல்லை. ஏனெனில் மீசைக்காரனைச் சந்தேகக் கண்கொண்டு பார்க்கிறார். வந்தவன் மீது ஆரம்பத்திலிருந்தே அவருக்கு சந்தேகம் வராமல் இருந்திருக்கிறது. ஆனால் நம் கணிப்பைமீறி மீறல் நடக்கிறது. இது ஒரு புதிர். நான் சொல்ல வந்தது இந்தக் கதையில் உள்ள பலகீனம் பற்றி இக்கதையின் முன்பகுதி மஞ்சள் பத்திரிக்கை தரும் அனுபவ சதைப்பாணியில் விறுவிறுப்பான நடையில் எழுதப்பட்டிருக்கிறது. கதையில் வரும்பெண்ணே தன் கதையைச் சொல்வதால் இந்தப் பாணி அமைந்துவிட்டதோ என்னவோ. இராசேந்திரசோழனின் நடை இக்கதையின் நடைக்கு நேர் எதிரானது என்பதால் இதை ஒரு பலகீனமாகச் சொல்கிறேன்.

'வினை' சிறுகதையைப் படித்ததும் அவரது தொடக்ககால கதைகளில் கூடிவந்த நுட்பமும் முடிவில் வெளிப்படும் தொனிப்பொருளும் கைவிட்டுப் போனது போல தெரிந்தது. இந்தக் கதையைப் படித்ததும் பல ஆரம்பகால கதைகளின் முடிவு உடனே நினைவிற்கு வருகிறது. அதில் ஒரு கதை 'வானம் வெளி வாங்கி'. முடிவு நெருங்கும் வரை மதியக் காட்சிக்கு தியேட்டருக்கு வரும் பலவகைப்பட்ட மனிதர்களின் உரையாடல்களை, செய்கைகளை, நடமாட்டங்களை கவனித்துச் சொல்வதாக விரிந்து கொண்டிருக்கிறது. கதை முடிவில் வேறொரு காட்சியில் முடிந்ததும் அதுவரை விவரணையில் சொல்லப்பட்ட மனிதர்கள் மீதான விமர்சனமாக மாறிப்போகும் அபாரப் பார்வை வெளிப்படுகிறது. ஒரு மாற்றுப் பார்வையை கதை முழுக்க உருவாக்குகிறது. சகமனிதர்களின் துயரத்தைக் கண்டு கொண்டு, பாராது, எதைப் பற்றியும் அக்கரைப்படாமல் தன் சுகிப்பையே பிரதானமாகக் கொண்டு இயங்கும் அநேக மனிதர்களைச்

சொல்வதோடு மட்டுமல்லாமல் பாலுணர்வைத் தூண்டும் ஒரு மூன்றாம் தர படத்திற்கு இப்படி காத்திருந்து ஓடிவந்து கிசுகிசுக்களைப் பேசி வெயிலில் காய்ந்து ஒருவருக்கொருவர் வெறுப்பைக் காட்டிக்கொண்டு இவர்கள் சினிமா மாயையில் கிடக்கிறார்களே என்ற விமர்சனத்தைக் கதையின் இறுதிக் காட்சி காட்டுகிறது. கதை நாயகன் படம்முடிந்து வெளியே வருகிறான். அடுத்த காட்சிக்குத் திரண்டிருக்கும் கூட்டம் "படம் எப்படி இருக்கு சார்" என்று கேட்கின்றனர். "பரவாயில்ல" பொதுவான சான்றிதழைத் தந்து பேருந்து நிலையம் நோக்கி விரைந்து நடக்கிறான். பாரமேற்றிய வண்டியொன்று தார்ச்சாலையில் சென்று கொண்டிருக்கிறது. வியர்வை வழியும் கறுத்த மனிதர்கள் இருவர் காலில் சாக்கு சுற்றிய கால்களுடன் மிகுந்த பிரயாசையோடு இழுத்துக் கொண்டு செல்லும் காட்சியை அவன் பார்க்கும்படி எழுதிவிட்டு நகர்கிறார். புத்தனுக்கு வந்த ஞானம் இந்த சினிமா ரசிகமணிகளுக்கு வராது என்பதை உணர்த்துகிறார்.

'வினை', முற்போக்கு செயல்பாட்டாளர் வீட்டில் இருக்க நேரும் ஒரு நாள் பற்றிய கதை. மனைவியையும் தன்னைப் போல சமூக அக்கறை உள்ள பெண்மணியாகக் கொண்டுவர விரும்பி மாதர் சங்க மாநாட்டிற்கு அனுப்புகிறார். விடிகாலை மனைவி சென்றபின் இரவு திரும்ப வரும் வரை குழந்தைகளை லேசாக மிரட்டி உருட்டி பார்த்துக் கொள்கிறார். இந்த நாள் மனைவியின் எளிமை, பரமார்த்தமான தன்மை, உழைப்பு, சம்சாரபந்தத்தில் அவளது பொறுமை, விட்டுக்கொடுக்கும் தன்மை, தன் வளர்ச்சியில் அவள் ஆற்றியிருக்கும் அர்ப்பணிப்பு எல்லாம் சொல்லப்பட்டு, அவளுக்கு மனரீதியாக ஒரு மதிப்பைத் தராமல் போனதற்கு வருந்துகிறார். அவள் அப்படியொன்றும் காரியங்களில் ஒழுங்கைப் பேணுபவர் அல்ல. ஆனால் வரும் திட்டுக்களை எல்லாம் பொருட்படுத்தாமல் உடனடியாக மறந்துவிட்டு இணக்கமாக வாழத்தெரிந்த சாதாரண அழகிய மனுஷி. அவளுக்கு கழுத்தில் ஒரு செயின் போட்டுக்கொள்ள ஆசை. போட்டுவந்த நகையும் ஒரு கஷ்ட காலத்தில் கைவிட்டுப்போகிறது. மாதர் சங்கத்திற்குப் போய்வருகிறாள். கணவன் சொன்னதற்கு எதிர்மாறாக மாதர் சங்கப் பெண்மணிகள் நகைகளை விதவிதமாக அணிந்து வருகிறார்கள். அவளுக்கும் ஓர் ஆசை; பெண்களுக்கான புரட்சி முழக்கங்களோடு இனிமேல் கழுத்தில் ஒரு செயின் மாட்டிக்கொண்டு செல்லவேண்டும்

என்று தோன்றுகிறது. நல்லதை நாலு விஷயத்தைத் தெரிந்து செயல்பட வேண்டும் என்றுதான் அனுப்புகிறார். அது வேறொரு வினையாக வந்துவிடுகிறது. நகை அணிவது என்பது பெண்களின் கூட்டு நனவிலி மனதில் உருவாகி வந்த ஓர் ஆசை. எளிய பெண் அதைத்தான் விரும்புவாள். கு. அழகிரிசாமி 'அழகம்மாள்' என்ற கதையில் அடகிற்குச் சென்ற தோடு பற்றி எழுதியிருப்பார். அவளது தீராத வறுமையில் தோடு எங்கெங்கோ செல்கிறது. அது இறுதியாக வந்துசேரும் போது வயதாகிவிடுகிறது. என்றாலும் அதை மகிழ்ச்சியோடு அணிகிறாள். மகன் அம்மா இந்த வயதில் குமரிகள்போல தோட்டைப் போட்டு மினுக்குவதாக நினைத்துத் திட்டுகிறான். மகனால் அடையும் அவமானம் பெரும் துயரத்தைத் தருவதைக் காட்டியிருப்பார்.

இந்த 'வினை' கதையில் ஒரு முற்போக்காளனின் குடும்பச் சித்திரம் மிகச் சிறப்பாக உருவாகியிருக்கிறது. மாதர் சங்கப் பெண்களின் நகைமோகம் குறித்து சுருக்கமாக சூசகத்துடன் சொல்லி முடித்திருந்தால் மிகஅற்புதமான கதையாக மாறியிருக்கும். கதையில் ஒன்றரைப் பக்க அளவு நகைமோகத்தை ஒவ்வொருவராக நிறுத்தி விமர்சிக்கிறார். குறிப்பு அமைதி உண்டாக்கும் வாசக அனுபவம் இவரின் விமர்சன முடிவுரையைவிட சக்தி வாய்ந்தது. அதை இக்கதையில் தவறவிடுகிறார். விலாவாரியாக வாசகனுக்கு எடுத்துச் சொல்ல வேண்டும் என்ற இந்த விமர்சன நிலைபாடு வாசகனின் கற்பனையைக் குறுக்கி விடுகிறது.

இராசேந்திரசோழன் எடுத்த எடுப்பிலேயே வடிவச் சிறப்புடன் கதைகளைப் படைத்தவர். அந்த வடிவத்தின்மீது ஆர்வம் கொண்டவர். அது அவரது இடைக்கால படைப்புகளிலிருந்தே மாறி வந்திருக்கிறது. குறிப்பாக 1985க்குப் பின்னான கதைகளில் இதைக் காண முடிகிறது.

இராசேந்திரசோழனின் இப்பெருந்தொகுப்பில் எழுபத்திஏழு கதைகள் இருக்கின்றன. சோடைபோன கதைகள் என்று மூன்று நான்கிற்குமேல் சொல்ல முடியவில்லை. பொருட்படுத்தக்க கதைகள் என்று 'மதராசும் மன்னார்சாமியும்', 'ஊற்றுக்கண்கள்', 'பக்கவாத்தியம்', 'பயன்கள்', 'கடன்', 'டெய்லர் கந்தசாமி', 'இடைவெளி', 'பாசிகள்', 'பகல்தூக்கம்', 'மடை',' நீதி', 'விவஸ்தை', 'இனக்கம்', 'நாள்வேஷம்', 'பக்தி மார்க்கம்',

'மையம்', 'விசுவாசம்', 'தக்கார் தகவிலார்' மற்றும் 'பேதமை' போன்ற கதைகளைச் சொல்லலாம்.

'ஊனம்', 'மயக்கம்', 'இழை', 'விருந்து', 'சடங்கு', 'நிலச்சரிவு', 'இச்சை', 'சாம்பல் குவியலில்', 'சாவி', 'வினை' போன்றவை நல்ல கதைகள். 'எங்கள் தெருவில்', 'விளைச்சல்', 'தனபாக்கயத்தோட ரவநேரம்', 'நாட்டம்', 'சில சந்தர்ப்பங்கள்', 'தற்செயல்', 'சிதைவுகள் கோணல் வடிவங்கள்', 'புற்றில் உறையும் பாம்புகள்', 'பரிணாமச் சுவடுகள்', 'பொழுதுகள்', 'வானம் வெளி வாங்கி', 'வெளிப்பாடுகள்', 'எதிர்பார்ப்புகள்', 'இடம்', 'விதிகள் விதிகள்', 'சவாரி' மற்றும் 'சென்னையில் பார்க்க வேண்டிய இடங்கள்' ஆகியவை இவரது படைப்பிலக்கியச் சுவட்டில் சாதனைக் கதைகள்.

இராசேந்திரசோழன் தன் கதைகளின் வழி பெண்களின் பாடுகளையும் உணர்வுகளையும் அபாரமாக வெளிப்படுத்தியிருக்கிறார். கடும்உழைப்பால், குடும்ப உறவுகளில், பொறுப்பில், சண்டைகளில், சமரசங்களில், கண்காணிப்பில், காமவிருப்பங்களில் சட்டென தங்கள் தனித்துவமான ஆளுமையை வெளிப்படுத்திக் கொள்பவர்களாக இருக்கின்றனர். இந்த சகஜமான வெளிப்பாடுகள்மீது இராசேந்திரசோழன் கொண்டுள்ள பெருவிருப்பம்தான் அனலடிக்கும் உயிர்ப்புள்ள அழுத்தமான மாந்தர்களாக கதைஉலகில் உலவுகிறார்கள். ஒருபக்கம் வறுமை, ஒருபக்கம் செழுமை, ஒருபக்கம் கடுமையான உழைப்பு, ஒருபக்கம் சுயநலமும் சோம்பேறித்தனமும் ஏமாற்றுத்தனமும் எங்கும் நிறைந்திருப்பது கதாசிரியரைத் தொந்தரவுக்குள்ளாக்குகிறது. சகமனிதனின் துயரைப் பொருட்படுத்தாமலும் கண்டுகொள்ளாமலும் எப்படி இப்படி வாழ முடிகிறது?. இந்த வறுமையின் கோலத்தைப் பார்த்தபின்னாவது இந்த மனம் ஏன் இரங்க மறுக்கிறது என்ற கேள்வியையும் ஆதங்கத்தையும் முன்வைத்தபடியே இருக்கிறார்.

புரட்சி செய்யத்தான் நானும் உங்களுடன் கைகோர்க்கிறேன். தத்துவங்களுக்குள், சட்ட திட்டங்களுக்குள் ஒடுங்காமல் ஒரு காற்றைப்போல வெளியே வந்துவிட நேர்கிற எளிய மனிதர்களின் அன்றாடங்காய்ச்சித் தனத்திற்கும் தவிர்க்க முடியாத அன்றைய தேவைக்கும் கைகொடுப்பதில் என்ன கெட்டுவிடப்போகிறது?

இவர்களை அணைத்துக் கொண்டு செல்லுங்கள் என்ற பார்வையை முன்வைக்கிறது. காமம் மாந்தர்களுள் குமிழியிடும் இயற்கையின் இயல்பான ஊற்று. சமூகக் கட்டுதிட்டங்கள், ஒழுக்கவிதிகள் அதற்குத் தெரியாது. இந்தத் தடுப்பணைகளையும் மீறி அது தன்னை வெளிப்படுத்திக்கொள்ளவே துடிக்கும். காமம் மோகத்தால் ததும்புவது. எல்லாத் தடைகளையும் மீறி வெளிப்படும் அதன் வல்லமையை விலகி நின்றுகாட்ட மட்டும் செய்கிறார். இந்த நான்கு அம்சங்கள் இராசேந்திரசோழன் கதைப் பரப்பில் பிரதானமாக இருக்கின்றன. தமிழ்ச் சிறுகதை உலகிற்கு இவ்விதம் புதிய வெளிச்சங்களை அழுத்தமாகத் தந்த சிறந்த சிறுகதையாசிரியர் இராசேந்திரசோழன்.

□ 01.04.2020 □ பேசும் புதிய சக்தி, மே 2021.

⊙

உலக நிலக்காட்சிகளின் ஊடே...
அ. முத்துலிங்கத்தின் கதைகள்

அ. முத்துலிங்கத்தின் கதைகளைப் படிக்கும்போது பறவைகளின் ஞாபகம் வருகிறது. வலசைபோகும் பறவைகள் அந்தந்த தேசத்து நீர்த்தேக்கங்களில் அமர்ந்து காதல் வாழ்வைத் தொடங்குகின்றன. அந்த நிலத்து சிறு குச்சிகளை, பட்டைகளை எடுத்து கூடு பின்னி, அந்த நிலத்து தானியங்களை உண்டு, அந்த நிலத்து வெயிலையும், குளிரையும் தாங்கி நீரையும் குடித்து, முட்டையிட்டு குஞ்சு பொரித்து அருகிருந்து மிக விழிப்புடன் காவல் காத்து இரையூட்டி - இரையூட்டி - இரையூட்டி சிறகு முளைத்ததும் பறக்கவிடும் தாய்ப்பறவையின் சித்திரம் போன்றன இவரது கதைகள். வலசை வந்த இடத்தில் உண்டான குஞ்சுகள் பறவைகளாகி தன் பூர்வீகம் நோக்கி பறப்பதுபோல முத்துலிங்கத்திடமிருந்து பிறந்த கதைகள் சுயமாகப் பிரிந்து பறக்கின்றன. முத்துலிங்கம் வலசை போகும் பறவை. உண்டு வாழ்ந்து உருவான விதத்தைச் சொல்லியபடியே அதன் இலக்கு ஒன்று தன்னியல்போடு வெளிப்படுவதைப் போன்றவை முத்துலிங்கத்தின் கதைகள்.

பூ மலர்வதுபோல, மரம் கிளைவிரித்து அடர்வதுபோல கதைகளில் வாழ்க்கைப்பாடுகள் சித்திரங்களாக விரிகின்றன. ஒவ்வொரு பூவிற்கும் ஒவ்வொரு மரத்திற்கும் உரித்தான வாழ்க்கை பற்றிய விமர்சனப் பார்வை உருவாகி மணக்கிறது. பிரச்சினையின் மையம் விரிந்து விரிந்து வாழ்க்கையாக அடர்த்தி கொள்கிறது. இந்த அடர்த்தியிலிருந்து வாழ்க்கை பற்றிய ஆழமான கேள்வியை இவரின் சிறுகதைகள் முன்வைக்கின்றன. கதையின் ஓரிடத்தில் வெளிப்படும் சின்னச்சின்ன சித்திரங்கள், தகவல்கள், குறிப்புகள் அத்தனையும் அவ்வாழ்க்கைக்கே உரித்தான கிளைகளாக செழிக்கின்றன. கதை முடிந்ததும் சொல்லப்பட்ட தகவல்கள், குறிப்புகள், காட்சிகள் அனைத்தும் கண்களாக விழிப்படைவது

இவரின் படைப்பாற்றலின் தனித்துவம். தூக்கணாங்குருவி கூடு கட்டுவதுபோல பிசிறில்லாமல் அவ்வளவு நேர்த்தியாக அந்த விசயத்தின் இன்னபிற அம்சங்களிலும் தோய்ந்து தோய்ந்து கதையை உருவாக்குகிறார். மிகமிகத் துல்லியமாகச் சொல்லிவிடவேண்டும் என்ற தீரா ஆவல் படைப்பாக்க மனநிலையில் பின்னின்று தொழிற்பட்டிருப்பதாலேயே முதலில் அது ஒரு படைப்பாகவும், பின் அது வாழ்வின் எதிர்வினையாகவும் அமைகின்ற இரு உயர்ந்த எல்லைகளைத் தொடுகின்றன.

'ஒரு சாதம்', 'வம்சவிருத்தி', 'யதேச்சை', 'கொழுத்தாடு பிடிப்பேன்' போன்ற கதைகள் இந்தவகையில் சாதனைகள். 'வடக்குவீதி', 'பூமாதேவி', 'ஒட்டகம்', 'ஐந்தாவது கதிரை', 'ராகுகாலம்', 'அடுத்த புதன்கிழமை உன்னுடைய முறை' போன்ற கதைகள் கணிப்புகளால் அடைத்துவிட முடியாத விசித்திர எண்ணங்களின் ஊற்றுக்கண்களைத் திறக்கும் சிறந்த கதைகள் எனலாம்.

புதிய நாகரிகம் நேற்றைய மதிப்பீடுகளை எவ்விதத் தயக்கமும் இல்லாமல் உதறிவிட்டு சுயநலத்தை மட்டுமே தாவிப்பற்றி விரைவதை ஒரு கையறுநிலையில் இவரது கதைகள் சொல்கின்றன. விரிந்திருந்த உறவின் இழைகள் அறுபட்டு அறுபட்டு, தான் என்ற தன்முனைப்பு மட்டுமே வீங்கத் தொடங்கும் மானிட உலகை இவரின் கதைகள் முன்வைக்கின்றன. 'ரி', 'மகாராஜாவின் ரயில் வண்டி', 'தொடக்கம்' முதலிய கதைகள் வாழ்வில் நேர்ந்துவிடும் - திரும்பக் கிட்டாத அபூர்வத் தருணங்களைச் சொல்கின்றன. இந்தக் கணங்கள் ஏதோ வகையில் வாழ்க்கையைத் தொடர்ந்து அர்த்தப்பூர்வமாக்குகின்றன.

முத்துலிங்கம் இன்றளவு நூற்றைம்பது கதைகள் எழுதியிருக்கக் கூடும். முக்கியமான தமிழ்ச் சிறுகதை ஆளுமையாளர்களின் சாதனைகளைப்போல சிறந்த தரமான — நல்ல — கதைகளைத் தந்திருக்கிறார். தமிழ்ச் சிறுகதை வரலாற்றில் தி. ஜானகிராமன், கி. ராஜநாராயணன், வண்ணதாசன் இவர்களுக்கு நிகரானவர். ந. பிச்சமூர்த்தி, லா.ச.ரா., கோணங்கி, எஸ். ராமகிருஷ்ணன், யுவன் சந்திரசேகர் இவர்களுக்கெல்லாம் மேலானவர் என்று சொன்னால் ஒன்றும் குடிமுழுகிப்போய்விடாது.

எடுத்துரைக்கும் விதத்தில் இவர்களில் சிலர் வித்தைகள் செய்திருக்கலாம். வித்தைகள் மட்டுமே இலக்கியம் ஆகாது.

புலம்பெயர்ந்த தமிழர்களின் துயரவாழ்வு ஒருபக்கம் இருந்தாலும், அவர்களிடமும் தலைகாட்டும் துர்க்குணங்களை எவ்வித பட்சாதாபமும் இல்லாமல் போட்டுடைக்கிறார். புதுமைப்பித்தனைப் போன்ற குணம் இது என்றாலும் அவசரமற்ற, வேகமற்ற நிதானத்தோடு வாழ்வின் பின்னலிலிருந்து உருவாகி வந்த படைப்பு விமர்சனமாக இருக்கின்றன. புதுமைப்பித்தன் கருத்தியல் விமர்சனத்திற்காகக் கதையை ஒரு வடிவமாகக் கையாண்டார் என்றால் முத்துலிங்கம் சிறுகதை வடிவத்தினுள் விமர்சனத்தைப் புதைத்து வைக்கிறார். கி.ரா., இடைச்செவல் கரிசல் நிலத்து மக்களை வைத்து எழுதினார் என்றால் முத்துலிங்கம் உலக நிலத்து மக்களைத் திணையியல் அடிப்படையில் படைத்தார் எனலாம். உலகின் வெவ்வேறு நிலத்து மக்களின் பிரச்சனைகளை உலகின் பொதுவாசகன் என்ற நிலையில் முன்வைக்கிறார். தமிழ்த்திணை இலக்கியம்போல உலகை ஒரு திணை நிலமாக மாற்றி பக்கத்துபக்கத்து நில மக்களின் பாடுகள் போல ஆக்கிவிடுகிறார். அவை அந்நிலத்திற்கே உரிய வேறுபாடுகளோடும், தனித்துவங்களோடும் இருக்கின்றன. குறிஞ்சி நில வாழ்க்கைப் பின்னலை மருத நிலத்தவன் பார்ப்பதுபோல நெருக்கம் கொள்கின்றன. ஆப்பிரிக்க மக்களைப் பற்றி எழுதிய கதைகள் தமிழ்நாட்டு கதைகள் போல இருக்கின்றன. உரிப்பொருள் திணைமயக்கம் கொண்டது போன்ற உறவு வெளிப்படுகிறது.

ஐம்பதுகளின் இறுதியில் (1959) பத்து கதைகள் எழுதியிருக்கிறார். இவை மட்டுமே தொடக்க கால கதைகளாக இருக்கின்றன. பின் முப்பத்தைந்து ஆண்டுகள் கழித்து 1994 வாக்கில் பணி ஓய்விற்குப்பின் ஓர் இளைஞனின் உற்சாகத்தோடு வேகவேகமாக எழுதத் தொடங்குகிறார். ஆரம்பகால கதைகளைக்கூட பக்குவம் - பக்குவமின்மை என்று பார்ப்பதைவிட அக்கதைகளின் அடர்த்தியும் பார்வையும் மெல்லிதாக உள்ளன. என்றாலும் வாழ்வை ஒரு பக்குவத்தோடு அணுகியிருப்பது இளம் பருவத்து எழுத்துக்களிலேயே வெளிப்பட்டிருக்கிறது. ஏழை சிங்களப் பெண் தமிழன் மீது கொண்ட தூய காதலையும் தனக்கே உரிய குறுகல் எண்ணங்களோடு (பாசாங்கு காதல்) காதலைக்

கையாண்ட விதத்தையும் நுட்பமாக அவரின் ஆரம்பகால கதையான 'அனுலா'வில் வெளிப்படுத்தியிருக்கிறார். ஏய்த்துப் பிழைக்கும் கிழவியை மகள் ஏய்த்துவிடும் சாகசத்தைச் சொல்லும் 'கோடைமழை' கதையையும் சேர்த்துப் பார்க்கலாம். 1994க்குப் பின் எழுதத் தொடங்கிய கதைகளில் மிகச்செறிவானதாகவும் வாழ்வின் பின்னல்கள் மிக நெருக்கமாகவும் நுட்பமாகவும் கூடிவந்திருக்கின்றன.

முத்துலிங்கத்தின் தொடர் இயக்கம் என்பது 1994லிருந்து இன்று வரை தொடர்கிறது. இக்காலகட்டம் இடையறாத படைப்பெழுச்சி காலகட்டமாக விரிகிறது. பணிநெருக்கடியில் முப்பத்தைந்து ஆண்டுகள் சிறுகதைகள் ஏதும் எழுதாது ஓய்விற்குப்பின் 'படைப்பின் கனவு' எழுச்சியோடு பொங்குகிறது என்றுதான் கூறவேண்டும். இது தமிழ்ச் சூழலில் வெகு அபூர்வம். முத்துலிங்கம் யாழ்ப்பாணத்து படைப்பாளியாக இருப்பதால் அவர்மீது இயல்பான ஒரு விமர்சனம் வைக்கப்படக்கூடும். ஐம்பது ஆண்டுகால இலங்கை இனமோதல்களில் பல்வேறு நெருக்கடிகளை, வரலாற்றின் கோரமுகங்களை, அழிவுகளை, இழிவுகளைத் தமிழ்ச் சமூகம் சந்தித்து வந்திருக்கிறது. அந்த வரலாற்றின் அவலம் முத்துலிங்கத்தின் கதைகளில் இல்லை என வைக்கலாம். இது ஓர் எதிர்பார்ப்பு சார்ந்த விமர்சனம். அவர் எழுதிய கதைகளுக்கு இதனை ஓர் அளவுகோலாகக் கொண்டு மதிப்பிடவும் முடியாது என்று சொல்லியாகவேண்டும். புதுமைப்பித்தன், கு.ப.ரா., கு. அழகிரிசாமி, தி. ஜானகிராமன் முதலிய மிகச்சிறந்த படைப்பாளிகள் சுதந்திர போராட்டத்தின் கொந்தளிப்பான காலகட்டத்தில் வாழ்ந்தவர்கள். அந்தக் கொந்தளிப்பின் வழியே மானிட நெருக்கடிகளை இவர்கள் தங்கள் படைப்புகளில் கொண்டு வரவில்லை என்பதால் அப்படைப்பாளிகளின் படைப்பாளுமையைக் குறைத்து மதிப்பிட்டுவிட முடியாது. அதே சமயம் இந்திய - பாகிஸ்தான் பிரிவினையில் மனிதர்களிடம் வெளிப்பட்ட கோரமுகங்களை சதத் ஹசன் மண்ட்டோ தீவிரமாக எழுதினார். சுதந்திர போராட்ட சிக்கல்களை எழுதவில்லை. பிரிவினையில் விழைந்த சீரழிவுகள் மண்ட்டோவை மிகவும் பாதித்ததால் அவை படைப்புகளாக வெளிவந்திருக்கின்றன. பிரிவினை காலக் கதைகளில் வெளிப்பட்ட உக்கிரம் அவரின் பிற கதைகளில் இல்லை. முத்துலிங்கம் இலங்கை போர்ச் சூழலில்

வாழாததால் — அதன் அனுபவம் இல்லாததால் — அது பற்றி எழுதாமல் ஒதுங்கியிருந்திருக்கிறார் என்பது நேர்மையான விசயம்தான். எனவே ஒரு படைப்பாளியிடம் இன்ன வகையான படைப்புகள் வெளிவரவில்லை என்ற காரணத்தை வைத்து மட்டும் மதிப்பிட முடியாது. இதெல்லாம் படைப்பு மனம் சார்ந்த விசயம். படைப்பாளியின் உள்ளத்திற்கு நெருக்கமில்லாத பிரச்சனைப்பாடுகள் படைப்புகளாக உருவாவதில்லை.

அதே சமயம் ஈழப்போர்ச் சூழல் காரணமாக உயிர்தப்பி மேலைநாடுகளில் அகதிகளாக நுழைந்து பிழைக்க அவர்கள் பட்டபாடுகளை வலியோடு சில கதைகளில் சொல்லியும் இருக்கிறார். பண்பாட்டாலும், நிலவியல் சூழலாலும் முற்றிலும் அந்நியப்பட்ட - உடலாலும் மனதாலும் ஒன்ற முடியாத நிலையிலும் வேறு கதியற்று கிடைத்த வேலையைப் பற்றிக்கொண்டு உயிரைத் தக்கவைக்கவேண்டிய வரலாற்றுச் சோகத்தை ('கறுப்பு அணில்') சில கதைகளில் காட்டியிருக்கிறார்.

முத்துலிங்கத்தின் மனசை அதிகமும் அழுத்துவது திரும்ப முடியாத - பார்க்க முடியாத மீண்டும் வாழ முடியாத ஈழத்து கிராம வாழ்க்கைதான். தனது நினைவுகளில் மட்டுமே உறைந்து கிடக்கும் அம்மனிதர்களின் உலகங்களைப் பல கதைகளில் உயிர்பெற வைத்திருக்கிறார். அவர்களின் மர்மங்களை, எழுந்தாடிய தீமைகளை, நெஞ்சைப் பரவசப்படுத்திய செயல்களை, நடைஉடை பாவனைகளை அழிக்க முடியாத சித்திரங்களாகக் காட்டுகிறார். இனமோதலோ, போர் ஓலமோ கேட்காத காலகட்டத்து தமிழர்களின் வாழ்க்கையாக இருக்கின்றன. இந்த இந்த இடத்தில் இவர்கள் இப்படி வாழ்ந்தார்கள் என்று இன்று வரலாற்றிலிருந்து துடைக்கப்பட்ட நிலமாக இருப்பதை நினைக்கும்போது பெருஞ்சோகம் கவ்வுகிறது. விலகி நின்று புறஉலகின் நுட்பமான மொழியில் அகப்படுத்துகிறார். இவை மகத்தான கதைகளாக இல்லாமலிருக்கலாம். ஆனால் நினைவுகளை அழுத்தும் கதைகளாக இருக்கின்றன. ஏழ்மையை, குரூரத்தை, காதலை, களங்கமின்மையை, கள்ளத்தனத்தை, விடுதலையை நினைவிலிருந்து எழுதும்போது எழுத்தில் நிதானம் கூடிவந்துவிடுகிறது. இந்தநிதானம் அன்றைய பதட்டத்தையும் சார்பையும் ஒதுக்குகிறது. அன்றைய தீமையைக்கூட விலகி நின்று இன்று எழுதும்போது அதன் ஆட்டத்தை முழுச் சுதந்திரத்தோடு

ஆடவிடுகிற பக்குவம் வந்துவிடுகிறது. ஒளிக்கவேண்டாம் என்று முடிவெடுத்தப்பிறகு அதனை ரசித்து ஆக்கவேண்டும் என்கிற கலை ஆர்வத்தால் விழைந்தவைதான் இவரின் கதைகள்.

ஈழத்து மண்ணின் நினைவுகளிலிருந்து எழுந்த 'அம்மாவின் பாவாடை', 'வடக்குவீதி', 'தில்லை அம்பலப்பிள்ளையார் கோவில்' போன்ற கதைகளும், அங்கே வாழ்ந்தபோதே எழுதிய 'அனுலா', 'அக்கா', 'கோடைமழை' முதலிய கதைகளும் உடனே நினைவிற்கு வருகின்றன.

2

முத்துலிங்கம் தொழில் நிமித்தமாக பாகிஸ்தான், அமெரிக்கா, கனடா, ஆப்கானிஸ்தான், சோமாலியா, இந்தியா என சில நாடுகளில் சில ஆண்டுகள், சில மாதங்கள் இருக்க நேர்ந்தவர். இளம் பருவம் அவரது பூர்வீக பூமியான யாழ்ப்பாணத்தில் இப்படியான அனுகூலங்கள் புதிய அனுபவங்களைப் படைப்பாளிக்கு வழங்குகின்றன. புதிய வாழ்க்கை முறைகளை அறியவைக்கின்றன. வாழ்க்கை பற்றிய புதிய புரிதல்களை உண்டாக்குகின்றன. இந்த வாழ்விட அனுபவங்களின் பின்னணியில் அவர் தனது கதைகளைப் படைத்திருக்கிறார். இக்கதைகள் மூன்று நான்கு விதங்களில் அமைகின்றன. ஒரு தமிழ் மனிதனாக, இரண்டாவது வேற்று பிரதேசத்து மனிதனாக, மூன்றாவது அகமனிதனாக, நான்காவது பணத்தின் மீது மோகம்கொண்டு மதிப்புகளைப் பொருட்படுத்தாத மனிதனாகக் கண்டு படைத்திருக்கிறார். பிரதேசத்து மனிதன் என்பது அந்தந்த நாட்டு மக்களின் வாழ்க்கையில் முத்துலிங்கம் என்ற யாழ்ப்பாணத்து மனிதனின் தலையீடும் எண்ணமும் அற்ற அந்த நிலத்து மனிதனின் வாழ்வை விலகி நின்றும் அதே சமயம் உள்ளத்தின் (பாத்திர உள்ளம்) துணைகொண்டும் பிரச்சனையை அணுகிப் படைத்திருக்கும் பாங்கு; அரசியல், தொழில் காரணங்களால் புதிய வாழ்விடச் சூழலில் யாழ்ப்பாணத்து அல்லது ஈழத்து மனிதனின் வாழ்க்கைப்போக்கு மாற்றமுறுவதைக் காண்பது; யாழ்ப்பாணம், பிரதேசம் என்ற நிலச்சாரத்திற்கு அப்பால் மனிதன் என்னவாக இருக்கிறான் என அறிய முயல்கிற கதைகள் என வகைப்படுத்திவிடலாம்.

முத்துலிங்கத்தின் படைப்பாக்கத்திறனில் அவரது ஆழ்மனதில் படிந்திருக்கும் இலக்கிய வாசிப்பின் சாரம் பொருத்தமான இடத்தில் கதைப்பின்னலோடு பிறப்பெடுக்கிறது. வாய்ப்புகள் அமைகிறபோது மனிதன் தன்னை வெளிப்படுத்திக்கொள்கிற குரூரம் - மகத்துவம் என்ற இரண்டையும் காண விழைந்திருக்கிறார். புதியகாலம் மனிதர்களின் பண்புகளை மாண்புகளை உருமாற்றிக் கொள்ளும்போது, முன் தலைமுறையினரிடம் அவர்களை நிலைநிறுத்திய மாண்புகள் கழன்றுபோவது முத்துலிங்கத்தின் கதைகளில் அடிநாதமாக ஒலிக்கின்றது. சுவாரஸ்யமான தகவல்கள் போலத் தெரியும் அத்தனை பண்பாட்டு நிகழ்வுகளும் கதைவைக்கும் விமர்சனத்திற்கான அங்கங்களாக மாறியிருப்பதை இவரின் கதைகளில் காணலாம்.

வெவ்வேறு நாட்டின் பண்பாட்டு விழுமியங்களை, முரண்களை நிகழ்கால வரலாறுகளை, நம்பிக்கைகளை, கோபதாபங்களை அந்நாட்டின் கண்களிலிருந்து முடிந்தமட்டும் முழுமையாக ஒரு சிறுகதைக்குள் கொண்டுவந்து விடுகிறார். அந்தந்த தேசத்து நிலமும் கருப்பொருளும் உறவு முறைகளும், வழக்காறுகளும், பழமொழிகள், முதுமொழிகள், பாடல்கள், நடை உடை பாவனைகள் எல்லாம் இணைந்து உருவாகும்போது அந்த மண்ணுக்கே உரிய கதைகளாக உருவாகியிருக்கின்றன. அந்தப் பண்பாட்டு விழுமியங்களை விரும்பி உணர்ந்து, தோய்ந்து படித்து வராமல் படைப்பழகு கூடிவராது. பிற பண்பாட்டின் நுட்பங்கள் படைப்பாளியான முத்துலிங்கத்தை வசீகரப்பதினாலேயே இதனைச்செய்ய முடிந்திருக்கிறது. இது தமிழ் எழுத்தாளன் செய்திருக்கும் ஒரு சாதனைதான். முத்துலிங்கம் கதைகளுக்குத்தரும் தலைப்புகள்கூட ஆழ்ந்த பொருளுடையதாக அமைந்திருக்கின்றன.

உலகம் பல்வேறு பண்பாட்டுக் கலப்பால் வேறொரு புதிய பண்பாட்டை உருவாக்கிக் கொண்டிருப்பதை இவர் கவனித்திருப்பதால் இந்தப் புதிய போக்கை இவரின் கதைகள் சொல்கின்றன. தனித்துவமான பண்பாட்டு இழைகள் பிறசமூகத்தவரால் உள்வாங்கப்பட்டும் அல்லது வெளித்தள்ளப்பட்டும், சிதைந்தவடிவில் பாதி ஏற்று - பாதி தள்ளியும் விருப்பம்போல உள்வாங்கப்பட்டு புதிய சமூக வடிவம் கொள்வதை இவரின் கதைகள் உணர்த்துகின்றன. சிலசமயம்

மோஸ்தர் மனநிலையில் புதியவற்றை ஏற்றுக்கொண்டு சொந்த அடையாளங்களை உதறவும் செய்கிறார்.

1977 இல் இலங்கை இனக்கலவரத்தில் இந்தியா வந்து அங்கிருந்து அகதியாக கனடா சென்ற புத்திக்கூர்மை மிக்க கணக்குத் தணிக்கையாளர் ஒரு வாட்ச்மேன் வேலையைப் பிடித்து உயிர்வாழ்வதற்கானப் பிடிப்பை ஏற்படுத்தவே சில வருடங்கள் ஆகின்றன. அமெரிக்காவிலும் தணிக்கைக் கணக்காளருக்கான படிப்பைப் படித்தும் உரிய வேலை உடனே கிட்டுவதில்லை. பெரிய நிறுவனத்தில் கணினி, டைப் அடிப்பதில் செய்த பிழையை நீக்குவதற்குரிய சந்தர்ப்பத்தைப் பெறமுயன்று அத்தருணத்தைப் பெற்று நீக்குகிறான். அதுவரை கம்பெனி இழந்த தொகையையும், பெற்றிருக்கவேண்டிய லாபத்தையும் இயக்குநரிடம் சமர்ப்பிக்கிறான். இந்த ஆற்றலைக் கண்ட கம்பெனி முதலாளி பட்பட்டென பெரும் பதவியில் அமர்த்துகிறான். இந்த உழைப்பின் பயணம் நெடியது. ஓட்டைக் கார், சிறிய வீடு என்ற சாதாரண நிலையிலிருந்து உயர்ந்த இடத்திற்குச் செல்கிறான். இந்தத் திருப்புமுனை நிகழ்ந்ததற்கு ஞாபகார்த்தமாக அவன் கட்டிய வீட்டிற்கு ‘ஒரு சதம்’ *(Oru Satham)* எனப் பெயர் வைக்கிறான். இவனைப் பார்க்க வருகிற பால்யகால நண்பன் ஆங்கில வார்த்தையைத் தவறாக ‘ஒரு சாதம்’ என வாசிக்கிறான். கதை இந்த இடத்தில் தொடங்குகிறது. நண்பன் (பரமனாதன்) யாழ்ப்பாண சாப்பாட்டுப் பிரியன். ஆனால் சாப்பிடும் விருந்தினருக்கு சமைத்துப்போடும் காலம்போய் ஆர்டரின் பேரில் யாழ்ப்பாணச் சாப்பாடு காய்கறி வகைகளோடு பெற்று உபசரிக்கும் நாகரிகம் கனடாவில் காலூன்றுகிறது.

கனடாவில் பனிக்காலம்; தெருக்களில் தோன்றும் மாற்றம்; வீட்டின் அமைப்பு; அதற்குரிய உடைகள்; தமிழன் தகவமைவதும் புதிய அனுபவமாக மாறுகிறது. 90களுக்குப்பின் கனடா வந்த சில அகதிகள் எடுத்த உடனே நல்ல வேலையில் அமர்ந்து உயர்தர காரில் பவனிவரும் வாய்ப்பைப் பெறுகின்றனர். இதுவும் காலத்தின் கோலம்தான். இந்தக் கதையில் ஒருவன் வெற்றியடைந்ததற்கான புத்திக்கூர்மை. இலக்கியப்படிப்பின் அனுபவம், விடாமுயற்சி என பல்வேறு அம்சங்கள்கூடி உச்சத்தை அடைந்த மனிதனையும் - இவ்விதமான எந்தக் குணவிசேசங்கள் இல்லாமல்கூட வாய்ப்பு அமைந்து உயர்ந்துவிடுகிற வேடிக்கையையும் பார்க்க முடிகிறது.

கனடாவில் உதவித்தொகையை அதிகரிக்க மனைவியை ஒதுக்கிவிட்டதாக செய்கிற ஊழல் புதிய வாழ்விடத்தில் தலைதூக்குகிறது. James Gleick எழுதிய 'Chaos' நூலின் சாரம், ஔவையின் 'வரப்புயர நீர் உயரும்' பாடலின் நுட்பம், ஹெமிங்வே எழுதிய 'கடலும் கிழவனும்' நூலின் சாரம், மகாத்மா காந்திக்காக லண்டனுக்கு ஆடு கொண்டு செல்லப்பட்ட சம்பவம், ராவணன் இதயத்தில் பாய்ந்த அம்பு, காதலைத் தேடிய கம்பனின் பாடல், பென்சீனுடைய அணு அடுக்கு முறையின் அமைப்பு என வாசிப்பில் கிடைத்த சாரமெல்லாம் இந்தக் கதாபாத்திரத்தின் வாழ்வோடு இயைந்து சிறந்த சிறுகதையாக (ஒரு சாதம்) உருவாகி இருக்கிறது. உலகத்தின் இருவேறு இயற்கை என வள்ளுவன் சொன்னதுபோல எந்தவித குற்றச்சாட்டையும் முன் வைக்காமல் அறவழியிலும், அறமற்ற வழியிலும் ஒரு சமூகம் நகர்கிறது என்பதையும் சொல்ல எத்தனிக்கிறது. ஓர் எழுத்தாளனாக, கனடா, அமெரிக்கா போன்ற நாடுகளில் குடியேறிய ஈழத்தவர்களைப் பச்சாதாபத்தோடு பார்க்காமல் அவர்கள் எப்படியெல்லாம் தங்களை தகவமைத்துக் கொள்கிறார்கள் என்பதை ஒளிவுமறைவு இல்லாமல் முன்வைக்கிறார்.

'பூமாதேவி' கதை இரண்டு தலைமுறையின் எண்ணத்தைப் பற்றிய கதை. யாழ்ப்பாணத்திலும், அமெரிக்காவிலும் அப்பா தான் வாழ்ந்த ஒவ்வொரு இடத்தையும் ஒவ்வொரு பொருளையும் உயிருள்ள ஜீவனாக நினைவில் தேக்குகிறார். அமெரிக்காவில் பிறந்த மகள் சிறுவயதில் ஒவ்வொரு இடத்தையும், ஒவ்வொரு பொருளையும் நேசித்தவள்தான். ஆனால் அவற்றைச் சுகமான சுமைகளாக, நினைவுகளாகக் கொள்வதில்லை. அடுத்தடுத்த பருவத்தில் முந்தைய பருவ நேசிப்புகளைத் தூக்கி எறிந்துவிட்டு முன்னகர்கிறாள். மாறும் நவீன கருவிகளுடனும் மனநிலையுடனும் அப்பா பொருந்தாமல் இருக்கிறார். மகள் நிகழும் நவீன காலத்தின் வேகத்தையும் தாண்டிப் பறக்கிறாள். நண்பனின் பிறந்தநாள் விழாவில் கலந்து கொள்ள நியூஜெர்சியிலிருந்து அகஸ்டாவுக்கு அப்பாவுடன் செல்ல நியூயார்க்கிலிருந்து அவரை வரவைத்து காரில் பயணம் செய்வதுதான் கதை. இந்த உத்திக்குள் காலத்தின் வேகத்தில் முன் தலைமுறையின் நினைவுகள் இளம் தலைமுறையினருக்குப் பொருளற்றுப் போய்விட்டதை உணர்வதுதான் கதை. அப்பா பிறந்த யாழ்ப்பாணம் என்ற பூமாதேவியை மட்டும் மகள்

நினைவிலிருந்து உதறவில்லை! அமெரிக்காவில் அவள் வாழ்ந்த பழைய இடங்களின் நினைவுகளைக்கூட உதறிவிட்டுச் செல்லும் மனப்பான்மை உருவாகி இருப்பதை உயர்வு தாழ்வு என்ற கண்ணோட்டத்தில் எடைபோடாமல் காலத்தின் இயல்பாக மென்சோகத்துடன் முத்துலிங்கம் தனது பார்வையை வைக்கிறார்.

ஈழத்து போர்ச் சூழலிலிருந்து தப்பிவந்து கனடாவில் அகதியாக நுழைந்து கம்பெனியில் துப்புரவுத் தொழிலாளியாக இடம் பிடித்த உழைப்பவனின் கதைதான் 'கருப்பு அணில்'. பனிக்காலத்தின் அழகியல் மாற்றம் வாசிப்பவர்களுக்கு ஒரு ரம்மியத்தைத் தரும். அந்த ரம்மியம் வாழ்க்கையில் இல்லை; லோகிதாசனுக்கு அந்தக்குளிர் உயிரைப் பறிப்பதாக இருக்கிறது. கணப்பு இல்லா வீடு தூக்கத்தை விரட்டுகிறது. மஞ்சள் நிற சீனர்கள், வெள்ளையர்கள் சொகுசாகவும், நல்லுணவு உண்டும், வாழ்கிற தேசத்தில் குடும்பச் சுமையோடு தாயின் துயர் போக்க வந்தவன் கருப்பன் என்ற வெறுப்பின் அடையாளத்தோடு வாழ நேர்கிறது. சக ஊழியர்களால் மதிக்கப்பெறாத கடைநிலை ஊழியனாக, தனியனாக நாட்டின் பருவகாலத்திற்கு உவப்பில்லாதவனாக, சம்பந்தமற்றவனாக, அந்நியனாக வாழநேர்கிற துக்கம் — ஒரு சீன இளம்பெண்ணிற்கு இருக்கிற மதிப்பு ஏன் கருப்பனுக்கு இல்லை என்கிற ஏமாற்றம் — இந்த அழகிய தேசத்தில் அழகிய வாழ்க்கையாக இல்லை என்பதை உணர்கிற தருணங்களை இக்கதை வெளிப்படுத்துகிறது.

புதிய நாகரிக நதியில் தமிழன் சுரணை அற்றவனாகப் போகும் நிலையை 'ஐந்தாவது கதிரை' கதை சொல்கிறது. அமெரிக்கா வந்த அகதிகள் தங்களுக்கான மணமகன் மணமகளை முகவர் மூலம் தமிழர்களைத் தேர்ந்தெடுக்கின்றனர். யாழ்ப்பாண முறையில்கூட திருமணம் நடக்கிறது. கிடைக்காத பொருட்களுக்கு (வாழைமரம்) பிளாஸ்டிக்கைப் பயன்படுத்துகின்றனர். மணமகள் வேலைக்குச் செல்லும்படியான சந்தர்ப்பம் நிகழ்ந்தவுடன் படுவேகமாக மேலைநாட்டு கலாச்சாரப்புயல் புகுந்து வீசுகிறது. தமிழர் மரபுகள் பொலபொலவென உதிர்கின்றன. அதே சமயம் பெண் ஒரு கொலம்பியா, கோஸ்டாரிகா பெண்ணைப்போல மாற விரும்புகிறாள். முடி அலங்காரம், முகச்சாயம் என ஒப்பனைகளிலும் நடை உடை பாவனைகளிலும் - மனப்போக்கிலும் தன்னை மாற்றிக்கொள்ள விரும்புகிறாள். இந்த மாற்றம் உறவில் கசப்பைத்

தோற்றுவிக்கிறது. கொலம்பியா பெண்ணைப்போல முலைகளில் ட்ராகன் பச்சை குத்திக்கொள்கிறாள். இந்த மாதிரி மாற்றத்தைத் தவிர்க்க முடியாமல் ஏற்று வாழும்படியான சூழலுக்குள் 'தமிழ்ப் பெண்கள்' நகர்கின்றனர். ஒரு சோபாசெட்போல அதன் மடியில் புதிய கலாச்சாரம் அமர்வதைத் தூக்கி எறிய முடியாமல் தாங்குவதாக, ஏற்றுக்கொள்வதாக மாறுகிறது தமிழர் வாழ்க்கை.

ஈழத்தில் குக்கிராமத்தில் பிறந்து அரசியல் நெருக்கடியால் அகதிகளாக ஐரோப்பிய தேசங்களில் ஏற்கெனவே குடியேறியவர்களைத் தொடர்புகொண்டு தஞ்சமடைவது தொடரும் நிகழ்வு. அப்படித் தஞ்சம் அடைந்த தேசத்தில் மனிதர்களிடம் வெளிப்படும் தீமையின் ஆட்டங்களை முத்துலிங்கம் கதைகள் சொல்கின்றன. அகதிக்கான பணம் பெற்று, சிறுவேலையில் அமர்ந்து மிச்சம்பிடித்து ஓட்டும் வாழ்க்கையில் மற்றொரு தமிழன் சுரண்டி விரட்டுவதுதான் 'கொழுத்தாடு பிடிப்பேன்' கதை. கொழுந்தியாள் வீட்டில் தங்கி வேலைக்குச் செல்கிறவன் அவர்கள் நடத்தும் சீட்டில் மிச்சம் பிடிக்கிறான். யாழ்ப்பாணத்தில் மனைவி குழந்தைகளுக்கு அனுப்ப ஒரு நல்ல தொகை சேர்கிறது. கொழுந்தி, கணவன் இல்லாதபோது எதேச்சையாகக் கவர்ச்சிகாட்டி வீழ்த்துகிறாள். அவளுடைய குழந்தை கில்லாடியாக வளர்கிறது. அல்லது வளர்த்திருக்கிறார்கள். யாழ்ப்பாணத்தில் குழந்தைகள் விளையாடும் 'கொழுத்தாடு பிடிப்பேன்' விளையாட்டை விளையாட வீம்பு பிடித்து அழைக்கிறது. பத்து வயதுக் குழந்தை, பெரியப்பன் வேறு வழியில்லாமல் கட்டிலைச் சுற்றி விரட்டி விளையாடுகிறான். விளையாட்டில் ஆடை நழுவி கட்டிலில் விழுகிறது. திடுக்கென கொழுந்தியின் கணவன் உள் நுழைந்து அவனை அடிக்கிறான். குழந்தையைப் பாலியலுக்கு ஈடுபடுத்த முயன்றதாக காவலில் மாட்டிவிடுகிறான். குழந்தை பெரியப்பாதான் இதற்குக் காரணம் என அழுது பாசாங்கு பண்ணுகிறது. அவன் சீட்டில் சேமித்த பணத்தை அமுக்கிக் கொள்கின்றனர். 'கொழுத்தாடு பிடிப்பேன்' என்ற விளையாட்டைக் குழந்தை மட்டுமல்ல பெரியவர்களும் விளையாடி ஏமாற்றும் ஒரு போக்கு அகதி தேசத்தில் உருவாகிறது. உயிர் தப்பி வாழ வந்த அகதிகள் மெல்ல பணமோகத்தில் வீழ்ந்து அறம் பிறழ்ந்த வாழ்வை விரும்பித் தழுவத் தயாராகவும் இருக்கின்றனர்.

ஈழத்தில் போர் உண்டாக்கிய அவலம் பெருங்கொடுமையானது. சிதறடிக்கப்பட்டது தமிழ் இனம். உயிர் பிழைக்க எங்கெங்கோ விழுந்தோடினர். சென்ற இடங்களில் கடுமையாக உழைத்தனர்; காலூன்றினர். நேர்மை மிக்க அவர்களின் வாழ்வின் ஊடே போக்கிரித்தனங்களும் வெளிப்படுவதைத் தமிழ்ப் பெருமை பேசாது வெளிச்சத்திற்குக் கொண்டு வருகிறார் முத்துலிங்கம். படைப்பாளி எப்போதும் தேடுவது உண்மையை மட்டுமே. அந்த உண்மை நாடும் கலைஞனாக முத்துலிங்கம் இருக்கிறார். பச்சாதாபம் கலைக்கும் உண்மைக்கும் எதிரி என்பதை உணர்ந்த கலைஞன் அவர்.

இசுலாமிய பண்பாட்டு இழைகளின் நுட்பங்களை நெய்தபடி வேற்று மதத்து எழுத்தாளன் எழுதுவது - அதுவும் மதக் காழ்ப்புணர்வு இல்லாமல் வாழ்வை அணுகுவதும் விமர்சிப்பதும் ஒரு சவாலான காரியம். இந்தக் காரியத்தைத் தனது கதைகளில் பாகிஸ்தான், ஆப்கானிஸ்தான், சோமாலியா போன்ற நாடுகளின் பின்னணியில் வைத்துப் படைத்திருக்கிறார். ஆண்பிள்ளை பிறந்து பன்னிரண்டு வயது அடையும்போது அவன் ஆண்மகன் என்பதை நிரூபிக்க வேட்டையாடி விலங்கை வீழ்த்துவது ஒரு வழக்கம். முக்கியமாக பாகிஸ்தானின் வடபிரதேசத்து மலைமக்களின் பண்பாடு. இந்தப் பண்பாட்டை அடிப்படையாகக்கொண்டு, நாம் அறியாத இசுலாமிய பண்பாட்டையும், பழக்கவழக்கங்களையும், திருமண முறைகளையும், பெண்களின் நிலைகளையும், ஆண்களின் மூர்க்கத்தனங்களையும், பாகிஸ்தானில் நிலவும் வட்டார குணத்தையும், துப்பாக்கிக் கலாச்சாரத்தையும், ஆண்வாரிசு பெருமையையும் ஆணாதிக்கப் பெருமையையும், தலைமுறை - குடும்ப பெருமையையும், காமவெளிப்பாட்டின் நுண்மைகளையும், அதன் விழைவுகளையும், வேட்டைக் கொண்டாட்டங்களையும், தேசப் போராட்ட வரலாற்றின் கீற்றுகளையும் வெகு நுட்பமாக கதை இயல்பின் அங்கமாக மாற்றியபடி எழுதப்பட்டிருக்கும் கதை 'வம்சவிருத்தி'. ஓர் ஆண்வாரிசுக்காக பண்பாட்டு - வரலாற்று - தலைமுறைபேசும் மக்கள் அதே பிரதேசத்திற்கு மட்டுமே உரித்தான அழிந்துவரும் மலை ஆட்டை (இடருற்ற உயிரினம் Endangered (Endangered Species) வேட்டையாட தடைசெய்யப்பட்ட) அபூர்வமான ஆட்டை வேட்டையாடி 'வம்சவிருத்தி' இல்லாமல் அழித்தொழிப்பதை விமர்சிக்கிறது. 'ஒரு வேட்டைப் பண்பாட்டை, வாழ்க்கைப்

பண்பாட்டைச் சிறப்பாகக் காட்டி அந்நிலத்திற்கே உரிய மலையாட்டின் அழிவை நிகழ்த்துவது என்ன பண்பாடு என உள்ளுறையாகக் கேட்கிறது. இரண்டு மூன்று வரிகளிலேயே அழியும் எண்ணிக்கையைக் காட்டி மொத்தக் கதையையும் மொத்தப் பண்பாட்டையும் சுயவிமர்சனம் செய்துகொள்ளும்படி வைத்துவிடுகிறார். அல்லது அந்தப் பண்பாட்டை புதிய பாதையில் மேன்மைப்படுத்திக்கொள்ள படைப்பின் வழி வற்புறுத்துகிறார்.

'பூங்கொத்துக் கொடுத்த பெண்' பாக்கிஸ்தானில் நடக்கிற கதை. ஸைரா என்ற பெண், கதை சொல்லியின் அலுவலகம் வெளியிடும் பணிக்கான விளம்பரங்கள் எதுவந்தாலும் விண்ணப்பிப்பவள். கதைசொல்லி பாகிஸ்தானில் இருந்த நாலரை ஆண்டுகளும் அவளுக்கு வேலை கிடைப்பதில்லை. அவள் நல்ல அழகி. இளம் வயதினள். வேலை கிடைக்காத போதும் கதைசொல்லிக்குப் பூங்கொத்தை தந்து ஒப்படைக்கச் சொல்கிறாள். இந்த ஸைராவுக்கு ஏன் வேலை கிடைப்பதில்லை? இரண்டு முறை திருமணம் செய்த, பேரழகியான, முக்காடு போடாத, முடியைப் பாப் வெட்டிக்கொண்ட, கால்மேல் கால்போட்டுப் பேசுகிற, நாகரிகம் பேணுகிற, எந்த வேலைக்கும் துணிகிற (ஓட்டுநர் வேலைக்கும்) அவளை, இவற்றிற்கெல்லாம் தகுதியற்றவளாகக் கருதி நேர்முகத் தேர்விற்கு வரும் எல்லா அதிகாரிகளும் நிராகரிக்கின்றனர். இதனை அறிந்தவளாக இருந்து தொடர்ந்து வேலைக்காகப் போராடுகிறாள். இந்தக் கதையில் ஸ்ரீதேவியின் சினிமாப்பட போஸ்டர்கள் சந்துபொந்துகளிலும் வண்டிகளிலும், பேருந்துகளிலும் ஒட்டப்பட்டிருக்கின்றன. அதனை ரசிக்கின்றனர். திருமணங்களில் தடைசெய்யப்பட்ட ராஜஸ்தானிய முஜ்ரா நடனத்தை ரகசியமாக இரவில் நடத்தி ரசிக்கின்றனர். இப்படியான நிகழ்வுகள் கதையின் பின்னணியில் வருகின்றன. இதை ஏற்றுக்கொள்கிறவர்களால் ஓர் இசுலாமிய இளம் விதவையின் உடைகள் நவீனமாக இருப்பதை ஏற்க முடிவதில்லை. இந்தத் தகவல்கள் அவர்களின் இரட்டை வேடத்தை விமர்சிக்கிறது. ஸைரா என்பதற்கு 'சிரிப்பு அகலாதவள்' என்று பொருள். ஸைரா என்று பெயர் வைக்க உரிமை உண்டு. ஆனால் அவளுக்குரிய இடம் சமுதாயத்தில் இல்லை. அந்தச் சிரிப்பை அர்த்தப்படுத்த எந்த ஆணும் விரும்புவதில்லை. நவீன மனம்கொண்ட - உழைத்து சொந்தக்காலில் நிற்க விரும்புகிற

இளம் பெண்ணின் முயற்சிக்கு இசுலாமிய அடிப்படைவாதிகள் ஆதரவு தர விரும்புவதில்லை. எந்தப்பணியும் கிட்டாதபோதும் பரிவுடன் தன்னை நடத்திய கதை சொல்லிக்குப் பூங்கொத்து வாங்கி வந்து ஒப்படைத்து விடும்படி தருகிறாள். அந்தப் பூங்கொத்து மென்சிவப்பு நிறம் கொண்ட கார்னேசன் மலர்களால் ஆனது. அந்தப் பூங்கொத்திற்கு ‘உன்னை என்றும் மறக்க மாட்டேன்’ என்ற பொருள் உண்டு. தன்னை மதித்த ஒரு மனிதனுக்கு அவள் தந்த மரியாதை அது.

தாலிபான்களின் கை ஓங்கியிருக்கும் ஆப்கானிஸ்தான் சூழலில் விதவைப் பெண்ணிற்கும் (ரஸீமா) அவளுடைய சிறுபிராயத்து தோழனுக்கும் (காசிம் அலேமி) பனிக்கால பின்மாலையில் சுள்ளி பொறுக்க சென்ற இடத்தில் காமநுகர்வு சம்பவிக்கிறது. காசிம் அலேமி, ரஷ்யப் படைகளை விரட்டியடித்த முஜாஹிதின் படையில் இருந்த தேசப்பற்றாளன். ரஸீமாவின் கணவன் ரஷ்யப் படைகள் வைத்திருந்த கண்ணிவெடியில் சிக்கி மரணமடைந்தவன். அவனோடு வாழ்ந்த வாழ்க்கை இரண்டு வருடம் மட்டுமே. ஆப்கானிஸ்தான் வழக்கப்படி (பத்து வருடம் இளவயதினனான) கணவனின் தம்பியைப் பதினெட்டு வயது நிரம்பவும் மணக்க இருக்கிறாள். அவனைத் தூக்கி வளர்த்தவளே இவள்தான். இந்தச் சூழலில்தான் ரஸீமாவிற்கும் காசிமிக்கும் நடந்த உறவு, கொழுந்தனுக்குத் தெரியவருகிறது. இந்த விசயம் முழுக்க மறைக்கப்பட்டு - ஆனால் இதனைக் காரணமாக வைத்து நீர் பாய்ச்சும் வயல் பிரச்சனையில் வருங்காலக் கணவன் மோதுகிறான். காசிம் அவனைச் சுட்டுக் கொல்கிறான். இதற்குத் தண்டனை ரஸிமாவின் மாமனார் மூன்று குண்டுகளைப் பயன்படுத்தி பொதுஇடத்தில் வைத்துச் சுடலாம். தாலிபான்களின் நீதி இது. சுட்டுக்கொல்லும் நிகழ்ச்சியை மையமிட்டுத்தான் ‘யதேச்சை’ முழுக்கதையும் நிகழ்கிறது. தாலிபான்கள் பற்றி, ரஷ்யப் படைகள் பற்றி, போராட்டம் பற்றி, மண உறவுகள் பற்றி, பெண்களுக்கான வரையறுக்கப்பட்ட உரிமைகள் பற்றி, கட்டுப்பாடான ஆடைகள் பற்றி என இசுலாமிய மத அடிப்படையிலான தாலிபான்களின் ஆட்சி நடக்கும் நெருக்கடியான சூழலில்தான் அந்த பாலியல் உறவும் நிகழ்கிறது. விசயம் வெளியே வராததால் கல்லெறிந்து கொல்லும் வைபவம் தவிர்க்கப்படுகிறது. ரஸிமாவின் மாமனார் சுட்ட ஒரு குண்டு குறி தவறுகிறது. ஒரு குண்டு தோளை

பிய்த்துப்போகிறது. அவன் கதறுவதைப் பார்த்தக்கூட்டம் 'அல்லாவிடம் விடு' சுடாதே என்கிறது. மூன்றாவது குண்டைப் பூமியில் பாய்ச்சுகிறார். காசிம் தப்பிக்கிறான். மிச்ச தண்டணை முடிந்து காசிம் திரும்பிவர பதினைந்து ஆண்டுகள் ஆகலாம். அப்படி அவன் திரும்பி வந்து ரஸிமாவை விரும்பினால், திருமணம் நடப்பதாக இருந்தால் - மீண்டும் ரஸிமா ஓர் ஆணுடன் தனது இச்சையைப் பகிர்ந்துகொள்ள பதினைந்து ஆண்டுகள் காத்திருக்க வேண்டும். பதினைந்து வயதிலிருந்து நாற்பது வயது வரை ஆணுடன் பகிர்ந்துகொண்ட காமம் ஒரே ஒருமுறைதான். இந்தப் பேசப்படாத மௌனத்தைப் பேசுகிறது 'யதேச்சை' கதை.

தாலிபான் ஆட்சியில் இசுலாமிய வாழ்வின் நுண்தகவல்கள் எல்லாம் ஒன்றுகூடித் திரண்ட இக்கதை பாலியல் ஒடுக்குமுறையில் பட்டழுந்தி ஒடுங்கும் பெண்களின் உலகத்தைப் பரிவுடன் பொதுவெளிக்குக் கொண்டு வருகிறது. விமர்சனமாக இல்லாமல் அவர்களின் அசலான வாழ்க்கையிலிருந்து உருவாகிவரும் படைப்பின் எதிர்வினை இது எனலாம். ஆனால் ஆப்பிரிக்க கருப்பினத்து இசுலாமியர்களிடம் இவ்வளவு கறாரான பாலியல் ஒடுக்குமுறை இல்லை. 'ஒட்டகம்' கதை சோமாலிய பெண்கள் குடிநீருக்காக அலைகிறதைச் சொல்கிறது. பதினாறு கிலோமீட்டர் நடந்து சென்று பக்கத்து ஊரில் தண்ணீர் எடுத்துத் திரும்புகிற மைமூன் தன் இளம்வயதுக் காதலனை நிராகரித்து, ஐம்பது வயது நிரம்பியவனுக்கு மூன்றாவது மனைவியாகப் போவதற்கு உளப்பூர்வமாக சம்மதிக்கிறாள். இளம் வயதுக் காதலனுக்குப் பரிசப்பணம் தர ஐம்பது ஒட்டகங்கள் இருக்கின்றன. அவன் பக்கத்து ஊர் என்பதால் தாய் தந்தையை அடிக்கடி சென்று பார்க்க முடியும். இதையெல்லாம் விட்டு ஒருநாள் பயணத் தொலைவில் அதுவும் கிழவனாகப்போகும் வயதினனைத் தேர்ந்தெடுக்கிறாள். இரண்டு காரணங்களால் இந்த முடிவுக்கு வருகிறாள். கிழவனை மணந்தால் தண்ணீர் எடுக்க வெயிலில் வெகுதூரம் நடக்கவேண்டியதில்லை. தன் தாயைப்போல பதினோரு பிள்ளைகள் பெறவேண்டியதில்லை. இரண்டு குழந்தைகளுடன் முடிந்துவிட வாய்ப்புண்டு. மைமூனின் ஊருக்கு கிணறு தோண்டித்தர ஐ.நா. குழு வந்த போது, ஊர்த்தலைவனான இவளுடைய தகப்பன் "மசூதி கட்டித்தாருங்கள்" கிணறு விசயத்தை அல்லா பார்த்துக்கொள்வார் என்கிறார். வந்த அந்த வாய்ப்பும் பக்கத்து ஊருக்குப் போய்விடுகிறது. வாய்ப்பை

மைமூனின் தகப்பன் கெடுக்கிறான். அவள் தண்ணீர் எடுக்கச் செல்லும் வழியில் ஒரு மரத்தடி. அதில் தாயும் குழந்தையும் ஐந்து ஆண்டுக்கு முன் கடுமையான வறட்சியில் தண்ணீர் கிட்டாமல் இறந்து போகின்றனர். அவர்களின் எலும்புக்கூடுகள் நீண்ட நாட்கள் கிடப்பதைத் தண்ணீர் எடுக்கச் செல்லும் மைமூன் பார்ப்பதாக தகவல் கதையில் வருகிறது.

உயிர் வாழ்தலின் அடிப்படையான தேவை தண்ணீர். அதை நாடித்தான் உயிரினங்கள் இடம் பெயர்கின்றன. பாலைவனத்தில் ஒட்டகத்தின் நினைவு தண்ணீரை நோக்கியே இருக்கும். தண்ணீரைத்தேடி ஓடி நிரப்பிக்கொள்ளும் மைமூன் இந்த அடிப்படை பிரச்சனையை உணர்ந்து வாழ்நாள் முழுதும் சீரழியவேண்டாம் என முடிவெடுத்து பிற இன்பங்களை நிராகரிக்கிறாள். சோமாலிய மக்களின் ஓர் இனக்குழுவை ஆதாரமாகக்கொண்டு பண்பாட்டுப் பின்னணியோடு உருவாக்கி இருக்கிறார். அரபுநாட்டு மத அழுத்தம் இந்தப் பெண்களுக்கு இல்லை. இனக்குழு வாழ்வில் இன்னும் தங்கியிருக்கும் சுதந்திரத்தை 'ஒட்டகம்' கதை சொல்கிறது. தமிழ்க் கலாச்சாரத்திற்கு இயைந்த வாழ்க்கையாக ஆப்பிரிக்க வாழ்க்கை அமைந்திருப்பதை இவரின் கதை வழி அறியமுடிகிறது.

'எதிரி' ஓர் ஆப்பிரிக்க கதைதான் என்றாலும் தமிழ்நாட்டின் வாழ்க்கை போல இருக்கிறது. ஒரு வித்தியாசம்; காதலித்துக் குழந்தை பெற்ற பின் திருமணச் சடங்கை மகன் மலர்ச்செண்டு பிடித்து முன்செல்ல நடத்த விரும்பும் பண்பாடு இருக்கிறது. கோழிகளின் முட்டைகளைக் குடித்து ஏப்பம் விடும் ஒரு பாம்பை அடிக்க கணவன் பல்வேறு உத்திகளைக் கையாள்கிறான். தோல்விதான். பாம்பு பற்றி அறிந்த பக்கத்து வீட்டு யோசேப் முட்டைகளுடன் பிளாஸ்டிக் பந்துகளை (பிங்பாங்) வைக்கச் சொல்கிறான். இந்த யோசனை வெற்றி பெறுகிறது. பாம்பு விழுங்கிய பந்தை நொறுக்கவோ, செறிக்கவோ முடியாமல் தலையால் அடித்து அடித்து உயிர் துறக்கிறது. பெரும் பிரயத்தனங்கள் செய்கிற ஒருவனால் செய்ய முடியாத காரியத்தை வழிப்போக்கன் செய்து விடுவது உண்டு. இந்த வேடிக்கைதான் இந்தக்கதை; எளிய கதைதான். ஆனால் இந்தக் கருப்பின மக்களின் பழமொழிகள், பாடல்கள், அலங்காரங்கள் எல்லாம் எளிமையாகவும் அர்த்தமுள்ளதாகவும் புதுமையாகவும்

இருக்கின்றன. முத்துலிங்கம் இம்மாதிரியான வெவ்வேறு நாட்டுக் கதைகளை ஒரு சுற்றுலாப் பயணியின் மனநிலையில் எழுதவில்லை. வாழ்ந்துபட்ட வாழ்வின் சித்திரங்களை ஈர்ப்பான தகவல்களுடன் படைக்கிறார். அதில் படைப்பாளியாக, தனது பார்வையைக் குரல் உயர்த்தாத தொனியில் உள்ளுறை விமர்சனமாக வைக்கிறார். வெவ்வேறு நிலங்களின் வாழ்வை அவற்றின் இயல்போடு எழுதிய முதல் தமிழ் எழுத்தாளர் அ. முத்துலிங்கம். சங்கத்திணை இலக்கியத்தின் இன்னுமொரு பரிமாணம் இது.

அமெரிக்காவும், கனடாவும் பல தேசத்தவர்களின் சங்கமமாக இருக்கின்றன. பல நாட்டவர்கள் பிழைப்புத் தேடி வருகின்றனர். போர் காரணமாக அரசியல் நெருக்கடி காரணமாக, வறுமை காரணமாக, கல்வி காரணமாக, பணத்தாசை காரணமாக, சொகுசு காரணமாக மற்றும் உறவு காரணமாக (காரணம் காட்டி) வருகின்றனர். அவர்களுடனே அவர்களது நம்பிக்கைகள், பண்பாட்டம்சங்கள் மற்றொரு சமூகத்துடன் இணைகின்றன. நினைவு கூறப்படுகின்றன. பிடிவாதமாகப் போற்றப்படுகின்றன; கைவிடப்படுகின்றன. வேறுவழியில்லாமல் ஏற்றுக்கொண்டு நகர்கின்றன. இந்த அம்சங்கள் இங்கு கிட்டும் பணியிடச் சூழலில் முட்டிமோதி உருமாறுகிற தன்மையைப் பல கதைகளில் காட்டியுள்ளார். இதில் தமிழ்ச் சமூகமும் ஒன்று. இத்தேசத்தின் புதிய பண்பாட்டுடன், நடைமுறை பழக்கவழக்கங்களுடன், தொழில்நுட்ப வளர்ச்சியுடன், பல்சமூகக் கட்டமைப்புடன் பண்பாடு சார்ந்து உரசிக்கொள்வதும் ஒன்றுகலப்பதுமான இரண்டாம் தலைமுறையை இயல்பாகப் பார்க்கிறோம். கலக்க முடியாதபோது வெளியேறும் பழைய தலைமுறையினரையும் காணமுடிகிறது. முத்துலிங்கத்தின் கதையுலகம் மாறி நிற்கும் சமூகத்தை நமக்குக் காட்டுகிறது. தமிழ்க் கதை உலகிற்கு இது புதிதான தன்மையைக் தருகிறது. இக்கதைகளினூடே எழுந்து வரும் புலம் பெயர்ந்தோர் வரலாற்றின் பின் உள்ள வலிகள், வேறு வழியற்றுச் செய்ய நேர்கின்ற வேலைகள், அவர்களின் பண்பாடு சார்ந்த அபூர்வமான நம்பிக்கைகள் மற்றும் வரலாற்றுத் தகவல்கள் கதைகளுக்குக் கூடுதல் வலுவை ஏற்படுத்துகின்றன. வறுமையை வறுமை என்று ரொம்பவும் அழுத்தாமல் இனக்கலப்பை இனக்கலப்பு என்று அழுத்தாமல் இருபுற அலைகளின் ஆட்டத்தை வாழ்வில் வைத்து சாகசமாக எழுதிச்

செல்கிறார். எல்லா வகையிலும் மாற்றங்களை ஏற்று நகரும் புதிய வாழ்க்கைச் சூழலை மனத்தடையற்று எழுதுகிறார்.

பருவ மகள் இருக்க ஓர் ஆண் துணையைச் சுதந்திரமாகத் தேடிக் கொள்ளும் தமிழ்ப் பெண்ணை (மூளையால் யோசி), துருக்கி, கிரீஸ் நாடுகள் மாஃபியா கும்பலில் சேர்ந்து கள்ளக் கடத்தலில் ஈடுபடும் தமிழ் இளைஞனை (ஓணானுக்குப் பிறந்தவன்), சிங்கள ராணுவப் பணியை உதறிவிட்டு டொரொண்டோ சாலையில் உதிரிவேலை கேட்டு நிற்கும் சிங்களவனை (சூனியக்காரியின் தங்கச்சி) என்று வேறு பக்கங்களையும் காட்டுகிறார். இலக்கியப் புத்தகங்களிலிருந்து, அறிவியல் உண்மைகளிலிருந்து, உலகச் சமூக வரலாற்றிலிருந்து, நம்பிக்கையிலிருந்து எடுத்துக்கொள்ளும் தகவல்களைப் புனைவிற்குச் சாத்தியமான விதத்தில் கையாள்கிறார். அவை வெற்றுத் தகவல்களாக மிதக்காமல் அக்கதைகளின் மாந்தர்களின் வாழ்வோடு கலந்திருக்கும் விதமாகப் புனைந்துவிடுகிறார். இது கதைகளுக்கு ஒரு புதிய பரிமாணத்தைத் தருகின்றது. போர்ஹே தமது கதைகளில் கையாளும் இவ்விதமான தகவல்களைவிட முத்துலிங்கம் தரும் தகவல்கள் அழுத்தமாகவும், உணர்வோட்டத்துடனும் பொருத்தமாகவும் கூடிவந்திருக்கின்றன. சில சமயம் கதைகள் தரும் புள்ளி விவரங்கள் கடந்து வந்த பாதையைப் பரிசீலிக்கின்றன.

படுத்திருக்கும் ஒருநாள், வானிலே பறக்கும் பறவைகள், மரம், பனிச் சுவர்கூட கதைகளிலே அர்த்தப்பூர்வமான குறியீடுகளாக மாறிவிடுகின்றன. முத்துலிங்கத்தின் நினைவுச் சுரங்கத்திலிருந்து கதையோட்டத்தில் மேலெழுந்து வரும் முதுமொழி போன்ற கற்ற வாசகங்கள் கதையைத் திறக்க ஏதுவாக இருக்கின்றன. ஆமைப்பூட்டு, சீஸ்பீக் நாள், அஸ்பென்செடி, திரோஸ் அரசன், பாஸோவர் நாள், ஜாதகப்பித்து, காதலர் காப்பாற்ற வேண்டிய ரகசியம், ரகசியமான சாதிக்கலப்பு, அழியும் நிலையில் இருக்கும் அராபிக் மொழி, சர்வதேச தேதிக் கோட்டை, கிறீன்விச் நகரில் போட்டிருக்கும் மெரிடியன் கோடு, வியட்நாமியரின் சந்திரக் கிழவனின் திருமணசாட்சி, காதலுக்காக இழந்த ஆயிரத்து அறுநூறு மைல்கள், இருநூற்றுத்தொண்ணூறு மணிநேரங்கள், இரவில் பிறப்பவர்களுக்குச் சேரும் ராட்சச குணம் என்று எத்தனை எத்தனையோ தகவல்கள் கதைகளை ஈர்ப்புள்ளதாக ஆக்குகின்றன.

கிரீஸ் நாட்டிலிருந்து வந்து முப்பத்தைந்து ஆண்டுகள் துப்புரவுப் பணி செய்யும் ஹெலன், விதவிதமான உணவு தயாரிப்பதில் ஆர்வம் கொண்ட சலோனிக்கா நகரத்திலிருந்து வந்த சாரா, முடிதிருத்தும் வேலை செய்யும் ஈரான் தேசத்து ரோனி, எந்தப் பொருளையும் கணக்குப்போட்டுப் பார்க்கும் உக்ரேன் தேசத்து நடாஷா, குதிரைப் பண்ணையில் வேலை செய்யும் பிலிப்பைன்ஸ் தேசத்து மார்ட்டென் என்ற மார்ட்டின், சொந்தநாட்டில் அயல்தேசத்து புலம்பெயர்ந்தவர்களிடம் அடிமை வேலை செய்யும் உக்கோ, ஈழதேசத்துக்காக சமர் புரிந்து வெறுங்கையுடன் கனடா வரும் சைமன், கனடா கனவுடன் வந்து கிரீஸ் எல்லையில் சிக்கி வெனிஸ் நகரில் பசி பசி என்று ஓடும் மகேஸ், இப்படி உலகமெங்கிலிருந்து தப்பித்து வந்தவர்களின் புலம்பெயர் கதைகளுக்குப் பின்னால் இனவாதமும், போரும், வறுமையும், அதிகார மோதல்களும் துரத்தித் துரத்தி அடித்த கனமான வரலாற்றின் ஆறாத வடுக்களைச் சுமந்து திரிபவர்களைத் திறந்து வைக்கிறார்.

முத்துலிங்கத்தின் கதைகளைப் படிக்கும்போது அங்கு புலம்பெயர்ந்து குடியேறிய ஒவ்வொரு தேசத்தவரும் ஒரு வேதனையான கதையைச் சொல்லாமல் சுமந்து கொண்டு இருப்பவர்களாகவே நமக்குத் தோன்றுகிறார்கள். முத்துலிங்கம் தம் கதைகளின்வழி பிரமாண்டமாகக் காட்டுவது மானுட துக்கம். ஈழத்தின் விடுதலைப் போரில் பங்கேற்ற பெண்களின், ஆண்களின் வீரம் செறிந்ததும், லட்சியக்கனவு கலைந்ததுமான போர்க்காலக் கதைகளைப் பிற்காலத்தில் தொடர்ந்து எழுதியிருக்கிறார். இலக்கியத்தை மதிப்பார்ந்த இடத்தில் வைத்துப் பார்க்கும் அவரது கலை உள்ளம் சமூகத்திற்குப் பெரிய பங்களிப்பைச் செய்திருக்கிறது. தன் கதையுலகின் வழி உலக மனிதர்களின் வாழ்வியல் சித்திரங்களைப் பெரிய அளவில் நமக்குத் தந்திருக்கும் முதன்மையான தமிழ்ப் படைப்பாளி முத்துலிங்கம். விதவிதமான மானுடச் சீரழிவுகளுக்கிடையே வாழ்ந்துவிடத் துடித்த துயரத் தத்தளிப்புகளின் இலக்கிய சாட்சியங்களைத் தந்திருக்கிறார், அடைக்கலம் தேடி வந்த இடங்களில் ஏமாற்றப்பட்டதும், இளைப்பாறுதல் கிட்டியதும் நேர்கிறது. அதை மிகையில்லாமல் சார்பில்லாமல் சொல்லத் தெரிந்த கலைஞனாகவும் இருக்கிறார். உலகத்தின் உறைந்த கண்ணீர் இலக்கியமாகியிருக்கிறது.

முத்துலிங்கம் பணி சார்ந்து இருக்க நேர்ந்த ஆப்கானிஸ்தான், பாக்கிஸ்தான், சுவீடன், பிரான்ஸ், நைரோபி, ஆப்பிரிக்கா, சோமாலியா, ரம்பூர் பள்ளத்தாக்கு என்று பல்வேறு தேச நிலத்தில் வைத்து எழுதப்பட்ட கதைகளிலும் இலங்கை மண்ணிலிருந்து புலம்பெயர்ந்து கனடா வந்த தமிழர்களின் கதைகளிலும் பின்னணியும் விசயமும் வலுவாகக் கூடிவந்திருக்கின்றன. அமெரிக்கா, கனடாவில் குடியேறிய பிற நாட்டு மாந்தர்களின் கதைகளில் விசயம் வலுவாக இருந்தாலும், கதைகள் அதிகமும் சந்திப்புகள் நிகழும் உரையாடல் வழி விரிகின்றன. விசயங்கள் கொட்டப்படுகின்றன; மலரவில்லை. புனைவின் சாத்தியங்களை மற்ற கதைகள் போல விரித்துக் கொள்ளவில்லை. நிலம் வலுவாக உருவாகவில்லை. தமிழ்ச் சிறுகதை உலகிற்குப் புதியதாக இருப்பதால் மட்டுமே முக்கியத்துவத்தைப் பெறுகின்றன. தமிழ் எழுத்தாளனின் பார்வையில் எழுதப்பட்ட சர்வதேசக் கதைகள் இவை.

முத்துலிங்கம் இக்கதைகளைத் தன் பாதுகாப்பில் அழகாக உருவாக்கிவிடுகிறார். ('சுவருடன் பேசும் மனிதர்', 'மயானப் பராமரிப்பாளர்', 'ஐந்து கால் மனிதன்', 'புளிக்கவைத்த அப்பம்', 'ஓணானுக்குப் பிறந்தவன் - வேட்டை நாள்', 'ரயில்பெண்', 'அமெரிக்கக்காரி') சென்று முடிய வேண்டிய இடத்தைச் சரியாகச் செலுத்திவிடுகிறார். அவரது வாசிப்பும், வித்தியாசமான தகவல்களைக் கதையில் இழைத்து விடுகிற கைவண்ணமும், இக்கதைகளை ஈர்க்கும்படியாக ஆக்கிவிடுகின்றன. இது இலக்கிய வாசனை அறிந்த அவரின் பலமாகக் கருதுகிறேன். ஆனால் கதை நிகழ்வுகள் எதேச்சையாக இல்லை. எழுத்தாளனின் கட்டுப்பாட்டை மீறிச்சென்று நிகழும் கண்டடைதல்கள் இல்லை. சுய அனுபவம் சாராத பிறத்தியாரின் கதைகளைத் தன்வழியாகச் சொல்லப்பட்ட முறையில் இருப்பதால் வேறு அம்சங்கள் கூடி வரவில்லை என்று நினைக்கிறேன். அகப்பாய்ச்சலுக்குப் பதிலாக புறப்பாய்ச்சலில் விளைந்த கதைகள் அதிகம். மர்மங்களைத் திறப்பதில்லை. வரலாற்றைத் திறக்கின்றன. நடைமுறை வாழ்க்கையின் மறுபக்கத்தைக் காட்டுகின்றன. இத்தோடு தமிழ்ப் பண்பாட்டில் ஊறியவர்கள் மேலைநாட்டு நடைமுறைகளில் ஒட்டமுடியாது உரசும் கதைகளில் வெளிப்படும் வேடிக்கை, அக்கதைகளைப் படிக்க வைக்கின்றன என்றாலும் அவை மிகச்சிறந்த கதைகள் என்று சொல்வதற்கில்லை. அதில்

நெருக்கடியான முரண்களை எதிர்கொண்ட கதைகள்தான் எனக்குச் சிறப்பாகத் தோன்றுகின்றன.

இதையெல்லாம் மீறி 'மயான பராமரிப்பாளன்', 'புளிக்க வைத்த அப்பம்', 'சூனியக்காரியின் தங்கச்சி' கதைகள் நன்றாக இருக்கின்றன. 'வேட்டை நாய்' நல்ல கதைதான். அக்கதையில்கூட நடாஷா காதல் கணவனுடன் சண்டையிட்டு அவன் மேல் ஏறி அமர்ந்து தாக்கப்பார்த்து தாக்க முடியாமல் திகைக்கிற இடத்தில் 'கழிவு விலையில் வாங்கிய வேட்டை நாய் போல பாதியிலேயே பரிதாபமாக விழித்தாள்' என்று மீண்டும் நாய் வர்க்கத்தைத் தொட்டுக்காட்டாமலே சொல்லப்பட்டிருக்கலாம். ஏனெனில் அதில் கூடிவந்திருக்கும் உளவியலே அக்கதையை உயர்த்தி விடுகிறது. ஒட்டுமொத்தமாகப் பார்க்கிறபோது சிறந்த கதைகள், நல்ல கதைகள் நிரம்ப உண்டு. மகத்தான கதைகள் எழுதப்படவில்லையோ என்று தோன்றுகிறது.

முத்துலிங்கத்திற்கு வாய்த்திருக்கும் மெல்லிய குறும்பு நடை வாசிப்பு வசீகரத்தைக் கூட்டுவது, குதியாட்டம் போடாமல் எள்ளுவது, எள்ளல் என்றாலும் மறைந்து வெளிப்படும் தன்மையிலானது. ஒரு விசயத்தை சுவாரஸ்யமாக விவரித்துக்கொண்டேபோய் இறுதியில் தலைகீழாகிப்போன இக்கட்டைக் காட்டும்போது மனதைக் கவ்விப்பிடிக்கிறது. எனக்குச் சில சமயம் இப்படித் தோன்றும். இந்த நெருக்கடியை இப்படிச் சொல்ல இந்த துள்ளலான குறும்பு நடை தேவையா என்று, அதில் காலம் பங்காற்றுவதை கவனிக்க முடிந்தது. உரிய சம்பவத்திலிருந்து வெகுதூரம் கடந்து வந்து பார்க்கும் மனநிலையில் சொல்லப்படும்போது எல்லாவற்றையும் ஏற்கும் பக்குவத்தை காலம் தந்திருப்பதை உணர முடிகிறது. 'எங்கள் வீட்டு நீதிவான்', 'மூளையால் யோசி', 'தாழ்ப்பாள்களின் அவசியம்' போன்ற கதைகளை இவ்விடத்தில் சொல்லலாம்.

முத்துலிங்கத்தின் ஒட்டுமொத்தக் கதைகளைப் படிக்கின்றபோது கி. ராஜநாராயணன் கதைகளோடு அருகில் வைத்துப் பார்க்கத் தோன்றியது. அவரது கதைகள் உள்ளூர் கரிசல் மனிதர்களின் கதைகள். தோட்டங்களில் ராகியோ, மல்லியோ, பருத்தியோ தனித்து நிற்பது போன்ற தோற்றத்தைத் தருவன. அவற்றின் தினுசுகள் வெவ்வேறு தனித்தன்மைகளைக் காட்டுவதாக

இருக்கின்றன. முத்துலிங்கத்தின் கதைகள் ஒரே புலத்திலேயே வெள்ளைச் சோளமும், கம்பும், கேழ்வரகும், சாமையும், சம்பா நெல்லும், திணையும், குதிரைவாலியும், இருங்குச் சோளமும், அவரையும், துவரையும், பாசிப்பயிறும், உளுந்தும், கல்லுப்பயிறும், தட்டாம்பயிறும் கலந்து விளைகிற தோற்றத்தைத் தருகின்றன. ஒரு தாழ்வாரத்தின் கீழே உலக மக்களின் வெவ்வேறு முகங்களை, வெவ்வேறு பணிகளை, வெவ்வேறு பிரச்சனைகளை சர்வதேச சங்குமுகமாகக் காட்டுகிறார். கி.ரா.வின் கரிசல் இலக்கியம் ஒரு தனித்துவம் என்றால் அதன் நேர்எதிர் நிலையில் பன்மைத்துவமான மானுட சங்கமம் முத்துலிங்கத்தின் கதைகள். வெவ்வேறு நாட்டுப் பூக்களில் தேனை உறிஞ்சிக் கொண்டுவந்து சேர்த்த தேனடை. இருக்கவிடாமல் துரத்தி அடித்த தேசக் காரணங்களிலிருந்து தப்பித்து வந்து விழுந்து தத்தளிப்பவர்களை எங்கிருந்தோ நீந்திவந்து சுற்றி முட்டித் தூக்கி ஆசுவாசத்தோடு அன்பு பாராட்டும் டால்பின். தமிழ்ச் சிறுகதைப் பரப்பை இவ்விதம் விஸ்தாரமாக்கிய கலைஞன் அ. முத்துலிங்கம்.

◻ 13.03.2015 ◻ வல்லினம், மே 2021

◉

கோடையில் தளிர்த்த குளூமை
வண்ணதாசன்

தமிழ்ச் சிறுகதை உலகில் தனித்துவம் மிக்க எழுத்தாளர்கள் மிகச்சிலரே. புதுமைப்பித்தன், மௌனி, லா.ச. ராமாமிருதம், தி. ஜானகிராமன், கி. ராஜநாராயணன், ஜி. நாகராஜன், ஜெயகாந்தன், ஆ. மாதவன் போன்று, எழுபதுகளில் எழுதவந்த சிறுகதை ஆசிரியர்களின் பெரும் பட்டாளத்தில் தனித்துவமானவர் வண்ணதாசன்.

நவீன ஓவியத்தின் செறிவான தீற்றலுக்கு நிகரான உள்ளூறைகளைச் சிறுகதைகளில் படைத்தவர். இன்னொரு வகையில் சொல்வதானால் கவிதையின் தொனிப்பொருளை ஏற்ற நவீன உரைநடைக் கவிதை எனலாம். முதல் கால் நூற்றாண்டு காலத்தில் எழுதியவை வடிவம் சார்ந்த நவீனத்துவ அழகியலை ஏற்றவை. இந்த அம்சம் நுட்பமாக சிறுகதையின் நுண்ணலகு உணர்வோடு கூடிவந்திருக்கின்றது. அடுத்தகட்ட கால்நூற்றாண்டு கதைகளில் மரபின் இழைகள் கூடுதலாகப் பின்னிவந்திருக்கின்றன. இந்தப் பிரிப்பு ஒரு வசதிக்காகத்தான்.

வண்ணதாசனை தி. ஜானகிராமன், அசோகமித்திரன் எழுத்து வழி வந்தவர் எனச் சிலர் மதிப்பிட்டுள்ளனர். அதைவிட கி. ராஜநாராயணன் வழிவந்தவர் என்றுகூடச் சொல்லலாம். இப்படி அடையாளப்படுத்துவது ஒரு வசதிக்காகத்தான். எழுத்தின் வெளிப்புறச் சாயலில் தோன்றும் தோற்றத்தை வைத்துச் சொல்கிற முறையாகத்தான் தெரிகிறது. அடர்ந்த கருமேகத்தின் நிழல் மலையில், குன்றுகளில், நிலத்தில் படிவதைப் பெயர்த்து எடுத்துவிட முடியாததுபோல வண்ணதாசனின் கதைக்குள் இயல்பாகப் படிந்துவிடும் சில காட்சிகள், குறிப்புப் பொருளாக மாறிவிடும் தன்மை அசோகமித்திரன் எழுத்தில் படிந்துவராத

ஒன்று. இது வண்ணதாசன் கதைகளின் தனித்துவமான அம்சம். அசோகமித்திரனின் வடிவ அழகியல் நேரானது. இயல்பானது. மொழியப்படும் தோற்றத்தில்தான் இவரோடு இனங்காண முடியுமே தவிர, சிறுகதையின் உள்ளுறை சார்ந்து வண்ணதாசன் தனித்துவமானவர். அவருக்குப் பின் எழுதவந்த 'புதிய வண்ணதாசர்களால்' இந்த நுட்பத்தை உணர்வோடு சிறுகதைக்குள் உண்டாக்க முடியவில்லை. பொக்கானவர்கள்.

ஜெயகாந்தன் எழுதி எழுதி ஓய்வெடுக்கத் தொடங்கிய காலத்தில் ஜெயகாந்தன் போலவே முற்போக்கான முடிவுகளைத் தந்து எழுதுவது பெரும்போக்காக இதழ்களில் வந்தன. அவை எதுவும் ஜெயகாந்தன் எழுத்துப்போல வலுவாக இல்லை. ஜெயகாந்தன் மரபில் நின்று புதுமை செய்தார். மற்றவர்களால் அதைக் கண்டடைய முடியவில்லை. வண்ணதாசனின் எழுத்து வாசகர்களை வசீகரிக்கிறது; மேன்மைப்படுத்துகிறது. கோவில்பட்டி, அருப்புக்கோட்டை போன்ற வறண்ட பிரதேசங்களிலிருந்து வரும் இலக்கிய வாசகர்கள் வண்ணதாசன் காட்டும் உலகின்மீது பிரியம் கொள்கின்றனர். வறண்ட வாழ்க்கைச் சூழலில் வளர்ந்தவர்கள் வண்ணதாசன் காட்டும் உலகை விரும்புவது இயற்கையானது. வெயில் குறைந்த இதமான வாழ்க்கையை விரும்பும் உள்ளத்திற்கு வண்ணதாசன் எழுத்துக்கள் ஈர்க்கும். வண்ணதாசன் கதை உலகம் போல வாழவேண்டும் என்று தோன்றும் ஆசையினால் உருவாவது. எனக்கும்கூட ஒரு வாசகனாக இருந்து படிக்கும் மனநிலையை வண்ணதாசனின் கதையுலகம் தருகின்றது. எழுத்தாளன் வாசக மனநிலையில் சகபடைப்பாளியைப் படிப்பது சற்று சிரமமானது. வண்ணதாசன் அந்த சிரமத்தை நீக்கி விடுகிறார். அவர் தரும் நுண்ணிய தகவல்கள் கதைகளை நிஜமாக மாற்றிவிடுகின்றன. இவரது கதைகள் வெவ்வேறு வழித்தடங்களில் மானிட வாழ்வின் விசித்திரங்களைச் சொல்கின்றன.

2

வண்ணதாசன் கதையை வாசிக்கத் தொடங்கியதும் நம்மை உடனே கவர்ந்து விடுவது அவரது எழுத்தின் விவரணை. தேர்ந்தெடுத்த இடச்சூழலையும், உறவுச்சூழலையும், சந்திப்புகளையும்

மிகச்செறிவான விதத்தில் நெய்து நிஜமாக்கிவிடுவார். அந்த இடம் எப்படி இருந்தது - இருக்கிறது; மனிதர்கள் எப்படி நின்று பேசிக்கொண்டிருந்தார்கள்; அதில் இருக்கிற நெருக்கம், அல்லது நெருக்கமின்மை என்ன? பேச்சில் கவனமாகத் தவிர்க்கிற சொற்கள் என்ன; மனிதர்களுக்கிடையே நேர்கிற சந்திப்பில் வெளிப்படும் அவர்களின் ஆசைகள் விருப்பங்கள் எப்படி மனதின் ஆழத்திலிருந்து வெளிப்படுகின்றன என்பதையெல்லாம் கனிவான மொழியில் கொண்டுவந்து விடுகிறார். கணவன் மனைவி என்றில்லாத இருவரின் பழக்கவழக்கங்களில் நாசூக்கான நடத்தைகளில், பேச்சுக்களில் வெளிப்படும் ஒருவித மறைமொழிகள், பார்வைகள், நிற்கும் நடக்கும் தோரணைகள் அனைத்தும் இந்தப் பண்பாட்டு மரபின் அதிநுட்பங்களாக மொழியப்படுகின்றன. அந்தந்த நேர மனநிலைகளை ஒட்டி கணவன் மனைவியின் - முக்கியமாகப் பெண்களின் நடத்தையில் வெளிப்படும் மாற்றங்கள் துல்லியத்தோடு காட்சி ரூபங்களாக அசைகின்றன. இதெல்லாம் வண்ணதாசனுக்கே உரிய கைவண்ணம். ஓர் இடத்தில் ஒரு சூழலில் மனிதர்களின் நானாவினோதங்களை அதிகபட்ச அசைவுகளோடு வெளிப்படுத்தியவர் வண்ணதாசன்தான். இது அவரின் தனித்துவமான கலைவெளிப்பாடு எனலாம்.

அவரவரின் அன்றாட பாடுகளின் ஊடே, வேலைகளின் ஊடே கைப்பழக்கமாக, மனப்பழக்கமாக அந்த நொடியில் வெளிப்படும் பிரியங்களாக, நோண்டலாக, தீண்டலாக வேலையின் சுவடுகளாக அப்பியிருக்கும் ஒட்டியிருக்கும் அடையாளங்கள் அந்த கதாமாந்தர்களுக்கு அழகை உண்டாக்குகின்றன; நிகழ்வைத் துடிப்புள்ள கணமாக மாற்றுகின்றன. கதை நிகழ்வின்போக்கில் இவை உண்டாக்கும் வசீகரங்களைத் தமிழில் வேறொரு எழுத்தாளன் இவ்வளவு சிறப்பாக வெளிப்படுத்தியதில்லை. இதை அவர் பயிற்சியின் மூலம் பெறவில்லை. மனவார்ப்பின் குணாம்சத்திலிருந்து உருவாகி வந்ததைக் கலையாக மாற்றுகிறார். இந்த உயர்வான அம்சம் அவரது முதல் தொகுப்பில் ‘மிச்சம்’ முதல் கதையிலேயே செழுமையோடு துலங்குவதைக் காணலாம்.

ஒரு லென்சை வாங்க ஆசைப்படுகிற வாங்க முடியாமையை ஏற்று விளையாடுகிற சிறுவனைப் பற்றி சொல்வதுபோல விரித்து குடும்பத்தின் வறுமையையும், நோயையும், கடுமைகளையும்,

வாழ்கிற வாழ்க்கைகளை உள்ளுறையின் சன்னமான பின்னணியில் வெளிப்படுத்திவிடுகிறார். மழைக்கால செடிகள்போல இந்தக் கவனிப்புகள் கதை முழுக்கத் தளிர்க்கின்றன. யதார்த்தத்தில் காலூன்றி மெல்லமெல்ல மனவிசனங்களைத் தொட்டு உணர்ச்சிகரமான ஒரு புள்ளியைத் தொடும் கதைகள் நிறையவே உள்ளன. விசயம் புற உலக விவரணையால் மறைந்து நம்மை ஏமாற்றிவிடக் கூடிய கதைகளும் உண்டு. ஒரு பார்வையில் விசயகனம் இல்லாமல் வெறும் விவரணையாக மட்டுமே இருக்கிறதே என்று தோன்றவும் செய்கின்றன.

வண்ணதாசன் வறுமையை ஏழ்மையை நேரே பாய்ந்து தொடும் விதமான முறையில் எழுதியதில்லை. விவரணையில் உரசி எரியும் தீக்குச்சிபோல பிரகாசித்துவிட்டு மறைந்து விடுகின்றன. ஏழ்மை என்பது சொல்லப்படாமல் அவர்களின் அன்றாட வாழ்க்கையின் கோலங்களிலிருந்து காட்டுகிறார். *'கனிவு'* சிறுகதை தொகுப்பிற்கு முந்தைய தொகுப்பு வரைக்குமான கதைகளில் இந்த அம்சத்தைக் காணலாம். இதில் செண்டிமென்ட் தலைதூக்கி நிற்கும் இடங்களும், பச்சாதாபத்தை உண்டாக்கச் சொல்லப்பட்ட இடங்களும் சில கதைகளில் இருக்கின்றன. அந்தக்காலத்து வாழ்க்கை நெருக்கடிகள் சற்று மங்கவும் செய்கின்றன. இதையெல்லாம் மீறி விதவிதமான தொழில் சார்ந்து எழுதப்பட்ட கதைகளின் புதிய சூழலும், பின்னணியும், வாழ்க்கையும் இப்போதும் கவனிக்கத் தக்கவையாக இருக்கின்றன, மனதில் ஆழமான ஒரு தாக்கத்தை உண்டாக்கவில்லை என்றாலும் கூட.

பெரிய அளவில் விமர்சகர்களால் பேசப்படாத இவரது பல கதைகளுக்கு வாசக வசீகரம் இருக்கிறது. அது 'ஞாபகம்' கதைபோல ஒவ்வொரு வாசகனுக்குள்ளும் நேர்ந்திருக்கும்; நேர்ந்திருக்கிறது. பவா செல்லத்துரைக்கு 'மிச்சம்', பா. லிங்கத்திற்கு 'பழைய பாடல்கள்', தேவதச்சனுக்கு 'கடைசியாகத் தெரிந்தவர்', கந்தர்வனுக்கு 'வெள்ளம்', நாசருக்கு 'பாடாத பாட்டெல்லாம்', சுனிலுக்கு 'முழுக்கைச் சட்டைபோட்டவரும் கதிரேசன் என்பவரும்' கதைகள் பிடித்ததற்கு அவர்களது வாழ்க்கையிலிருந்து அவர்களது மனநிலைக்கு நெருக்கமான சித்திரங்களிலிருந்து ஈர்த்திருக்கக்கூடும்.

மேலான கருத்துக்களை வெளிப்படுத்தும் முற்போக்குக் கதைகள், அந்த முற்போக்கு அம்சத்திற்காக மட்டுமே வாசிக்கப் படுகின்றன. அந்தக் கதைகளில் முற்போக்கை முன்னிறுத்தும் தன்மை இல்லாவிட்டால் அவற்றை வாசிக்க முடியாது. வண்ணதாசனும் முற்போக்குக் கதைகளைத் துவக்க காலத்தில் நிறையவே எழுதியிருக்கிறார். பொருளாதாரத்தில் நசுக்குண்டு மீளமுடியாது வாழமுற்பட்டவர்களின் உலகின்மீது அவருக்கு அக்கறை உண்டு. அக்கதைகளில் வெளிப்படும் முற்போக்கு அம்சங்களை நீக்கிவிட்டால் கூட, அக்கதைகளைப் படிக்கமுடியும். காரணம் வாழ்வின் இன்னபிற நுட்பமான இழைகளால் பின்னப்பட்டிருக்கும் பண்பாட்டுக் கூறுகளும் மானிட அசைவுகளும்தான். அவை நமக்குள் ஓர் அந்தரங்கமான நெருக்கத்தை ஏற்படுத்துவதால்தான். இந்தக் கலைத்துவம் கந்தர்வன், தமிழ்ச்செல்வன் போன்ற ஒரு சிலரின் கதைகளில் தவிர பிற முற்போக்காளர்களின் கதைகளில் இல்லை.

3

சிறந்த கதையா நல்ல கதையா என்ற அம்சங்களை எல்லாம் தாண்டிச் சில காட்சிகள் மானிட விநோத கற்பனைகளை, மாந்தர்களின் கோணல் புத்திகளை, நுண்ணிய தகவல்களை, இன்னபிற பண்பாட்டு வெளிப்பாடுகளை நிகழ்வின் சூழலில் வெகு இயல்பாக வெளிக்காட்டி கடந்து போய்விடுகிறார். இந்த இடங்கள் சாதாரணமான கதைகளைக்கூட பொருட்படுத்தும்படியாக ஆக்கிவிடுகின்றன. சிறந்த சிறுகதையாக அமையவில்லை என்று தள்ளும்போது அந்தக் கதைகளுக்குள் இருக்கும் இந்த இலக்கிய அனுபவங்களைப் பெறாமலே போய்விடுகிறோம்.

வாடகைக்கு இருப்பவரைச் சத்தம்போட்டு பேசக்கூடாது. பக்கத்து வீடுகளில் போய் அமர்ந்து பேசக்கூடாது என்பது மாதிரியான ரகம். குடியிருக்க வந்தவரின் பாட்டி இறந்துவிடுகிறார். 'சத்தம் போட்டு அழக்கூடாது, அழவேண்டுமானால் ஆற்றுக்குப் போங்கள்' என்கிறார். வீட்டு உரிமையாளரின் மகன், அப்பாவின் இந்த ஈவு இரக்கமற்ற தன்மையைப் பொறுக்க முடியாமல் குமுறுகிறான். இந்த 'வடிகால்' கதையில் வீட்டுக்காரருக்கு ஒரு துக்க சம்பவம் வந்துசேர்கிறது. ஓர் ஒப்பீடாகப் போய்முடிகிறது.

ஜெயகாந்தன் (நந்தவனத்தில் ஓர் ஆண்டி) இம்மாதிரியான கதைமாந்தர்களின் குணவியல்புகளை எளிய கதைகளில்கூட திறந்து காட்டிவிட்டு மேலே நகர்ந்துவிடுகிறார்.

'நொண்டிக்கிளிகளும் வெறிநாய்களும்' என்றொரு கதை. நல்ல ஓவியனும் நல்ல நடிகனும் வாய்ப்பில்லாமல் முடங்கிப்போய் விடுவதைச் சொல்லும் கதை. கலைத்துறை, சிறந்தவர்களைக் கைவிட்டப்பின்னும் அவர்கள் அந்த உலகத்திலிருந்து மீளமுடியாமல் அமிழ்ந்து கிடப்பதையும், அவர்களைப் பொருட்படுத்தாமல் கலைத்துறை பணத்தைக் குறியாகக்கொண்டு செல்கிற முரணையும் சொல்கிறது. சிலருக்கு இந்தக்கதை பிடித்திருக்கலாம். சிலருக்கு ஈர்ப்பைத் தராமல் போகலாம். முன்பு என்னைக் கவர்ந்த கதை இப்போது வாசித்தபோது அந்தளவு கவரவில்லை. ஆனால் இக்கதையில் மரம் வெட்டுகிற காட்சியை நண்பனிடம் விவரிக்கிற அந்தத் துல்லியம் இப்போதும் கவர்கிறது.

'ஆறுதல்' முன்பு வாசித்தபோது முக்கியமானக் கதையாகத் தோன்றவில்லை. இப்போது படித்தபோது முக்கியமான கதையாகத் தோன்றுகிறது. அக்கதை மறைத்து வைத்திருக்கும் வாழ்க்கைச் சிதைவு துலங்கியதும் வேறொரு பரிமாணம் கொள்கிறது. "எலக்ரிசிட்டி போர்டுக்காரன் கம்பிகளைத் தளர்த்தி விட்டிருந்ததையும், கோடாரி வீச்சில் செதிலாகத் துள்ளி விழுந்ததையும், கோடாரியைத் தலை பின்னும் போது சீப்பைக் கொண்டையில் சொருகிக்கொள்வது மாதிரி மரத்தில் கொத்தி செருகிவிட்டுக் கீழே வந்து கயிறுகட்டி இழுத்ததையும், இழுக்கும்போது பாடினதையும், பசங்கள் எல்லாம் ராட்சசன் சாய்கிற மாதிரி மரம் கப்பும் கிளையுமாக மொரமொரவென்று முறியும்போது 'ஓ'வென்று கூச்சல் போட்டதையும், சலார் என்று புழுதியில் இலை விசிறினபடி முந்தானையைத் தட்டிக் கீழே விரித்துப் படுத்துக்கிடக்கிற கிழவி மாதிரி ரொம்ப அசதியோடும் பதனத்தோடும் அது கிடந்ததையும், கிளைகிளையாக ஏறி மேலே உட்கார்ந்து அமுக்கி அசைத்து ஊஞ்சல் ஆடினதையும், நாலஞ்சு குட்டி ஆடுகள் கவட்டைக்கிடையிலே முட்டமுட்ட ஓடிவந்து குழையைத் தின்றதையும், சாக்கடைக்குள்ளே ஒரு பக்கத்து மரம் முழுக்க விழுந்து அதில் எச்சில் இலையெல்லாம் மோதிக்கொண்டு இருந்ததையும், மரம்வெட்டுகிறவன் விரட்டிவிரட்டி ஏசியதையும்

நாடகம் நடிக்கிற மாதிரிச் சொன்னான்". "பீடியைச் சாக்கடையில் சர்ரென்று சுண்டியெறிந்து, சகதியில்படாமல் தாண்டி பிச்சு அறைக்குள் நுழைந்தான்". இப்படியான விவரணை.

மரம் வெட்டுகிறதைப் பார்க்கிறது உண்டுதான். இந்தக் காட்சி எழுத்தில் கொண்டுவருகிறபோது நம்மை அருகில் இருந்து பார்த்த அனுபவத்தைக் கொண்டுவந்து விடுகிறது. பள்ளிப்பருவத்தில் வேடிக்கை பார்த்த ஒரு கணத்தை மீட்டெடுக்கிறது. இந்த விவரணை ஈர்க்கிறது. இம்மாதிரி ஈர்க்கிற காட்சிகளுக்கு அப்பால் கதை மானிட சாரத்தைத் தொடும்போதுதான் சிறந்த கதையாகிறது. சாரத்தைத் தொடாதபோது சில அழகிய காட்சிகள் வாசிக்கப்படாமல் போய்விட நேர்கிறது.

வண்ணதாசனின் கதைகள் எவற்றால் சிறந்தவை ஆகின்றன என்று கேட்டால் ஒற்றை வரியில் சொல்ல முடியாத பல அழகியல் கூறுகள் ஒவ்வொரு கதையிலும் வெகு இயல்பாய்க் கூடிக்கூடி முழுமையை அடைவதால்தான் எனலாம்.

'ஆறுதல்' கதையில் ஓர் அசைவின் துல்லியத்தை விவரிக்கிறார். "வாசல் முழுவதும் இருட்டாக இருக்க, எங்கள் வீட்டின் வெளிச்சம் பின்பக்கத்திலிருந்து விரைந்து காட்டும்படியாக அவர்களிருக்க..., நடுவயது தாண்டியும் உரத்தும் அன்னியோன்னியமாகவும் இருந்த அந்தக் குரலையும் எனக்கு இனங்கண்டு கொள்ளமுடியவில்லை. நாக்கு தடித்த மாதிரியும் பக்கவாதத்தால் வாய் கோணிப் பேசுகிற மாதிரியும் ஏதோ ஓர் வித்தியாசத்துடன் இருந்த குரலில் சந்தோஷமூட்டும்படியும் ஏதோ கலந்திருந்தது" என்ற விவரணையில் ஓர் ஓவியக்காரனின் படிமமும் அடுத்து ஒரு நாடகக்காரனின் கண்ணும், ஓர் உளவியல் காரனின் மனமும் ஒன்றாகக் கலந்து இயைந்து உருவாகி வந்திருப்பதைக் காணமுடியும்.

நிகழ்வின் அக்கணத்தில் கிளைவிரியும் தொடர்புகளின் விசேசங்களை அல்லது தன்போக்கில் வந்திணையும் கிளைகளின் அசைவுகளை அர்த்தப்பூர்வமான நரம்புகளாக மாற்றிவிடுகிற கலை சாகசத்தைக் கதையில் நிகழ்த்திக் காட்டிவிடுகிறார். மையப்பாத்திரம் எதிர்கொள்ளும் புறஉலக மனிதர்கள், பிறஉயிரினங்கள், பிறபொருட்கள், வெறுமனே தகவல்களாக இடத்தை நிரப்பாமல் உயிர்த்துடிப்போடு எழுகின்றன.

எதிர்ப்படும் மனிதர்களின் சம்பந்துக்களை இதயத்திற்கு நெருக்கமான இரண்டு மூன்று வரிகளில் மையப் பாத்திரத்தின் வழியே காட்டி கடந்துபோகிற விசேசத்தன்மை இவரது எழுத்தின் தனித்தன்மையாக இருக்கின்றது. மாந்தரின் முன்பின்னான சிக்கல்களைக் கொண்டுவந்து நிறுத்தாமல், அல்லது அந்தச் சிக்கலால் கதை பின்னப்படாமல் அந்தக் கணத்தின் நிகழ்வின் வழியே நெருக்கடியை நெருக்கடியற்ற சகஜதொனியில் விரிக்கிற கலைத்தன்மை வண்ணதாசனின் பல கதைகளில் வெகு அழகாகக் கூடி வந்திருக்கின்றன. சொல்லப்பட்ட கதைக்கு அப்பால் சொல்லப்படாத துயரம்மிக்க உலகம் உணர்வோட்டத்தோடு நம் மனம் நாடிக் கண்டடைந்து கொள்ளும்படி கிளர்த்துகிறது. முக்கியமாகக் கதாமாந்தரின் பிற துயரங்களை அறிந்து கொள்ளும்படியான சூசகம் துளியூண்டு வரிகளில் மறைந்திருக்கின்றன.

வண்ணதாசனுள் எப்போதும் ஓர் ஓவியக்காரன் பதுங்கியபடியே இருக்கிறான். படைப்பிலக்கியச் செயல்பாட்டில் விழித்துக்கொள்கிறபோது துல்லியமான காட்சிப் படிமங்கள் எழுத்தில் பொங்கி வந்துவிடுகின்றன. பாலியல் தொழில் செய்யும் பெண் விடுதி அறையில் படுத்திருக்கிறாள். விடிவதற்கு முன்னான நேரம். வந்தவன் குளியல் அறை விளக்கை அணைக்காமலே போய் விடுகிறான். "ஒருக்களித்து சாத்தியிருந்த பாத்ரூம் கதவின் சந்து வழியே வெளிச்சம் நுழைந்து இவள் படுத்திருந்த கட்டிலின் திசையில் குறுக்குவாட்டாக விழுந்தது... எப்போதாவது மழுங்கின வெளிச்சத்தில் நிலா அப்பியிருக்க ஊதாவாய், பிருபிருவென்று மணல் மணலாக உதிர்ந்த மேகமும் ஊதாவுமாய் இருக்கும் வானத்தை ஜன்னல் வழி பார்த்திருக்கிறாள்". எந்தச் சூழலிலும் இந்த ஓவியப் பார்வை அவருள் விழித்துக்கொள்கிறது.

படைப்பியக்கச் செயலில் கவித்துவ உச்சம் கொள்ள நேரும் அசாதாரணமான சந்தரப்பங்களைத் தெரிந்தோ தெரியாமலோ வண்ணதாசன் சாதாரண நிகழ்வுகளோடு தொடர்ந்து வரும் மற்றொரு சாதாரண நிகழ்வுபோல பல கதைகளில் விரித்து விடுகிறார். அந்தச் சந்தர்ப்பம் பெரிதுபடுத்தப்படாமல் புதைந்திருப்பது அதையும் கடந்து வந்துவிட்ட காலத்தில் நிற்பதாக இருக்கின்றது. இன்றைய ஓட்டத்தில் அந்தக் கணம்

நினைவிலிருந்து சன்னமாக வந்துபோகின்றது. கதையின் ஆதார சுருதிகூட அந்த இடத்தில்தான் இருக்கின்றது. வண்ணதாசன் கதையை அந்த இடத்தை நோக்கி நகர்த்தாமல், அந்த தருணத்தைக் கடந்து வந்துவிட்ட ஒரு காலத்திலிருந்து ஓர் ஊசல்போல வந்து போகிறார். சில கதைகளில் இது சிறப்பானத் தன்மையிலும், சில கதைகளில் அடடா... இதையல்லவா மேலெடுத்திருக்க வேண்டும் என்றும் தோன்றும்படி உள்ளே ஒதுங்கி இருக்கின்றது. என்றாலும் அதை அவர் தவற விடவில்லை என்பதும் தெரியவருகின்றது. இப்படியான ஒரு கதைப்பாணி வண்ணதாசனுடையது.

4

வண்ணதாசனின் முக்கியமான ஓர் அம்சம் வடிவ ஒருமை கூடிவந்த கதைகளில் விசயம் நுட்பமாகவும் நெருக்கடியான உறவின் இழைகளாலும் பின்னப்பட்டுவிடுகின்றன. விசயம் மென்மையானதாகவோ, சின்னதாகவோ இருக்கலாம். அல்லது கனமானதாகவோ உக்கிரமானதாகவோ இருக்கலாம். கதையின் மையப்புள்ளி நீரில் விரியும் வளையம் வளையமாகவோ, பெரிய வளையம் சிறுத்து சிறுத்து சிறு புள்ளியில் வந்து குவிதலாகவோ கதையிதழ்கள் அடுக்கப்பட்டுவிடுகின்றன. இறங்கி வரும் விண் பறவையின் விரிந்த இறக்கையின் சிறகுகளின் அடுக்குகளாகவும் பொருத்தமுற அமைந்துவிடுகின்றன.

வண்ணதாசன் சிறுகதை வெளிக்குள் மிகத் துல்லியமான விதத்தில் மானுடச் சலனங்களையும் காட்சிப் புலன்களையும் அக்கணத்தில் தோன்றும் கற்பனையின் சிறகடிப்புகளையும் மலர்த்திவிடுகிறார். சிறந்த கதை சாதாரணக் கதை என்ற மதிப்பீடுகளுக்கு அப்பால் இந்த ஆக்கத் திறனின் வண்ணம் நெடியோடும், வடிவோடும், துடிப்போடும் மனசைத் தீண்டுகிறது. படைப்பிலக்கியத்தில் அவர் சாதித்திருக்கிற இப்பகுதி தனியானது.

புதுமைப்பித்தன் கதைச் சுரங்கத்திற்குள் கெட்டிதட்டிப்போன மரபு இறுக்கத்தின் மீது பளீர் பளீரென விமர்சன வாள்வீச்சுக்கள் எகிறி விழுகின்றன. மாறாக வண்ணதாசனின் கதைவெளிக்குள் பண்பாட்டுக் கூறுகள் வண்டலாகப் படிந்திருக்கின்றன. ஒரு வகையில் உரைநடைக் கவிதைகள் என்றோ, கதை ஓவியங்கள்

என்றோ சொல்லலாம். அவரின் ஓவிய மனம்தான் சிறுசிறு அசைவுகளையும் கதைகளில் தீட்டுகிறது. அதிலே ஆழ்கிறது. இந்த அம்சத்தினாலே நாவல் என்ற விரிந்த தளத்தில் வாழ்க்கையை எதிர்கொள்ளவில்லையோ என்றும் தோன்றுகிறது.

'வரும்போகும்', 'போட்டோ', 'பாடாத பாட்டெல்லாம்' போன்ற கதைகளில் கவனிக்கத்தக்க அல்லது கவனித்திருக்கிற அசைவுகளை, வெளிப்பாடுகளை எழுதியிருக்கவே செய்கிறார். இக்கதைகள் ஒருமைக்குள் கூடிவராததாலே கதை நம்மை பாதிப்பதில்லை. கலைத்துப் போடுதல், மையமழித்தல், நோக்கமற்று விரித்தல், வடிவமற்று எழுதுதல் என்று பின்நவீனத்துவத்தை முன்வைத்து பல வியாக்கியானங்கள் சொல்கிறோம் இன்று, எந்தக் கூறல் முறையாகவும் இருக்கட்டும்; முதலில் அது வாசகனைப் பாதிக்க வேண்டும். இந்தப் பின்நவீனத்துவ வெளிப்பாட்டு முறைகளின்வழி அக்கதை வாசகனைப் பாதிப்பிற்குள்ளாக்குமேயானால், அக்கதையின் சிறந்த வெளிப்பாட்டு வடிவம். வாசகனின் மனதை ஈர்க்கவில்லை என்றால் அது கோட்பாட்டுக் கதையாக எஞ்சி காய்ந்துவிடும். அல்லது விமர்சகர் ஊர் ஊராகக் தூக்கிச் சுமந்து அலைய வேண்டியதுதான். வண்ணதாசன் என்ற படைப்பாளியின் பல கதைகள் ஈர்ப்பதற்கும் சில கதைகள் மனதிலிருந்து நழுவிப்போய்விடுவதற்கும் வடிவம் ஒரு முக்கிய அம்சத்தைத் தக்கவைத்திருக்கிறது என்றே எனக்குப்படுகிறது. கருட கம்பத்தை ஆலையில் கடைவது மாதிரிதான். சிறுகதைக்கு வெற்றிகரமான மாற்று வடிவத்தை - முக்கியமாகப் பின் நவீனத்துவம் இதுவரை உருவாக்கி விடவில்லை. எழுதிப்பார்த்த கோலங்களாக இருக்கின்றன. 'வரும்போகும்', 'பூனைகள்', 'ஊமைப்படங்கள்' முதலிய கதைகளை முன்வைத்துக் கூட இந்தப் பாதிப்பு விசயம் எப்படி உருவாகிறது என்று அறிய முற்படலாம்.

வேற்று ஆடவன் மீது திருமணமான பெண் கொண்ட பிரியத்தை, ஒரு வகையான துயரத்தைப் பகிர்ந்து கொள்ளக்கூடிய ஆதரவை நேர்த்தியாகச் சொல்லப்பட்ட கதை 'சில பழைய பாடல்கள்' கதை. இந்தக் கதையை இன்று எழுதும் இளைஞன் எழுதியிருந்தால், காமத்திற்கு மட்டுமே முக்கியத்துவம் கொடுத்திருப்பான். விசயம் அதுவல்ல; வாழ்வின் இப்படியான எல்லைகளும் உண்டு என்பது புரிவதில்லை. இக்கதையில்

வரும் ஆடவன் சலனமற்ற யோக்கியவானும் அல்ல. சலனம் உள்ளவன் தான்; காமத்தை விரும்புகிறவன் தான். முயற்சிக்காத மனத்தடைகள் உள்ள ஒருவன். அவ்வளவு தான். அந்த விதவைப் பெண்ணைத் தன் மனைவியிடம் அறிமுகம் செய்துவைக்கிறான். அன்றிரவு அவன் மனைவி புது தினுசாக இணைந்தபடி இருக்கிறாள். இந்த இடத்தைப் பிடித்ததும் கதை அதுவரை திறக்காதக் கதவைத் திறந்துவிடுகிறது. கதை இதுவல்ல; கதைக்குள் இப்படியான சிறுகாட்சி வருகிறது. அவ்வளவே. வண்ணநிலவன் 'நண்பரின் மனைவி' என்றொரு கதை எழுதியிருக்கிறார். அதற்கு வெகு நாட்களுக்கு முந்தி எழுதப்பட்ட கதை இது. வண்ணநிலவனின் கதைமாந்தர்கள் நெருக்கம் வேறொன்றாக மாறிவிடும் என்ற பதட்டத்தில் விலகிக் கொள்கின்றனர். அக்கதையில் மனைவியும் இருக்கிறாள். கணவனும் இருக்கிறான். வண்ணதாசன் கதையில் நெருக்கம் நாளை நிகழலாம். நிகழாமலேகூட இருக்கலாம். அது அந்தப் பெண்ணின் விருப்பத்தில் மட்டுமே இருக்கிறது. வண்ணதாசனின் மிக முக்கியமான கதைகளில் ஒன்றாக கொள்ளமாட்டேன் என்றாலும் உறவை லாவகமாக முன்வைத்திருக்கிறார் என்பேன். நல்ல காதல் கதை என்றால் இலக்கணம் மாறுவதாகத் தோன்றும். உண்மையில் நல்ல காதல் கதை. 1979 இல் எழுதியிருக்கிறார் என்பது முக்கியம். பழைய பாடல் என்பதுகூட அன்று புதிய பாடலாக வந்து சந்தோசத்தைத் தந்த தருணங்கள் இன்று வெறுமனே அந்த சந்தோசத்தை நினைவுகூறுகிற காலமாக மாறிவிட்டதைச் சொல்வதாகவும் இருக்கிறது. அவள் விதவை; வறுமை நெருக்குகிறது. அவள் அவளாக இருக்கிறாள்; வாழ்க்கை அழைக்கிறது. ஏச்சுக்கு உள்ளாக நேருமோ என்ற கவனம் விழிக்கிறது. இப்படி யூகிக்க இடம் இருக்கிறதே தவிர உறுதியாக எதுவும் இல்லை. அவளது வாழ்க்கை சந்தோசமற்று வேதனையையே துணையாக இழுத்துச் செல்லவிருக்கிற காட்சி பாரமாகிறது நமக்கு.

கசடதபற இதழாளர்கள் தமிழ்ச் சூழலில் தோற்றுவித்த கதையற்ற கதைக்குத் தோதான 'பூனைகள்' கதையை அவ்விதழுக்கு என்று எழுதி வெளியிட்டுள்ளார். வீட்டில் அசிங்கம் செய்து வைத்துவிடும் பூனை ஒருநாள் அறையில் மாட்டிக் கொள்கிறது. அதை விரட்டி பயமுறுத்துவதுதான் கதை. இறுதியில் பூனையின் மீது ஒரு கனிவு தோன்றுகிறது. கதை இந்தத் தளத்தில்

இயங்கியபடி வேறொரு விசயத்தைத் தாவி பிடிக்கவேண்டும்; அது நிகழவில்லை. பூனை மீது சுரக்கும் அன்பாக மட்டும் முடிந்துவிட்டது. பூனை - மனிதன் இருவருக்குமான எதிர்கொள்ளலைச் சிறப்பாக வெளிப்படுத்துகிறார். ஆனால் பெரிய பாய்ச்சலை நிகழ்த்தவில்லை.

கணவன் மனைவியரிடையே கசப்பும் இனிமையும் மாறிமாறித் தோன்றும். கணவனின் கோணத்தில் மனைவி வெறுக்கத்தக்கவளாகத் தோன்றுவதையும் அவளே பிரியமுள்ளவளாக மாறுவதையும் 'வரும்போகும்' கதையில் காட்டுகிறார். கதை எங்கெங்கோ அலைந்து இந்த இடத்திற்கு வருகிறது. இது ஒரு நெடுங்கதை எனக்கொள்ளலாம். அந்த வடிவத்தில் அவரால் மேலதிகமான வீச்சை வெளிப்படுத்த முடியவில்லை. ஒரு சிறுகதையை வளர்த்து குறுநாவல் போல ஆக்கியிருப்பதாகத்தான் படுகிறது. 'சின்னு முதல் சின்னு வரை' குறுநாவல்கூட விசயம் சிறியதுதான். சிறுகதைக்கான விவரணையின் வசீகரத்தால் மேலெழுந்துவிட்ட படைப்பு அது. முக்கியமாக அதில் கூடிவந்த ஒருமை கூடுதல் அழுத்தத்தையும் அழகையும் தருகிறது. 'வரும்போகும்' படைப்பில் தொடர்பற்று சிதறிக்கிடக்கும் நிகழ்ச்சிகளைக் கணவன் மனைவியின் சிறு கசப்பில் கொண்டுவந்து கொட்டுகிறார். அந்தக் கசப்பின் வெவ்வேறு இழைகளாக அவை இல்லை. அப்படி அமைகிற போதுதான் அந்நிகழ்ச்சிகள் கூடுதலான அழுத்தத்தை உண்டாக்கும். இதைத்தான் செறிவு என்று கூறமுடியும். 'சின்னு முதல் சின்னு வரை'யில் அப்படி அடர்த்தி உருவாகி வந்துவிட்டது.

அல்வாத் துண்டைப் பிசிறில்லாமல் வெட்டி எடுத்து வைப்பதுபோல கதைகளை வைத்துவிடக் கூடியவர் வண்ணதாசன். 'அழுக்குப்படுக்கிற இடம்', 'ஒரு முயல்குட்டி இரு தேநீர் கோப்பைகள்', 'சமவெளி', 'வேரில் பழுத்தது', 'அன்பின் வழியது' போன்ற கதைகளில் எல்லாம் சிறுகதையின் முடிப்பு கச்சிதமாக இருக்கலாம். அக்கதைகள் வெளிப்படுத்தும் முரண்பட்ட மன விசித்திரங்களையோ அல்லது பற்றுக்கோடுகளையோ காட்டி நிற்கலாம். ஆனால் 'ஆறு', 'அருளிச்செய்தது', 'ரதவீதி', 'சில பழைய பாடல்கள்', 'விசாலம்', 'ஆறாவது விரல்' போன்ற கதைகளில் சிறுகதையின் முடிப்பில்லாததுபோல் தோன்றலாம். இக்கதைகளின் முரண் முடிப்பில் இல்லை. கதை

மையத்தில் இருக்கின்றது. அந்த மையத்திலிருந்து விரிகிற வாழ்க்கையில் இருக்கின்றது. முரண்களை வெளிப்படையாகச் சொல்லும் கதைகளுக்குச் சிறுகதையின் இலக்கணமும் வெளிப்படையாகவே அமைகின்றன. ஒருவகையில் எழுதப்பட்ட கதைகளாகத் தெரிகின்றன. அந்த முடிப்பு இல்லாததுபோன்ற சிறுகதைகள் வாழ்க்கையிலிருந்து எடுத்து வைத்ததுபோல அமைந்து விடுகின்றன. இது ஓர் அழகான சிறுகதை வடிவம். வண்ணதாசனுக்கு இயல்பாக வாய்த்த ஒன்று இது.

தீப்பாச்சியின் கணவன் சிதம்பரம் குடிகாரன். மனைவியின் கள்ளக்காதலைச் சொல்லிச்சொல்லி அடிப்பவன். தனக்குப் பிறந்தவன் மூத்தவன் மட்டும்தான் என்று அவனை இழுத்துக் கொண்டு எங்கெங்கோ செல்பவன். அலைந்து திரிந்து திரும்ப தீப்பாச்சியிடமே சேர்ந்து முரண்பட்டபடியே வாழ்கிற சிதம்பரம் கதைசொல்லியின் நண்பன். கதையின் துவக்கத்தில் தீப்பாச்சி இடுப்பில் ஒரு குடமும் தலையில் ஒரு குடமுமாக சுமந்து வந்தபடி வரவேற்கிறாள். அவள் குடம் வைத்திருப்பதைப் பற்றி, எல்லோரும் இடப்பக்க இடுப்பில் குடத்தை வைத்தால் இவள் வலக்கை பக்கம் அணைப்பாள் என்று வருகிறது. இது ஒரு பழக்கம் என்பதாக வாசித்து நகர்ந்து விடுகிறோம். வித்தியாசமான பழக்கத்தைச் சொல்கிறார் என்பது போலத்தான் தோன்றுகிறது. கதையின் ஓட்டமும் அப்படித்தான் ஓடி முடிகிறது. கதையை வாசித்து முடித்த பின்னும் அதுபற்றி கூற ஒன்றுமில்லை. தற்செயலாக அந்த குடம் வைக்கும்முறை ‘அவள் வித்தியாசமானவள்’ என்பதைத் தீப்பொறிபோல தோன்றி மறைந்துவிடுவதைச் சொல்கிறது என்பதைக் கண்டதும் குறிப்பால் அமைந்த அந்த அமைதி ஒரு நவீன ஓவியக்காரனின் அர்த்தமிக்க தீற்றலாக மாறுகிறது.

தீப்பாச்சிக்குப் பிறந்த இரண்டாவது மகன் மற்றொரு காதலால் பிறந்தவன்தான். வறுமையில்தான் அவள் அன்றாட பாடு போகிறது. ஐந்துபேர் படுத்துத் தூங்கமுடியாத குச்சு வீட்டில்தான் குடும்பம் நடக்கிறது. சின்னவன் தீப்பாச்சியின் அம்மாவோடு (பாட்டி) பக்கத்து வீட்டில்தான் தூங்குவதும் இருப்பதும். காரணம் இருக்கிறது. ‘அம்மா வந்தாள்’ அலங்காரத்தம்மாள் போல தீப்பாச்சி இல்லை. சிவசுவுடனான உறவு காமத்தால் ஆனது. அவனுக்குப் பிறந்தவர்கள் மூன்று பேர். தீப்பாச்சிக்குப் பிறந்த

திருவாரியமுத்து காதலால் பிறந்தவன். சின்னவன் பேரு என்ன என்று கேட்கிறான் கதைசொல்லி. அது 'அவுகளுக்குப் பிடிச்ச சாமி பேரு' என்கிறாள். 'அருளிச் செய்ததாக' உணர்கிறாள். இந்த மகன் இந்த வீட்டில் கணவன் மனைவியோடு வளராமல் பாட்டியிடம் வளர்வதற்கும் ஒரு காரணம் இருக்கிறது. கதைசொல்லி "எங்கே சிதம்பரம்" என்று கேட்டதும் "அவருக்கென்ன கலெக்டர் வேலையா... இங்கதான் எங்காவது திரியும்" என்கிறாள். எளிய பெண்ணின் எளிய விமர்சனம். வீட்டுக்குவந்த சிதம்பரம் நண்பனைக் கண்டதும் பிராயத்து பிள்ளை அடிப்பதுபோல "இவரு எப்ப வந்தாரு" என்று கையை ஓங்கி பொய்யாக டொப்பென போட்டுத் தொடுகிறான்.

வண்ணதாசனின் இந்த அகமாந்தர் கதைகளைப் படிக்கும் போதெல்லாம் எனக்குப் பருத்திச் செடியோ, ஒரு பூச் செடியோ, ஒரு மரமோ கண்முன் தோன்றும். கதையைப் படித்துச் செல்லும்போது இந்த தாவரம் ஒன்று வருகிறது. பூவெடுக்கிற பருவத்தில் தண்ணீரில்லாமல் மழை இல்லாமல் வாடிவதங்கி நெஞ்சை பிசைகிற கோலம் ஒன்று தோன்றும். அந்தச் செடிகளை நோக்கி நீண்டநாள் வராத ஒரு மாயவன் திடுக்கென வேகமாக வருகிறான். அவன் வருவதைப் பார்த்து அந்தச் செடி வாட்டத்தோடு தன் கைகளை விரித்து சோகத்தை மறந்து வரவேற்கிறது. மாயவன் தான் கொண்டுவந்த நினைவின் ஊற்றை அதன் வேரில் கவிழ்க்கிறான். வதங்கிக் கிடந்த அந்த பருத்திச்செடி, அந்தப் பூச்செடி, அந்த மரம் ஜிலுஜிலுவென தெளிச்சியடைந்து நிமிர்கிறது. வாட்டம் மாயமாகி இலைகள் பளபளக்கின்றன. புதிய பூவொன்று பூக்கிறது. அப்படிப் பூத்துக் குலுங்கும் பூவின் புன்னகையைத் தான் வண்ணதாசன் தன் கதையில் நிகழ்த்துகிறாரோ என்று எனக்குத் தோன்றும். அபூர்வமாகச் சில சமயம் உதிர்த்து கிளை நுனியெல்லாம் காய்ந்து சுள்ளியாகி நிற்கிற உயிர்க்கோலம் மனசைப் பிழியச் செய்கிறது. அதையும் மீறி தளிர்விட குதித்துக் கொண்டிருக்கும் உயிரை அந்தச் செடியிலோ மரத்திலோ காணும்படியும் தோன்றும் எனக்கு. 'ஆறு', 'விசாலம்', 'நிலத்து இயல்பால்', 'பழைய பாடல்கள்', 'ஜன்னல்', 'போய்க் கொண்டிருப்பவள்', 'வேரில் பழுத்தது' போன்ற கதைகள் இங்கு நினைவிற்கு வருகின்றன. நம் முற்போக்காளர்களால் எழுத முடியாத வகையில் தீட்ட முடியாத

தமிழ்ச் சிறுகதை ஒரு காலத்தின் செழுமை | 151

வண்ணத்தில் தீட்டியவர் வண்ணதாசன். வறுமையை ஒரு துயரக் காவியமாக வண்ணதாசனால் வடிக்க முடிந்திருக்கிறது.

5

வண்ணதாசன் கதைகள் முரண்களைத் தீவிரமாக முன்வைத்துப் பேசாதது போலத் தெரியும். கதை ஒரு நிகழ்வைச் சொல்வதுபோல அமைந்து உறவுச் சிக்கலாலோ சமூகச் சிக்கலாலோ கைகூடாது போகிற எதிர்பார்ப்புகளைப் பேசியிருப்பது தெரியவரும். எதிரெதிர் நிலையில் மனிதர்களின் கபடங்களை வெளிப்படுத்தும்படியாக எழுதிவிடும்போது இலகுவான பிரச்சனையின் கண்டடைதலாகத் தெரிந்துவிடும். வண்ணதாசன் நிகழ்கிற நிகழ்வின் கோலத்திலிருந்து இந்தச் சிக்கலைக் காட்டுகிறார். இந்த விசயத்தை உணர்ந்துகொள்ள அவர், கதைகளுக்கு வைத்திருக்கிற தலைப்புகள் உணர்த்துகின்றன.

'ஜன்னல்' கதை, மூர்க்கமான காட்சியைக் காட்டுவதாக இருந்தாலும், புஜ்ஜி வேறு ஜன்னலைத் திறக்கிறாள் என்பதும் உள்ளுறை. அந்த ஜன்னல் வழி தெரிபவர் பெண்ணைச் சகமனுஷியாகப் பார்க்கிற அன்புமிக்கவர். ஒரே ஜன்னல்வழி இரு வேறுபட்ட மனிதர்களைக் காட்டுகிறார்.

எதிர்பாராத இடத்தில் பிரியமான தோழியை மற்றொரு தோழி சந்திக்கிறாள். இருவரும் இளம்பருவத்தினர். அதற்கு 'வருகை' என்று தலைப்பு வைத்திருக்கிறார். அவரது வருகை தோழிக்கு அளவில்லா மகிழ்ச்சி அளிக்கிறது. தெருவில் போய்க்கொண்டிருந்த தோழியை உலர் சலவையகத்தில் வேலை செய்யும் தோழி அவளின் பின்புறச் சாயலைக் கண்டே ஓடிப்போய் பிடித்து நிறுத்துகிறாள். அவளின் கையில் தட்டச்சு பயிற்சி நிலையத்திலிருந்து வந்த காகிதம் இருக்கிறது. இருவரும் பள்ளித் தோழிகள். பிரியத்தோடு சர்பத் வாங்கித் தருகிறாள். கதைத் தோழிகளின் சந்திப்பு எவ்வளவு மகிழ்ச்சியாக இருக்கிறது என்பதுபோல போகிறது. தெருவில் ஒரு லோடை ஏற்றி வந்த லாரி அந்தப் பெரிய தெருவின் நொடிப் பள்ளங்களில் மெதுவாக நகர்ந்து குடோனுக்குப் போகிறது. நிற்காமல் போகிறது. அந்த வண்டியில் தொற்றி ஏற லோடுமேன்கள் ஓடுகிறார்கள். அந்த

லோடுலாரி வாரத்திற்கு ஒரு முறையோ பத்து நாட்களுக்கு ஒரு முறையோ வரும். அப்படி வரும் நாட்களில்தான் கூலி கிட்டும். ஓடுபவர்களில் முன்னால் நல்ல திடகாத்திரமான வாலிபர்கள் ஓடுகிறார்கள். நடுக்கட்டு வயதுடைய இருவர் மூச்சு வாங்க ஓடுகிறார்கள். வயதான இருவர் ஓட முடியாமல், வேர்க்க வேர்க்க லாரியை நோக்கி ஓடுகிறார்கள். லாரி ஓட்டுநர் நிறுத்தி ஏற்றவில்லை. பலர் அந்த வேலையைப் பிடிக்க ஓடுகிறார்கள். இந்தக் காட்சியை வந்த தோழி பார்க்கிறாள். ஒரு மௌனம் பொருளாகிறது. கதை சொல்லாத ஒரு துக்கத்தை மேலே தூக்கி வருகிறது. தோழி மகிழ்ச்சியாகவா இருக்கிறாள்? ஓட முடியாமல் லோடு லாரியை நோக்கி வேலையைப் பிடித்துவிட ஓடிக்கொண்டிருக்கும் வயதானவர்கள் அவளுக்கு என்னவோ செய்திருக்க வேண்டும். தோழிக்காவது ஓர் உலர் சலவையகத்தால் நிற்க முடிந்துவிட்டது. வேலை வாய்ப்பில்லாமல் வேலையைத் தேடிக்கொண்டிருக்கும் அவளது இக்கட்டை கதையில் கண்டடைகிறபோதுதான் அந்த அபூர்வமான வருகை முரணாக இருப்பது விளங்கும். இந்த லாரி லோடுமேன்களின் ஓட்டம் அவளது பார்வையில் அர்த்தம் பொதிந்த கணமாக மாறுகிறது. நமக்கும்தான். கதை 'லாரியின் வருகை'யை சொல்கிறதா? தோழியின் வருகையைச் சொல்கிறதா? வேலைவாய்ப்பும் நமது வாழ்க்கையைச் சொல்கிறது. வேறுவழியில்லை; சாகும்வரை பிழைக்க ஓடித்தான் ஆகவேண்டியிருக்கிறது. சாதாரணம் போல தோற்றம் தந்த கதை ஓர் அசாதாரணக் கதையாக மாறிவிட்டது. இதுதான் வண்ணதாசனின் கதை அழகியல். அவர் கதைகளில் சொல்லப்படும் கதைகளைவிட சொல்லப்படாத கதைகள் மிக ஆழமாகவும் அர்த்தம் பொதிந்ததாகவும் இருக்கின்றன. கதையிலிருந்து கிளைக்கும் காட்சிகள், மிகச் சின்னதான கிளைக்கதைகள் அப்படியே நம் மேலோட்டமான பார்வையைப் புரட்டிப் போட்டுவிடுகின்றன. இந்த விமர்சன தெனாவெட்டர்களை ஏமாற்றிவிட்டுப் போய்விடும் இடங்கள் நிறைய. 'வெள்ளம்', 'வெளியேற்றம்', 'நிலை' போன்ற பல கதைகளின் தலைப்பு வேறொன்றையும் சுட்டி நிற்பதை அறியலாம். ஒரு மரத்தை வெட்டி அப்புறப்படுத்துவது மட்டுமல்ல 'வெளியேற்றம்' அதன் குளிர்மையோடு இருந்த உறவையும் அப்புறப்படுத்திவிட்ட வெறுமையையும் சொல்லாமல் சொல்கிறது.

தமிழ்ச் சிறுகதை ஒரு காலத்தின் செழுமை | 153

வண்ணதாசன் அன்பைப் பிழிந்து ஊற்றுகிறார் என்பாரும் உளர். உண்மையில் அவரின் மகத்தான கதைகள் அன்பை இனம் காட்டுபவை அல்ல. அன்பற்ற உலகைக் காட்டுகிற மூர்க்கத்தில்தான் இருக்கின்றன. அன்பிற்காக ஏங்குபவர்களின் கண்ணோட்டத்தில் சொல்லப்பட்டிருப்பதால், இந்த மூர்க்க உலகம் பம்மிக்கொண்டு இருப்பதைக் காணலாம். எனக்கு வண்ணதாசன் கதைகளைப் படிக்கும் போதெல்லாம் ஒன்று ஞாபகத்திற்கு வரும். சுந்தர ராமசாமி, தி. ஜானகிராமன் போல 'கனவுகளில் சல்லாத்துணி நெய்பவன்' என்ற வாசகம்தான். அப்படியும் இருக்கின்றன. அது மட்டுமே வண்ணதாசன் அல்ல என்பது புரிபட்டது. புயல்வீசி ஓய்ந்த பின் மெல்ல பூமியெங்கும் துளிர்விட்ட பசுமைக் கோலத்தில் கதையின் வாசல்கள் திறப்பதுபோல் இருக்கின்றன. பலர் உடனடியாக இந்தப் பசிய தோற்றத்தைப் பார்ப்பதிலேயே நின்றுவிடுகின்றனர். அந்தக் கதைகள் ஆட்டியெடுத்த அந்தப் புயலின் ஆட்டத்தின் விதிகளிலிருந்துதான் தலை தூக்கி நிற்கின்றன என்று தோன்றுகின்றன. புயல் என்பது சற்று பெரிய விசையாகத் தோன்றினால் பட்டென அடித்த உக்கிரமான வெக்கை என்றோ வெயில் என்றோகூட சொல்லலாம். அந்தப் பாதிப்பிற்குப் பின்னான கதியில்தான் கதையின் தளிர்கள் விரிந்து போர்த்தியிருக்கின்றன. ('ஜன்னல்', 'போய்க்கொண்டிருப்பவள்', 'மழைவெயில்', 'வேறு வேறு அணில்கள்', 'சிறிது வெளிச்சம்', 'நிலத்து இயல்பால்', 'அச்சிட்டு வெளியிடுபவர்கள்', 'மனுஷா மனுஷா', 'சிறுகச் சிறுக', 'தனிமை', 'கூறல்', 'வருகை') இதில் இரண்டு வகையான கதைகள் உண்டு. காயங்களையும் கதறல்களையும் பசிய தோற்றத்திற்குள்ளிலிருந்து குபுக்கெனக் காட்டி மீண்டும் அந்த பசுமைக்குள் மறைத்துக் கொள்வது. மற்றொரு வகை கதைகளில் குபுக்கென எழுந்து வறுத்த வருவதில்லை. அந்த வடுக்களைப் புற்களை விலக்கி, கொடிகளை விலக்கி நாம் பார்த்துக்கொள்வதாக இருக்கின்றன. இம்மாதிரி கதைகள் சிறுகதையின் தொனிப்பொருளால் சிறக்கின்றன. இறுகிய தரை தெரியாமல் ஏரிக்குள் நிற்கும் மரங்கள் மிதப்பது போல தோற்றத்தைத் தருகின்றன. ஆற்றங்கரையில் ஓரத்தில் நிற்கும் புளிய மரமாகினும் சரி, ஆலமரமாயினும் சரி, மருத மரங்களாயினும் சரி மண் அரிக்கப்பட்டு வேர்களால் மிக பலமாகப் பின்னப்பட்டிருக்கும் தோற்றம் தெரியும். ஏரியிலோ மணல் தேரியிலோ நிற்கும் மரங்கள் அப்படித் தெரிவதில்லை.

அப்படியான கதை மரத்தின் கிளைகள் விரிந்து அசைகின்றன. வேரைக் காட்டாது நடந்து வந்து நின்றிருப்பது போல நின்றிருப்பது.

'மிச்சம்' கதையில் பாலியல் தொழிலிலுள்ள ஒரு பெண்ணின் விடிகாலைப் பொழுதின் புற உலகமும், பிரியமான கோலமும் அடர்ந்திருக்கின்றன. அந்த அடர்ந்த பசுமையிடையே சட்டென தொண்டைக்குள் சில நாட்களாக வருத்தியெடுக்கும் தீராத நோவு பற்றியும், படுக்கையறையில் அவளைப் படுத்தியெடுத்த விதவிதமான முகங்கள் பற்றியும் நீருக்குமேல் வாலடித்து துள்ளி எழுந்த கெண்டை மீன் சட்டென புதைந்து விடும் அபூர்வம் போல இருக்கின்றன. வாசித்துக்கொண்டே வரும்போது, இந்த இடத்தைத் தவறவிட்டால் கதை வெறும் நிகழ்வாக மட்டுமே தோன்றிவிடும்.

'உப்புக்கரிக்கிற சிறகுகள்', 'கிருஷ்ணன் வைத்தவீடு', 'அழைக்கிறவர்கள்', 'ஒட்டுதல்', 'ஊரும் காலம்', 'ஈரம்', 'அவர் பொருட்டு எல்லோருக்கும்', 'ரதவீதி', 'எண்கள் தேவையற்ற உரையாடல்கள்', 'ஒருவர் இன்னொருவர்', 'இங்கே இருக்கும் புறாக்கள்' போன்ற கதைகளில் மெல்லிய மர்ம இழை ஒன்று கதைகளின் உயிராக நெய்யப்பட்டிருக்கிறது. அந்த இழையைத் தவறவிடுகிறபோது வெறும் நிகழ்வாகவும் அதைக் கண்டடைகிற கணம் புதிய பார்வையை வெளிப்படுத்துகிற சிறுகதைகளாகவும் தன்னை வெளிப்படுத்திக் கொள்கின்றன.

'அவர் பொருட்டு எல்லோருக்கும்' கதை என்ன? பேருந்துப் பயணத்தில் மழையற்ற கடும் வறட்சியைச் செய்தித்தாளின் மூலம் முன்னிருக்கையில் அமர்ந்தவர் பேசுகிறார். பின்னிருக்கையில் இருந்தவர் ஒரு விவசாயி. செய்தித்தாளில் குடிதண்ணீருக்கு அலைந்து தவித்த சிறுவர்கள் சிரட்டைகொண்டு குழியில் நீர் கோரும் புகைப்படம் வந்ததை வாங்கிப் பார்க்கிறார். கதை முழுக்க வறட்சி பற்றியும், மழை விழ வேண்டும் என்பதைப் பற்றியும் பேச்சாக முன்பின் எழுகிறது. பின்னிருக்கையில் இருந்தவர் திடுக்கென "சாகிற வரைக்கும் எங்க அம்மை இதையேதான் கேட்டுக்கிட்டு இருந்தா. மழை பெய்யுதா, மழை பெய்யுதான்னு அவ ராத்திரி எல்லாம் கேட்கிற சத்தம் ரொம்ப நாளைக்குக் காதில விழுந்து கிட்டே இருந்தது எனக்கு. மழை

தமிழ்ச் சிறுகதை ஒரு காலத்தின் செழுமை | 155

சத்தத்தைக் கேட்காமலே மண்டையைப் போட்டா அவ... மழைச்சத்தம் சம்சாரிக்கு மந்திரம் மாதிரி" என்கிறார். கதை சொல்லிக்கும் ஒரு சிலிர்ப்பு எழவே செய்கிறது. "கோவில் கொடை நடக்கிற இடத்தில் மஞ்சள் வேட்டியும் திருநீற்றுக் கொப்பறையும் வேப்பிலையுமாக அவர் நின்றுகொண்டிருக்க, துண்டை இடுப்பில் கட்டினபடி நான் குறி கேட்பது மாதிரி ஒரு மனநிலை வந்துவிட்டது" என்று எழுதுகிறார். இந்த மாதிரிதான் ஓர் உரையாடலில், ஒரு காட்சியில், ஒரு விவரணையில் இந்தக் கதையின் வேர் புதைந்து வெளியே கிளையாக அடர்ந்து நிற்கிறது.

'உயரப்பறத்தல்', 'கிருஷ்ணன் வைத்த வீடு', 'பெய்தலும் ஓய்தலும்' என்கிற மூன்று தொகுதிகளில் கதையற்ற கதைகளாக அதிகம் இருக்கின்றன. இந்தக் கதைகளின் உள்ளுறையின் ரகசியங்கள் தெரிந்தாலும் தனிப்பட்ட முறையில் எனக்கு எளிய நல்ல கதைகள் என்பதற்குமேல் தோன்றவில்லை. இந்த இடத்தை வண்ணதாசனும் உணர்ந்திருப்பார் போல. 1997 முதல் 2007 வரைக்குமான இந்தப் பத்தாண்டு கதைகளில் மெல்லிய தன்மையை விட்டு விலகி மீண்டும் அடர்த்தியான கனபரிமாணத்துடன் எழுதப்பட்ட கதைத் தொகுதிகளாக 'ஒளியிலே தெரிவது', 'சிறு இசை', 'நாபிக்கமலம்' மூன்று தொகுப்பைத் தந்திருப்பது பெரிய தாண்டலாக இருக்கிறது. வண்ணதாசனின் அணுக்கமான பல வாசகர்கள் இத்தொகுப்புகளை உள்வாங்கிக் கொண்டிருக்கவில்லை. அன்பைப் போதித்த வண்ணதாசன் அசிங்கத்தைப் போதிக்கிறார் என்பதாக மிரண்டு விலக்கிவைத்ததை என்னிடம் அறுபது வயதைத் தாண்டிய வாசகர்கள் சொல்கிறார்கள். வண்ணதாசன் அடைந்திருக்கும் பக்குவத்தை வாசகர்கள் அடையவில்லை என்பது ஏமாற்றமாக இருக்கிறது. வண்ணதாசன் முற்றும் துறந்த ஒரு ஞானியின் மனோநிலையில் விலகி நின்று மாந்தர்களின் இயல்பைச் சொல்ல முயன்றிருக்கிறார் என்று அவர்கள் பார்க்கவே இல்லை. அவர்களிடம் எழும் பதட்டம் பழைய வண்ணதாசனாக இல்லையே என்பதுதான். ஒரு கலைஞனுக்குள் குடியேறியிருக்கும் ஞானியின் பார்வையால் விளைந்த அசாத்தியமான கதைகளை இவர்கள் தவறவிட்டு விட்டார்களே என்று தோன்றுகிறது.

'ஒரு கூழாங்கல்', 'ஒளியிலே தெரிவது', 'எதுவும் மாறிவிடவில்லை', 'மன்மத லீலையை', 'சற்றே விலகி',

'நாபிக்கமலம்' கதைகளின் ஊடாக காமத்தை மட்டுமா சொல்ல வருகிறார்? காமத்திலிருந்து மீண்டெழுகிற இடங்கள் எவ்வளவு முக்கியமானவை! காமத்திற்குச் சம்பந்தமற்றுப் பிரியும் ஒரு கிளையில் கால் வைக்கிற இடத்தில் ஆன்ம ஈடேற்றத்தின் எழுச்சியை அல்லது புதிய மனிதனாகப் புத்துயிர்ப்பு பெறும் நிலையைக் காட்டுகின்றன. காமத்தின் வழியாகக் கடந்து நிற்கும் ஞானத்தையல்லவா சொல்ல வருகிறார். பச்சையாகச் சொல்லப்பட்டது போன்ற ஒரு தோற்றம் தெரிகிறது. பச்சைத்தனத்திற்கு அப்பாலான ஓர் அன்பை வெளிப்படுத்த முயல்வதைத் தவற விடுகின்றனரே என்று தோன்றுகிறது. இவ்விதமான இச்சை மொழியிலிருந்து விலகி தூய்மையின் பார்வையிலிருந்து சொல்லப்பட்ட 'இன்னொன்றும்', 'ஒரு சிறு விசை', 'மகாமாய்' போன்ற கதைகளும் இருக்கின்றனவே! இரு வகை கதைகளின் நோக்கமும் ஒன்றாக விளைவதைக் கவனிக்கத் தவறுகிறோம். 'சின்னு முதல் சின்னு வரை' கதையை விரும்பி ஏற்ற வண்ணதாசனின் வாசகர்கள் இந்தத் தொகுப்புகளை முகச்சுழிப்போடு தள்ளுவது வேடிக்கையாக இருக்கிறது. காரணம் இத்தொகுப்புகளில் பெண்களின் பாலியலைப் பேசியதாக இருக்கும் என்று படுகிறது. அதிலும் முக்கியமாகப் பெண்களின் 'இல்லீகல்' காமத்தைப் பேசியதனால் இருக்கலாம். மரபுப் பார்வை இக்கதைகளின் வெளிக்குள் புகவிடாமல் தடுக்கிறது என்றுதான் சொல்லவேண்டியதிருக்கிறது. 'சிநேகிதிகள்', 'எண்கள் தேவையற்ற உரையாடல்கள்', 'பொழுது போகாமல் ஒரு சதுரங்கம்', 'பூரணம்', 'தண்ணீருக்கு மேல் தண்ணீருக்குக் கீழ்', 'அந்தப் பன்னீர் மரம் இப்போது இல்லை', 'தண்டவாளங்களைத் தாண்டுகிறவர்கள்' போன்ற கதைகள் ஏதோ ஒரு புள்ளியில் இந்த மீறல்களைத் தொட்டுச் செல்கின்றன. ஆனால் காம நுகர்ச்சி இல்லாமல் அதன் விளைவுகளின் வழி வந்திருக்கும் புதிய வாழ்க்கையைத்தான் காட்டுகின்றன என்பதை மறுக்க முடியுமா?

6

காமம் மானுடத்தின் அடிப்படையான உயிரம்சம். உடலில் தோன்றும் பசி போல அது ஓர் இச்சை உணர்வு. மனித உணர்வுகளில் எந்த ஒன்றையும் எழுத்தாளனால் நிராகரித்து எழுத

முடியாது. எழுத்து தர்மம் என்பதே அதுதான். அதனை எப்படி அணுகுகிறான்? அதில் வெளிப்படும் பார்வை என்ன? அதனை எப்படி படைத்திருக்கிறான் என்கிற அடிப்படையில்தான் அதன் இலக்கியத் தகுதி உருவாகிறது. வண்ணதாசன் அதன் விதவிதமான நாடித் துடிப்புகளைக் கண்டு கதைகளில் வைத்திருக்கிறார். அதன் விளைவுகளைச் சொல்லி இருக்கிறார். வாழ்க்கையின் சிக்கலில் ஓர் அம்சமாய் படிந்திருப்பதைச் சொல்லி இருக்கிறார்.

காமம் கூடுதலாகவோ குறைவாகவோ எதிர் பாலினத்தின் தோற்றப் பொலிவிலிருந்து எழுகிறது. இந்த உடல்வனப்பு காமத்தைப் பல்வேறு விதங்களில் கற்பனை பண்ண வைக்கிறது. அவரவர் கற்பனையின் வடிவங்கள் வேறானது. ஆடவரின் காம எழுச்சி பற்றி சொன்ன தமிழ்க் கதைகள் ஏராளம். பெண்களின் கண்களிலிருந்தும் விருப்பங்களில் இருந்தும் சொல்லப்பட்டவை மிகமிகக் குறைவு. பொருளியல் நெருக்கடியிலிருந்தும் உறவின் பிடியிலிருந்தும் வெகு லாவகமாகத் தப்பித்துவிடுவது காமம். ஒருவரின் தோற்றம் வசீகரிக்கிறது; ஒருவரின் தோற்றம் வசீகரிக்காமல் போய்விடுகிறது. இரண்டு குழந்தைகளைப் பெற்ற தாய் கணவனின் சிஷ்யனாக வரும் பியோவைப் பார்த்ததும் அடிவயிற்றிலிருந்து துடிப்பொன்று புரண்டு எழுகிறது. அங்கங்களில் வெளிப்படும் கவர்ச்சி; நிற்கும் அமரும் சாயலில் எப்படி உரசி ஒட்டவேண்டும் என்று இழுக்கிற இழுப்பு ஒரு சுழல்போல ஈர்க்கிறது. குடித்துவிட்டு எங்கெங்கோ கிடக்கும் கணவனை எந்தெந்த நண்பர்களோ வீட்டிற்குக் கொண்டுவந்து சேர்க்கிறார்கள். எந்த வேலையிலும் நிலைக்க முடியாத கணவன் மதிப்புமிக்க அறிவாளிதான். அவனது மதிப்பும் அவளுக்குத் தெரிகிறது. வாழ்க்கைக்குப் பணமும் முக்கியமாக இருக்கிறது. இருவருக்குமான கசப்பு இந்த வகையில் இருந்திருக்கலாம். குடிகாரக் கணவனைப் பியோவும் ஒரு நாள் தாங்கிக்கொண்டு வருகிறான். அவனைப் பார்த்ததும் இனம் புரியாத கிளர்ச்சி ஏற்படுகிறது. அந்த தாயின் - பெண்ணினுள் வியாபிக்கும் கிளர்ச்சியைக் 'குளிப்பதற்கு முந்தைய ஆறு' கதையில் பார்க்கலாம்.

ஜன்னல் பக்கம் பூவைத் தொட எக்கும் பியோவின் பின்புறத்தில் விரும்பி உரச நேர்ந்த கிளர்ச்சியைச் சொல்லியும் சொல்லாமலும் ஆழ்மனதின் துடிப்புகளை எழுதிக்காட்டியிருக்கும் இடத்தைப்

போன்று அக்கதையில் இன்னும் சில உண்டு. பெண்ணின் காமத்தை ஒரு வாழ்க்கையின் சிக்கலுக்குள் வைத்து இலக்கிய சாகசமாக மாற்றி இருக்கிறார். இன்று காமத்தைப் பலர் எழுதுகிறார்கள். இலக்கியமாகத்தான் இல்லை.

மகன், சொத்துக்களை முறையாக எழுதிவைக்கவில்லை என்று உதைத்து அடித்துப்போட்ட கிழத் தந்தையை மருமகள் கேள்விப்பட்டு ஓடிவந்து பண்டுவம் பார்க்கிறாள். மகன் வடக்குத் தெருக்காரியைச் சேர்த்துக்கொண்டு இவளை விரட்டிவிட்டவன். பிரிந்திருந்த அவள் அடிபட்டு கிடக்கும் மாமனாருக்குக் கஞ்சி வைத்துத் தருகிறாள். குப்பறப்படுக்கவைத்து கோவணத்தின் முடிச்சிற்கும் முதுகுத்தண்டு முடிகிற இடத்திற்குமாகத் தவிட்டு ஒத்தடம் கொடுக்கிறபோது கிழவனுக்குச் சுகமாக இருக்கிறது. மெல்ல மாமனாரைச் சுகப்படுத்தி நடமாட வைக்கிறாள். இவர் வெள்ளைக்கார அதிகாரிக்கு உதவியாளராக இருந்தவர். இவரைப் பேட்டி காண வருகிறாள் ஒரு சுட்டிப்பெண். அவளிடம் பலவற்றைப் பேசுகிறார் கிழவர். தன் மனைவியை வெறுத்தது பற்றிச் சொல்கிறார். அவளது வடிவம் பிடிக்காததைப் பற்றிச் சொல்கிறார். அந்த இளம் வயதில் அதிகாரியின் மனைவியான வெள்ளைக்காரச்சி தன்னைச் சிறுத்தைபோல கட்டி உருட்டி சல்லாபித்ததைச் சொல்லிவிட்டு தன் மருமகளை அழைத்து அணைத்து 'மரியாதை குறித்து ஒரு தூரத்தில் இருக்கிறாளே தவிர இவளை விட சிநேகிதம் என்ன உண்டு' என்று சொல்கிறார். கம்பிமேல் நடக்கிறது போல காமத்தைக் கையாண்டிருக்கிறார்.

'சற்றே விலகி' கதையில் வரும் கபாலியா பிள்ளை பெண்களை இச்சையோடு பார்ப்பவர். எண்பதைத் தொடும் வயது. மனைவி, மருமகள் வேலை செய்ய வரும் உறவுக்காரப் பெண், தெரு குமருகள் என இவரது குறுகுறு பார்வையைக் கண்டு ஏசுபவர்கள். மூத்த மகனின் இரண்டாவது பெண் பெரிய மனுஷியாகும்போது இளையவன் "இந்த கெழட்டு நாயிகிட்ட ஜாக்கிரதையா இருக்கணும். வயசுவந்த பிள்ளைகள நல்ல முறையா காப்பாத்தணுமன்னா வேற வீட்டுக்குக் குடிபோயிரு" என்கிறான். இவனின் மனைவி தூங்கும்போது நின்று வெறித்துப் பார்ப்பதைக் கண்டு அடியும் உதையும் கொடுத்தவன்; தனிக் குடித்தனம் போனவன் அவன். மூத்தவன் அந்த முடிவை எடுக்கவில்லை. இந்தச் சிக்கலை இயல்பாக எடுத்துக் கடக்கிற

மகன்களும் உண்டு. பெரியவனின் மூத்தபெண் தாத்தாவிடம் வெகு பிரியமாக இருக்கிறாள். துண்டு நழுவும் நேரங்களில் தெரியும் நிர்வாணமோ அவருடைய பழக்க வழக்கங்களோ, எதுவுமே பேத்திக்கு அசூசையாக இல்லை. பேத்தி எழுந்துபோன சமயம் மடிக் கணினியில் ஒலிக்கும் ஒரு பெண்ணின் இசை நிகழ்ச்சியில் மெல்ல மெல்ல கரைகிறார். அவருக்குள் திடுக்கென ஓர் உணர்ச்சி எழுகிறது. மறுகணம் தடாலென விழுகிறார். 'பகவதி' எனப் பேத்தியை அழைக்கிறார். அந்தக் களங்கமில்லா குமரு துண்டு விலகக் கிடக்கும் தாத்தாவைத் தூக்கி அரவணைத்து நீர் ஊற்றுகிறாள். பேத்தியிடம் அவருக்குக் காமமில்லை. அல்லது காமத்திலிருந்து மீட்சியைப் பேத்தியின் ஒட்டுதலில் இருந்தே பெறுகிறார். பேத்திக்கோ தாத்தா ஒரு பிரியமான மனிதர். அவரை அவள் தடையற்று நேசிக்கிறாள். அவளின் பார்வையில் தாத்தாவின் நடத்தையில் களங்கமில்லை. கபாலியா பிள்ளையின் பகிரப்படாத காம ஏக்கத்தின் வழி இந்த இடத்தைக் கண்டடைந்ததைச் சொல்கிறார். கபாலியா பிள்ளையிடம் காமக் கண்ணும் உண்டு. தேவியின் கண்ணும் உண்டு. பேத்தி அவருக்குத் தேவி. சந்தேகங்களால் வசைபாடப்பட்ட ஒரு மனிதனிடம் ஒரு சின்ன அகல்விளக்கு ஜொலிக்கவும் செய்கிறது.

'நீதானே என் பொன்வசந்தம்' என்கிற திரைப்படப் பாடல் கணவனின் இன்னொரு பெண் மீதான இச்சையைச் சிதறடிக்கும் விதமாக, மனைவியின் பெருங்காதலை அறியும் விதமாக கதைக்கே ஜீவத்துடிப்பாக மாறி விகசிப்பதைச் 'சுலோசனா அத்தை, ஜெகதா மற்றும் ஒரு சுடுமண் காமதேனு' கதையில் உணர முடியும். மனைவி குளித்துவிட்டு முன் தோளில் கூந்தலைப் போட்டுக் கொண்டு அவனோடு இணைந்த சுகத்தையும் நினைத்துக்கொண்டு 'நீதானே' என்ற அந்தப் பாடலைப் பகலெல்லாம் முணங்கும் ஒரு மனநிலைதான் அவனைச் சிதறடிக்கிறது. நம்மில் பலர் வேறு பெண் மீதான இச்சையைப் பொசுக்கி சுடுமண் காமதேனுவாக மாறிப்போகிற இடம் இது. அவளுக்கு அவன்தான் உலகம். பெரிய வெளி அவளுக்கு இல்லை. அந்த உலகம் அவளுக்கு நம்பிக்கைக்குரியது. அதை சிதறடித்துவிட வேண்டாம் என்று மீறத் துடிக்கும் காமத்தை பொசுக்கிக் கொள்ளுகிற ஆண்களின் உலகம் அக்கதை.

இப்படி ‘நாபிக்கமலம்’, ‘தண்ணீருக்குமேல் தண்ணீருக்குக் கீழ்’, ‘தண்டவாளங்களைத் தாண்டுகிறவர்கள்’, ‘சிநேகிதிகள்’, ‘ஒரு கூழாங்கல்’, ‘ஒளியிலே தெரிவது’ கதைகளின் உள்ளடுக்குகளை எடுத்துவைக்க முடியும். காமத்தையும் காமத்திலிருந்து மீட்சி பெற்ற தருணத்தையும் இதுபோன்ற கதைகளில் காணமுடியும். பழைய நினைவுகளைச் சுழற்றி கல்லில் அடித்து நொறுக்கும் தருணங்களும் உண்டு. அம்மாதிரி இடங்களில் புதிய மனிதனாக பெண்ணின் மாபெரும் இழப்பை அறிந்து துடிப்பவனாக மாறிப்போகிறான். இதற்குச் சிறந்த உதாரணம் ‘கூழாங்கல்’ கதை.

7

தாத்தாக்களின் பாட்டிகளின் இறுதி கால நடமாட்டங்களை வண்ணதாசன் போல எவரும் தீட்டியதில்லை என்றே சொல்லலாம். இது எவ்வளவு பெரிய பேறு. இந்தத் தாத்தாக்களின் பிரச்சனைகள் தமிழ் மனத்தால் மட்டுமே புரிந்துகொள்ள முடியும். இந்தக் கதைகளைப் பிற மொழிகளில் அசலாக மொழிபெயர்ப்பது என்பது மிகவும் சவாலானது. விசயத்தை மொழிபெயர்த்துவிடலாம். பண்பாட்டு மனத்தையும் வழக்கங்களையும், நடத்தைகளில் உறைந்திருக்கும் மௌனங்களையும் மொழி பெயர்ப்பில் கொண்டு வந்துவிட முடியுமா என்பது சந்தேகமே!

‘மகாமாயீ’ என்றொரு சமீபத்திய கதை, அவரது சாதனைகளில் ஒன்று. ஒருவேளை ‘மகாமாயீ’ கதைக்கு முன்னத்தி கதையோடு எழுதுவதை விட்டிருந்தால் தமிழ்ச் சிறுகதை வரலாற்றின் பேரிழப்பு வரிசையில் ஒன்றாகப் போயிருக்கும். ஓர் எழுத்தாளன் தனது இறுதிமூச்சு இருக்கும் வரை எழுதவேண்டும் என்பது தனது ஓட்டத்தில் இம்மாதிரியான மைல்கல்லை நட்டுவிட்டுப் போவதற்குத்தான்.

மகள் வேறு சமூகத்தைச் சேர்ந்த பையனைக் காதலிக்கிறாள். அப்பாவிற்கும் தம்பிக்கும் விருப்பம் இல்லை. மகள் பிடிவாதமாக இருக்கிறாள். அம்மா முடிவெடுக்க முடியாமல் தவிக்கிறாள். அப்பா வேறு வழியில்லாமல் இறங்கி வருகிறார். புது வீடு கட்டியபின் முதன் முதல் அம்மாவைப் பெற்ற அம்மா (பாட்டி) மாமு ஆச்சி வருகிறாள். பல்விழுந்த பொக்கைவாய்க் கிழவியான

மாமு ஆச்சியைப் பொறுத்தளவில் பேத்தி காதலனைத் திருமணம் செய்யலாம். அல்லது அப்பா சொல்லுமிடத்திலும் திருமணம் செய்யலாம். அது ஒரு பொருட்டல்ல ஆச்சிக்கு. ஆனால் இந்தக் குடும்பத்தின் வாழையடி வாழையெனத் தொப்புள் கொடி உறவைத் தொடர்ந்து கொண்டு செல்பவள். நீதான் என்று ஆசிர்வதிக்கிறாள். பேத்தியின் எந்த முடிவாக இருந்தாலும் ஆச்சியைப் பொறுத்தளவில் அவளே குலக்கொழுந்து என்கிறாள். மிகச் சுருக்கமாகக் கதையின் விசயம் இது. இந்தக் கதையின் இதயமாய் துடிக்கும் ஒரு விவரணை தற்செயலாக அமைந்துவிட்டிருக்கிறது.

அவள் இளம்பிராயத்தில் பெருக்கெடுத்தோடும் ஆற்றை மழை நாளில் நீச்சலடித்துக் கடந்துபோய் குலதெய்வத்தை வணங்கிவிட்டு வந்து விவசாய வேலைகளை ஜரூராக செய்யத் தொடங்கிய அந்த நாளின் ஆவேசத்தை நினைவு கூறுகிறாள். "மாமு ஆச்சியும் நெகிழ்ந்து போய்த்தான் இருந்தாள். இப்படி ஒரு கன்னிமார் எங்கையைப் பிடிச்சு முத்தங்கொஞ்சுறது என் பாக்கியம் வேலு. இதுக்காகத்தான் வடக்குவா செல்வி என்னைப் போயிட்டுவான்னு இங்க அனுப்பிவச்சாபோல இருக்கு" என்று கண் கசிய அப்பாவைப் பார்த்துப் புலம்பினாள். குனிந்து சேலையில் முகம் துடைத்துக் கொண்டாள். அப்படித் துடைக்கும்போது விலகியதில் மாமு ஆச்சியின் இடது மார்பு தொய்ந்து உலகூட்டுவதாகக் கிடந்தது. அப்பா அந்தக் கருத்தக் காம்பைப் பார்த்துக் கும்பிடுவது போல் விரல்களைப் பூட்டிக்கொள்வதைத் திலகா பார்த்துவிட்டுக் குனிந்து கொண்டாள். காமத்தை உதறி எழுந்து கவித்துவ உச்சத்தை எட்டும் இந்தப் பார்வையை மனசை எப்படி ஒதுக்கமுடியும்? இந்த மகளும் நாளை 'மகாமாயீ'யின் வடிவம்தானே! இந்த இடம் வாசகனுக்காக விடப்பட்டிருக்கிறது. எனக்கு என் அம்மாவைப் பெற்ற பாட்டி வெவ்வேறு பார்வைகளில் பேச்சுக்களில் தொடர்ந்து தோன்றினாள்.

புதுமைப்பித்தனின் 'செல்லம்மாள்' கதையில்வரும் கணவன் மனைவி இருவரின் அந்யோன்யம் புகழ்பெற்ற ஒன்று. நோய்வாய்ப்பட்ட நிலையில் அவளின் எகத்தாள பேச்சு. அந்தப் பேச்சை மானசீகமாக ரசிக்கிற கணவன், முடியாத போதும் கணவனுக்காக முயன்று செய்கிற பிரியமான சமையல்.எல்லாமுமே ஓர் அற்புதமான சுருதியில் அக்கதையில்

வெளிப்படும். வண்ணதாசனின் 'நிறை' கதையில் இந்த சுருதி நேரடியாக இல்லை. ஒரு மனிதனுடைய இறுதிக்கால வீழ்ச்சியின் நினைவடுக்கிலிருந்து கிளர்ந்து வருகிறது. அவரின் அனைத்துவிதமான கம்பீரங்களும், பெருமிதங்களும் அவரின் மனைவியாலே இயல்வதாகி வந்திருக்கிறது என்பதும், அவள் இறந்தபின் அவரிடம் இருந்ததாக நம்பப்பட்ட மதிப்பிற்குரிய அம்சங்களை அவரே ஒவ்வொன்றாக உதிர்த்துக்கொள்ள நேர்கிற துர்பாக்கியத்தை அவரின் நடத்தையில் ஏற்படும் மாற்றங்களோடு நவீன காவியமாக்கியிருக்கிறார். இந்த நடத்தைகளை வண்ணதாசன் கவனித்திருப்பதுபோல வேறொருவர் கவனித்து எழுதியதில்லை.

மிக நுணுக்கமாகப் பாத்திரங்களை வார்த்தவருக்கு நோபல் பரிசு தரலாம் என்று முடிவெடுத்தால் வண்ணதாசன்தான் முதலில் வருவார். இன்னும் சலித்து கிழவர்களைக் கிழவிகளை மிகச் சிறப்பாக ஆசாபாசங்களோடும் உடல் மொழியோடும் பெருமிதத்தோடும் சூட்சுமங்களோடும் படைத்தவருக்கு மட்டுமே அந்தத் தகுதி என்றால் வண்ணதாசன் மட்டுமே நிற்பார். நான் அறிந்த வகையில் நான் புரிந்து கொண்ட வகையில் வயதானவர்களை மிகத் தீவிரமான துல்லியத்தோடு இலக்கியத்தில் பெயர்த்தவர் வண்ணதாசன் மட்டுமாகத்தான் தெரிகிறார். தாத்தாக்களும் ஆச்சிகளும் வண்ணதாசன் கதைகளில் பூரணத்துவம் அடைந்துவிட்டனர். முழுக்க முழுக்க தாத்தாவையும் ஆச்சியையும் கதாமாந்தர்களாக வைத்து வார்த்த கதைகள் பன்னிரெண்டு பதிமூன்று இருக்கும். அந்தக் கதைகளும் வண்ணதாசனின் மிகச் சிறந்த கதைவரிசையில் முன்நிற்கின்றன. எனக்கு ஆச்சர்யமாக இருக்கிறது; ஓர் ஓவியக்காரனின் கற்பனை கைகொடுத்ததா? உளவியலாளனின் கைவிளக்கிலிருந்து தரிசனம் கிட்டியதா? ஓர் இனக்குழு மக்களின் கூட்டு அசைவியக்கத்திலிருந்து உருவாகி வந்ததா? என்று பிரித்துப் பார்த்துவிட முடியாத இணைவின் பின்னலிலிருந்து அக்கதைகள் உயிர் பெற்றிருக்கின்றன.

இதேபோல இனியொரு உண்மையையும் இவ்விடத்தில் சொல்லவேண்டும். குடும்ப உறவுகளை மாய்ந்து மாய்ந்து எழுதிய பெண் எழுத்தாளர்களிடம் உருவாகி வராத பெண்கள் எல்லாம் வண்ணதாசன் கதைகளில்தான் ரத்தமும் சதையுமாக நடமாடுகிறார்கள். தெருவில், வீட்டு அறைகளில், அடுக்களைகளில், முற்றங்களில், அலுவலகங்களில், பயணங்களில்,

சக தோழியர்களோடு, தோழர்களோடு, காதலர்களோடு பேசுகையில், ஏச்சுக்களில், ஏடாசிப் பேச்சுக்களில், காமத்தின் பிடிகளில், காதல் மொழிகளில், கண்ணீரின் தத்தளிப்புகளில், சைகைகளில், அசைவுகளில், வேலையின் நெளிவு சுளிவுகளில், பார்வைகளில், மௌனங்களில் என எத்தனையோ அசைவுகளில் அசலான பெண்களைப் பார்க்கிறோம். ஓர் ஆணின் பார்வையில் சொல்லப்பட்ட பெண்கள்தான் இவர்கள். என்றாலும் நடையுடை பாவனைகள் துல்லியமானவை. பெரும்பாலும் இந்தப் பெண்கள் கீழ்நடுத்தர வர்க்கத்தைச் சேர்ந்தவர்கள். கணவனைச் சார்ந்து இருப்பவர்கள். சிலர் முதல் தலைமுறையாக வேலைக்குச் செல்பவர்கள். பலர் வாழ்க்கையை இழந்தவர்கள். ஒரு நூற்றாண்டில் பெண்களிடம் புழங்கும் பரிபாஷைகளை எல்லாம் இவரின் கதைவழி கண்டு கொள்ள பெரும் திறப்பாக இருக்கிறது.

பெண்களின் புறங்கைகளில் ஒட்டியிருக்கும் அரிசிமாவை, பள்ளிக்குச் செல்லும் பிள்ளையின் சடையைப் பின்னியபடி பற்களில் கவ்விய ஹேர்ப்பின்னை, முறுக்கு மாறாத புது கொலுசைக் காட்டி நிற்கும் காலின் கர்ணமொழியை, கக்கத்தில் இடுக்கிய கைப்பையை, அழுத கண்ணை இடது தோளிலோ வலது தோளிலோ முகம் சாய்த்து துடைத்துக் கொள்வதை, ரெப்பையின் ஓரம் தீட்டும் கண்மையை, நடையில் வெளிப்படும் பின்னழகின் தளுக்கை, மரணத்தின் இழப்பைச் சொல்லும் மூக்குத்தி இல்லாத இடத்தின் வெளுப்பை, கருப்பு வளையலை, நாடியை இறுக்கிப்பிடித்து விதவைக்குப் பொட்டிடும் தோழியை, மார்பற்ற பெண்ணின் உக்கிரமான மனநிலையை, ஈரத் துண்டோடு தொங்கும் பின் கொண்டை கிடக்க கோலமிடும் கைகளை, சிறுமியின் உந்திச் சுழியை, மாராப்பைத் தோளில் அள்ளிப்போடும்போது தெரியும் அபூர்வ கவர்ச்சியை, நைட்டி மீது குற்றாலத் துண்டைப் போட்டு வாங்கிச்செல்லும் மீனோடு வரும் பேச்சுக்களை, இப்படி பெண்களின் அசைவுகளையும் கனவுகளையும் வெறுப்புகளையும் பெருமிதங்களையும் அபூர்வமாக சிறுமைகளையும் சொல்வதில் அவருக்குத் தீர்ந்தபாடில்லை. மேஜிக்காரனின் வாயிலிருந்து ரிப்பன் வருவதுபோல வந்துவிழுகிறது. திருநெல்வேலி சுடலைமாடன் வீதிப் பெண்கள் வண்ணதாசனை நன்றாகவே வளர்த்திருக்கிறார்கள். இவரும் நன்றாகவே கற்றிருக்கிறார். பெற்றிருக்கிறார். கற்றதையும் பெற்றதையும் இலக்கியமாக

மாற்றி நமக்குத் தந்திருக்கிறார். கண் பட்டை போட்டுக்கொண்டு ஓடும் குதிரையாக வண்ணதாசனைப் பார்க்க முடியவில்லை.

பொதுவாக அவரது கதைமாந்தர்கள் ஒரு கட்டத்தில் தங்களை என்னவிதமாய் வெளிப்படுத்திக் கொள்கிறார்கள். மீறுகிறார்கள். முட்டிமோதுகிறார்கள், முட்டிமோதியும் மீறமுடியாமல் அந்தச் சுழலின் ஓட்டத்திலே இயைந்து பயணப்பட்டு விடுகிறார்கள் என்கின்ற கதையின் மையத்திற்கு முன்னும் பின்னுமான வாழ்வின் சில காட்சிகளை, சந்திப்பின் விலகல்களை வீழ்ச்சிகளை, மீட்சிகளை, நம்பிக்கையின் கீற்றுக்களை வண்ணதாசனின் கதைகள் சொல்கின்றன. காலம் தந்த பல படிப்பினைகளை ஏற்று அவர்கள் இன்று வந்து நிற்கும் இடங்களைச் சொல்கின்றன. விதிக்கப்பட்ட இந்த வாழ்க்கையை அமைதியுடனும் திடத்துடனும் கைகோர்த்துக்கொண்டு முன்னகர்வதுதான் நல்லவழி என்ற இடத்தில் வந்து நிற்கின்றன. காலம் மாறுகிறது; காலத்தில் மனிதர்கள் மாறவும் செய்கிறார்கள் என்பது வண்ணதாசனின் பார்வை. இந்த அல்லல்களுக்கிடையில் சிலசமயம் கருணையுள்ள தாய்மையின் வடிவை சந்திக்க நேர்கிறது. சிலசமயம் நல்ல தோழமையை உணரமுடிகிறது. சிலசமயம் சரிவை ஏற்க முடிகிறது. சிலசமயம் உளச்சிக்கலிலிருந்து விடுபட்டு மேலெழ முடிகிறது.

தமிழில் முன்னவர்களால் எழுதப்படாத சில உறவுகளை வண்ணதாசன் எழுதியது மட்டுமல்ல. பிறரால் இப்படி எழுதிவிட முடியாத நெருக்கத்தில் இதயப்பூர்வமான உருவங்களாக முன்வைத்திருக்கிறார். ‘மழைவெயில்’, ‘மனுஷா மனுஷா’, ‘கூறல்’, ‘குளிப்பதற்கு முந்திய ஆறு’ என கணிசமான கதைகளைச் சொல்லலாம்.

‘தற்காத்தல்’ கதையில் வரும் கிட்டணம்மா - சுந்தரம் உறவு பால்யத்தில் களங்கமின்மையால் தோன்றும் அண்ணன் தங்கை உறவு பற்றியது. வண்ணதாசனின் கதை உலகத்துப் பெண்களில் வெகுசிலர் கணவனிடமிருந்து விலகிவாழ முடிவெடுக்கின்றனர். ஆண்களின் வன்முறையாலும் ஏமாந்து வதைபட்ட பெண்கள் எடுக்கும் சுயமுடிவுகளாக இருக்கின்றன. படும்பாடுகளிலிருந்து எழும் எதிர்ப்பு என்று சொல்வதைவிட கசப்பாலும் துன்பத்தாலும் ஆனதாக இருக்கின்றன. கணவனிடம் முற்றாகக் காதல் வற்றிய

தருணங்களில் விலகுதல் நிகழ்கிறது. ஆணாதிக்கத்தின் நுண்ணிய குரோதங்கள் இக்கதைகளில் வெளிப்படுகின்றன. சுயம் அறிந்து செயல்படும் அம்பை போன்றோரின் எழுத்தின் திசைக்கு மாறாக, பண்பாட்டு குணாம்சத்திலிருந்து ஊறிவந்த பெண்களின் மீறலாக இருக்கின்றன.

8

வண்ணதாசனின் கதைகளில் வரும் மாந்தர்களை ஒரு வசதிக்காக அகமனிதர்கள் புறமனிதர்கள் என்று பிரித்துவிடலாம். அல்லது குடும்ப உறவுகளைப் பேசும் கதைகள் என்றும் சமூக உறவுகளைப் பேசும் கதைகள் என்றும் பிரிக்கலாம். ஏதோ ஒரு சந்தர்ப்பத்தில் சந்திக்க நேர்ந்த புற மாந்தர்களின் செயல்பாடுகளின் வழி மானிட செயல்பாடுகளை முன்வைப்பனவும், நட்பின் இழைவழியோ, உறவின் இழைவழியோ காதலின் இழைவழியோ திரும்ப சந்திக்க நேர்ந்த அகமனிதரின் மானுட அக வெளிப்பாடுகளை ஒரு சுடர்போல காட்டி மீண்டும் தன் போக்கில் நகர்பவை என வகுத்துக்கொள்ளலாம்.

புறமாந்தர் பற்றிய கதைகள் சிறுகதைக்குரிய வடிவநேர்த்தி கொண்டவை. உணர்வின் தளம் சற்று அடங்கியும் புனைவின் தளம் சற்று எழும்பியும் அமைகின்றன. அவர்களின் செயல்பாடுகளில் புதிய வெளிச்சத்தைக் காண்கிறோம். இந்த புறமாந்தர் பற்றிய கதைகளில் வண்ணதாசன் என்ற எழுத்தாளன் மனிதர்களின் அசைவுகளை, ஊறிவரும் கற்பனைகளை, எழுந்துவரும் கனவுகளை, பேச்சுக்களை, உள்ளத்தின் துடிப்புகளை, காலம் உணர்த்திய மாற்றங்களை அனுபவம் கண்டடைந்த சின்னச்சின்ன தெறிப்புகளைப் பண்பாடு சார்ந்து தன்னிலிருந்து மீட்டுக்கொள்கிறார். இதைத்தான் நுட்பம் என்கிறோம்.

'அப்பாவைக் கொன்றவன்' கதையைப் பாதிக்கப்பட்டவர் சார்ந்து மட்டும் பேசாமல் ஒரு சமரச உடன்பாட்டிற்குக் கொண்டுபோய் நிறுத்துகிறாரே என்று சிலர் சொல்லக்கூடும். இதில் இன்ன சாதியாரின் கொலையுண்டவனின் பெண் சார்ந்த கதை என்ற சார்பு இல்லை. அப்படி இது இன்ன சாதியாரின் மகள்தான் என்று ஒருவர் சொல்லி கோட்பாடு ரீதியாக விமர்சிக்கலாம்.

விசயம் அதுவல்ல. கொலை செய்வதனை மன்னிப்பதும் அல்ல. யேசு சொன்னாரே 'கொலை செய்யாதிருப்பாயாக' என்று, அதைத்தான் வாசகனுக்குச் சொல்ல வருகிறது. பார் இந்தச் சிறுமியின் கோலத்தை; அவளின் எளிய கனவை; சிதைந்த குடும்ப உறவை; சின்ன ஆசையை. விசயம் கதைக்குள் அல்ல. கதைக்கு வெளியே வைக்கப்படுகிறது. வண்ணதாசனின் படைப்பு அழகியலில் இதுவும் ஒன்று. டால்ஸ்டாயின் கதைகள் ஆன்மிக எழுச்சியை முன்வைப்பவை என்கிறோமே அந்த எழுச்சியைத்தான் வேறு கோணத்தில் வண்ணதாசன் கதைகள் முன்வைக்கின்றன. அவை சற்று சன்னமாக வெளிப்படுகின்றன.

சாதிக் கலவரத்தில் கொல்லப்பட்ட மனிதனின் மகளை பேருந்து நிறுத்தத்தில் கொன்ற மனிதன் சந்திக்கிறார். பதினைந்து நிமிட சந்திப்பு; அந்தப் பள்ளி மாணவியோ ஊருக்குள் பேருந்து வராததால் ஊரின் விலக்கில் நிற்கிறாள். தேர்வுக் காலம்; பதட்டத்தோடு எட்டி எட்டி சாலையைப் பார்க்கிறாள். அங்கு வண்டிக்காக அந்த மனிதரும் வந்து நிற்கிறார். அந்தப் பெரியவரின் தோற்றத்தில் என்னென்னவோ மாறுதல். முறுக்கிய மீசையாக இல்லை. மீசை தன்பாட்டுக்குத் தொங்குகிறது; அடர்த்தியற்ற தலைமுடியும் ஏர்நெற்றியும் தெரிகிறது. மாணவியை யார் வீட்டுப் பிள்ளை என்று விசாரிக்கிறார். தன்னைப் பெரியப்பா படிக்க வைப்பதாகச் சொல்கிறாள். அவர், 'நல்லா இருக்கட்டும்' என்று பொதுப்படையாக ஆசிர்வதிக்கிறார். அந்தப் பெண்ணையும், குடும்பத்தாரையும் ஆசிர்வதிக்கிறார். மாணவியை நேருக்கு நேர் பார்க்க முடியாமல் பரல்கற்களைக் குடைக்கம்பியால் குத்தியபடியும், தட்டிக்கொண்டும் இருக்கின்றது கை. பழைய யோசனைபோலும். அவருக்கான பேருந்து இவர்களைத் தாண்டி தள்ளிப்போய் நிற்க ஓடிப்போய் ஏறியவர் படியில் நின்றபடி வெகுதூரம் வரை அந்த குமருக்கு கையசைக்கிற காட்சியும் அவருள்ளும் குமருள்ளும் எழுகிற புதிய உணர்வுகளைத்தான் வண்ணதாசன் சொல்ல நினைத்தது. சாலையின் எதிர்ப்பக்கம் கடை வைத்திருப்பவர் ஓடிவந்து "உன் அப்பாவ கொன்றவன்" என்று கூறிய போதும் அவளுள் அந்த மனிதன் புதிய மனிதனாகவே தோன்றுகிறார். வெகுதூரம் வரை அவர் அந்த குமருக்குக் கைகாட்டுகிறார். ஒரு பிராயச்சித்தம்; ஒரு பாவமன்னிப்பு. இழப்பை உணர்ந்து கொண்ட எளிய மனிதன். இப்போது அந்த மனிதனுள் வெறுப்பு இல்லை. தனது ஆசிர்வாதத்தைச் சொல்ல

தமிழ்ச் சிறுகதை ஒரு காலத்தின் செழுமை | 167

வேறு வழியில்லை; தாயின் நிர்க்கதி. ஓயாத உழைப்பு, ஏழ்மை, நோயின் தாக்கம், வாத்திச்சியின் பரிவு, ஆசாபாசத்திற்குமேல் விழுந்த வெட்டு, படிப்பு மீது இருக்கும் பிரியம் இவையெல்லாம் கதையில் மெல்ல இயைந்து இயைந்து வந்து இதற்கெல்லாம் காரணமான மனிதனிடமிருந்து வரும் புதிய சுருதியைத் தொடுகிறது. மாணவிக்கு அந்தப் பெரியவன் கொலைகாரன் என்றும் தெரிகிறது. நின்ற மனிதனுக்குத் தன்னால் கொலை செய்யப்பட்டவனின் இளம்குருத்து என்பதும் தெரிகிறது. இது நிகழ்ந்திருக்க வேண்டாம் என்ற தத்தளிப்பு சொல்லப்படாமல் ததும்புகிறது. புத்துயிர்ப்பு பெற்ற ஆன்மாவை எவராலும் அழிக்க முடியாது என்று கார்க்கி சொன்னது இதைத்தான். குமருவும் புத்துயிர்ப்பு பெற்றிருக்கிறாள் என்பதுதான் இதில் வெகு விசேசம்.

வண்ணதாசன் அதிகமும் தன்னைச்சுற்றியுள்ள பெண்களின் உலகை பேசியது போல தெரியவரும். உண்மையும் கூட என்றாலும் கவனித்துப் பார்த்தால் நிரம்ப புறமாந்தர்களின் அன்றாடப் பாடுகளைக் கதை உலகிற்குள் கொண்டு வந்திருப்பது தெரியும். துணைநடிகர், ஸ்டுடியோகாரர், மேஜிக்-ஷோ நடத்துபவர், அச்சிடுபவர், தொழிலாளர், வியாபாரி, பாலியல் தொழிலாளி என பலரின் வாழ்க்கை சிறுகதைகளாக மாறியிருக்கின்றன. அவரது மொழி நடை ஈரவாடை கூடிய மெல்லிய பனித்திரைபோல மறைந்திருக்கிறது.

வண்ணதாசன் தன்னை மறந்து மூழ்கிப்போவது அகமனிதர்கள் பற்றி எழுதும்போதுதான். இந்தப் பிரதேசத்தில் வண்ணதாசனை உறவுகளின் மன்னன் எனலாம். தொப்புள்கொடி அறுத்து வெதுவெதுப்போடு நம்பிக்கைகளில் மாற்றிவிட்ட குழந்தைகள் அவை. வண்ணதாசன் கதைகளைச் சில விமர்சகர்கள் நாஸ்டால்ஜியா என்கின்றனர். சிறுகதை மன்னன் புதுமைப்பித்தனிடம் இல்லையா? அவரின் புகழ்பெற்ற ‘கயிற்றரவு’, ‘செல்லம்மாள்’ கதையைப் படித்துப் பார்க்கலாம். மானுடச் சிக்கலை விதவிதமாக எழுதிவைத்த எழுத்துக் கலைஞன் கு. அழகிரிசாமியிடம் இல்லையா? ‘சந்திப்பு’, ‘இரண்டு சகோதரர்கள்’ கதைகளைப் படித்துப் பார்க்கலாம். நிரம்ப நினைவலைகள் இல்லாதவனிடம் வலுவான கதையை உண்டாக்க முடியாது. படைப்புக் கலைக்கு அதுவே ஊற்றுக்கண். செறிவான அனுபவத்திலிருந்துதான் வாழ்க்கை பற்றிய பார்வை

உருவாகிறது. இழந்துபோன காலத்தின்மீது ஏன் துக்கம் ஏற்படுகிறது? முக்கியமாகத் திருமணமாகும்வரை மனிதர்களின் வாழ்க்கை பெரும் கொண்டாட்டமாக நகர்கிறது. அந்தக் கொண்டாட்டத்தின் வெளிக்குள்தான் அத்தனை காயங்களும், சவால்களும் வீழ்ச்சிகளும் சிறு எழுச்சிகளும் நிகழ்ந்திருக்கின்றன. திருமணத்திற்குப் பின்னான காலம் ஒரு வகையில் செக்குமாட்டு வாழ்க்கைதானே! எனவே அந்த உயிர்ப்பான உலகம் முக்கியமானதல்லவா? மனம் போன போக்கில் சென்று அடைந்த அனுபவங்கள் புதுசல்லவா? அந்தப் புதுசான வலிகள், திகைப்புகள், சரிவுகள், சிறு வெற்றிகள் உண்டாக்கும் உணர்வுகள் பழகிப்போன தடத்தில் கிட்டுவதில்லை. மனதின் வேடிக்கைகள் அந்த புதுசில்தான் கண் விழிக்கின்றன. அவைதாம் இலக்கியத்தில் உயிர்நாடியாக மாறுகின்றன. எனவே அந்த உயிர்ப்பான உலகம் முக்கியமானதல்லவா? இன்னொன்று அந்த உலகத்திற்குள் புகுந்து ஏக்கத்தைச் சொல்கிறாரா? அவர்களின் இன்றைய வாழ்க்கையைச் சொல்கிறாரா? என்பதுதான் முக்கியம்.

வண்ணதாசனின் கதைகளின் மையம் நேற்றைய காலமும் இன்றைய காலமும் சந்திக்கிற புள்ளியில்தான் இருக்கிறது. நேற்றைய அந்த மனிதன் இன்று எப்படி இருக்கிறான் என்பதுதான். இன்று தங்களை எப்படி வெளிப்படுத்திக்கொள்கிறார்கள் என்ற இடத்தில்தான் எழுத்தாளனின் பார்வை துலங்குகிறது. மிகமிக முக்கியமான அம்சம் அந்த மனிதன், அந்த மனுஷி நேற்றைய சூறாவளியில் புரட்டி வீசப்பட்டதில் காயங்கள் ஆறிய நிலையில் இன்று ஓடிக்கொண்டிருக்கிறார்கள் என்பதைத் தேர்ந்த வாசகர்கள்கூட தவறவிட்டுவிடுகிறார்கள். இன்றைய எதிர்கொள்ளலில் நேசத்தை மட்டும் வெளிப்படுத்துவதாகத் தோற்றம் தருகின்றது. இது இலக்கியத்தின் வலுவான பகுதியாகவோ பலகீனமான பகுதியாகவோ இருக்கலாம். நம்முன் டால்ஸ்டாய், தாஸ்தாவேஸ்கி என்கிற இரு உதாரணங்கள் இருக்கவே செய்கின்றார்கள். டால்ஸ்டாய் வன்மத்தை விரித்து வைத்து அதற்கு அப்பாலான நேசத்தை வற்புறுத்துகிறார். வண்ணதாசன் வேறொரு வகையில் சொல்ல முற்படுகிறார். இம்மாதிரியான மனிதர்கள் வழி அவர் கண்டடைந்த அனுபவத்தை ஒரு சொல்லில் சொல்ல வேண்டுமானால் 'கனிவு' என்று சொல்லலாம். இம்மாதிரியான கதைகளை மட்டுமே வண்ணதாசன் எழுதியதில்லை. மனிதர்களின் பல்வேறு முகங்களைத் திரை விலக்கிக் காட்டவே செய்கிறார்.

தமிழ்ச் சிறுகதை ஒரு காலத்தின் செழுமை | 169

இந்த இடத்தில் நான் சொல்ல வருவது இந்த அகமாந்தர் கதைகளில் கூடிவரும் கதை இழையானது தன்னை மறந்து பீறிடும் எழுச்சியில் நிகழ்வது. நுண்ணிய அசைவுகளை எல்லாம் ஓவியம்போல தீட்டு தீட்டு என்று கிளர்த்துகிறது. முக்கியமாகப் பெண்களின் உலகை விரிக்கும்போதெல்லாம் இந்தப் பரவசம் அச்சு அசலாக எழுந்து வந்துவிடுகிறது. இந்த வகை கதையுலகத்திற்குள் சாதாரணக் கதை, நல்ல கதை, சிறந்த கதை என்று இருக்கவே செய்கிறது. நெருக்கடிகளின் உக்கிரத்தன்மையால் இது நல்ல கதை; இது சாதாரணக் கதை என்று அமைகின்றன. இந்தக் கதைகளில் மொழியப்பட்டிருக்கும் விவரிப்பும், அக்கணத்தில் தோன்றும் கற்பனைகளும் விநோத தோற்றங்களும் நுகர்ச்சியின் சுருதிகளும், புதுசான உதாரணங்களும், எல்லாவற்றிற்கும் மேலாக அக்கதைகளில் வெளிப்படும் வெளிச்சங்களும் பல கதைகளில் அழகோடு ஜொலிக்கின்றன. பெரிய விசயங்களைச் சொல்லாமல் இருக்கலாம். சிறியதும் அழகுதானே. சூரியகாந்திப் பூவும், முல்லைப்பூவும் வடிவில் வேறு வேறானவைதான். ஆனால் முல்லைப்பூவில் ஒரு வாசம் இருக்கிறது என்பதை மறைத்துவிட முடியாது. வண்ணதாசனின் கதைகளும் அப்படியே!

'அவளுடைய நதி அவளுடைய ஓடை', 'ஆறு', 'குளிப்பதற்கு முந்தைய ஆறு', 'வெள்ளம்', 'நடேசக்கம்பர் மகனும் அகிலாண்டத்து அத்தானும்', 'அருளிச்செய்தது', 'அழுக்குப்படுகிற இடம்', 'ரதவீதி', 'ஓர் உல்லாச பயணம்', 'பசுக்கள்', 'அன்பின் வழியது', 'வேரில் பழுத்தது', 'அழைக்கிறவர்கள்', 'விசாலம்', 'மிதிபட' போன்ற கதைகளைவிட மிகச்சிறந்த கதைகள் நிறைய இருக்கின்றன. ஆனால் இந்தக் கதைகளைப் படிக்காமல் வண்ணதாசனைக் கடப்பது என்பது துரதிஷ்டவசமானது. இந்த நல்ல கதைகளின் ஊடாகத்தான் அவரின் மிகச்சிறந்த கதைகளை அடைய வேண்டும். ஏனெனில் இக்கதைகள் வாழ்வின் சில முக்கியமானத் தருணங்களைச் சந்திக்க வைக்கின்றன. அல்லது சந்திக்கிறோம்.

'அவளுடைய நதி அவளுடைய ஓடை' கதையில் காம்பவுண்ட் குடியிருப்பில் உள்ள பெண்கள் வீட்டுவேலை ஓய்ந்ததும் ஒன்றாக அமர்ந்து பழமை பாடுவது புதுமை பாடுவது நடக்கும். கணவனைக் கண்டதும் கூட்டாக அமர்ந்திருந்தவர்கள் எழுந்து நின்று சைக்கிள் செல்ல வழிவிட்டு நிற்பது; கணவனைப்

பின்தொடர்ந்து செல்லும் மனைவியைப் பற்றி மனையாட்டிகள் கேலி பேசுவது; அந்தக் கேலிப் பேச்சில் தொனிக்கும் உள்ளர்த்தங்களை ரசிப்பது; எதிர்வீட்டுப் பிள்ளைகளை நிறுத்தி வைத்து நல்லா படிக்கணும் என்று சொல்வது பையனுக்கு மட்டும்தானா என்று எழுதுவது; கணவன் வரும் போதெல்லாம் மற்றவர்கள் எழுந்து நின்று மதிப்பதின் வழியே தன் அப்பாவின் உலகிற்குள் நீந்துவது என்று வீட்டுப் பெண்களின் உலகை வேறு யார் எழுதியிருக்கிறார்கள்? வேலைக்குப் போகும் கணவன்மார்கள் வீட்டில் இருக்கும் பெண்கள் என்கிற ஒரு குட்டி உலகம் தெருக்களில் இருக்கத்தான் இருக்கின்றது. இந்தக் கதையை ஒரு நிலவுடமை மனப்பான்மையைச் சொல்லும் கதை என்று ஒருவர் சொல்லலாம். அப்படியே இருக்கலாம். அந்தப் பெண்ணின் தனி உலகம் என்பது ஒன்று இருக்கலாம். நிலவுடமையின் எச்சசொச்ச மனநிலையில் வாழும் வாழ்க்கை இருக்கிறது. அது ஓர் உலகம். அது ஒரு மனநிலை. அந்த உள்ளத்தை, அந்தக் கனவை முதலில் புரிந்து கொள்ள வேண்டும். கூடுவிட்டு கூடுபாய்தல் வாசகனுக்கும் தேவை. அவளுடைய நதி அது; அவளுடைய ஓடை அது. அந்தக் கனவை, உள்ளத்தை வேண்டுமென்றால் ஆராய்ச்சி செய்யலாம். ஆனால் அந்த உலகை முதலில் பார்க்கத் தெரியவேண்டும். ஒரு பறவைபோல ஒரு மண்ணைக் கிளரும் கோழிக் குஞ்சுபோல ரசிக்கத் தெரியவேண்டும். அப்புறம்தான் விமர்சனம். வேலை விட்டு கணவன் வரும்போது கூடியிருந்து பரிபாசைகளோடு பேசித்திரிந்த வீட்டுப்பெண்கள் அப்படியே மெல்ல விலகிப் பிரியும் அந்த சூழல் தெரிந்ததுதான். ஆனால் பிற எழுத்தாளர்களால் எழுதப்படாத சூழல். இப்படிப் பிறரால் முக்கியமற்றதாகவோ அல்லது பொருளற்றதாகவோ விடப்பட்ட பகுதிகளை வண்ணதாசன் முக்கியமாக்கி இருக்கிறார். பொருள் உள்ளதாக மாற்றியிருக்கிறார். இப்படி எழுதும்போதே எனக்கு உடனே நினைவில் வரும் மற்றொரு கதை 'மழைவெயில்' அதை இங்கு சொல்லப்போவதில்லை. வாசகர்கள் அந்த அனுபவத்தைத் தேடிப் பெறட்டும்.

'ஆறு' கதையில் தாய்மாமன் மகனுக்குக் குஞ்சும்மாள் இல்லை என்று முடிவான இரவு சாப்பிடாமல் அம்மா அழுதபடி சிணுங்குவதும் அப்பா இரவெல்லாம் தூக்கம் வராமல் புரண்டு புரண்டு படுக்கிறதுமான காட்சியைக் குஞ்சு வேலைசெய்யும் இடத்தில் வரதட்சணை இன்னபிற காரணங்களால் கணவனால்

தள்ளிவைக்கப்பட்ட பார்வதி அக்காவிடம், இவள் ஆற்றின் மீது அடிக்கடி பறப்பதுபோல தனக்குக் கனவு வருகிறது என்று சொன்னதைக் கேட்டு தலையைத் தடவி கண் கலங்க நல்ல சொப்பனம் என்று குஞ்சுக்கு ஆறுதல் சொல்கிற இடங்களை எப்படி விட்டுவிட முடியும்? பக்கம்தானே என்று அம்மாவை மருத்துவமனையில் விட்டு ஆற்றைப் பார்க்க வருகிற குஞ்சுவின் கனவு நிஜத்தில் முரணாக இருக்கிறது. அந்த ஆற்றில் புதுவெள்ளம் பெருக்கெடுத்து ஓடவில்லை. சாக்கடை நீரால் வறண்டு கிடக்கிறது. இப்படியான தொனிப்பொருள் இவரது கதைகளில் மிக நுட்பமாக வெளிப்படுகிறது.

கதைசொல்லி, பேருந்தில் தன் திருமண நிகழ்வில் வாசித்த நாதஸ்வர கலைஞன் நடேசகம்பன் மகனைப் பார்த்ததும் அந்த நினைவில் மூழ்கிப் பேச விரும்புகிறான். வண்டியில் கூட்டம். மனைவி நாதஸ்வர கலைஞனைக் கவனித்திருக்க முடியாது என்று கூட்டத்தில் முன்பக்கமாக மனைவியை எட்டிப்பார்க்கிறான். பேருந்துலிருந்து இறங்கியதும் அவள் பார்த்திருக்க முடியாத நாதஸ்வர கலைஞனைப் பற்றிச் சொல்ல மகிழ்ச்சியோடு முன்பக்கம் பார்க்கிறான். இறங்க வேண்டிய இடம் வருவதற்கு முன்பே எழுந்து நிற்கும் பழக்கம் அவளுக்கு உண்டு. ஆனால் இறங்கும் போது இடித்துக் கொண்டு இறங்காமல் மற்றவர்கள் இறங்கிய பின் நருவிசாக இறங்குவாள். அவ்விதமே இறங்கி வருகிறாள். (இப்படியொரு கவனிப்பு) கணவனை நோக்கி சிரித்துக்கொண்டே வந்த மனைவி “அத்தான் பஸ்ஸில அகிலாண்டத்து அத்தானை பார்த்தேன். எத்தனை வருசமாச்சு” என்று தன் இளம்பிராயத்தில் அந்தக் கிராமத்து அத்தான் செய்த பிரியமான செயல்கள் எல்லாம் ஒன்று திரண்டு வந்ததைச் சொல்கிறாள். நாம் பார்ப்பதை இன்னொருவர் பார்க்காமல் போவதும் இன்னொருவர் பார்க்கிறதை நாம் கவனிக்காமல் தவறவிடுவதுமான பார்வையையும் அவரவருக்கானப் பிரியங்கள் அவரவருக்கான சுருதிகளை மீட்டுவதைச் சொல்கிறது. அத்தோடு நின்றுவிடுகிறதா கதை! மனைவியின் முகத்தில் இளம்பிராயத்து மகிழ்ச்சி ஒரு சுடர்போல சட்டென ஜொலிப்பதைச் சேர்த்தல்லவா சொல்கிறது கதை. பழைய நினைவலை ஒன்று இன்று பரவசத்தை ஏற்படுத்துகிறதே! இது ஏன்? அப்படியான களங்கமற்ற அன்பு கடந்துபோயிருக்கலாம். இன்று அது வாழ்வை அர்த்தப்பூர்வமாக்கிவிட்ட நிமிடத்தையும் சேர்த்து

பார்க்க வேண்டியதிருக்கிறது. இந்த நாஸ்டால்ஜியா விமர்சகர்கள் இதையும் கவனித்தால் இலக்கியத்திற்கு ஒரு துளி நீருற்றுவதாகும்.

வண்ணதாசன் வடிவ ரீதியாகவும் பார்வை ரீதியாகவும் இரு வித்தியாசமான கதைகளை எழுதியிருக்கிறார். ‘பூனைகள்’, ‘ஓர் அமரர் ஊர்தியை முன் வைத்து’ கதைகள் அவை. மரணம் நெருங்கி வந்தும் சில சமயம் விலகிப்போய்விடும் அசாதாரண நிலையும், எதிர்பாராத வகையில் மரணம் அள்ளிச் சென்றுவிடுகிற திகைப்பும் சதா நிகழ்ந்த வண்ணம் இருக்கின்றன. இந்தச் சூழலிலிருந்து மீண்ட ஒருவனின் மரணம் குறித்த சந்திப்புகளையும் நெருங்கிவந்து விலகிச்செல்கிற நிமிடங்களையும் கணிக்கமுடியாத பாதை எதிர்கொண்டு பிரித்து அழைத்துச் செல்கிறது என்பதை ‘ஓர் அமரர் ஊர்தியை முன் வைத்து’ கதையில் அறிந்து கொள்ள முயல்கிறார். மரணம் வருவதும் - வந்த மரணம் விலகிச் செல்வதும் - நெடுஞ்சாலையிலிருந்து பிரிந்து கிளைத்துச் செல்லும் வழிகள் போல விநோதமானவை என்று கண்டடைகிறார். சிறுகதை என்பதே புதிதாக ஒன்றைக் கண்டடைவதுதான். அதுதான் அதன் இலக்கிய நோக்கம். இந்த மரணம் வெறுமையைத் தருவது போலவே வெளிச்சத்தையும் தரவல்லதாக இருக்கிறது. நாம் விட்டுச் செல்லும் அர்த்தமுள்ள விசயங்களில் வெளிப்படுகிறது என்பதை ஒரு பார்வையாக ‘யாளிகள்’ கதையில் திரை விலக்குகிறார்.

நடத்தைகளில் உடல் அசைவுகளில் முகக்குறிப்புகளில் நினைத்ததைச் சூசகமாக வெளிப்படுத்துகிற கலையின் உச்சத்தைத் தொட்டவர். அகத்தின் ரகசியங்களை மொழியில் ததும்ப வைத்தவர். எத்தனையோ நூற்றாண்டுகளாக மக்களின் வெளிப்பாட்டு முறைகளிலிருந்து உருவாகி உருவாகி வந்த தமிழ்ப் பண்பாட்டின் நுண்ணிய வெளிப்பாடுகளைத் தனித்த அழகியலாக, அழகியல் என்று சொல்லப்படாத அழகியலாக மீட்டெடுத்தவர். நிகழ்விடையே தக்க சமயத்தில் அர்த்தங்களோடு பொங்கிவரும் கணத்தை எல்லாம் கதைகளில் கொட்டி வைத்தவர். இதனை ஒருவித செவ்வியல் தன்மைக்கு உயர்த்திய அழகியல் செல்வங்களின் பிதாமகன் வண்ணதாசன். கி.ரா.வும் இதில் பெரும் சாகசக்காரர்தான். இந்தத் தமிழ்ப் பண்பாடு அழகியல் கதையின் பேசு பொருளிலிருந்து உருவாகி கதையின் நிஜத்தன்மைக்குப் பேரெழிலைத் தருகின்றன.

ஒவ்வொரு கிணற்று நீருக்கும் ஒவ்வொரு சுவை இருப்பதுபோல அக்கதையிலிருந்து ஊற்றெடுத்த அசைவுகள் அவை. வேற்றுக் கிணற்று நீரைக் கொண்டுவந்து ஊற்றிய நீரின் சுவையல்ல. வண்ணதாசன் வேப்பமரம் போல, வேலிபருத்திச்செடி போல, கொளுஞ்சிச் செடிபோல அசலான தமிழ்க் கதைகாரராக இருக்கிறார். பெரிய விசயங்களைப் பேசுவோரின் கதைகளில் இந்த சின்னச்சின்ன விசயங்கள் இல்லாமல் இருப்பதாலே பொக்காகப் போகின்றன. வண்ணதாசனின் பேரார்வம் கதையைச் சொல்வதில் அல்ல, அதன் உயிரை அள்ளுவதில் இருக்கிறது. கதையின் சொல்முறை வடிவங்கள் எளிய விதத்திலானவைதான். நான்கைந்து வடிவங்களில் அமைபவைதான். ஆனால் விவரணை செய்யும் மொழிசார்ந்து தமிழின் தனித்துவமான கலைஞன் என்பேன். வண்ணதாசனின் மொழியைக் கதை ஓவியத்தின் உச்சம் எனலாம். இது தமிழுக்கு வண்ணதாசன் வழங்கியிருக்கும் பெரும் கொடை.

வண்ணதாசனின் மகத்தான கதைகள் எப்படி அமைந்திருக்கின்றன என்று கதைகளின் தலைப்பு வரிசைகளைத் தொட்டபடி பார்த்தேன். வலிமிகுந்த மௌனங்களை, உடைப்பெடுத்த துயரங்களை, வற்றிப்போன வசந்தகால காதல் நதிகளை, அற்புதமான சந்திப்புகளை, வித்தியாசமான களங்களை, வறுமையின் கோரங்களை, காமத்தின் மர்மங்களை, வக்கிர எண்ணங்களைக் கண்டுசொல்லும் இடங்களிலெல்லாம் வண்ணதாசனின் கலை ஆற்றல் மிகச் சிறப்பாக வெளிப்பட்டிருக்கிறது. இதுவரை வண்ணதாசன் எழுதியிருக்கும் (தொகுப்பாக வந்தவைகள் மட்டும்) 180 கதைகளில் மூன்றுக்கு ஒன்று என்ற கணக்கில் மிகத்தரமான கதைகளைத் தந்திருக்கிறார் என்பது எனது மதிப்பீடு. அந்த வகையில் அறுபது கதைகள் வண்ணதாசனின் பெயரை உலக அளவில் நிலை நிறுத்துகின்றன. மேலும் முப்பது கதைகள் குறிப்பிடத்தக்க வகையில் இருக்கின்றன. கிட்டத்தட்ட நூறு கதைகள் என்பது மிகப்பெரிய சாதனை. இவ்வளவு தரமான கதைகளைத் தந்த தமிழ் எழுத்தாளர் மற்றொருவர் இப்போதைக்கு இல்லை. தமிழ்ச் சிறுகதை வரலாற்றில் வண்ணதாசன் என்ற பெயரை யாரும் அசைத்துவிட முடியாது.

வண்ணதாசனின் கதை உலகம் குறித்தும் வடிவம் குறித்தும் எனக்கும் கறாரான விமர்சனம் உண்டு. ஆனால் தரம் குறித்தும்

தனித்துவமான கலை குறித்தும் எனக்கு எந்த சந்தேகமும் இல்லை.

9

சமீபத்திய ஆண்டுகளில் எழுதியிருக்கும் சில கதைகளுக்கு மூலமாக முற்கால கதைகள் இருக்கின்றன. அந்தக் கதைகளில் உலவும் மனிதன் அல்லது மனுஷி இந்தக் கதைகளில் அப்படியே வரவில்லை. வேறு விசயங்களைச் சொல்ல வருகிறார்கள். 'ஒளியிலே தெரிவது' தொகுப்பில் வரும் 'இன்னொன்றும்' கதை சிக்கலற்ற - சிக்கல் முற்று முழுதாகவே மறைக்கப்பட்ட நிலையில் எழுதப்பட்டிருப்பதால் இக் கதையின் வீச்சு பிடிபடாமலே போகும். சுந்தா சின்னமையிடம் வெளிப்படும் பெரும் நேசம் வெறுமனே ஓர் உணர்ச்சிக் கொந்தளிப்பில் மட்டும் நிகழ்வதாகப்படும். 1985 இல் எழுதப்பட்ட 'சிறிது வெளிச்சம்' கதையைப் படித்திருந்தால்தான் 'இன்னொன்று' கதையில் ஆசிர்வாதத்தோடு அவர் சொல்லும் 'எல்லாம் பத்தாச்சு' என்ற வாசகத்தின் உள் அசையும் கடலை அறிய முடியும். பருவத்தில் விழுந்த அடிகளும் இழுத்துவந்துபோட்ட கட்டுகளும், அந்தக் கட்டுகளிலிருந்தே தளிர்த்து அடர்ந்த வாழ்க்கையும் இக்கதையில் சொல்லப்படாமல் மறைக்கப்பட்டிருக்கிறது. அவளுடைய அந்தரங்க வாழ்க்கையைக் கண்ணியத்தோடு காப்பாற்றியவர் கதைசொல்லியின் அப்பா. அவர்மீது அவளுக்கு அளவு கடந்த பிரியம் பின்னாட்களில் உண்டாகிறது. அவர் இறந்தபோது அவள் அழுத அழுகை, அடைந்த துயரம் பிறரிடம் இல்லாதது. இப்போது அவளுக்கு எழுபத்தைந்து வயதிற்குமேல், தொண்டையில் ஆபரேசன் செய்து பேசமுடியாமல் அவதிப்படுகிறவள்; ஆனாலும் அன்பு மாறாதவள். அவள் கதைசொல்லியைப் பார்க்க விரும்புவதுதான் கதை. அக்கதையில் சுந்தரத்துச் சின்னம்மையாக அழைக்கப்பட்டவள் இங்கு சுந்தர சின்னம்மையாக அழைக்கப்படுகிறாள்.

இளம் வயதில் காதலில் விழுந்து அடித்துப் பிரித்து இழுத்து வரப்பட்டு வேறொருவருக்கு ரகசியத்தோடு மணம் முடிக்கப்பட்டு அல்லற்பட்டு மேலேறி வந்த வாழ்க்கையில் அப்பாவின் பங்கு கணிசமானது. அப்பாவும் சுந்தர சின்னம்மை பேசிக்

கொள்ளவில்லை என்றாலும் உள்ளார்ந்து நேசித்தவர்கள். அப்பா அந்தப் பழைய சம்பவத்தைக் கெட்ட கனவாகக்கூட எங்கும் பகிராதவர்; அதைப் புரிந்தவள் இந்த சுந்தா என்ற சுந்தரத்துச் சின்னம்மை. தன் வாழ்க்கை கதைசொல்லியின் அப்பாவால் சிக்கலற்று தளிர்த்ததாக நம்புகிறாள்; குழந்தை குட்டிகள் பெறுகிறாள். தனது வாழ்க்கை அவரால் ஆசிர்வதிக்கப்பட்டதாக நினைக்கிறாள். தான் இருக்கும் காலத்திலேயே அவரின் வாரிசுக்கு ஆசிர்வதிக்க விரும்புகிறாள். அவள் காருண்யத்தோடு கனிந்து நிற்கிறாள். அவளிடம் களங்கமற்ற அன்பு பொங்குகிறது. அதைத் தந்துவிட துடிக்கிறாள். எனவே 'சிறிது வெளிச்சம்' கதையைப் படிக்காதபோது இந்தக் குன்றின் வெளிச்சத்தை தரிசிக்க முடியாது. முன் கதை தன் களங்கத்திலிருந்து மீண்டெழுந்த கதை. இரண்டாவது கதை தன் ஒளியை வெளிப்படுத்திய கதை.

ஒன்றின் தொடர்ச்சியாகவோ, ஒன்றின் சிக்கல் இன்னொன்றில் விலகியதாகவோ, ஒன்றின் இன்னொரு கோணமாகவோ மற்றும் ஒரு கோணமாகவோ என்கிற நான்கைந்து நிலைகளில் ஏற்கெனவே சொல்லப்பட்ட கதைகளை அடுத்த பக்கத்தில் நின்று எழுதியுள்ளார்.

வேறு பின்னணிகளிலும் எழுதியுள்ளார். 'எதுவும் மாறிவிடவில்லை', 'நாபிக்கமலம்' கதைகளில் ஒன்றின் தொடர்ச்சி மற்றொன்றில் இருக்கிறது. இரு விதங்களில் அணுகியதாகவும் இருக்கிறது. வாழ்விலிருந்து உருவாகிய கதையை இன்னொருவிதமான கதையாக உருவாக்கி வாழ்க்கைக்குத் தரவும் செய்திருக்கிறார். 'இமயமலையும் அரபிக்கடலும்' கதைக்கும் 'யாரும் இழுக்காமல் தானாக' கதைக்கும் ஓர் உறவுத்தொடர்பு இருப்பதைக் காணலாம். பின்னணிகள் முற்றிலும் வேறானவை.ஒன்றில் வாழ்வின் உக்கிரத்தையும், மற்றதில் எழுத்தாளன் முன்னெடுக்கும் பார்வையையும் காணலாம். வண்ணதாசன் எழுதிய கதையைத் திரும்ப எழுதுவதில்லை. வேறு கோணங்களைச் சொல்ல, அல்லது அன்று அப்படி இருந்தது இன்று எப்படி மாறி சகஜப்பட்டிருக்கிறது என்பதைக் காட்டுவதாகவும் இருக்கின்றன.

'கிருஷ்ணன் வைத்தவீடு' தொகுப்பு வரையிலும் சிறுகதையின் தொனி மேலோங்கி நிற்கிறது. உள்ளச் சலனங்கள், கற்பனைகள்,

விருப்பங்கள், குறிப்புகள், குறிப்புப் பொருள்கள் எல்லாம் விசயத்திற்கு அடர்த்தியாக விவரணையில் அமைகின்றன. அவை கதை விரியும் அத்தருணங்களில் அதன் நாடி நரம்புகளிலிருந்து எழுந்து அவற்றின் ரத்தமும் சதையுமான உறுப்புகளாக அமைகின்றன.

பிற்கால கதைகளில் மனிதனின், மனுஷியின் வாழ்க்கையில் இக்கட்டான இடங்களைத் தொகுத்துக்கொண்டு விரிபவையாக இருக்கின்றன. அந்தத் தொகுப்பின் வழி சிறுகதையின் தொனியை உண்டாக்குகிறார். அதாவது அதில் ஒரு புதிய தெளிவு இருக்கிறது; அதுவரை விழாத வெளிச்சம் விழுகிறது. ஒரு மாயம் நிகழ்ந்து மாற்றியிருக்கிறது. உறவில் புதிய அர்த்தம் துலங்குகிறது என்பதைக்காட்ட இக்கதைகளை நம்முன் வைக்கிறார். அவற்றை வாசகர்கள் பற்றிவிடும்போது முக்கியமான சிறுகதைகளாக அறிய வருகின்றன. அவற்றை அறிய முடியாதபோது ஒரு மனிதனின் (மனுஷியின்) கதைகளாகத் தோன்றுகின்றன. அறிந்திராத கண்கள் வழி (காதுகள் வழியும் தான், மனதின் வழியும் தான்) புதிதாகக் கண்டடைந்த சித்திரங்களின் வெளிப்பாடுகள் முன் எழுதியவை.

சமீபத்திய கதைகளை அனுபவத்தின் சாரத்திலிருந்து உருவாகி வந்த தெளிவுகள் என்று இப்போதைக்குச் சொல்லிக் கொள்ளலாம். இந்தக் கதைகளில் உருவாகி வந்திருக்கும் உரையாடல்களில் சகலவிதமான எண்ண வெளிப்பாடுகள் பொங்கி வருகின்றன. தமிழ்ப் பண்பாடு உருவாக்கிய மொழியின் நாசூக்குகள், நளினங்கள், கொஞ்சட்டைகள், அனுபவத்தின் தெறிப்புகள், சாடைகள், பட்டுபட்டு உண்டான பட்டறிவின் மொழிகள் தொப்புள் கொடி உறவுகளிலிருந்து எழுந்து வருகின்றன. பெண்களிடம் இவை வசீகரத்துடன் வருகின்றன. இவை இக்கதைகளின் ஊடிழையில் தெரியும் முக்கியமான மாற்றம். முந்தைய கதைகளைக் குமருகளின் கதைகள் என்றால் பிந்தைய கதைகளைப் பேரிளம் பெண்களின் கதைகள் எனலாம். வயது ஏற ஏற வெக்கங்களைவிட்டு பேசுவது இயல்புதானே. இந்த அம்சம் பிற்காலக் கதைகளில் ஓர் அழகியலாக உருவெடுத்து வருகின்றது. இந்த நடுத்தர, கீழ்நடுத்தர வர்க்கத்தவர்களின் வீழ்ச்சிகள், ஆசைகள், சுகதுக்கங்கள், தொட்டுணர்தல்கள், கனவுகள், நிராசைகள் என்ற ஸ்திதியிலே உருவாகி வந்திருக்கின்றன. முரட்டுத்தனமான உலகமல்ல. நிறுவனங்களில் வேலை

பார்க்கும் மாதச் சம்பளம் பெறுபவர்களின் உலகம். ஆரம்ப காலக் கதைகளில் பொருளாதாரத்தில் சிக்குண்ட மனிதர்களின் உறவுப் பிரச்சனைகள், உள்ளத்தின் தத்தளிப்புகளைச் சொல்வன. பிற்காலக் கதைகளும் பொருளாதாரத்தால் நசிவுண்டவர்களைப் பற்றியதுதான்; நெருக்கடிகள் வெளித்தெரிவதில்லை. பின்னணியாக மட்டும் அமைந்து உறவுப் பிரச்சனைகளை வெளிப்படையாகப் பேசுகின்றன.

வண்ணதாசன் ஒரு கதைசொல்லியாக அன்பற்ற உலகின் ஊடாகப் பயணம் செய்து அன்பை மீட்டுவதில் முனைகிறார். பிரச்சனையை ஒப்பனையின்றி காட்டி அப்படியே விட்டுவிடுவதில்லை. நேசம் சார்ந்து ஓர் அமைதியான உலகைக் கொண்டுவருகிறார். இந்த அம்சத்தை ஜனரஞ்சகப் பத்திரிக்கைகள் விரும்புவதால் முடிவு சார்ந்து இதை செய்கிறாரோ என்றும் தோன்றுகிறது. முடிவுகளை கைகொண்டு மறைத்தாலே மனிதர்களின் ஜீவத் துடிப்புகளை இக்கதைகளிலும் காணமுடியும். எனினும் ஒரு விமர்சகனாக இக்கதைகளை நோக்கும்போது எழுத்தாளனின் விருப்பங்களாக, அல்லது வாசக விருப்பங்களாக, (பத்திரிக்கை விருப்பங்களாக) முடித்து வைக்கப்படுகின்றன என்பதைச் சொல்லவேண்டும். சமீபத்திய கதைகளிலும் இந்நோக்கில் எழுதப்பட்டவை உண்டு. ‘பூரணம்’, ‘யாரும் இழுக்காமல் தானாக’, ‘ஒரு போதும் தேயாத பென்சில்’, ‘எண்கள் தேவையற்ற உரையாடல்கள்’, ‘கனியான பின்னும் நுனியில் பூ’, ‘உப்புக்களிக்கிற சிறகுகள்’, ‘தண்ணீருக்கு மேல் தண்ணீருக்குக் கீழ்’, ‘ஒருவர் இன்னொருவர்’ கதைகளின் இசைவான முடிவுகளுக்கு அப்பால் வாழ்வை எதிர்கொண்டு முன்வைத்த தடங்கள் அசலாகவே இருக்கின்றன. காதலனோடு ஓடி காதல் கசந்து பிரிந்து வந்து ஆச்சியால் திரும்ப ஏற்படுத்தித் தந்த மனமொன்றிய மணவாழ்க்கையில் குழந்தைகள் இல்லாத குறை இருக்கிறது (பூரணம்). அந்தக் குறையை ஏற்றுக்கொண்டு பூனைகள் சூழ வாழ்கிறாள். அவர்கள் விரும்பி உண்ணும் மீன் குழம்பு தங்களுக்காக மட்டுமல்லாது தங்களைச் சுற்றிவரும் பூனைகளுக்கும்தான். பூனைகளைக் குழந்தைகளாகப் பாவித்து வளர்ப்பதில் பூரணத்தை உண்டாக்கிக்கொள்கிற தெளிவை வண்ணதாசன் தரும் முடிவால்தான் இருக்கிறது என்பதையும் சேர்த்தே பார்க்கவேண்டும்.

'ஒரு போதும் தேயாத பென்சில்' கதையில், மார்புப் புற்று நோய் வந்துவிட்டதை அறிந்து துடிக்கும் முதிர்கன்னியின் துயரம் மனைவி வழியாகவும், அவள் வழியாகவும் பகிரப்படுகிறது. வெவ்வேறு வேலைகளில் மாறி நின்றும் திருமணம் அவளுக்குக் கூடி வரவில்லை. ஆசைகளைச் சிதறடிக்கிற விதமாய் புற்றுநோய் வந்து மேலும் துயரத்தைத் தருகிறது. இரண்டு மார்பகங்களையும் அகற்ற வேண்டிய நிலையில் வாழ்வை எதிர்கொள்கிறாள். அவளும் கதை சொல்லியின் மனைவியும் படியில் அமர்ந்து பேசுகிற பேச்சில் வேதனை இருந்தாலும் பரிவையும் ஆதரவையும் அரவணைப்பையும் தருகிறது. அந்தக் காட்சியைக் கண்டதும் அவர்கள் இருவரையும் புகைப்படங்கள் எடுக்கிறான். சந்தோசம் மலர்கிறது. இந்த நகைமுரணுக்குப் பின்னே எழுதப்படாத துக்கம் இருக்கிறது. அந்தத் தோழி இந்தப் புகைப்படங்களில் மட்டும்தான் பெண்மையின் வசீகரத்தோடு இருப்பாள். அந்த நிலையைப் புகைப்படங்களிலாவது இருத்திவிட முயல்கிறான். அவன் இவர்களைப் புகைப்படங்கள் எடுக்க ஆர்வப்படுவது ஒரு சாதாரண நிலையில் சொல்லப்படுவதாகத் தோன்றுகிறது. அதுவே ஓர் அசாதாரண நிகழ்வைக் குறிப்புணர்த்துவதாக அமைகிறது. இதுதான் வண்ணதாசனின் கலை. இப்படி இந்தக் கதைகளின் இசைவான முடிவுகளுக்குப்பின் அழகிய அர்த்தங்கள் இருப்பதையும் சொல்லத்தான் வேண்டும்.

பிற்கால கதைகளில் சிறுகதையின் தொனி கூடிவரவில்லை. ஒரு மாந்தன், ஒரு மனுஷி கடந்துவந்த நீண்ட உலகை ஒரு சிறுகதை வடிவில் தருவது மட்டுமே நோக்கமாக அமைகிறது. சிறுகதையின் தொனிப்பொருள் முற்றாக கழன்று சென்றுவிடுகிறது. அவரைச் சொல்லிவிட வேண்டும் இவரைச் சொல்லிவிட வேண்டும் என்ற எத்தனத்தால் எழுதப்பட்டவையாக இருக்கின்றன. அந்த வாழ்க்கையில் உள்ள திருப்பு மையங்கள் புரண்டெழுந்த இடங்கள், மீறி எழுந்து புகுந்து மீண்ட இடங்கள், வெறுப்பின் வெளிப்பாடுகள் என எத்தனையோ மாந்தர்களின் தத்தளித்த இடங்களைச் சொல்வதிலேயே அக்கதைகள் முக்கியத்துவம் பெறுகின்றன.

◻ 23.01.2017 ◻ கனலி, மார்ச் 2023.

நவீனச் சிறுகதையின் புதிய குரல் அம்பை

தமிழ்ச் சிறுகதை வரலாற்றில் அம்பை கொண்டுவந்து நிறுத்திய பெண்கள் அசலானவர்கள். மரபான கருத்தியலில் ஊறிய ஆண்களின் பிடுங்கல்களுக்குத் தங்களது கொதிப்பைக் காட்டிய பெண்கள். இவருக்கு முன் எழுதிய பெண் எழுத்தாளர்களிடம் தனித்துவமான ஆளுமை வெளிப்படவில்லை. அம்பைக்கு முன் தனித்துவம் மிக்கப் பெண் படைப்பாளிகள் என்று இருவரைச் சொல்ல முயன்றால் உடனடியாக நினைவிற்கு வருபவர்கள் கிருத்திகாவும், ஆர். சூடாமணியும்.

கிருத்திகாவின் பங்களிப்பு நாவல் இலக்கியத்திலேயே அதிகமும் அமைந்து விட்டது. ஆர். சூடாமணி ஆவேசம் இல்லாத அமைதியான முறையில் எழுதியதினாலேயே உடனடிக் கவனிப்பைப் பெறாது போனவர். பாலுறவை சகஜமான ஒன்று என நினைத்தியங்கும் 'நான்காம் ஆசிரமம்' கதை நாயகியும் ஆவேசம் மிக்கவள் அல்ல. ஆர். சூடமாணியின் 'இரவுச்சுடர்' பேதலித்த மனத்தின் கொந்தளிப்பைக் கொட்டிய குறுநாவல். ஆனாலும் ஒடுக்கப்பட்ட பெண்ணின் குரலாகத்தான் ஒலிக்கிறது. ராஜம் கிருஷ்ணன் படைப்புகளில் பெண் முதன்மை பெற்றாலும் முற்போக்கு அம்சம் தூக்கலாகி கதை கருத்துக்கூறலாக மாறிவிடுகிறது. இவரின் படைப்புகளில் ஆசாபாசங்கள் நீக்கப்பட்ட பெண்களாகவே வருகின்றனர்.

அம்பையின் கதைகளில் பெண்கள் வெளிப்படையாகவே இருக்கின்றார்கள். எவ்வித மதிப்பீடுகளாலும் அலங்கரிக்கப்படாமல் ஒரு மனிதன் போன்று மனுஷிகளாக இருக்கிறார்கள். ஓர் ஆண் பெண்ணின் உடலை நோக்குவது போன்று ஒரு பெண் ஆணைப் பார்க்கிற சகஜத்தைத் தன்

எழுத்தில் கொண்டு வந்தவர் அம்பை. அதில் பெண் உடல் என்பது பாலியல் எழுச்சிக்காகக் காட்டப்படாமல் இலக்கிய அனுபவத்தை வெளிப்படுத்தும் நோக்கை அடியிழையாகக் கொண்டிருக்கும் சாகசத்தைப் பார்க்கலாம். முக்கியமாக, ஆண் ஆண் உடலைப் பார்க்கிற தளத்தில், பெண் பெண் உடலைப் பார்க்கிற உயிர்ஜீவிதப் பார்வை அம்பையினிடத்தில்தான் வெளிப்படுகிறது. (வெகுகாலத்திற்கு முன்பு ஆண்டாளிடம் பார்க்கிறோம்) இந்த வகையில் சிறுகதை ஆளுமைகளில் ஒருவர் அம்பை. இப்படியான தனித்துவத்தை இவருக்கு முன்னான பெண் சிறுகதையாசிரியர்கள் உண்டாக்கிவிடவில்லை.

ஆண் பெண் இருவரிடையே மோதல்கள் ஏற்படும்போது கோபத்தை மனதில் மட்டும் வைத்துக்கொள்ளாமல் உடனடியாக எதிர்வினையாற்றும் பெண்கள் இவர்கள். இந்த எதிர்வினை ஆண்களுக்குக் கசப்பைத் தருகிறது. அந்தக் கசப்பைக் கண்டு கேலி செய்கிற தனித்த குரல் அம்பையுடையது. இவரின் சமகாலப் பெண் எழுத்தாளர்களிடம் எதிர்ப்புக்குரல் இருக்கிறது என்றாலும் படைப்பாக்கக் கூறுகளோடு இயைந்து வரவில்லை. சிவசங்கரியின் சிறுகதைகள் முற்போக்கானவை என்றாலும் அம்பையின் எழுத்தில் உள்ளார்ந்து கனலும் எதிர்ப்புக்குரல் அல்ல. அறிவார்த்த தளத்திற்கு திருப்புபவை. ஒரு வகையில் பெண்களின் உலகம் அசலாக எழுந்து வருவதற்கு அம்பை ஒரு முக்கியமான தொடக்கப்புள்ளி.

எல்லாவிதமான அமைப்பினுள்ளும் ஆண்களால் பெண்கள் ஒடுக்கப்படுவதை அந்தந்தப் பெண்களின் பின் நின்று சுட்டிக் காட்டுவதைத் தனது படைப்பாக்கத்தின் ஓர் அம்சமாகவே கொண்டிருக்கிறார். ஆண்களின் பாலியல் வேட்கையால் பாதிப்பிற்குள்ளாகாத பெண்களே இல்லை என்ற பார்வையின் வெளிச்சம் பட்டுக்கொண்டே நகர்கிறது. பெண்களை மேலெழுந்து வரவிடாமல் குடும்பம் என்ற அமைப்பு முடக்கும் பண்பாட்டுக் கருத்தியல், பெண்களுக்குள் ஆழ வேரூன்றி இருப்பதை இன்னொரு அம்சமாகப் பார்க்கிறார். ஆண்களோடு சமரிட்டுத்தான் சுயத்தைப் பெறமுடியும் என்கிற ரீதியிலும் அணுகிப் பார்க்கிறார். இந்த வகையில் அம்பையிடம் வெளிப்படும் பார்வை ஓரளவு பெண்ணின் இயல்பைக் காப்பாற்றிக்கொண்டே தொழிற்பட்டிருக்கிறது.

படித்த வர்க்கத்துப் பெண்ணின் இயல்புதான் அது. வெகுஜனப் பெண்களின் மன உலகம் அவ்வளவாகக் கைகூடிவரவில்லை என்பது என் எண்ணம்.

தொண்ணூறுகளில் தலித் இலக்கியம் எழுச்சி பெற்றதற்கு அம்பேத்கரின் நூற்றாண்டு விழா ஒரு காரணமாகத் தமிழ்ச் சூழலில் அமைந்தது. அம்பையின் வருகையால் பெண் எழுத்து என்ற அடையாளத்திற்கு மெல்ல வருகிறது. தலித் எழுச்சிக்கு முன்னமே பெண்மைய எழுத்து தோன்றிவிட்டது. ஆணாதிக்கச் சூழல் கரியவலைபோல பெண்கள் மீது கவிந்து இறுக்குவதை அம்பை வெளிச்சத்திற்குக் கொண்டு வந்தார். கல்வி நிறுவனங்களில், பணியிடங்களில், சமையலறைகளில், குடும்ப உறவுகளில், பெண் என்ற உடலும் அவர்களின் எண்ணங்களும் ஒடுக்கப்படும் குரூரங்களையும் ஆரம்ப கட்டங்களில் எழுதினார். அவை பெண் என்றமையினாலேயே படியும் கருத்துக்கள், நெருக்குதல்கள், அடிகள் போன்றவற்றை பெண்ணின் பார்வையிலிருந்து வெளிப்படுத்திய கதைகள். இந்த அனுபவங்கள் தன்னெழுச்சியுடன் படைப்பாக்கத்தில் ஈடுபாடு கொள்ள வைத்திருக்கின்றன. இந்தக் கதைகள் ஒருவிதத்தில் கருப்பு/வெள்ளைத் தன்மையுடன் வெளிவந்திருந்தாலும்கூட எல்லாவிதங்களிலும் பெண் என்பதாலேயே சுய உணர்வுகளை அழித்துக்கொண்டு வாழ நேர்கிற அவலத்தைச் சொல்கின்றன.

1975 ஆம் ஆண்டு உலகப் பெண்கள் ஆண்டாகக் கொண்டாடப்பட்டதோடு அல்லாமல் 1976லிருந்து 1985 வரை பெண்களின் பத்தாண்டாகக் கொண்டாடப்பட்ட விழிப்புணர்வு, தமிழ்க் கதையுலகிலும் புதிய திசைவழிகளைத் திறக்கின்றன. ஆண்களால் அடையாளப்படுத்த முடியாத பெண்கள் உலகம் பற்றி அறிய நேர்கிறது. தமிழில் அம்பை, அறியாமையில் அழுந்திக்கிடக்கும் பெண்களை, குடும்ப ஒடுக்குமுறைகளில் சிக்கித் தவிக்கும் பெண்களைக் காட்டி விழிப்புக்கொள்ள ஒரு முன்னெடுப்பான படைப்பியக்கத்தில் ஈடுபட்டுள்ளார் எனலாம். ஆண்களுக்கு உடைமைப்பட்டது பெண் உடல், கீழ்ப்படியும் குணம் என்ற கருத்தியலிலிருந்து பெண் தன்னை மீட்டுக்கொண்டு சுயத்துவம் பெறவேண்டும் என்ற நோக்கம் அடிநாதமாக ஒலிப்பதை இக்காலகட்டப் படைப்புகளில் காணலாம். இன்று ஆணாதிக்கக் கருத்தியலிலிருந்து விடுபட

உடலே ஆயுதமாக இருக்கிறது என்ற உணர்தலிலிருந்து பெண் தனது உடலைக் கொண்டாட்டக் கருவியாக முன்னிறுத்துவது அம்பை விட்ட இடத்தின் அடுத்தகட்ட வளர்ச்சிதான். 1975க்கு முன் அறிவார்த்தம் துருத்தாமல் பதட்டம்மிக்க தருணங்களைக் கதைகளில் சிறப்பாகக் கொண்டுவந்தார். ஆட்சி மாறியவுடன் கட்சிக்காரர்கள் துள்ளுவதைப்போல விமர்சனத் தொனி மேலோங்க எழுதப்பட்டத் கதைகளை இக்காலத்தில் காணலாம். 'காட்டில் ஒரு மான்' தொகுப்பிலிருந்து விமர்சனக் குரல் கதைக்குள்ளிலிருந்து ஒலிப்பதைக் காணலாம். இந்த மாற்றம் முக்கியமான நிகழ்வுதான்.

அம்பையின் கதைமாந்தர்கள் ஒருவகையில் முற்போக்கானவர்கள். ஜெயகாந்தன் மரபுத் தளைகளிலிருந்து பெண்களுக்கு விடுதலை தந்தபோது அம்பை ஆணாதிக்க அழுத்தத்திலிருந்து விடுதலை என்பதாகக் கதைவழியை உண்டாக்கியிருக்கிறார். முற்போக்குப் பாணியின் மற்றொரு பக்கம் இது. ஆனால் பெண்களின் அகம் அம்பையின் படைப்புகளில் ஒருவிதத் துடிதுடிப்புடன் அவ்வக்கணங்களில் வெளிப்பட்டுக்கொண்டே இருப்பதைச் சிறப்பாகக் குறிப்பிடவேண்டும்.

தலித்தியமோ பெண்ணியமோ எடுத்த உடனே முற்போக்குச் சிந்தனைகளைப் படைப்புகளில் விவரிப்பது புரிந்து கொள்ளக் கூடியதுதான். சுயமரியாதைக்கான தேடல் ஓர் இலக்கியப் பதிவாக அமையும். பாரதி இலக்கியத்தை மனிதனின் விடுதலை வடிவமாகக் கண்டார். ஆங்கிலேயரின் அடிமைத்தளையிலிருந்து விடுதலை பெறுவதற்கான சுயமரியாதை அது. அதே காலத்தில் புதுமைப்பித்தன் முற்போக்கு அம்சத்திற்கு மட்டும் தன்னை ஆட்படுத்திக்கொள்ளாமல் படைப்பியக்கத்தின் எல்லாத் திசைகளிலும் நடந்தவராக இருக்கிறார். படைப்பாளி ஒற்றைத்தடத்தில் ஓடத் தொடங்கும்போது பற்பல அம்சங்கள் பின்னகர்ந்து மறைந்துபோய்விடும். அதாவது கணக்கில் எடுத்துக்கொள்ளப்படாமலே போய்விடும். படைப்பாளிக்கு விசாலப் பார்வை வேண்டும்; அது இலக்கியத்திற்குப் பெரிய பங்களிப்பாக அமையும். மானுடப் பிரதேசத்தின் அத்தனை முகங்களையும் அப்படைப்பாளியால் வெளிப்படுத்த முடியும். மகாபாரதம் என்பது மானுட தரிசனம். வியாசர் யாருக்கும்

யாருக்காகவும் தன் பார்வையைக் குறுக்கிக் கொள்ளவில்லை. கம்பன் மந்தரை என்ற பெண்ணை அசாத்தியமாக உருவாக்கியிருக்கிறார். தீமையின் உருவான கூனி ஒரு பெண். நான் என்ன சொல்ல வருகிறேன் என்பது வாசகர்களுக்குப் புரியும் என்று நினைக்கிறேன். அழுக்காறு மிக்க பெண்களை அம்பையின் கதைகளில் காணமுடிவதில்லை. படைப்பாளிக்கு இந்த விலகல் பார்வை தேவை. நாஞ்சில் நாடன் ‘சாலப்பரிந்து’ என்றொரு சிறுகதை எழுதியிருக்கிறார். வேலைக்குச் செல்லும் மருமகள் தன் வயதான மாமியாரை குடம்குடமாக நீரூற்றிக் கொல்லும் செயலைச் செய்கிறாள். ஒரு குடும்பத்திற்காக உழைத்துக் களைத்து வயது முதிர்ந்து சாவை எதிர்பார்த்திருக்கும் பெண் மருமகளால் கொல்லப்படும் சித்திரம் ஒரு நவீனப் பெண்ணின் அகத்தைச் சொல்கிறது. வண்ணநிலவனின் ‘எஸ்தர்’, கி. ராஜநாராயணனின் ‘பேதை’ கதைகளில் வரும் பெண்கள் தமிழ்ச் சிறுகதைகளில் அதுவரை வராத பெண்கள்.

பெண்களின் உலகைக் கொண்டுவந்ததில் அம்பை முக்கியமானவர். ஆனால் பெரும் படைப்பாளிகளின் வரிசையில் சேர்க்க முடியாது. ஒரு படைப்பாளியாக அவரிடம் மானிட ரகசியங்களைக் காணும் பயணம் இல்லை. பெண்ணிற்காக வக்காலத்து வாங்கும் படைப்பாளியாகச் சுருங்கிப்போனவர். அவர் தன்னைப் பெண்ணியப் படைப்பாளி என்ற வட்டத்திற்குள் சுருக்க விரும்பவில்லை என்றாலும் வேறு பரப்பு இல்லை. மானிடப் பிரளயத்தையோ அவர்களின் ஒளியையும் இருளையும் காண்பதையோ விரும்பும் மனதை இவர் விசாலமாக்கிக் கொண்டவரில்லை. இவரின் முழுச் சக்தியும் பெண் விடுதலை என்ற ஓரம்சத்திற்குள் அடங்கிப்போவது. வேறு சிறுசிறு முயற்சிகள் தனித்துவம் பெறவில்லை. கு. அழகிரிசாமி கொண்டு வந்த குழந்தைகளின் உலகம் பூர்ணமான ஒன்று. ஆனால் அவர் அந்த வட்டத்திலேயே சுற்றியவர் என்று கூற முடியுமா? புதுமைப்பித்தன் சமரிட்ட அமானுச உலகம் நம்மை மனம்விட்டுச் சிரிக்க வைப்பது. அவர் அந்தப் பாதையிலேயே கிடந்தவர் என்று சொல்ல முடியுமா? தி. ஜானகிராமன் மகத்துவத் தருணங்களை மட்டும் எழுதியவர் என்று சொல்ல முடியுமா? ஜெயகாந்தன்? கி. ராஜநாராயணன்? அசோகமித்திரன்? ஜெயமோகன்? இவர்களின் பரப்பு விசாலமானது அல்லவா?

இவர்களெல்லாம் ஒரு சார்பிற்குத் தங்களை ஒப்புக்கொடுக்காமல் மனிதர்களுக்கு ஒப்புக்கொடுத்தவர்கள்.

மகத்தான பெண்ணியப் படைப்பு என்பது ஆணின் பரிமாணங்களையும் உள்ளடக்கிக்கொண்டு - அவனைக் குறுகச் செய்து - அல்லது விகாசம் கொள்ளச்செய்து பெண் மேலெழுந்து நிற்பதாகத்தான் இருக்கமுடியும். இளங்கோவடிகளின் *சிலப்பதிகாரம்*, சீத்தலைச் சாத்தனாரின் *மணிமேகலை* இவ்வகையில்தான் மகத்தான படைப்புகளாக மாறுகின்றன. அம்பையிடம் அத்தகைய பேராற்றல் இல்லை என்பதுதான் என் வாசிப்பின் வழி அடைந்த உண்மை. அவரிடம் கிளம்பும் ஒற்றைப் பார்வை கடுமையாகி படைப்பின் சமநிலையைக் குலைக்கிறது. சமூகத்தின் அசைவிலிருந்து ஒரு சாராம்சத்தை அவரால் உருவாக்க முடியவில்லை. புதுமைப்பித்தன் (கயிற்றரவு) பெண்களின் உலகம் சார்ந்து தடைகளையும் வெளிகளையும் காட்டியுள்ளார். ஆண் பெண் என்ற எதிரிடை அம்சம் அம்பையை பிற பக்கங்களை அணுகிப் பார்க்கவிடாமல் செய்திருக்கிறது என்பதற்கு அவருடைய கதைகளே சாட்சி.

அம்பையின் கதைகளை இரண்டு பாணிகளில் அடக்கிவிடலாம். ஆண்களுக்கு இதெல்லாம் கிடைத்திருக்கிறது. பெண்களுக்கு இதெல்லாம் கிடைக்கவில்லை என்று ஒப்பிட்டு ஆண் உலகம் பெண்களை எப்படியெல்லாம் வஞ்சித்து வருகிறது என்று உரக்கச் சொல்லும் கதைகள். மற்றொன்று தலைமுறை இடைவெளி. மரபுசார்ந்த பழைய உலகத்தை நவீனயுகம் பெண்களைக்கொண்டு விமர்சிப்பது. இப்படியான இரண்டு உலகத்திற்குள் பெரும்பாலான படைப்புகள் அடங்கிவிடுகின்றன. இதில் ஜெயகாந்தன் போல கதைக்குள் இறங்கி வாதாடுவதும், ஒரு நீதிபதியாக நின்று தீர்ப்புகளை எழுதுவதும் (பெண்களுக்காக) இவருக்கு விருப்பமான அம்சமாக இருந்து வந்திருக்கிறது. ஆண்களுக்குள் புகுந்து அவர்களை உருமாற்றுகிற சவாலை ஏற்கவில்லை. மாறாக ஆண்களை எரிச்சலுக்கு உள்ளாக்கவேண்டும் என்பதை ஓர் இலக்கிய உடைப்பாகச் செய்திருக்கிறார். இதற்குப் பெண்ணியம் சார்ந்த நியாயங்கள் உண்டு; அது ஒரு பெண்ணிய அரசியல் செயல்பாடு. கலை என்பதே ஒட்டுமொத்த மானுடத்தை அவாவுவதே. அம்பை முன்வைக்கும் கோபதாபங்கள் காரணமாகப் படைப்பில் ஓர்மை கூடிவரவில்லை. திராவிட, மார்க்சியக் கொள்கைகளை

வலியுறுத்துவதற்காகப் படைக்கப்பட்ட எழுத்துக்கள் போல ஆணாதிக்க எதிர்ப்பிலக்கியமென்றோ பெண்ணிய இலக்கியம் என்றோ இதை வகைப்படுத்தலாம். மானிட இயல்பு என்பது முக்கியமான விசயம். ஒவ்வொரு பெண்ணிற்கும் ஓர் இயல்பு உண்டு. ஒவ்வொரு ஆணுக்குள்ளும் ஓர் இயல்பு மேலோங்கும். இந்த இயல்பு இவரின் படைப்புகளில் உயிரம்சம் கொள்வதில்லை. எந்தப் பெண் பாத்திரமாக இருந்தாலும் அதனுள் அம்பை புகுந்துகொள்ள முயற்சிக்கிறார். அப்பெண்ணின் மனஉலகைக் கண்டடைகிற விழிப்புணர்வு அம்பையிடம் இல்லை. மிக அழுத்தமாக நான் குறிப்பிடுவது இவரின் கதாமாந்தர்களில் பன்முகத் தன்மை இல்லை. விதவிதமான குணவியல்புள்ள பெண் முகங்களே இல்லை. இந்த வகையில் ஆர். சூடாமணி முக்கியமானவர்.

கதை பண்ணுகிறவர் பொதுஜன குணரூபத்தில் கரைந்து போதலை ஓர் ஆன்ம ஈடேற்றமாகக் கொண்டிருக்கவேண்டும். எழுத்தாளர் என்ற அறிவாளித்தனம் தலைதூக்கினாலேயே வெகுமக்கள் நம் கைக்குச் சிக்கமாட்டார்கள். அதனுள் எழுத்தாளினிதான் அமர நேரும். ஒருபோதும் ஓர் எளிய பெண்ணை ஆணாதிக்கத் திமிரை நொறுக்கும் விதமாகப் படைக்க முடியாது. அந்த எளிய பெண்கள் என்னவிதமான தந்திரங்களால், நுட்பங்களால் ஆண்களை எதிர்கொண்டு வாழ்கிறார்கள் என்று அம்பையால் காணமுடியாது போனதற்குக் காரணம் என்ன? அம்பை, அவர்களைப் பின்தொடரவில்லை. கதைக்காக அவர்களை இழுத்துக்கொள்கிறார். அதே சமயம் படித்தவர்களைக் கதைக்களனுக்குள் அம்பை சிறப்பாக உருவாக்கி இருக்கிறார்; முக்கியமாகப் பெண் உலகை. ஏனெனில் அது அம்பையின் உலகமும்கூட, தன்னுள் அவர்களையும் அவர்களுள் தன்னையும் கண்டடைந்த சாகசம் இவ்வகையான கதைகளில் சாத்தியமாகி உள்ளது.

ஆரம்பத்தில் ஆற்றொழுக்கான நடையிலும் இடையில் வெட்டிவிட்டுத் தாவும் தொடர்களின் சேர்க்கைகளாலும் கதைகளை உருவாக்கி இருக்கிறார். பிற்காலத்திய கதைகளில் வாழ்க்கையை நின்று நிதானித்துச் சொல்கிற பாணியுமாக இவரது விவரணையுலகம் அமைந்திருக்கிறது. ‘வீட்டின் மூலையில் சமையலறை’ தொகுப்பு படைப்பிற்கும் டாக்குமெண்டரித்

தன்மைக்கும் இடைப்பட்ட ஒருவித நடைச்சித்திரக் கதைகளாக அமைந்திருக்கின்றன. புற உலகு சார்ந்த விவரணைகளையும் அக உலகு சார்ந்த மன சஞ்சாரங்களையும் ஒதுக்கி வைத்துவிட்டு பிரச்சனைகளின் பல்வேறு கூறுகளைக் கதைத்தன்மையில் அடுக்கி எழுதியதால் டாக்குமெண்டரிக்கு நகருகிறது. இதையெல்லாம் மீறி முதன் முதல் தமிழ் இலக்கியச் சூழலில் ஆண்கள் உருவாக்கிய பெண் மொழிக்கு மாறாகப் பெண்ணின் உடல்மொழியை, மனமொழியை கதைகள் வழி பதிவு செய்தார். பெருமை கொள்ளத்தக்க ஒரு புதிய பயணத்தை அம்பை இவ்வகையில் ஏற்படுத்தினார். இவர் உருவாக்கிய பெண் மொழி மொழியைக் கடந்து பெண்களின் வலியாக, கவிச்சிமிக்கதாக, ஆன்மாவோடு அவாவுகிற வேதனையாக மொழியை அமைத்தார். பெண் மொழிக்கான திறப்பு அம்பையால் நிகழ்ந்தது.

2

அம்பையின் முதல்கட்டக் கதைகள் படைப்பெழுச்சிமிக்க தருணங்களைக் கொண்டிருக்கின்றன. சிறுகதையின் கச்சிதத் தன்மையைக் காட்டிலும் புதிதான ஆர்வம், பாதிப்பு, துடிக்கும் மனசு என்ற விதமான இலக்கிய அனுபவம் ஈர்க்கச் செய்கிறது. இளமைக்கே உரிய தார்மீகக் கோவம், நெகிழ்ச்சி திகைப்பு எல்லாம் படைப்பில் கூடிவரும். கச்சிதத் தன்மையைவிட அப்படைப்பின் பாசாங்கற்ற தன்மைக்கு எப்போதும் மதிப்பு இருக்கும். என்றாலும் ஆண்களின் ஆதிக்க மனநிலைச் சமூக அமைப்பை ஆழ்ந்து பரிசீலிக்கவில்லை. நாடிழந்து, சொந்த மண்ணில் அகதிகளாக ஒளிந்து வாழும் ஏழைக் குடியானவர்களின் அன்றாட வாழ்க்கை பதைபதைப்புடன் நகர்வதை 'சூரியன்' கதை சொல்கிறது. கபிலரின் 'அற்றைத் திங்கள் அவ்வெண்ணிலவில்' பாட்டில் கண்ட துயரம்தான் இக்கதையிலும். வியட்நாம் போரில் அம் மக்கள் அமெரிக்கப் படையினால் அடைந்த அவலங்களைச் சொல்வதாகக் கருத இடம் உண்டு. இன மோதலிலும் தேச மோதல்களிலும் பெண்களைச் சீரழிப்பதையே முதல் தாக்குதலாகக் கொள்கின்றனர். இக்கதையில் ஒரு சிறுமியைப் புதரில் எதிரிகள் சின்னாபின்ன படுத்திப் போட்டுச் சென்றுள்ளதை தாய் கண்டுபிடித்துத் திரும்புகிறாள். இந்தச்

சிதைவிலும் சிறு வயதுடைய மகன் நாட்டுக்காகப் போரிட்டுக் கொண்டிருப்பதையும் சாட்சிக்கு வைக்கிறது கதை. கபிலரின் நிலவு இக்கதையில் சூரியனாக — சொந்தமற்ற சூரியனாக — உதிக்கிறது. மண்ணின் மைந்தர்கள் சொந்த மண்ணில் அகதிகளாக நிற்பதைக் காண்பது என்பது பேரவலம். அதனை முன்வைக்கிறது கதை.

திட்டமிட்டு உருவாக்கப்பட்ட கதை என்பது இதன் பலகீனம். காணாமல் போன சிறுவயது மகளைத் தேடிச்செல்லும் தாயின் உள்ளம் பதட்டப்படுவதில்லை. மிகத் தெளிவாக நடந்து செல்கிறாள். புதைத்து வைத்திருக்கும் ஒரு பொருளை எடுப்பதுபோல் புதரை விலக்கி மகளைக் கண்டெடுக்கிறாள். காணாமல்போன மகளைத் தேடும் தாயின் அந்தக் கணத்து உலகமாக இல்லை. கதையின் பேசுபொருள் உலகளாவியதுதான். காலநதியில் பிரியாது ஓடும் அழுக்குத்தான். எப்போது கதை ஒரு கிராப்ட் (Craft) என்பதை வெளிப்படையாகக் காட்டுகிறதோ அப்போது அது உண்டாக்க வேண்டிய பாதிப்பும் நிகழாமல் போய்விடுகிறது. இது ஒரு கதை என்ற அளவில் படுத்துக்கொண்டது. கபிலரின் பாடலில் எதிர்பாராதது எதுவும் இல்லை; வெளிப்படுத்தும் இழப்பில் உண்மை இருக்கிறது. ஏக்கம் இலக்கியத்தின் சாறாகத் திரள்கிறது. ‘சூரியன்’ கதை யுத்தச் சூழலில் உருவாகும் நெருக்கடிகளைச் சொல்கிறது. இதன் வடிவம் திட்டமிட்ட நிகழ்வாக இருக்கிறது. தன் மகளைத் தேடிச் சென்றதால் வேறொரு பெண்ணின் சிதைவைக் காண்கிற விதமாக அறியப்பட்டிருந்தால் கதை யுத்த நெருக்கடிச் சவாலை வெற்றிகரமாகக் கொண்டு வந்திருக்கும். ஆழமும் நிஜமும் கூடி வந்திருக்கும்.

‘மிலேச்சன்’ பொருளியல் வசதி மிக்க மாணவர்கள் படிக்கும் டில்லிப் பல்கலைக்கழகத்தில் படிக்க நேர்கிற கீழ் நடுத்தர வர்க்கத்தில் பிறந்த இளைஞனின் மன உலகைச் சொல்கிறது. டில்லி மாணவர்களின் அறிவுஜீவித்தனம், பணத்திமிரில் விளையும் மேட்டிமைத்தனம், பேராசிரியர்களின் அதிகார அழுத்தங்கள், இழுத்தடிப்புகள், எட்டாத காதலுக்கு ஆசைப்படுதல் என்று பெருநகர கல்விச் சூழல் ஒருவனை எவ்வெவ்வாறு நெருக்குகிறது என்பதைச் சொல்கிறது. தன்னைப்போன்ற எளிய குடும்பத்துப் பெண்ணான ஆரதியைத் தேர்ந்தெடுக்காமல் ஸவிதா போன்ற

மேட்டுக்குடிப் பெண்ணைச் சாம்பமூர்த்தி விரும்புவது என்பது பொருளியல் மீதுள்ள மோகமும், சொகுசான வாழ்க்கையும்தான் என்பதை வெளிப்படையாகக் காட்டுகிறது. இளைஞர்களின் மனநிலையைச் சரியாகச் சொல்கிறது. நுட்பங்களற்ற வெளிப்படைதன்மை ஈர்ப்பை சற்றுக் குறைக்கிறது.

திருமண பந்தத்திற்குள் நுழையும் பெண்ணின் கற்பனைகளுக்கும் யதார்த்தத்திற்கும் இடையில் உள்ள பாரதூரமான உலகினைச் சொல்கிறது 'தனிமையெனும் இருட்டு' கதை. நகரும் தினங்களைக் கற்பனைகளால் இட்டு நிரப்பிக்கொள்ளும் பெண்ணின் மனம் அசலாகப் படிந்திருக்கிறது. வேலை நிமித்தமாகப் பிரிந்து சென்றிருக்கும் கணவனின் வருகை கற்பனை வாழ்க்கைக்கு நிகராக இருக்காது என்பதை அவனின் வறண்ட கடிதத்தின் மூலம் அறிகிறாள்; யதார்த்தத்தைப் புரிந்து கொள்கிறாள். கற்பனையில் தனது விருப்பத்திற்குள் சுழன்று திரிந்த கணவன் நேரில் அவ்வளவு கொண்டாடமாட்டான் என்பதை நினைத்து தற்கொலை செய்து கொள்கிறாள். இவ்விதமான சம்பவங்கள் நிஜத்தில் நிகழ்வதுண்டு. கதையில் இந்த முடிவு என்பது அசட்டுத்தனமாக ஜோடிக்கப்பட்டிருக்கிறது. இளம்பெண் அருணா கொண்டாட்டத்தைக் கற்பனையாக விரிக்கும் பகுதி அழகானது. அம்பையின் தீர்மானமான முடிவால் கதை வாழ்க்கையை ஸ்பரிசிக்காமல் குறுக்கிக்கொள்கிறது.

'ம்ருத்யு' கதையில் வரும் அப்பாவும் சரி காதலனும் சரி ஒரு பெண் தனித்து மலையேறும் சுதந்திரத்தை அனுமதிக்காதவர்கள். மலையேறுதலை, பெண் தனித்து ஓர் உச்சிக்குச் செல்வதை ஆண்கள் விரும்பமாட்டார்கள் என்பதாகக்கூடப் புரிந்து கொள்ளலாம். அப்பா படுகோழையாகவும் மகள் (லீலு) சுதந்திரம் மிக்க படுதைரியசாலியாகவும் கதையின் கிளைகள் தெரிவிக்கின்றன. அம்பை சொல்ல வருவது, அப்பாக்கள் ஒரு கட்டுப்பெட்டி, காதலன் ரங்கா பசப்பு மொழியால் சுதந்திரத்தை முடக்குபவன், ஹோமத் தீயில் அவளுடைய அப்பா நெய்யூற்றிய எலும்புக் கையிலிருந்து பிணவாடை அடித்தது என்று எழுதுகிறார். அப்பாவின் உலகம் செத்துப்போன ஒன்று என்று சொல்வதாக வைத்தால் இன்னும் அப்பாக்களின் உலகம்தான். அப்பா என்ற தகுதியில் பிணவாடை அடித்ததாகக் கொண்டால் சரியான படிமம். நான் சொல்ல வருவது பேர்லாகர் க்விஸ்ட்டின்

‘பாரபாஸ்’ நாவலில் செத்துப் போனவன் யேசுவின் கிருபையால் உயிர்பெறுகிறான். அவனைக் காணச் செல்கிறான் யேசுவை நம்பாத பாரபாஸ். செத்துப்பிழைத்த அவன் அப்பம் தருகிறான். அவன் தொட்டு எடுத்துத்தரும் அந்த அப்பத்தில் பிணவாடை அடித்தது என்று எழுதுகிறார் பேர்லாகர் க்விஸ்ட்டின். அதற்குப் பற்பல அர்த்தங்கள் விரியும். வேறொரு இடத்தில் *பாரபாஸ்* படித்த பாதிப்பாக இருக்கலாம். அப்பாவின் அடக்குமுறையிலிருந்து வெளியேறி சுதந்திரக் காற்றை அனுபவிக்கும் ஒரு பெண்ணின் கோணம் இக்கதை. அப்பாவும் காதலனும் அயோக்கியர்கள் என்பதற்காக அம்பை வரைந்த வரைகோட்டில் நிற்கிறார்கள். எல்லாம் சரி. எந்தப் படித்த வர்க்கம் ஆண்பிள்ளை தனியாக மலையுச்சியேறுவதை அனுமதித்தார்கள்? அனுமதிக்கிறார்கள்.

‘ஸஞ்சாரி’ (ரங்கா) பெண் மீதான ஆணின் பார்வை எத்தகையது என்று சொல்லும் கதை. ஆண்களிடம் நட்பாகப் பழகினால் அவனுடன் படுக்கத் திட்டமிடுகிறாள். ஊருக்குப் போனால் வேறு யாருடனோ படுப்பாள். குறிப்பிட்ட இடத்திற்குச் சென்றால் முன்னால் காதலனுடன் சல்லாபிப்பதை நினைப்பாள் என்று நினைப்பவனாக காதலன் இருந்தால் புரிந்து கொள்ளக்கூடியதுதான். இக்கதையில் ரங்கா என்ற ஆண் இது பற்றி காதலியிடம் விவாதிக்கிறான். அப்படி சந்தேகம் ஏற்படாமல் அதை வெளிக்காட்டாமல் அவளைத் தன் வலையில் வீழ்த்தும் வரை பொய்யாக பெண் சுதந்திரம் பற்றிப் பேசுவான் என்பதுதானே எதிர்உளவியல். இங்கு அம்பை கிட்டத்தட்ட காதலன் ரங்காவை ஒரு சேடிஸ்ட்டாகக் காட்டுகிறார். எல்லாவற்றையும் பொறுத்துக்கொண்டு காதலையும் நீட்டிக்கிறாள். ஆணாதிக்கத்தை எல்லாப் புள்ளிகளிலும் சுட்டி மூக்குடைக்கும் பெண் எப்படிக் காதலை நீட்டிக்க முடியும்? இப்படி காதில் பூ வைக்கிற கதை ஸஞ்சாரி. அதுவும் உரையாடல் வழி. கணவனாக இருந்திருந்தால் ஓரளவு ஏற்றுக்கொள்ளலாம். காதலன்! ரங்காவின் பேச்சில் ஒரு விபச்சாரியைக் குடும்ப வாழ்க்கைக்குக் கொண்டுவர முயற்சிப்பது போல அம்பை கட்டமைக்கிறார். இந்த ஆணின் உள்ளம் மோசமான சந்தேகப் பார்வை கொண்டதுதான். அதனை விவாதத்தில் வைப்பதென்பது கட்டுரையின் குணம். கண்டடைவது என்பது கலையின் குணம். ஆணின் அயோக்கியத்தனமான குணங்களைத் தொகுத்துக்கொண்டு அதற்கு ஒரு காதலனை உருவாக்குகிறார்.

அம்பை எதைச்சொல்ல தீர்மானிக்கிறாரோ அதற்குகந்தபடி கதை வண்டியை ஓட்டிக்கொண்டுபோய் நிறுத்துகிறார். அம்பை வெளிப்படுத்தும் ஆண்களைப் பற்றிய பார்வைகள் பொய்யானவை அல்ல; உண்மையானவை. அதனாலே அவர் பொருட்படுத்தத்தக்கவர். வாசகனுக்கு அனுபவமாக மாற்றித்தரும் கலையாக உண்டாகவில்லை. இலக்கியத்தின் முழுமையிலிருந்து விசயங்கள் மலரவில்லை. அம்பை வெளிப்படுத்தும் கருத்துக்களுக்குரிய சந்தர்ப்பங்கள், சாட்சிகள், காட்சிகள், கண்ணசைவுகள், மௌனங்கள், பரிபாஷைகள் இல்லை. பாசாங்கு மனிதன் மறைத்து வைத்திருக்கும் ஆயுதம்; அதுகூட இல்லை. பஜாரில் நேருக்கு நேர் எதிரிகள் மோதிக்கொள்வதில் வெளிப்படும் குரூரம்தான் இருக்கிறது. அது அப்பா - மகள் உறவிலும் சரி; காதலன் - காதலி உறவிலும் சரி. ஒரு பெண்ணியக் குறுநாவலை கோனார் நோட்சாகப் போட்டால் எப்படியிருக்குமோ அப்படி இருக்கிறது ஆரம்ப காலச் சிறுகதைகள். ஆண்களின் மீதான கோவம் இவரின் கண்களை மறைத்துவிடுகிறது. பலவற்றைப் பார்க்கவிடாமல் செய்துவிடுகிறது. சமூக அமைப்பு என்ற ஒன்று பல்வேறு கூறுகளுடன் இயங்கி வந்து கொண்டே இருக்கிறது என்பதை மறந்துவிடுகிறார். அதே சமயம் ஆண்கள் சம்பந்தப்படாத பெண்கள் பற்றிய கதைகளைச் சிறப்பாக உருவாக்கி இருக்கிறார். இது எப்படி சாத்தியம்? வெறுப்பற்று அணுகும் குணம்தானே!

புனைகதை இலக்கியத்தின் அமைப்பு என்பதே ஒருவகை நிதானமும், வாதியையும் பிரதிவாதியையும் கணக்கில் எடுத்துக் கொள்வதும்தான். அம்பையின் கதைகளில் வரும் பிரதிவாதி எதற்கும் லாயக்கற்றவன். அவரின் வாதங்களை வெற்றியடைய வைக்க உருவாக்கப்பட்ட மனிதயந்திரம். அம்பையின் பார்வையில் அரக்கன். வாசகன் பார்வையில் பெண்ணின் பழிதீர்க்க உருவாக்கப்பட்ட துணைப் பாத்திரம். அம்பை தனது எண்ணப் பகிர்வை வெளியிட கவிதை வடிவத்தைத் தேர்ந்திருந்தால் சிறப்படைந்திருக்கும் என்றே நினைக்கிறேன். கவிதை வடிவம் ஒற்றைக் குரலுக்கு ஏற்ற ஒன்றாக இருக்கிறது. அங்கு எதிர்நிலைப் பாத்திரம் என்ற ஒன்றே இல்லை. அங்கு மொழிதான் முக்கியம். அதிலும் உணர்ச்சிகரமான கோபத்தை வெளியிடும் ஊதுகுழலாக இருக்கிறது. நெருப்பைப் பற்றவைக்கவும் முடியும்.

அம்பையின் பெண் பாத்திரங்கள் அசலானவர்கள். அவர்கள் சந்திக்கும் பிரச்சனைகள் உண்மையானவை. அந்த உண்மைகளை நிலைநிறுத்த அக்கதைக்குள் வரும் ஆண் மீது எல்லாப் பழிபாவங்களையும் அம்பை பொதியாகக் கட்டிப் பாரமேற்றுகிறார். நூறு சதத் துரோகியாக இருக்கிறான்; ஒரு சதம்கூட அந்தப் பாத்திரத்திலிருந்து நல்லதனம் மீட்டெடுக்கப்படுவதே இல்லை. இந்தத் தன்மை கதையை ஒற்றைத் தன்மையானதாக்கி விடுகிறது. ஒரு படைப்பாளியாக மறுபக்கத்திலிருந்து பார்ப்பதை முற்றாக நிராகரித்தபடி மானுடத்தைப் பார்க்க முடிகிறது என்பது ஆச்சரியமாகவே இருக்கிறது. ஒரு பெண்ணியக் கதை எப்போது வெற்றிகரமான கதையாக அமையும்? வாசிப்பவன் ஆணாக இருக்கும்பட்சத்தில் அவனுடைய அயோக்கியத்தனங்களை அவனே ஒத்துக்கொண்டு மண்டியிடும் வல்லமையைக் கொண்டிருக்கும் போதுதானே! கலை செய்யும் சாகசம் இது. இது எங்கிருந்து வரும்? முதலில் படைப்பாளி விசால மனதுடன் இருக்கவேண்டுமல்லவா? இந்தக் கதையில் அப்பாவின் அயோக்கியத்தனத்தைச் சாத்துகிறேன்; இந்தக் கதையில் காதலனின் அயோக்கியத்தனத்தைச் சாத்துகிறேன்; இந்தக் கதையில் கணவனின் அயோக்கியத்தனத்தைச் சாத்துகிறேன்; இந்தக் கதையில் உடன் பணியாற்றும் ஆடவனின் அயோக்கியத்தனத்தைச் சாத்துகிறேன் என்று துறைவாரியாகச் சாத்துவதையே உத்தியாகக்கொண்டு எழுதுவதென்பது முன் திட்டம் தவிர வேறில்லை. புதிது புதிதான அனுபவங்களைக் கதையில் மீட்டெடுப்பதற்கு முன்திட்டம் இல்லாத பயணத்தால்தான் முடியும். இப்படிச் சொல்வது பொய் என்றால் ஓர் ஆண் எழுத்தாளனும் இன்று இருக்கமுடியாதே! எதற்கு இத்தனை ஆண் எழுத்தாளர்கள்? சமூகத்தின் இயக்கம் என்பது பெரும் சமுத்திர அசைவல்லவா? ஆர். சூடாமணி நல்ல மனிதர்களைப் பற்றியும் மோசமான பெண்களைப் பற்றியும் எழுதியிருக்கிறார். இது ஏன்? 'படைப்பு' என்ற சொல்லினுள் உறைந்திருக்கும் தாத்பர்யம் எவ்வளவு மகோன்னதமானது.

'சிறகுகள் முறியும்' கதையை 1967 இல் எழுதியதாகக் குறிப்பிடுகிறார். அது கணையாழியில் 1972 வாக்கில் பிரசுரமாகியிருக்கிறது. சாயா என்ற பெண்ணின் மன உணர்வுகளை மிகத் துல்லியமாகச் சொன்ன கதை. திருமண பந்தம் என்பதே பெண்ணின் சுதந்திரத்தை முறித்து ஒடுக்கும் ஓர் அமைப்பு என்பதை அநாயசமாக வெளிப்படுத்துகிறது. சிறகுகளை முறிப்பது

மட்டுமல்லாமல் அவளைக் குணரீதியாகவும் மாற்றுகிறது என்பதையும் உணர்வோடு வெளிப்படுத்துகிறது. சாயாவின் கணவனான பாஸ்கரன் போன்ற கருமிகள் உண்டுதான். எல்லா விசயத்திலும் கருமித்தனம் என்பதை அவனுடைய இயல்பாகக் கொள்வதில் எந்தத் தடங்கலும் வாசிப்பவனுக்கும் இல்லை. சாயாவின் நோக்கில் ஒரு சதம்கூட அவன் நல்லவனில்லை. ஆனால் அவனுடன் வாழ்வைத் தொடர்கிறாள். ஒரு கஞ்சனாக இருப்பவனிடம் சின்ன சந்தோசத்தைக்கூட சாயாவால் பார்க்க முடியவில்லை. அனுபவிப்பதற்கான சின்னப் புள்ளியைக்கூட அம்பை வைக்கவில்லை. இந்தக் கோணம் அம்பைக்குச் சந்தோசமளிக்கலாம். இப்படி எழுதுவதுதான் பெண்ணியக் கதை என்று வகைப்படுத்திக் கொண்டாடலாம். ஆண் வெறுப்பென்பது பெண்ணிய வகைப்பாட்டிற்கு வளம் சேர்க்கலாம். ஒரு போதும் அகத்தை அப்படைப்புத் துலக்காது. தீவிரப் பெண்ணியவாதியான மாத்ரா த்ரபாவின் *'நிழல்களின் உரையாடல்'* நாவலில் வரும் ஆண்கள் வில்லன்களாக இல்லை. மனிதர்களாக வருகிறார்கள். 'சிறகுகள் முறியும்' திருமண பந்தத்தில் சிக்கித் தனது சுதந்திர உணர்வுகள் நசுக்கப்பட்டுப் பதுங்கும் வலிகளைச் சொல்லும் பெண்ணின் கதை. எல்லா இந்தியப் பெண்களின் அவலம் இதுதான். பாஸ்கரனுக்குத் துளியளவு வாய்ப்பு அளிக்காதபோதும் நன்றாகவே சொல்லப்பட்டிருக்கும் கதை. மிகச்சின்ன வாய்ப்பளித்து படைக்கப்பட்டிருந்தால் மிகச்சிறந்த படைப்பாக மாறியிருக்கும்.

அம்பையின் மிகச்சிறந்த கதைகள் ஆணுக்கும் பெண்ணுக்கும் உள்ள மோதலைச் சொல்லும் கதைகள் அல்ல. பெண்ணிற்கும் பெண்ணிற்கும் உள்ள சிக்கலைச் சொன்னவைதான். ஏன் அவை சிறப்பானவைகளாக அமைந்திருக்கின்றன? அம்பை அக்கதைகளில் இருபக்க நியாயங்களையும் உள்வாங்கிக்கொண்டு நகர்ந்திருக்கிறார் என்பதை எளிய வாசகன் புரிந்து கொள்வதால்தான். இவரின் புகழ்பெற்ற கதையான 'அம்மா ஒரு கொலை செய்தாள்' கதை இத்தன்மையதுதான். இந்த வகையில் 'வீட்டின் மூலையில் ஒரு சமையலறை', 'கறுப்புக்குதிரை சதுக்கம்', 'ஆரம்பகாலக் கவிதைகள்', 'பிளாஸ்டிக் டப்பாவில் பராசக்தி முதலியார்', 'காட்டில் ஒரு மான்' போன்ற கதைகள் சிறப்பான ஆக்கங்கள் என்று சொல்லலாம். இதில் 'மல்லுக்கட்டு', 'பிரசுரிக்கப்படாத கைப்பிரதி' இரு கதைகளும் ஆண் - பெண் முரணை அசலாகச்

சொன்ன கதைகள். இவற்றில் உண்மையான ஆணை ஆணாதிக்கப் பிரதிநிதியைக் காண்கிறோம். இப்படியான கதைகள் எழுத அம்பைக்கு 25 ஆண்டுகள் கடக்க வேண்டியதிருந்திருக்கிறது. தொடக்க காலக் கதைகளில் ஆண் வெறுப்பு சிலவற்றைப் பார்க்கவிடாமல் கண்ணை மறைத்தாலும் வேறுவிதமான உணர்வுகள் சிறப்பாக வெளிப்பட்டிருக்கின்றன. குறைகளைத் தாண்டி இவ்வம்சங்களாலே இன்றும் அப்படைப்புகள் ஈர்க்கின்றன. அந்தந்த வயதிற்குரிய பெண்ணின் மனவுணர்வுகளை, கோபதாபங்களை, கனவுகளை, ஏக்கங்களை, இச்சைகளை, ஏமாற்றங்களைப் பவித்திரம் பேணாமல் சொன்ன முதல் பெண் சிறுகதையாளர் இவர் எனலாம். பருவம் எய்திய சிறுமியின் பதட்டங்களையும் பயங்களையும் ஏக்கங்களையும் சிறப்பாகச் சொன்ன கதை 'அம்மா ஒரு கொலை செய்தாள்'. தமிழ்ச் சிறுகதைப் பரப்பில் அதுவரை எழுதாத சிறுமியின் உலகம் அது. அது மட்டுமல்லாமல் சிறுகதையின் முரண் தொனியோடு கவித்துவமான படைப்பாகவும் அமைந்துவிட்டது. யார்மீதும் திட்டமிட்டு வெறுப்பை உமிழாமல் மேலெழுந்து வந்ததால் அது நம் வாழ்வின் பகுதியாக அமைந்துவிட்டது.

'த்ரிசங்கு' சிறுகதை இளம் ஆய்வு மாணவியாக நுழைந்த பெண்ணிற்கு நேரும் அனுபவங்களைப் பேசுகிறது. பாலியல் சுரண்டல் அறிவு வீக்கம், ஏளனம், எனத் தாக்குறும் களமாகக் கல்விப்புலம் இருக்கிறது. ஆணாதிக்கத்தின் முட்கள் செல்லும் திசையெல்லாம் குத்துகின்றன. எத்தனிப்புடன் கேள்வி கேட்கும்போது அவளுக்குப் பதில் சொல்லாமலே நிராகரிக்கிற ஆண்களின் பொருட்படுத்தாத் தன்மையை இக்கதை பேசுகிறது. இளம் ஆய்வாளரின் ஆர்வத்தைத் தட்டிக்கொடுக்க விரும்பாமல் நசுக்குகிற பேராசிரியரின் உலகத்தைச் சொல்கிறது. அஞ்சனாவின் மனமும் அவள் வெளிப்படுத்தும் உலகமும் அசலானதுதான். ஆனால் சிறுகதையின் முழுவீச்சை அது வெளிப்படுத்தவில்லை. அனுபவத் தொகுப்பாக இருக்கிறது. ஆய்வு உலகத்தை வடிவமாகக் கொண்டதில் பேசுபொருள் மையமாகச் சுழல்கிறது.

மேற்சொன்ன கதைகள் *'சிறகுகள் முறியும்'* தொகுப்பில் உள்ளவை. ஒரு வாசகனாக இக்கதைகளில் உள்ள ஒருபக்கப் பார்வை என்பது ஈழத்தமிழர் சிங்களவர் என்ற வெறுப்பின்பாற் பட்டது போன்றது. ஆண் பெண் உலகத்தை அவ்விதம் பிரித்துக்

கொண்டிருக்கிறார் அம்பை. இந்த வெறுப்பின் பார்வை இவை வெளிவந்த காலத்தில் அம்பையின் நண்பர்கள் வாசகர்கள் சுட்டிக் காட்டியிருக்கக் கூடும். *'காட்டில் ஒரு மான்'* தொகுப்பின் முன்னுரையில் (2000) கதைகளைப் பற்றித் தன் அபிப்பிராயங்களை வெளிப்படையாகக் கூறுபவர் க்ரியா ராமகிருஷ்ணன் என்று குறிப்பிட்டு அவர் சுட்டிக்காட்டியும் நான் ஏற்காமல் பிடிவாதமாக இருத்திக்கொண்டவையும் இத்தொகுதியில் உண்டு என்று கூறியுள்ளதையும், முதல் தொகுப்பான *'சிறகுகள் முறியும்'* தொகுப்பிற்கு மறுபதிப்பு (2003) கொண்டு வந்தபோது '1967 இல் சென்னையில் தொடங்கி 1976 இல் டில்லியில் முடியும் வாழ்க்கைப் பயணத் தடத்தினூடே விளைந்த பதிவுகள் இவை. 'இப்பயணம் உள்ளடக்கிய இலக்கிய ஊடாடல், மொழி, ஒரு நபரின் வளர்ச்சி, கற்பனை, அப்போதைய சூழல் இவற்றின் வரைபடம்' என்று கூறியுள்ளதையும் புரிந்துகொண்டால் நான் இக்கதைகள் பற்றிக் கூறியுள்ள படைப்பாக்கக் குறைபாடுகள் தெளிவுபடும்.

'சிறகுகள் முறியும்' தொகுப்புக் கதைகள் இளம் பெண்ணின் ஆவேசத்தால் எழுதப்பட்டவை. ஆண்களின் திருட்டுத்தனங்களை வீதிக்கு இழுத்துத் தூற்றுபவை. கதைகளில் பல குறைபாடுகள் இருந்தாலும் பதட்டம்மிக்க பெண்களின் உலகில் கனவுகள் சிதைந்து நொறுங்கி வீழ்ந்த வலிகளைச் சொல்லுகின்றன. விழும் அடிகளுக்குப் பதிலடி தருவதென்பது இளம் பிராயத்து அம்பையின் விருப்பமாகப் படைப்பில் தொழிற்பட்டிருக்கிறது.

படைப்பாக்க ரீதியான குறைபாடுகளை ஓரளவு களைந்துகொண்டு வெளிவந்த தொகுப்பு *'வீட்டின் மூலையில் ஒரு சமையலறை.'* பெரும்பாலும் இத் தொகுப்புக் கதைகள் பெண்களிடம் புதைந்துகிடக்கும் ஆணாதிக்கக் கருத்துக்களை வெளிக்கொண்டு வருவன. படித்த பெண்ணின் பார்வையில், சாதாரணமாகக் குடும்பப் பணிகளில் உழலும் பெண்களின் மனோபாவங்கள் எப்படி ஆண்களுக்குச் சேவை செய்ய அடிபணிகின்றன என்பதைச் சொல்கின்றன. தோசை சுடுவதையும், கைநீட்டி அடிக்காத ஆண்களை மணாளனாகப் பெறுவதையும் தங்களின் சாதனைகளாகக் கருதும் பெண்கள் (வெளிப்பாடு), காதல் என்ற வலையில் வீழ்ந்து தனது உடலைச் சீரழித்துக் கொள்வதோடு திரும்பத் திரும்ப நிகழ்த்தப்படும்

கருச்சிதைவிலிருந்தும் உடல் சிதைவிலிருந்தும் தன்னுணர்வு பெறாமல் மூழ்கும் பெண்கள் (புனர்), சமையலறையை ஓர் அதிகாரப் பதவியாகக் கருதி அதனைக் கைப்பற்றியதினால் சுகம் கண்டு வெளிஉலகம் தெரியாமல் முடங்கிப் போகும் பெண்கள் (வீட்டின் மூலையில் ஒரு சமையலறை) என்று பார்க்க முடிகிறது. இவற்றிலிருந்து விடுபடுங்கள் என்ற செய்தி இவரின் கதைகளின் வழி வெளிப்படையாகவே தொனிக்கின்றது.

3

அம்பையின் கதைகளை, பெண்களை மீட்டெடுக்கிற, சுயமரியாதையைப் பெற வைக்கிற, ஆணிய ஒடுக்குமுறைகளைப் புரியவைக்கிற, சார்பில்லாமல் சுயமாக இயங்க வைக்கிற வேலைகளைச் செய்யத் தூண்டுவனவாகக் கொள்ளலாம். படைப்பைப் பெண்களின் முன்னேற்றத்திற்கான ஒரு செயல்பாடாகவே வடிவமைத்துக் கொண்டுள்ளார். கிட்டத்தட்ட 150 ஆண்டு கால பெண்களின் உலகம் இவரின் கதையுலகிற்குள் அசைகிறது. நேற்றைய பெண்களின் ஒடுக்குமுறைகளையும் அடிமைத்தன விருப்பங்களையும் சொல்கிறது. கல்வித்துறைகளில், இசைத்துறையில், குடும்பங்களில், பணிசெய்யும் இடங்களில், அரசியலில் பெண்களின் செயல்பாடுகள் முக்கியத்துவமற்று உடம்பே பிரதானமாகப் பங்கீடு கொள்ளப்படுவதைப் பார்க்க முடிகிறது. அதே சமயம் இந்த 150 ஆண்டு கால ஆணிய நெருக்குதலிலும் தன்னுணர்வு பெற்று சுயத்துவம்மிக்க பெண்கள் உருவாகி வரும் அடுத்த தலைமுறையையும் பார்க்க முடிகிறது. அந்தப் பெண்கள் செயற்கைத்தனமிக்க ஜோடிக்கப்பட்ட புரட்சிப் பெண்களாக இல்லை. மாறாக இன்றைய நவீனத்துவ எண்ணங்கள் கொண்ட பெண்களாக இருக்கின்றனர். இரண்டாம் திருமணம் என்பதோ பிற ஆடவனுடன் உள்ள பாலியல் தொடர்போ அதிர்ச்சிக்காகச் சொல்லப்படாமல் இயல்பான ஒன்றாக இணைந்து வருவதைப் பார்க்கலாம். 'பிளாஸ்டிக் டப்பாவில் பராசக்தி முதலியார்', 'பிரசுரிக்கப்படாத கைப்பிரதி' போன்ற கதைகளை இவ்விடத்தில் குறிப்பிடலாம்.

'ஒருவர் மற்றொருவர்', 'ஆரம்பகாலக் கவிதைகள்' எல்லாம் எழுதிப் பழகிய கைக்கு விளைந்தவை. தெருவில் மனைவியைப்

போட்டு அடிக்கிறான் குடிகாரக் கணவன். பெரிய களேபரம் நடக்கிறது. அந்தச் சத்தத்திற்கு வராத நாய், கெம்பம்மா 'மிக்கி' என்று அழைத்ததும் ஓடி வந்து குடிகாரக் கணவனைக் கடித்துத் துரத்துகிறது. நாய்களின் குணம் இதுவா? தன் எஜமானி தாக்கப்படும்போதே அவளின் குரல்கேட்டு (சில நாய்கள்) வந்து நிற்கும். நாய் வந்து காப்பாற்றுமேயொழிய கடவுள் வந்து காப்பாற்ற மாட்டார் என்பதைச் சொல்ல வருகிறது கதை. கடவுள் என்பது ஒரு கருத்தாக்கம். இறை நம்பிக்கை. உண்மையில் கடவுள் இல்லை என்பதைக் கடவுளை நம்பி வளர்ந்த இளம்பெண் புரிந்துகொள்வதாக இந்த 'ஆரம்பக்காலக் கவிதைகள்' கதை இருக்கிறது. கடவுளை நம்பும் சிறு பெண்ணின் மன உலகம் சிறப்பாக எழுதப்பட்டுப் பின்பகுதி கடவுள் இல்லை என்பதற்கான ஒட்டுச் சம்பவமாக இருக்கிறது இந்த நாள் இனி வரும் பகுதி. கடவுள் இல்லை என்பதற்கு ஒரு சோதனை அவ்வளவுதான். கடவுள் இல்லை என்றானபின் அடைகிற வெறுமை காத்திரமாக இல்லை.

ஆணும் ஆணும் சேர்ந்து வாழும் கதையைச் சொல்ல வேண்டும் என்று திட்டமிட்டு எழுதிய கதை 'ஒருவர் மற்றொருவர்' அதற்குமேல் அக்கதைக்கு எந்த முக்கியத்துவமும் இல்லை. 'பிளாஸ்டிக் டப்பாவில் பாராசக்தி முதலியார்' கதை இன்றைய உறவுப் பிரச்சனையைச் சொல்கிறது. வீடில்லாத தாய் வெளிநாட்டில் பெண்பிள்ளைகளிடம் அண்டி ஒடுங்கும் நிலை கண்டு ஏதாவது செய்ய பந்தம் தூண்டுவதைச் சொல்கிறது. இந்தியப் பெண்கள் இரண்டாம் திருமணத்தை இயல்பாக ஏற்று நகரும் காலத்தையும் இக்கதை சொல்கிறது. சிறுகதை என்ற அளவில் சரி. இக்கதை பெரிய வீச்சை தனக்குள் கொண்டிருக்கவில்லை. 'பிரசுரிக்கப்படாத கைப்பிரதியில்' ராமசாமி என்பவர் அபத்தமான சடங்கு சம்பிரதாயங்களைத் தூக்கி எறிபவர். பெண்களை மதிப்பவர். அவரின் மகளான திரு, சைவ இலக்கியங்கள் மீது நல்ல வாசிப்பு உடையவர். சமய சந்தர்ப்பங்களில் சைவ வரிகளை அள்ளிப் போடுபவர். பழமையை விரும்பாத ராமசாமியின் மகள் சைவத்தில் தோய்ந்திருக்கிறார். ஆனால் கதையின் பிற்பகுதியில் அதற்கான அடையாளங்கள் இல்லை. பெண்களின் சுயமரியாதையை மதிப்பவர் என்பதற்காக ராமசாமி என்று பெயர் வைக்க வேண்டுமா? நம் ஈவெராவை நினைவூட்டுகிறது. ரெங்கையா,

மூக்கையா என்றே கூட வைத்திருக்கலாம். இக்கதை குறித்து இப்படிச் சொல்வது என்ன? இன்னும் அக்கதை நேர்த்தி பெறும் என்பதுதான். நேர்த்தி என்பது கதைக்குள் நிஜத்தை உண்டாக்குதல் என்பதாகவே கொள்கிறேன். இக்கதை நல்ல கதைகளுள் ஒன்று. அதில்கூட அம்பையின் விட்டேத்தியான சீண்டலால் கதையின் வீச்சு குறைகிறது என்பதை நல்ல வாசகர்கள் உணர்வார்கள்.

இங்கு ஒன்றைக் குறிப்பிட வேண்டும். முதல் தொகுப்பில் ஆண்கள் மீது விழும் சவுக்கடிகள், இரண்டாம் தொகுப்பில் பெண்களைத் தட்டி எழுப்பும் கைகளாக மாறுகின்றன. மூன்றாவது தொகுப்பு முதல் தொகுப்பின் பலகீனங்களை நீக்கிக் கொள்கின்றது. மற்றொரு வகையில் சொல்வதானால் ஆண் பெண் என்பது சமூகத்தில் புரிபடாத இயக்கம் என்பதை உணர்ந்து கொண்ட பெண்ணின் பார்வை மேலெழுகிறது. இன்று அம்பை வந்தடைந்திருக்கிற இடம் இது. மனவெழுச்சி மங்கியிருந்தாலும் சொல்முறையில் ஏற்பட்டுள்ள நேர்த்தி, கனிவு கூடிவந்திருக்கிறது. இந்தப் பிணைப்பை ஆதாரமாக வைத்துக்கொண்டு ஆணாதிக்கச் செயல்பாடுகளை விமர்சிக்கிறார். ஆணின் ஆதிக்கங்களை வெளிப்படையாகச் சொல்லாமல் பிரச்சனையின் மையத்தில் வைத்துக் கவனப்படுத்துகிறார். இந்த அம்சம்தான் இவரின் ஆரம்பகாலக் கதைகளில் இல்லை. அதனால்தான் அவை ஒரு பக்க நியாயங்களாகவே நிற்கின்றன. இதனை அம்பை உணர்ந்து படைத்த கதைகள் மூன்றாம் தொகுப்பு.

ஆரம்ப காலத்துக் கோபங்கள், வலிகள், வேதனைகள் இங்கு நிதானத்துடன் பார்க்கப்படுகின்றன. அதே ஆண் - பெண் முரண் என்றாலும் ஆண் மீதான வெறுப்பு மங்குகிறது. அதாவது ஆரம்பகட்ட படைப்புகளில் தனக்குத்தோதாக கட்டிவைத்த ஆண்கள் போல பிற்காலத்திய படைப்பில் இல்லை. அவர்களுக்கும் கொஞ்சம் சுதந்திரம் தர முயல்கிறார். இங்கு நடக்கும் சமரில் ஆண்களின் சுயநலத்தன்மையும், ஆதிக்கப்போக்கையும் சரியாகவே வெளிப்படுத்தியுள்ளார். ஆணாதிக்க வலைகளைக் கிழித்து மேலெழுந்து வரும் பெண்களின் துயரத்தையும் சுயத்தையும் மிகச்சரியாகவே படைத்திருக்கிறார். ஆண்களின் கள்ளத்தனங்கள் உண்மையானவை. ஆணுக்கான அகண்ட வெளியில் பெண் தனது இருத்தலுக்கு முட்டிமோத வேண்டியிருக்கிறது. ஆணுக்கான வாய்ப்பென்பது ஏராளம்; பெண் தனக்கான வாய்ப்பை உருவாக்க

நீண்ட காலம் காத்திருக்க வேண்டியிருக்கிறது. உண்டாகும் மிகச்சிறிய வெளியைக் கைப்பற்றித் தன்னை வெளிப்படுத்திக் கொள்ள வேண்டியிருக்கிறது. இந்த ஆணிய உலகில் காலமும் வெளியும் பெண்ணிற்கு மிகச்சிறியது என்பதை 'மல்லுக்கட்டு' கதை முன்வைக்கிறது. அம்பையின் சிறந்த கதைகளுள் இக்கதையும் ஒன்று. இவரின் கதைகளில் பெண்முனைப்பு என்பது அதிகம். அதற்கு அம்பையின் மனநிலையும் ஒரு காரணம். அவருக்குகந்த கதைகளை உருவாக்கியிருக்கிறார். தனது கருத்தியல்களை, நோக்கங்களை, விருப்பங்களைக் கழற்றி வைத்து விட்டுப் பார்க்கிற பார்வை இருந்திருந்தால் வேறு வகையான பெண்கள் உலகத்தையும் தனது கதைகளில் கொண்டு வந்திருக்கலாம். எந்தவிதமான திட்டங்களும் இல்லாமல் பெண்களின் ஆசாபாசங்களை விலகி நின்று பார்ப்பது முக்கியமானது. சாதாரண பெண்களின் பார்வையில் அவர்களின் உலகம் மலரவில்லை. இவர் எழுதிய எல்லாக் கதைகளிலும் இவரின் கோணத்திற்குப் பங்களிப்புச் செய்யும் விதமாகத்தான் வருகிறார்கள் இந்தச் சாதாரணப் பெண்கள். எப்படிச் சொன்னாலும் இவர் எழுதிய மூன்று காலகட்டத்துக் கதைகளிலும் வெற்றிகரமான சில கதைகள் நமக்குக் கிடைக்கின்றன. அவை தமிழ்ச் சிறுகதை வரலாற்றில் புதிதாக இருக்கின்றன என்பது முக்கியமான விசயம். 'அம்மா ஒரு கொலை செய்தாள்', 'வீட்டின் மூலையில் ஒரு சமையலறை', 'மல்லுக்கட்டு', 'காட்டில் ஒரு மான்', 'பிரசுரிக்கப்படாத கைப்பிரதி' போன்ற கதைகள் முதன்மையானவை. 'சிறகுகள் முறியும்', 'கருப்புக்குதிரை சதுக்கம்' இரண்டும் காத்திரமானவை. பொங்கிப் பெருகும் பெண்ணின் மன உணர்வுகள் சிறப்பாக வெளிப்பட்டிருக்கின்றன. 'வெளிப்பாடு', 'புணர்', 'த்ரிசங்கு' பெண் எழுத்துக்குப் பங்களிப்புச் செய்பவை. தொடர்ந்தும் நிதானமாகவும் தமிழ்ச் சிறுகதைகள் வளர்ச்சிக்கு அம்பை செய்துவரும் பங்களிப்பு முக்கியமானது. பல்வேறு விமர்சனங்களுக்கு இடமளித்தாலும் அவரின் தனித்த குரலுக்கு எப்போதும் இலக்கிய மதிப்பிருக்கும்படியான ஒரு சில நல்ல கதைகளை ஒவ்வொரு தொகுப்பிலும் தந்து விடுகிறார்.

II

அம்பை தனது எழுத்தியக்கத்தில் தெளிவாகத்தான் இருக்கிறார். நீங்கள் சொல்லும் சிறுகதை அழகியலையோ, பண்பாட்டு உளவியலின் ஆழத்தையோ, விநோதங்களையோ மாறுபட்ட கோணங்களையோ நான் பொருட்படுத்தப் போவதில்லை. இந்த ஆண்களின் உலகம் இழைத்த தீமைக்கு எல்லாவிதமான வழிகள் இருந்தும் என் எதிர்க்கருத்தைப் புனைவில் வைப்பேன் என்ற நிலைப்பாடு இருக்கிறது.

சிறுகதையின் ஒருமை பற்றிப் பேசும்போது ஒரே கதையில் இரு கதைகளைப் பின்னிச்செல்வது என்ற மேலைநாட்டின் புதிய வடிவத்தைக் கைக்கொள்வதில் அது ஏற்படுத்தத் தவறும் வாசக பாதிப்பைப் பற்றி கவலை இல்லை என்ற நிலைப்பாடும் இருக்கிறது. நீங்கள் விரும்பும் தாய்மை, நீங்கள் விரும்பும் வாரிசு என எல்லாவற்றையும் தூக்கி எறிந்து, இந்த உடலை என் விருப்பம்போல் கொண்டாடுவேன். இது ஆண்களுக்குச் சொந்தமானது அல்ல. அதில் இம்மியளவும் அதிகாரம் செலுத்த எவனுக்கும் உரிமை இல்லை; என் விருப்பம்போல் என் உடலைக் கொண்டாடுவேன் என்பதில் உள்ள புதிய பெண்ணிய கோட்பாட்டைப் பிற்காலக் கதைகளில் எழுதியிருக்கிறார்.

இலக்கியமும் சமூகமும் ஆணாதிக்க மனோபாவத்தால் கட்டமைக்கப்பட்டே வந்திருப்பது. இவ்விதம் உருவாக்கப்பட்ட பெண்களைப் பற்றிய எண்ணங்களுக்கு மாற்றான பார்வையில் பெண்களின் கோணத்தை, அவர்களது உளக்கொதிப்பைக் கருத்தியல் ரீதியாக கலைவடிவில் முன் வைத்தார். வைக்கிறார். பெண்களின் சௌகர்யம் சார்ந்து எடுக்க வேண்டிய முடிவுகளை உரத்தக் குரலில் முன் வைக்கிறார். பொதுச் சமூகத்தின் மனநிலையில் எழுதினால் நோக்கத்தைச் சென்றயடையாது என்பதனால் அதனைத் தவிர்த்துவிட்டு சார்புநிலையை - அதன் நியாயத்தோடு எடுக்கிறார். பொதுச் சமூகம் என்று வருகிறபோது அங்கே ஆண்களின் விருப்பங்களால் கட்டமைக்கப்பட்டிருக்கும் தளத்தில் இருந்து எழுதவேண்டியதாகிவிடும் என்பதால் பெண்ணிய நோக்கத்திற்கு முதன்மை தருகிறார். ஆர். சூடாமணி

பொதுச் சமூகம் என்ற தளத்தில் நின்று எழுதியிருப்பதை இந்த இடத்தில் நினைவு கூறலாம்.

"பார்க்கும் இடங்களில் எல்லாம் நந்தலாலா உந்தன் பச்சை நிறம் தோன்றுதையே நந்தலாலா" என்று பாரதி கண்டதைப்போல அம்பையின் கண்களில் தென்படுவதெல்லாம் ஆண்களால் வஞ்சிக்கப்பட்டவர்களில். சுரண்டப்பட்டவர்களில், ஏமாற்றப்பட்டவர்களில், மதிப்பை இழக்க நேர்ந்தவர்களாகத் தான் தென்படுகின்றனர். இந்தப் பூமியில் என்னென்ன துன்ப துயரங்கள் இருக்கிறதோ அத்தனையும் பெண்களின் மேல் கவிழ்ந்திருப்பதைத் தொடர்ந்து திறந்து காட்டுவதில் தீவிரமாக இயங்கியிருக்கிறார். குடிசையிலிருந்து மாளிகை வரை தமிழகம் மட்டுமல்ல உலகம் முழூக்கவே பெண்களில் இரண்டாம் பட்சமானவர்களில், உரிய கௌரவத்தைப் பெறாதவர்களாக, குடும்ப உறவுகளிலும் நட்பார்ந்த வட்டத்திலும் ஒடுக்கப்படுபவர்களாக இருப்பதைக் காட்டுகிறார். கொஞ்சமேனும் சுயமரியாதையுடன் தலைநிமிர்ந்து வாழ இக்கதைகளில் ஏதோவிதத்தில் பெண்களை உசுப்பிவிட உதவுமென்றே நினைக்கிறேன்.

அம்பையின் கதைமாந்தர்கள் நிலையாக ஓரிடத்தில் நிலம் சார்ந்த குடியானவ சமூகம் போல வாழ்பவர்கள் அல்ல. உலகின் வெவ்வேறு இடங்களுக்கு வேலை நிமித்தமாகச் செல்பவர்களில், வேறு பல காரியங்களில் சார்ந்து செல்பவர்களில், புதிய உறவுகளில் ஏற்பட்டு புதிய அனுபவத்தை எதிர் கொள்பவர்கள். இடத்திற்கு ஏற்பத் தங்களை அனைத்துக் கொள்பவர்கள். இந்த நவீன யுகத்தில் கரைந்து போகும் அவர்களின் உறவுப் பிரச்சினைகளைச் சொல்கின்றன. எங்கும் அவர்களின் விருப்பங்கள், சுதந்திரம், கனவுகள் சார்ந்து ஒடுக்கப்படுவதைச் சொல்கின்றன. உலகமே ஒரு கதையுலகமாக மாறிப்போய்க் கொண்டிருக்கும் கோலத்தைக் காட்டுகின்றன, ஒரு வகையில் பணி நிமித்தமாக உலகமெங்கும் போய் அமரும் பிராமணர்கள் வாழ்க்கைதான். ஆனால் பிராமணர்கள் காட்டும் இவர்களது உறவுச் சிக்கல்களில் காலத்தால் மேற்கத்தியமயமாகி பிரச்சனைகள் பழசாகிவிட வாய்ப்பிருக்கிறது. முக்கியமாக காமம் சார்ந்த பிரச்சனை. புதிய தலைமுறை மனிதர்களைவிட நேர்முன் தலைமுறையின் குடும்ப உறவுகளின் நெருடல்களை அதிகம் பேசுகின்றன.

2

படைப்பு ரீதியாக அம்பையின் கதை உருவாக்கத்தில் எனக்கு விமர்சனங்கள் உண்டு. 'கைலாசம்', 'மஞ்சள் மீன்', 'காட்டில் ஒரு மான்' போன்றவை நல்ல கதைகள்போல தோன்றினாலும் படைப்பு ரீதியாகக் குறைபாடு உடையனவே. அசோகமித்திரன் 'விடிவதற்குளில்' என்று ஒரு கதை எழுதியிருக்கிறார். தண்ணீர் பஞ்ச காலத்தில் சென்னை நகரவாசிகளில் நடு இரவிற்கு மேல் தூக்கத்தைத் தொலைத்து, தண்ணீர்டேங் லாரி வரும் வரைக் காத்திருந்து, வந்ததும் தெருவாசிகளில், போட்டிபோட்டுப் பிடிக்கிற அவசரம். ஒவ்வொருவருக்கும் இத்தனைக் குடம் அல்லது இத்தனை வாளிகளில் என்ற ஒரு கணக்கு. ஒருத்தி பிடித்து பிடித்து வீட்டுக்கும் லாரிக்கும் ஓட்டமும் நடையுமாக இருக்கிறாள். தெருமாடுகள் அலையும் தெரு அது. தண்ணீருக்காகச் சண்டை சச்சரவுகளில் தள்ளுமுள்ளும் நடக்கிறது. அவளில் நிரப்பிய வாளியைத் தூக்கிக்கொண்டு வந்து வாசல் முன்வைத்துவிட்டு கடைசி குடம் பிடிக்க ஓடுகிறாள். அதை நிரப்பி தூக்கி வரும்போது ஒரு கன்று அவள் வைத்த வாளியில் தண்ணீரைக் குடித்துக்கொண்டு இருக்கிறது. துரத்திவிடுவதா? குடிக்கவிடுவதா? என்ன செய்வது என்று ஒரு கணம் தடுமாறுகிறது. அவள் 'பாவம் குடிச்சிட்டுப்போ... உனக்கும் பசிக்கும் தானே' என்று குடிக்க விடுகிறாள். 'மஞ்சள் மீன்' கதையில், குறைப்பிரசவத்தில் பிறந்த குழந்தை, அதைப் பற்றிய எண்ணம், இறக்கும்முன் அச்சிசு வாயை வாயை திறந்த விதம் எல்லாம் கடற்கரையில் துள்ளும் மீனைப் பார்த்ததும் கதை சொல்லிக்கு நினைவிற்கு வருகிறது. கடற்கரையில் வலைகளில் பின்னிக்கிடப்பதை ஒழுங்கு செய்கிறார்கள். வலையில் சிக்கியிருந்த ஒரு மஞ்சள் மீன் குதித்து சுடுமணலில் விழுந்து துடிக்கிறது. அதன் துடிப்பு, உயிருக்காக வாயை வாயைத் திறப்பது, பிறந்து இறந்த தன் குழந்தையின் துடிப்பை நினைவிற்குக் கொண்டு வருகிறது. அதைப்பிடித்து கடலில் விட முயல்கிறாள். பிடி நழுவுகிறது. அங்கு விளையாடிக் கொண்டிருக்கும் மீனவ சிறுவனிடம் உதவிகேட்க அவன் அதை லாவகமாகப் பிடித்து கடலில் விடுகிறான்.

கதைசொல்லி குறைப்பிரசவத்தில் பிறந்து இறந்த குழந்தையையும் உயிருக்குப் போராடும் சிறு மஞ்சள் மீனையும் ஒப்பிட்டுப் பார்க்கிறாள். இந்த ஒப்பீட்டு எண்ணம் கதையில்

இயல்பாகப் பொருந்தி வரவில்லை. வலையில் சிக்கிய மீன்களில் துள்ளி விழுந்து மடிவது கடற்கரையில் சர்வசாதாரணம். இந்தக்காருண்யம் அசோகமித்திரன் கதையில் உருவாகும் கனிவுபோல பொருந்தி வந்து பாதிப்பதில்லை. ‘விடிவதற்குள்’ சூழல் அசலாக உருவாகி வந்திருக்கிறது. இங்க்பேட்டரில் வைத்தும் காப்பாற்ற முடியாத குழந்தையின் அஸ்தியைக் கடலில் கலக்கும் இடத்தில்தானே கதை நிகழ்கிறது என்று வார்ப்பு சார்ந்து சமாதானம் சொன்னால்கூட இரண்டு நிகழ்வுகளும் வேறு வேறு காலங்களில் நிகழ்ந்தவை. அம்பையின் கதைகளில் தற்செயல் நிகழ்வு என்பதே இல்லை. வாழ்க்கை என்பதே தற்செயல் நிகழ்வுகளால் நிரம்பி இருப்பவை. திட்டமிட்டு ஓடும் வாழ்க்கையிலும் தற்செயல்களை நாம் சந்தித்துக்கொண்டு இருக்கிறோம். அவற்றில் சிறிதும் பெரிதுமான சந்திப்புகளில்; வெளிச்சங்களில்; கசப்புகளில்; திகைப்புகளில் என புதிய அனுபவங்களில் கிடைக்கின்றன. இந்தத் தற்செயல் நிகழ்வுகள் அம்பையின் கதைகளில் இயல்பாக உருவாகவில்லை. ஒரு நல்ல கதை முதலில் வாசகனைப் பாதித்தப்பின்தான் அதன் பேசுபொருளில் வீச்சு சார்ந்து பேச முடியும். படிக்கிறபோதே நம்பகத்தன்மை சார்ந்த இடர்ப்பாடுகளில் ஏற்படும்போது கதையின் மீதான ஈர்ப்பு போய்விடுகிறது. ஒரு கதை வாசகனை உள் இழுத்து பாதிப்பதற்கும் வெளியே தள்ளுவதற்கும் அதனினுள்ளே உருவாகி அல்லது உருவாக்கி இருக்கும் அசலான சூழல் சார்ந்தே நிகழ்கிறது. சூழல் செயற்கையாகக் கட்டமைக்கப்பட்டிருப்பது தெரிகிறபோது பாதிப்பை ஏற்படுத்துவதில்லை.

உலகம் முழுக்க மூன்று வகையான வாசகர்கள் உண்டு. வெறுமனே இலக்கிய வாசகர்களாக மட்டுமே இருப்பவர்களுக்கு இந்த இடர்ப்பாடுகள் ஒரு பொருட்டில்லை. கொள்கை கோட்பாடுகளில் சார்ந்த வாசகர்களுக்கு அது சார்ந்த எழுத்துக்கள் ஈர்க்கக்கூடியதாக இருக்கும். பிரச்சனைகளைப் படைப்பு வடிவில் பேசுவதற்காகவே எழுதப்படுபவை என்பதால் அங்கு அவ்வெழுத்துக்களுக்கு ஒரு முக்கியத்துவம் இருக்கவே செய்கிறது. அது ஒரு விவாதக் களத்தை உருவாக்குகிறது. அதில் முன்வைக்கப்படும் நியாயங்களில் உண்மையானவையே. இந்த உண்மை பற்றி பேசும்போது மாற்றுப் பக்கத்து உளவியல் முற்றாக அடிபட்டுப்போகிறது. அதற்கான இடங்களை இப்படைப்புகள் அளிப்பதில்லை. படைப்பு சார்ந்து வாசகனுக்கு,

சார்பற்று படைப்பு பூரணமடைந்திருக்கும்போது மட்டுமே அவனைப் பாதிக்கிறது. அந்த முழுமை எய்தாதபோது என்ன முக்கியமான விசயத்தைப் பேசினாலும் பாதிப்பதில்லை. அம்பையின் படைப்பை வாசகனாக கோட்பாட்டாளனாகப் படிக்க முடியும் விசயங்களைப் பெற முடியும். சகபடைப்பாளியாகப் படிக்கும் போது என்னைப் பொறுத்தளவில் பெரிய பாதிப்பை ஏற்படுத்துவதில்லை.

'காட்டில் ஒரு மான்' எல்லோராலும் புகழப்பட்ட கதைதான். அக்கதையின் தேர்வு சிறப்பானது. பூப்பே எய்தாமல் கிழவியாகிப்போன தங்கம் என்ற பெண்ணைப் பற்றிய கதை. கதைசொல்லியின் பார்வையில் சொல்லப்படுகிறது. இதை மற்றவர்கள் அதுவரை தமிழ் இலக்கிய உலகிற்குள் எழுதாது விட்ட இடத்தை எழுதுகிறபோது அதன் புதுசான தன்மை நம்மை முதலில் கவர்ந்துவிடுகிறது அறியப்படாத ஒன்றை அறிந்துகொண்டது போன்ற ஒரு புதிய அனுபவம் கிட்டுகிறது. அந்த வகையில் அக்கதை முக்கியத்துவம் பெறுகிறது.

கதைக்குள் கதைசொல்லி வழியாக தங்கம் சொன்ன 'காட்டில் ஒரு மான்' கதை பொருந்திப் போகவில்லை. தங்கத்தின் வாழ்வை ஒரு குறியீடாக வெளிப்படுத்தும் அக்கதையில் வரும் புதியகாடு அவளில் வாழ்ந்த வாழ்க்கைக்குப் பொருந்தவில்லை. புலம்பெயர்ந்த சூழலில் இதுபோன்றதொரு விசயத்தை எடுத்துப் பேசும்போதுகூட பொருந்திப் போகலாம். தங்கம் என்ற மான் தான் வாழ்ந்த காட்டிலிருந்து எப்படியோ தப்பி புதிய காட்டிற்குள் நுழைகிறது. பழக்கமில்லாத காடு. அங்குள்ள பறவைகள், விலங்குகள், பாம்புகள், மரங்கள் அந்நியமானவை. அந்த அந்நியமான உலகில் பழகிப் பழகி புதிய காட்டின் மானாக மாறுகிறது; தங்கம் அந்தக் குடும்பம் என்ற பழைய காட்டுக்குள்ளேதான் வாழ்கிறாள். அவள் பூக்க முடியாது போவதால் கணவனுக்கு அவளே ஒரு பெண்ணை இரண்டாம் தாரமாகத் திருமணம் செய்து வைக்கிறாள். அவளுக்கு ஏழு குழந்தைகள் பிறக்கின்றன. அக்குழந்தைகளை நேசத்துடன் வளர்க்கிறாள். இரண்டாம் தாரமாக வந்தவளையும் கணவனையும் அன்புடன் பராமரிக்கிறாள். தங்கம் எந்தப் புதிய இடத்திற்கும் நகரவில்லை. அது புதிய காடு அல்ல. பழைய காடுதான். அவளது உடலைப் புதிய காடாகக் கொண்டிருந்தால் குறியீடு சரியாகப்

பொருந்திப் போயிருக்கும். அப்படி ஒரு சூழலை இக்கதை உருவாக்கவில்லை. இது சம்பந்தமாகப் பிறர் பார்வைக்கும் தங்கத்தின் உணர்விற்கும் உள்ள வித்தியாசத்தைச் சரியாகச்சொல்லி இருக்கிறார். இதனாலே இக்கதை படைப்பு ரீதியான பலகீனத்தைத் தாண்டி பொருட்படுத்த வேண்டியதாக இருக்கிறது. புதுசு, உணர்வு என்ற அம்சம் இக்கதைக்கு ஒரு முக்கியத்துவத்தைத் தருகிறது. கதை சொல்லியின் கோணத்திலிருந்து சொல்லப்படாமல் தங்கத்தின் பார்வையிலிருந்து சொல்லப்பட்டிருந்தால், கதை வேறொரு பரிமாணத்தைப் பெற்றிருக்கும். அவளது உள்ளத்தின் தத்தளிப்பை அறிந்து கொள்ள வாய்ப்பு அமைந்திருக்கும். அதுவும் இக்கதையிலிருந்து நழுவிப்போய்விட்டது.

'ஓர் இயக்கம், ஒரு கோப்பு, சில கண்ணீர்த் துளிகளில்' கதையில் பொதுவாழ்வில் ஈடுபட்ட ஒரு கதாமாந்தரின் அனுபவம் சார்ந்த அறிக்கையாக முன்வைக்கிற பாணியில் இருக்கிறது. இதுவும் ஒரு வெளிப்பாட்டு உத்தி. லத்தீன் அமெரிக்கக் கதைகளில் வெற்றிகரமாக இவ்வுத்தி அமைந்த கதைகள் இருக்கின்றன. கலவரச் சூழலில் எங்கும் மனிதாபிமானமற்றுப்போன தன்மையைக் கண்டு தனித்து சுயத்தோடு வாழும் மூன்று பெண்களின் அனுபவங்களில் பின்னி உருவாக்கியிருக்கிறார். அவர்களின் தேர்வு சார்ந்த அந்தரங்கமான வாழ்க்கை, அவர்களது எழுத்துப்பணி, சமூகப்பணி, வாசிப்பில் இருக்கும் ருசி, ஒதுக்கித் துரத்தும் குடும்ப உறவுகளில், எல்லாம் கதைக்குள் வருகின்றன. இவர்களின் வாழ்க்கை முறைகளைச் சொந்த பந்தங்கள் விரும்புவதில்லை. அவர்களுக்குள் பாலியல் உறவு இருப்பது போன்ற யூகத்திற்கும் இடம் அளித்து மற்றவர்கள் வெறுப்பதைக் காட்டியிருக்கிறார்.

இந்து - முஸ்லிம் கலவரத்தில் முஸ்லிம் பெண்களில், குடும்பங்களில், தாக்குதலுக்கு உள்ளானதை வாய்மொழிக் கதைபோலக் கூறிச் செல்கிறார். மதவெறிச் செயல்களைச் சட்சட்டென உரையாடல் வழியும் சொல்லிச் செல்கிறார். இவ்வளவு அடர்த்தியான விசயம் இருந்தும் ஒரு சிறந்த சிறுகதை நிகழ்த்தும் உலுக்கல், வெடிப்பு நிகழவில்லை. புனைவுவெளி மறைந்து தான் கேட்ட பிறர் சொன்ன மத உணர்வுகளை அதிகம் சொல்வதால் புனைவிற்கு இருக்கும் ஈர்ப்பு இல்லாமல் இருக்கிறது. புனைவு உருவாக்கும் மெய்மை உலகம் செய்திகளால்

கூடிவரவில்லை. நிகழ்வுகளை, விவாதங்களை ஒரு தொகுப்புரை போலத் தொகுத்துச் சொல்லும்போது கதை காட்சிரூபம் கொள்ளாமல் போய்விடுகிறது. மானிடர்களில் இயல்பாக வெளிப்படும் அப்பாவித்தனம் முற்றாக வெளியேறி அறிவார்த்தம் மேலோங்கிவிட்டது. எல்லாம் எங்களுக்குத் தெரியும் என்ற முனைப்பு பிற அம்சங்களை முற்றாக மறைத்துவிட்டது. கதை மிக முக்கியமான பிரச்சனைகளை உண்மையாகப் பேசுகிறது. அதில் உணர்ச்சி ஒரு பாவலாக இருக்கிறது. கலை உணர்வாக வெளிப்படவில்லை. ஆண்களின் சட்டாம்பிள்ளைத்தனம் போலவே இதுவும். பெண்களில் அறிவாளிகள், அறிவுஜீவிகள், புரட்சிக்காரிகள், ஆண்கள் அடிப்படைவாதிகள், மதவெறியர்கள், மடையர்கள் என்கிற எதிர்நிலைப்பாடும் இருக்கிறது. அப்பா மதவெறியன், கணவன் தூங்குமூஞ்சி, மூக்குடைபடும் சோம்பேறி அண்ணன் இப்படியாகச் சாடுவதற்கும் கதையைப் பயன்படுத்திக் கொள்கிறார். எப்போதும் இடம்பிடித்துவிடும் ஆண்வளர்ப்பு - பெண்வளர்ப்பு பேதங்கள் பற்றிய பார்வையையும் முன்வைக்கிறார். எத்தனை கதைகளில்தான் ஒரே விசயத்தைப் படிப்பது? சமூக அக்கறைகொண்ட பெண்கள் இந்தச் சமூகத்தில் தனித்து இயங்குவது லேசுப்பட்ட காரியமில்லை என்பதை இக்கதை சொல்லத்தான் செய்கிறது. கு.ப.ரா 80 ஆண்டுகளுக்கு முன் எழுதிய 'சிறிது வெளிச்சம்' கதை ஓர் அசலான பெண்ணியக் கதைதான். அப்பெண்ணின் குரல் இன்றளவும் ஒலிக்கிறது. வடிவ ஒருமை அதன் வெற்றியில் பெரும் பங்கு வகிக்கிறது.

'ஓர் இயக்கம், ஒரு கோப்பு, சில கண்ணீர்த் துளிகள்' ஒரு சிறுகதையாகப் பாதிப்பை ஏற்படுத்தவில்லை. அதே சமயம் அம்பை முப்பதாண்டுகளுக்கு முன்பு புரட்சிகர இயக்கத்தில் ஈடுபட்ட ஒரு பெண்ணின் செயலையும் எதிர்கொண்ட வன்முறையையும் சொல்லியபடியே நகர்ந்து உடல்சிதைவை திடுக்கிடலோடு காட்டும் இடத்தில் ஓர் உச்சத்தை அடைந்ததை இங்கு நினைத்துப் பார்க்கத் தோன்றுகிறது. (கறுப்பு குதிரை சதுக்கம்) முப்பது பக்கம் கொண்ட நெடுங்கதையில் முஸ்லிம்களுக்கு ஏற்பட்ட பாதிப்பை வாசகன் நெஞ்சை உலுக்கும்படியாக வெளிப்படுத்தவில்லை. வார்த்தைகளால் வர்ணம் தீட்டியிருக்கிறார். கலவரமும் அழுத்தம் பெறவில்லை. ப. சிங்காரம் 'புயலிலே ஒரு தோணி' நாவலில் ஆங்கிலேயர் தோற்க, ஜப்பான் படை உள்நுழையும்போது பொதுமக்கள்

கடைவீதியை அடித்து நொறுக்கி கொள்ளையிடும் சம்பவத்தைப் பதட்டம் கொள்ளும்படி விவரித்திருப்பார். 'பதினெட்டாவது அட்சக்கோடு' நாவலில் வரும் இந்து - முஸ்லிம் கலவரத்தில் குடும்பத்தையும் உறவினர்களையும் காக்க பதினாறு வயது பெண், தன் நிர்வாணத்தைக் காட்டி, வெளிப்படுத்திக்கொண்ட மானுட பேரவலத்தைக் காட்டும் இடம் போன்று ஏதும் இல்லை. கலவர பாதிப்புகளில் தரவுகளாக இருக்கின்றன. வாசகனைப் பாதிக்கப்பட்டோர் சார்பாக குற்ற உணர்ச்சியை ஏற்படுத்தவில்லை.

சாருநிவேதா இந்திராகாந்தியின் படுகொலையை ஒட்டி நிகழ்ந்த கலவரத்தில் சீக்கியர்கள் பட்ட துன்பங்களை 'திரிலோச்புரி' கதையில் தீயில் கருகும் உடலின் வாசனையை உக்கிரமாக வெளிப்படுத்தியிருப்பார். எப்போதோ படித்தது. இப்போது நினைத்தால்கூட பயம் பற்றிக் கொள்கிறது. இக்கதையில் மூன்று பெண்கள் பட்ட அவதிகள் அவர்களுக்கு நிகழ்ந்த கொடூரங்கள் அறிக்கையாக முன் வைக்கப்பட்டிருக்கிறது. சுந்தர ராமசாமி தன் எழுத்துப் பயணம் குறித்து சிறுவயதில் சொன்ன வாசகம் பிரச்சித்தி பெற்றது. "ஒரு கலைஞனாக நான் எந்த கொள்கைக்கும் பூரண விசுவாசம் செலுத்துகிறவன் அல்ல" என்றது நினைவிற்கு வருகிறது.

'கைலாசம்' கதையில் பெண் உடல்மொழி பற்றி விரிவாக மாய்ந்து மாய்ந்து பாடம் எடுக்கிறார். உணர்வின் விநோதங்களை எழுத முடியாமல், அவன் உடலை இப்படிக் கொண்டாடினான், இவன் இப்படிக் கொண்டாடினான் என்று விளக்கிக் கொண்டு இருக்கிறார். அனுபவமாகத் திரளாமல் வார்த்தைகளால் மொழியப்பட்டிருக்கிறது. ஜோடனை இருக்கிறதே தவிர காமக்கொதிப்பில் உடல் கண்டடைந்த பரவசம் இல்லை. தொண்ணூறுகளில் புதிதாக எழுத வந்த பெண் கவிஞர்களிடம் வெளிப்பட்ட அசலான உடல்மொழிபோல இல்லை. அதைப்பார்த்து பாவனை செய்கிறார் குட்டிரேவதி சுகிந்தராணி போன்றோரின் கவிதையில் கூடி வந்த பெண்மொழிபோல உணர்வு சுழிப்பின் இயல்பில் அமையவில்லை.

கமலத்தின் மீது மோகம் கொண்டு காதலைச் சொல்கிறான் கைலாசம். கமலம் முடிவெடுக்க முடியாத நிலையில் உன் மீது

எனக்குக் காதல் இல்லை என்கிறாள். ஏமாந்து போகிறான். பின் தேன்மொழி என்ற பெண்ணைத் திருமணம் செய்கிறான். அவளைத் தொட அச்சப்பட்டு விலகியே இருக்கிறான். அவள் பின் வேறு திருமணம் செய்து குழந்தைகளைப் பெறுகிறாள். (கைலாசத்தின் நிலையை விளக்க) திருமணமான புதிதில் தேன்மொழியை கமலத்தின் அறையில் தங்க வைக்கிறார். கைலாசத்தின் கதை சொல்லப்படுகிறது. பல ஆண்டுகள் கழித்து தேன்மொழி, கைலாசம் கமலம் பற்றி எழுதியிருக்கும் காதல் டைரியை - படிக்காமல் அப்படியே கொண்டுவந்து இவளிடம் ஒப்படைக்கிறாள். கமலம் பழைய விசயங்களை நினைத்துப் பார்க்கிறாள். படிக்காமலே டைரியைப் பழைய காதலியிடம் பழைய மாணவி ஒப்படைப்பது தமிழ் சினிமாவில் பார்த்துச் சலித்த ஒன்று. கமலத்தை நெருங்கி அணைக்க ஆசைபட்ட போது அவள் வேண்டாம், இஷ்டமில்லை என்றதும் கைலாசம் அதிர்ந்து அப்படியே பயந்து சுருங்கிப்போகிறான். அந்த கைலாசம் பேராசிரியரும்கூட தேன்மொழியைத் தொடவே அதனால் பயப்படுகிறான். இப்படி காது குத்தி ஒரு கதையாகப் பண்ணியிருக்கிறார். ஆகா அன்று இந்த உடலை கைலாசத்திற்குத் தந்திருக்கலாமே என்று பச்சாதாபப்படுகிறாள் கமலம். கைலாசம் ஆண்மையற்றவனாகக் காட்டப்படவில்லை. கமலம் மறுத்த அதிர்ச்சியில் உறைந்து போனதாகக் காட்டுகிறார். ஆண் உடல் பற்றி அம்பையின் உருவாக்கம் பரிதாபமாக இருக்கிறது. சினிமாத்தனம் நிரம்பிய கதை. கமலம் பல ஆடவருடன் உறவுகொண்டு தன் உடலைக் கொண்டாடியதை நினைத்து கைலாசத்திற்கும் வாய்ப்புக் கொடுத்திருக்கலாம் என்று முடிகிறது கதை. கதைதான். பல ஆடவருடனான ஒரு பெண்ணின் உடல் பகிர்வு என்பதை சகஜமானது என்று காட்ட எழுதப்பட்ட கதை. எண்ணம் சரிதான். கமலம் வேண்டாம் என்று சொன்னதும் கைலாசம் அப்படியே வாழ்நாள் முழுக்க உறைந்து போனான் என்பதெல்லாம் சினிமாவிற்குப் பொருந்தும். மனிதனுக்குப் பொருந்தாது. இதற்கான காரண காரியங்கள் இக்கதையில் கூடிவரவில்லை. பெண் உடலைக் கொண்டாடுவோம் என்பதற்காக வலிந்து எங்கெங்கோ கோர்த்து எழுதப்பட்ட கதை. அம்பையால் ஓர் ஆண் பாத்திரத்தை அதன் நிறைகுறைவோடு உருவாக்க முடிந்ததே இல்லை. கைலாசம் ஒரு பொக்கான பாத்திரம். ஜீவத்துடிப்பு துளிகூட இல்லை. கைலாசத்தின்

மீது காட்டும் கருணை வெற்று ஜாலமாகத்தான் இருக்கிறது. கதையில் பல குளறுபடிகளில். உடல்சார்ந்தும் மனம்சார்ந்தும் சரியாக உருவாகவில்லை. ஏன் கம்பன் பெரும் படைப்பாளியாக உணர்ந்து நிற்கிறான் என்றால் இராவணன், வாலி, இந்திரஜித் போன்ற எதிர்மறை பாத்திரத்தின் உள்ளத்துயரை, அவர்கள் பக்கத்து நியாயங்களை மனத்தடையில்லாமல் பேச இடம் தருவதால்தான். அது அம்பையிடம் இல்லை.

அம்பையின் தலையீடு, விமர்சனப்பார்வை இல்லாமல் எழுதப்பட்ட 'பயணம் - 7' கதை ஒரு வகையில் பெண்ணியம் பற்றித்தான் பேசுகிறது. எனினும் அது உள்ளூறையாக மறைந்து இருக்கிறது.

ஒரு குடிகாரனால் அடித்து துரத்தப்பட்ட சிறுவயதுப் பெண்ணை ரயில்வே நிலையத்தில் சந்திக்கிறாள் கதை சொல்லி. அவளுக்கு இரண்டு குழந்தைகள் உண்டு. அவளது பரிதாப நிலையை உணர்ந்து ஓர் ஆட்டோவில் கொண்டுபோய் வீட்டில் விடுகிறாள். ஓர் அபலைப்பெண்ணிற்கு உதவி செய்யப்போன இடத்தில், மனைவியைக் கண்டதும் தேவிடியா பட்டங்களை வாரி வசைபாடுகிறான் கணவன். மாமனார் எதுவும் கண்டு கொள்ளாமல் பீடி குடிக்கிறார். கதைசொல்லியைக் கண்ட மாமியார் மகனைக் குச்சியால் அடித்து அடக்குகிறாள். அவளும் குடித்திருக்கக்கூடும். உண்மையில் மருமகளுக்குச் சார்பாக மாமியார் செயல்படுகிறாளா? சூழலை சமாளிக்க அவள் நடிக்கும் நாடகமா என்று யூகிக்க முடியாததாக இருக்கிறது என்றார். கதைசொல்லி எதிர்கொள்ளும் வீட்டுச்சூழல் அந்தச் சிறுபெண் எப்படி தினம் தினம் இந்த சிக்கலான வாழ்க்கையை நகர்த்துகிறாள் என்பதற்கு அரைமணிநேர காட்சியே சாட்சியாகிறது. நேரடியான கதை. எளிய குடும்பங்களில் பெண்கள்படும் அவலத்தை நுட்பமாகச் சொல்கிறது. ஆசிரியர் தலையீடு இல்லாமல் நன்றாக வந்திருக்கிறது. இந்த நல்ல கதையில் அம்பையின் அடையாளம் காட்டும் குணமும் இருக்கிறது. ஆண்கள் அக்கறை அற்றவர்கள், வக்கிரம் பிடித்தவர்கள், திருட்டுத்தனம் மேவியவர்கள், ஆதிக்க மனநிலை கொண்டவர்கள் என்று ஒரு போடு போடுவதற்கு வாய்ப்பாகவும் இருக்கிறது, என்றாலும் இந்தக் கதையில் இந்த விமர்சனம் இயல்பாகக் குடி வந்திருக்கிறது.

3

அம்பை தன் எழுத்தின் வழி காட்டும் பெண்களின் குரல்களில் அவர்களது நியாயங்கள் ஒலிக்கின்றன. இதற்காக அம்பையின் கதைகளைப் படிக்கலாம். அறிவார்ந்த பெண்களின் மனப்பாங்கை நாம் புரிந்துகொள்ள படிக்கலாம். பெண் அரசியலின் தேவையை உணர்ந்துகொள்ள படிக்கலாம். முற்போக்கு எழுத்துபோல பெண் சார்புநிலை கொண்ட எழுத்து அம்பையினுடையது. அதன் உண்மைக்காகப் படிக்கலாம். பெண்களுக்கு நல்லது செய்யும் எழுத்து. படைப்பு என்ற பொதுதளத்தில் வைக்கிறபோது கதைகளின் உள்ளே நிகழும் குளறுபடிகளில் அக்கதைகளின் மெய்மைத் தன்மையை இல்லாமல் ஆக்குகின்றன. எதிர்தரப்பைப் பொருட்படுத்தாத எழுத்து பாதிப்பை நிகழ்த்தாது. இவரின் கதைகளில் அரிதாகக் காட்டப்படும் நல்ல ஆண்களில் கூட ஒருவர் ஆண்களில்தான். ஒரு மொல்லமாரியான முழுமையாகத் தோலை உரித்து காட்டுகிறார் என்பதோடல்லாமல் நல்லவனையும் எழுதுகிறார் என்ற சமநிலைப்படுத்தும் முயற்சி தானேயொழிய அந்த ஆணிடம் எந்த உணர்வும் இல்லை. உணர்வுப்பூர்வமான ஆண் இல்லை. மொல்லமாரிப்பயலை எழுதும்போது இருக்கும் ஆர்வத்தில் பத்தில் ஒரு பங்குகூட நல்லவர்களை எழுதும்போது மேவி வருவதில்லை.

பொதுச் சமூகத்தின் மனோநிலை பற்றியெல்லாம் கவலைப்படாமல் எழுதியிருக்கிறார். அவரையும் அறியாமல் அதன் வேர்களில் நின்று எழுதப்பட்ட கதைகளே அவரின் வெற்றியடைந்த கதைகளாக இருக்கின்றன. அவை மிகமிகக் குறைவானவை. ‘அம்மா ஒரு கொலை செய்தாள்’, ‘மல்லுக்கட்டு’, ‘கறுப்புக் குதிரை சதுக்கம்’ என்ற மூன்று சிறுகதைகளில் உண்டாக்கிய பாதிப்பை வேறு எந்தக் கதைகளும் எனக்குத் தரவில்லை. நூறாண்டுகளுக்கு முன் எழுதப்பட்ட செல்மா லோவிசா லேகர்லாவ்வின் ‘மதகுரு’, ‘தேவமலர்’ படைப்புகளில் இன்றும் பெருஞ்சாதனைகளாகவே இருக்கின்றன.

அம்பையின் கதை உலகம் முழுக்கவே ஆண் - பெண் என்ற பாகுபாட்டில் நிலவும் முரணை இனம் காட்டுவதிலேயே வந்து சேர்ந்துவிடுகிறது. மாற்ற முடியாத மனவார்ப்பு இது. தனித்தனிக் கதைகளாகப் படிக்கிறபோது தோன்றாத பலகீனமும்

அலுப்பும் மொத்தமாகப் படிக்கின்றபோது தோன்றிவிடுகிறது. ஒரு பெண்ணிற்கும் இன்னொரு பெண்ணிற்குமான உறவைச் சிறப்பாக எழுத முடிகிற அம்பையால் ஆண் - பெண் பாத்திரங்களில் குடை சாய்ந்துவிடுகிறது.

பிற்கால கதைகளின் களம் ஐரோப்பிய தேசங்களிலும், அமெரிக்க தேசத்திலும், இந்தியாவின் வேறுபல இடங்களில் நிகழ்கின்றன. பணிநிமித்தம் கருத்தரங்கம் - படிப்பு - சந்திப்பு என்ற சரடில் அமைகின்றன. என்றாலும் உலகம் முழுக்கப் பெண்கள் வஞ்சகங்களாலும் துரோகங்களாலும் விழ்த்தப்படுபவர்களாக இருக்கின்றனர் என்பதைக் காட்டுகிறார். அமைதி கூடிவந்த பிற்காலக் கதைகளிலும் இருப்பது இதுதான். அவரது மனம் அந்தக் கோணத்திலிருந்து விலகி வேறு கோணத்தில் நின்று இந்த மானுட சமூகத்தைப் பார்க்கலாம் என்ற இடத்திற்கு நகரவே இல்லை. வேறு பக்கத்து உண்மை என்ற ஒன்று இருக்கும் என்பதை நினைத்துக்கூடப் பார்க்கவில்லை. பெண்களிலேகூட பித்தலாட்டம் கொண்ட ஒரு பெண்ணை ஒரு படைப்பாளியாக எழுத முடியவில்லை. பெண்களின் கில்லாடித்தனத்தை ஆதவன் எழுதியிருக்கிறார். அதேபோல ஓர் ஆணை அவனது கோணத்திலிருந்து உருவாக்கவே முடியவில்லை. கதையைப் பெரும்பாலும் அம்பை என்ற ஆசிரியரின் கோணத்திலேயே வழிநடத்திச் செல்வதால் வேறு பக்கங்களில் கண்களை ஓட விட முடிவதில்லை. இதனால் அம்பையின் விருப்பமே கதையைக் கொண்டு செல்கிறது. மாந்தர்களை அம்பை பின் தொடர்ந்திருந்தால் வித்தியாசமான கதைகளில் அவரிடமிருந்து கிடைத்திருக்கும். அது நிகழவில்லை.

இது தவிர மானுட வண்ணங்களே இவரது கதைகளில் இல்லை. பெண்களின் அக்கரையோடும் பரிவோடும் எழுதுகிறார். ஆண்களுக்கும் துன்ப துயரங்கள் இருக்கும் என்பதை அம்பை நம்புவதேயில்லை. ஒரு பெண்ணியவாதி என்று சொல்வதற்கு அப்பால் அவரிடம் சொல்ல எதுவும் இல்லை. அவரது கதை உலகம் பெண்கள் சார்ந்தது. அவரால் ஓர் ஆண் மாந்தனை இதுவரை முழுமையான சித்திரத்தில் படைக்க முடிந்ததே இல்லை. இனி எழுதவும் முடியாது என்றே தோன்றுகிறது. அவரது மனவார்ப்பு அப்படி அவரால் பார்வையை வேறுபக்கம்

திருப்பி பார்க்க முடிவதே இல்லை. இந்தக் குறையிலிருந்து அவரால் வெளிவரவே முடியவில்லை.

ஒரு கதையைப் படித்து முடித்ததும் அடுத்த கதையை வாசிக்கும் முன் இந்தக் கதையில் எந்த ஆணை சாத்தப்போகிறார் என்ற எண்ணம் தோன்றிவிடுகிறது. இது நல்ல கலையின் அம்சமல்ல. இந்தக் கசப்பை அவரால் விலக்கிவைத்துவிட்டு எந்த முன்முடிவும் இல்லாமல் மனிதர்களை அணுகும் அல்லது அப்பாத்திரங்களைப் பின் தொடர்ந்து குண ரூபங்களைக் காண்பது என்ற பார்வை அம்பைக்கு வாய்க்கவே இல்லை. அம்பை காட்டும் பெண்களின் ஏக்கங்கள், எதிர்பார்ப்புகள், சுயமரியாதை வெளிப்பாடுகள், எதிர்குரல்கள் இயல்பானவை. அதற்குமேல் அம்பையின் படைப்புகளில் மகத்தான தருணங்கள் கூடிவரவில்லை. விரிந்த எத்தனையோ ரவுடிப் பெண்களைப் பார்த்திருக்கிறேன். பித்தலாட்டம், பொய், களவு செய்கிற பெண்களைப் பார்த்திருக்கிறேன். இவர் கதைகளில் தென்படுவதில்லை. பெண்களின் அடாவடித்தனத்தில் கூனிக்குறுகிய ஆண்கள் உண்டு. ஒரு படைப்பாளியாக இவற்றையெல்லாம் பார்க்கவில்லை. பாலியல் மீறல்களை சகஜமாக சொல்லியிருக்கிறார் என்பதற்கு மேல் பெரிதாக ஒன்றுமில்லை. அவரது பார்வையில் இரண்டு விசயங்களில் சொல்லப்படுகின்றன. ஆண்களின் வஞ்சகத்தைக் கண்டு நகரும் பெண்கள், ஆண்களின் வஞ்சகம் இது என்பதை அறியாமல் அதில் இருக்கிறாயே என்று காட்டப்படும் பெண்கள். இதுதான் இவரது இலக்கியப் பணி என்றால் சரிதான். ஆண்களின் மேட்டிமைத்தனத்திற்கு எதிர் நின்று கேலி கிண்டலோடு உங்கள் வண்டவாளங்களைச் சொல்வதே என் வேலை என்கிற திட்டமிட்ட வெளிப்பாடாகத்தான் இவரின் கதைகள் இருக்கின்றன.

அம்பையின் எழுத்து அடிப்படையில் விமர்சன நோக்கை முதன்மையாகக் கொண்டது. அந்த நோக்கங்களை எழுத்தாளரே நிறைவேற்றி விடுவதால் வேறு கண்டடைதல்கள் நிகழ்வதில்லை. சிக்கல்களில் அம்பையின் தனிப்பட்ட பார்வையே பிரதிபலிக்கின்றன. வேறு பல பெண்களில் இருக்கிறார்கள் என்பதை அவர் கவனத்தில் கொள்வதே இல்லை. அல்லது பொருட்படுத்துவதே இல்லை. உலகம் நான் சொல்கிற விதத்தில் மட்டுமே இருக்கிறது என்று நினைக்கிறாரோ என்னவோ, கோட்பாடுகளுக்கு அப்பால் இயல்பிலேயே

முரட்டுத்தனத்துடனும், சுயத்துவத்துடனும், தன் வீரியத்தை வெளிப்படுத்தும் பெண்கள் நகரம், கிராமம் என்ற பாகுபாடு இல்லாமல் இருக்கவே இருக்கிறார்கள். இந்த உண்மையை மனதில் ஏந்திக்கொண்டு எழுதிய நல்ல பெண் படைப்பாளி என்று ஆர். சூடாமணியைச் சொல்லலாம். அவரது 'நான்காம் ஆசிரமம்' கதை உடனே நினைவிற்கு வருகிறது. பாமாவின் 'பொன்னுத்தாயி', அனுராதாவின் 'காளி', உஷாசுப்ரமணியத்தின் 'எனக்கும் ஒரு கதை உண்டு' கதைகளில் பெண்ணிய நோக்கை கலையாக வெகு சகஜமாக எழுதி கடந்திருக்கிறார்கள். தமயந்தியின் 'மலையும் தொலைவும்' போல ஒரு கதையை அம்பை எழுத முடியாமல் போவதற்கு அவரது சார்பு பார்வையே காரணம். பெரிய விசயங்களைப் படிக்கத் தாவுகிற படைப்பு மனம் இல்லை. இவரால் பெரிய நாவல் அல்ல ஒரு நாவல் எழுத முடியாமல் போனதற்கும் அவரது மனவார்ப்பே காரணம். நாவல் எழுத சமநிலையான எண்ணம் வேண்டும். சிறுகதையில் அது இல்லை என்றாலும் ஒரு முரண்.

ஒரு கோணம் என்பதால் இயல்பாகத் தப்பித்துவிட முடியும். இவரது விமர்சன பார்வை பிரச்சாரத்திற்கு சற்று நெருக்கமானது. பெண்களுக்கு எதிரான ஒடுக்குமுறை எங்கெங்கு இருக்கிறதோ அதைக் கதைக்களனாக்கி தனது எதிர்க்குரலை ஒலிக்கிறார். இந்த விமர்சனக் குரல் வெளிப்படையாக இருக்கிறது. அவரே மிச்சம் வைக்காமல் சொல்லிவிடுகிறார். வாசகனின் யூகத்திற்கு இடமில்லை. வாசக பங்கேற்பிற்கு இடமே இல்லாது கதைகளின் பேச்சு அமைந்துவிடுகிறது. எல்லாவற்றையும் தானே சொல்லிவிட வேண்டும் என்று நினைக்கிறார். வாசகனுக்கு வேலை இல்லை என்றாலும் அதில் இருக்கும் உண்மை பொருட்படுத்தத்தக்கது. உங்களுக்கு உள்ள விருப்பம்போல எங்களுக்கான விருப்பம் இருக்கிறது. நாங்கள் விரும்பியதைச் செய்யும் போது உங்களுக்கு ஏன் வலிக்கிறது என்பதாக சமத்துவத்திற்கான குரல் ஒலித்தபடியே இருக்கிறது. தாலியில்மை, கற்பு, குடும்ப குத்துவிளக்கு, உறவைப்பேணும் ஒளிவிளக்கு என்று பெண்கள் மீது கட்டமைக்கப்பட்டிருக்கும் அடிமைத்தனங்களுக்கு மாற்றான பார்வையை வெளிப்படுத்துகின்றன. எல்லாம் சரிதான் என்று கதை சொல்லப்படுகிறது. அல்லது கட்டமைக்கப்பட்டிருக்கிறது. நிகழவே இல்லை. ஒரு கதைக்குள் இரட்டை கதைகளைப் பின்னிக்கொண்டு செல்லும்போது பெரிய

பாதிப்பை நிகழ்த்துவதில்லை. உச்சங்கள் எட்டப்படாமல் நீர்த்துப்போகின்றன. இவரது விமர்சனப்பார்வை மாந்தர்களின் அனுபவத்தின் வழி உண்டாகாமல்; கண்டடைதலாக இல்லாமல் ஆசிரியரின் விவரணையிலேயே அதிகம் சொல்லப்படுகிறது. சமூகத்தில் நிலவும் ஆணாதிக்க வெளிப்பாடுகளைத் தொகுத்துக்கொண்டு தன் எதிர்குரலை முன்வைக்க கதைகளைக் கட்டமைக்கிறார்.

4

அம்பையின் பிற்கால கதைகள் வம்பு வழக்குகளோடு அணுகாமல்; குற்றங்களைப் பிறர் மீது சுமத்தாமல் சமூக இயக்கத்திலிருந்து எழுதப்பட்ட 'அசுர மரணங்களில்', 'காவு நாளில்', 'வற்றும் ஏரியின் மீன்களில்', 'பயணம் - 20' முதலிய கதைகளில் அமைதி கூடியவை. வாசகர்களால் குறிப்பிட்டு பேசப்பட்ட 'நிலவைத்தின்னும் பெண்' கதை, உருவாக்கத்தில் ஒருமைகூடாத தன்மையே என் கண்களுக்குத் தட்டுப்படுகிறது. குளறுபடிகள் நிறைந்த கதையும்கூட. 'அசர மரணங்களில்' கதை பிரபஞ்சனின் 'வேட்டி', சி. மோகன் மொழிபெயர்த்த 'பியானோ' கதைகளோடு நினைத்துப் பார்க்க வைத்தது. இக்கதையில் வீணைக்கும் ஒரு பெண்ணிற்கும் இருக்கும் அழகிய உறவு சிதலமாகிப் போவதைப் பற்றிச் சொல்கிறது. வீணையிசைப்பதில் பெரும் திறன் பெற்றிருந்தும் எந்தச் சாதனையையும் செய்ய முடியாமல் மகளாக, அம்மாவாக, பாட்டியாகக் கடந்து முடிந்து போகிற கதை. குடும்ப அமைப்பில் எத்தனையோ பெண்களின் கலை உணர்வு இப்படித்தானே அழிந்துபோகிறது. கைவரப்பெற்ற இசைக்கலை அவளோடு மரணத்தைத் தழுவுகிறது. அவளால் நேசிக்கப்பட்ட வீணைகூட வாரிசுகளால் காப்பாற்ற முடியாது சிதைவுறுகிறது. தலைமுறை வேறாக மாற்றம் கொள்வதை அமைதியான குரலில் சொல்கிறது. இசை நுட்பமான கலைவடிவம். அது வாய்ப்பது அபூர்வம். அது ஒரு வரம்; ஓர் அம்சம். வாய்க்கப்பெற்றும் வெளி உலகிற்குத் தெரியாமல் போனவர்களில் பலபேர். வெளி உலகிற்குத் தெரிந்த மேதைகளின் இசைக் கோலங்களில் அவர்களோடே முடிந்துபோவது இன்னொரு கோலம். அவர்களின் வாரிசுகளால் முன்னகராமல் துண்டித்துப்போவது அதிகம். இதனை 'அசர மரணங்களில்' கதையில் காட்டுகிறார் நல்ல கதை.

'காவு நாளில்' கதையும் இதைப் போன்றதே. வீணைக் கலைஞரான பிரமரா பெரியாரின் அனுதாபி குடும்பத்து மருமகளாகி அரசியல், சினிமா என்று இசையைத் தொலைக்கிற கதைதான். சுயமரியாதைக் குடும்பங்களிலும் பணம் என்ற போதை அறத்தைச் சிதைப்பதைக் கண்டு அதிலிருந்து இறுதியில் வெளியேறுகிறாள். இதில் ஐம்பது வயதிற்குப்பின் மீண்டும் இசை உலகிற்குள் காலடி வைத்து தன்னை மீட்டுக்கொள்கிறாள்.

'நிலவைத் தின்னும் பெண்' வஞ்சிக்கப்பட்ட பெண்ணின் கதை. சுயநலமே உருவாகக்கொண்டவன் என்பது தெரியாமல் அவனுடன் உறவு கொண்டு கருவுறுகிறாள். குழந்தைக்குப் பொறுப்பேற்க மறுக்கும் அவனிடமிருந்து விலகி கருவை கலைப்பது சரிதான். அப்படி ஐந்து மாத உருவை (ஆண் குழந்தை) அறுத்து எடுத்து அதைக் காட்டச்சொல்லி பாசம் பொழிவது செயற்கையான பாவனை என்பது அம்பைக்கு ஒரு பொருட்டல்ல. அந்தக் குழந்தையை நேசிப்பவள் என்றால் ஏன் குறை உருவாக அறுத்தெடுக்க வேண்டும்.

அந்தத் துரோகியை ஒரு சந்தர்ப்பத்தில் செருப்பால் அடிப்பது சரிதான். அவனுடைய அம்மா 'நீ அவனைச் செருப்பால் அடித்தது சரியே' என்று கடிதம் போடுவது உளவியலுக்கு முரணானது. இதை நியாயமாக்க உபகதை ஒன்று. அவனின் அம்மா ஒரு பேராசிரியை. அறிவார்ந்த அவளில் 'விதி' படத்தில் வருவதுபோல காதல் கணவன் கருவைக்கொடுத்து துரத்தியவன். அவனுக்குப் பிறந்தவன்தான் இவன் என்று கதைக்குப் பல முடிச்சுகளைப் போடுகிறார். இசைக்குயில் எம்.எஸ்.ஐ நினைவுபடுத்துவதுபோல - குழந்தையைப் பெற்றெடுக்க விடாமல் நான்கைந்து கருக்கலைப்பு செய்தவன் கணவன். ஆனால் இவளது இசை வளர்ச்சிக்கு உதவியவன். அவனுக்குப் பிறந்த என் மகன் ஓர் அயோக்கியன் என்பதுபோல தாய் ஆற்றுப்படுத்தும் கதை. அம்பைக்கு உளவியலோ, கதை ஒருமையோ ஒரு பொருட்டல்ல. பெண்ணியக் குரல்தான் முக்கியம். இப்படியாக இருக்கிறது அம்பையின் கதை உலகம்.

■ 20.07.2011 ■ ரசனை, நவம்பர் – டிசம்பர், 2011

◉

மண்ணும் மனிதர்களும்
பூமணி

எழுபதுகள் தமிழ்ச் சிறுகதைகளின் பொன்விளைச்சல், இக்காலகட்டத்தில் எழுத வந்த எழுத்தாளர்கள் தமிழர்களின் வாழ்க்கையைப் புதுசாகவும் விதவிதமாகவும் முன் வைத்தார்கள். தமிழ்ச் சிறுகதைகளின் முன்னோடிகள் பார்க்காத, கவனிக்காத, அடையாளப்படுத்தாத உலகை இவர்கள் எழுதினர். அதில் ஒருவர் பூமணி.

பனித்துளியில் தெரியும் சூரியனைப்போல் சகல சம்பத்துக்களுடன் சிறுகதையில் கரிசல்காட்டு மக்களின் அசைவியக்கத்தைக் கொண்டு வந்தவர். கதை அணுகிப்பார்க்கும் ஒரு பிரச்சனையில் நாலாபக்கமும் முழுமையாகத் திறந்து கொள்கிறது, மிகச்சிறிய கதையாக இருந்தாலும்கூட.

பூமணியின் சொந்த உலகமும் இதுதான். எட்ட நிற்கும் உலகை இவர் தமது கதையுலகிற்குள் கொண்டு வரும்போது இப்படியொரு முழுமையான சாகசம் நிகழ்வதில்லை. அங்கு இந்த மானிட உலகம் திறந்து கொள்வதுபோல திறந்து கொள்வதில்லை. மனக்கிடங்கில் சொந்த வாழ்க்கையின் பின்னணிகள் வண்டலாகப் படிந்திருப்பதுதான் முக்கியமான காரணம்.

விவசாயம் சார்ந்து எழுதப்பட்ட கதைகள் விழுதுகளோடும், கிளைகளோடும் இலைகளோடும், எச்சங்களோடும், காயங்களோடும், முறிவுகளோடும் நிற்கும் ஒரு முழு ஆலமரத்தின் உயிர்த்துவம் கூடி வந்திருக்கின்றது. இவ்வகையில் எழுதியிருக்கும் கதைகளையும், பிற பின்னணியில் அதனுள் இயங்கும் பிரச்சனைகளை - முரண்களை வைத்து எழுதப்பட்ட

கதைகளையும் வைத்துப் பார்க்கும்போது வேறு வேறு பூமணிகளாகத்தான் தெரிகிறார்.

கரிசல்காட்டு மக்களின் உலகத்தில் நின்று எழுதும்போதெல்லாம் மனவெழுச்சி மீதூற கிராமிய மானிட உலகம் பூமணியை முழுமையாக மேவிக்கொள்கிறது. அங்கு தெரிவது மண்ணும் மனிதர்களும்தான். உரையாடல்கள், உடல்மொழிகள், பொழுதுகள், வேலைகள், கண்காணிப்புகள், பயிர்கள், காடுகரைகள், கால்நடைகள், ஓசைகள், அலைச்சல்கள், எதிர்பார்ப்புகள், ஏமாற்றங்கள், வன்மங்கள், சமநிலைகள் என ஒரு கதைக்குள் முரணைச் சுற்றி மானுட இயக்கம் இயங்குகிறது. இந்த சம்பத்துக்கள் இயல்புடன் அங்கங்கே மலர்கின்றன. கூட்டு மனிதருள் வாழும் மனிதராகத்தான் பூமணி தெரிகிறார்.

கி.ரா. கரிசல்காட்டு மனிதர்களை மேடையில் நிறுத்தி நிகழ்த்திக் காட்டியபோது, பூமணி அவர்களைக் கரிசல்காட்டில் புரளவிடுகிறார். தமிழ்ச் சிறுகதைகளில் அதுவரை காட்டப்படாத உலகம் பூமணியால் வருகிறது. தமிழ்ச் சிறுகதை வரலாற்றில் புதிய பிரதேசத்தை முன் நிறுத்தியதில் பூமணிக்குப் பங்கு இருக்கிறது. உண்மையான உழைக்கும் மக்கள், அவர்களின் விருப்பங்கள், கோபங்கள், மறைப்புகள், எதிர்ப்புகள், சமாளிப்புகள் எல்லாம் ஜீவனாகி ஊடாடுகின்றன. இந்தச் சாதனை எண்ணிக்கையில் மிகப் பிரமாண்டமானதாய் இல்லை. அவரால் செய்திருக்க முடியும். முழு நேர எழுத்தாளனாக இருக்கும்பட்சத்தில்.

பூமணியின் நாவல்களையும் கணக்கில் எடுத்துக் கொண்டால் பிரமாண்டம் தெரியவரும். இருந்தாலும் சிறுகதை வகைக்குள் இல்லை. மூத்த தலைமுறை எழுத்தாளர்களான புதுமைப்பித்தன், கு. அழகிரிசாமி, கி. ராஜநாராயணன், அசோகமித்திரன், ஜெயகாந்தன் அளவு சிறுகதைத் துறையில் சாதனை இல்லை. சமகால எழுத்தாளர்களான வண்ணநிலவன், நாஞ்சில் நாடன், பிரபஞ்சன் அளவு அதிகக் கதைகள் எழுதவில்லை என்றாலும் இவர்கள் காட்டாத தமிழர் வாழ்வை உக்கிரத்தோடு காட்டியவர் பூமணி. வண்ணதாசன் இந்த வகையில் ஒரு சாதனைக்காரர். பூமணியின் சாதனை நாவல்களிலும் இருப்பதால் சிறுகதையின் பரப்பு குறைந்துவிட்டதையும் பார்க்க முடியும். உழைக்கும் மக்களின் எண்ணங்கள் உரையாடல் வழி நாலா பக்கமும்

பொங்கிய படியே இருக்கின்றன. அம்மக்களின் சமூக உளவியல் மதிப்புகள், உறவுகள் அறுபடாத உறவு நிலையில் கரிசல்மண் மணக்க மணக்க வெளிப்பட்டபடியே இருக்கின்றது. இந்த வெளிப்பாடு இயல்பாகக் கூடிவரும்போது படைப்பிற்குக் கூடுதல் அழகையும் ஒளியையும் தருகின்றது. 'நொறுங்கல்', 'அடமானம்', 'நாக்கு', 'நேரம்', 'கசிவு', 'கலங்கல்', 'கரு', 'கிழிசல்', 'தொலைவு', 'எதிர்கொண்டு', 'ரீதி' இவை மண் வழங்கிய செல்வங்கள்.

பூமணியின் உலகின் மிக அருகிலிருக்கும் உலகிலிருந்தும் சில நல்ல கதைகளைத் தந்திருக்கிறார். விடிவதற்கு முன்பே கட்டட வேலைக்குப் போய் நிற்க ஓடும் பாண்டியன் ('ஏலம்'), ஓராசிரியராய் கிராமத்தில் நின்று மல்லாடும் காளிமுத்து வாத்தியார் ('பொறுப்பு'), கலவர பூமியில் கணவனின் கள்ளத்தனம் பிடிக்காமல் சம்சாரிவீட்டுப் பையனோடு சேர்ந்து வாழும் கீழ்சாதி வெள்ளத்தாயி பலிகடா ஆவதைச் சொல்லும் ('தகனம்'). சிறு நகரத்தில் இட்லிக்கடை வைத்துப் பிழைப்பு தேடிச்சென்ற பெண்ணுடைய மகனின் ('கோழி') கதைகள் முக்கியமானவை.

இந்தத் தன்னிலை மறந்த வெளிப்பாடு வேறு சூழல்களின் கதைகளில் முழு ஆற்றலைப் பெறுவதில்லை. புதிய பிரச்சனைகளை எதிர்கொண்டு முன்னகர்ந்த விதத்தையும் எதிர்கொண்டு வீழ்ந்த விதத்தையும் கதையுலகிற்குள் கொண்டுவந்திருக்கிறார். லஞ்சத்திற்கும் மிரட்டலுக்கும் பயப்படாது பொதுப்பணித் துறையில் பணியாற்றும் பெண் ('குடை'), பணம் என்றாள் மட்டும் கிறித்துவ தலித் வீட்டில் நுழைந்து சாதித்துக் கொள்கிற பாதிரியார் ('நிலை') என சில கதைகள் எழுதியிருக்கிறார். அவை எழுத்தாளன் எழுதிய சிறுகதைகள் என்ற எல்லைக்குள் நிற்கின்றன. நல்ல சிறுகதைகள் என்ற அம்சத்தைப் பெற்றாலும்கூட அவரின் கரிசல்காட்டு மனிதர்களின் கதைகள் போல ஆற்றலோடு ஜொலிப்பதில்லை. முக்கியமாக எழுத்தாளனைப் பிளந்துகொண்டு பீறீட்டவை அல்ல. எங்கு ஆழ்மனத்திலிருந்து கதையுலகம் விரிகிறதோ அங்கு படைப்பு கலையாக மாறுகிறது. வடிவம் கச்சிதமாக இருப்பதால் மட்டுமே சிறந்த படைப்பு என்று கூறிவிட முடியாது. வேறு பின்னணிகளில் வாழும் மக்களின் பிரச்சனைகள் பூமணியால்

கதை வடிவத்திற்குள் வளைந்தவை. 'போட்டி', 'அடி', 'ஆழம்' முதலிய கதைகள் இத்தகையவை.

உரையாடல்களில் உச்சபட்ச எல்லையைத் தொட்டிருக்கிறார் பூமணி. இந்தக் கலை வெளிப்பாட்டை சில இடங்களில் கதையை நகர்த்துவதற்காக செயற்கையாகப் பயன்படுத்தும்போது கதையெழுதுதல் என்ற எல்லைக்குப் போய் விடுகிறது. இந்த விசயங்களையெல்லாம் தாண்டி 'நொறுங்கல்', 'அடமானம்', 'ரீதி', 'கசிவு', 'கரு', 'தொலைவு' என்கிற ஆறு கதைகள் இவரின் கலையாற்றலுக்கு சாட்சிகளாக என்றென்றும் உடன் நிற்கும்.

2

பா. செயப்பிரகாசத்தின் நிலமும் பூமணியின் நிலமும் ஒன்றுதான். நிலத்தின் கதை கைக்குக் கை எப்படி மாறுபடுகிறது என்பதற்கு இருவேறு உதாரணங்கள் இவர்களின் படைப்புகள். பா. செயப்பிரகாசத்தின் மனம் ஒருவித ரொமாண்டிக் தன்மை வாய்ந்தது. உணர்வுகளை அதீத உணர்வுகளுக்கு வார்த்தைகளால் கொட்டிச் செல்வார். கதைகளில் அவர் முன்நின்று பேசும் சோக உணர்வுகள் இல்லாமல் எழுதப்பட்டிருக்குமேயானால் அவை இன்னமும் ஆழமான பாதிப்பை ஏற்படுத்தியிருக்கும். பாதிப்பு என்பது உணர்ச்சிகரமான வார்த்தைகளால் மீறிய செயல் அது. அது காட்டும் உலகிலிருந்து உருவாவது. அப்போது வார்த்தைகள் அழிந்து படைப்புலகம் உருவாக்கும் உணர்வொன்று உண்டு. அது அரூபமான ஒன்று. அதுதான் வாசகனுக்கும் படைப்புக்கும் உள்ள அந்தரங்கமான உறவு. ஒரு சிறுகதை முடிந்த பின் அதன் முழு உருவத்திலிருந்து உருவான ஒரு படிமம் - வாழ்வின் தருணம் - ஒரு திறப்பு - ஓர் அதிர்வு அதுவாகும். இதைத்தான் சிறுகதையின் உருவம் என்று நினைக்கிறேன். ஆசிரியனே சம்பவத்தை பதட்டத்திற்குள்ளாக்கும் வார்த்தைகளால் விவரிக்கக்கூடாது. அது ஆசிரியர் உணரும் பதட்டமே அன்றி வாசகனை பதட்டத்திற்குள்ளாக்கும் வார்த்தைகள் அல்ல. படைப்பிற்குள் உள்ளார்ந்திருக்கும் பிரச்சனையின் கோணம்தான் அதிர்விற்குள்ளாக்குகிறது. இது தேர்வு முறையாலும் சொல்முறையாலும் உருவாகிவரும் ஒன்று.

பா.செ. எழுதிய 'ஒரு ஜெருசலம்' கதையில் சிறுவர்கள் கோரைக்கிழங்கு சேகரிக்க சுடுகாட்டிற்குச் சென்றதும் தன் தாயை எரித்த இடத்திலிருக்கும் கோரைக் கிழங்குகளைக் கூட்டாளி பறிக்கச் செல்கிறான். இவனைவிடப் பெரியவன் அவன். இவன் பயந்தாங்கொள்ளி சிறுவன். தன் தாயின் உடலிலிருந்து முகிழ்த்த கோரைக்கிழங்குகளாகக் கருதி அவனைத் தள்ளிவிட்டு சுடுகாட்டு மேட்டை அணைத்தபடி படுத்து மறிக்கிறான். இந்தக் குழந்தைமை உணர்வின் உச்சம் அதற்குமுன்பே வார்த்தைகளால் அள்ளி வீசப்பட்டிருப்பதால் படைப்புத் தரும் அனுபவம் மழுங்கடிக்கப்பட்டு விடுகிறது. பா.செ.யின் பல நல்ல கதைகள் இந்தப் பிரச்சனைகளால் வாசகப் பாதிப்பின் உச்சம் பெறுவதில்லை. ஆனால் பா.செ. தேர்ந்து சொல்லும் கரிசல் வாழ்க்கை அபூர்வமானது.

பா.செ.யின் இந்தப் பலகீனங்கள் ஒழிந்த எழுத்தை உருவாக்குகிறார் பூமணி. பூமணியுடைய சாதாரணக் கதைகளும் கரிசல் மொழியாலும் பாமரத்தனமான செயல்களாலும் வசீகரம் கொண்டு விடுகின்றன. ('பாதை') மலம் கழிக்கச் செல்லும் சிறுவர்களின் உலகம் பற்றிய கதை. அதில் பெரியவரும் வருகிறார். வெளிக்கிருக்கும் மந்தை திருவிழாக்கோலம் பூணுவதை சிறுவர்களைக் கொண்டு உருவாக்கியிருக்கிறார். ('எதிர்கொண்டு') கதை பக்கத்து வீட்டு வாயாடியின் அடாவடித்தனத்திற்கு மறைமுக பதிலடியாக சிறுவர்கள் ஒன்று சேர்ந்து அவளின் கொட்டத்தில் கன்றைக் கம்பால் தாக்கிக் கொல்கின்றனர். தெருவில் அவளைக் கத்திக் கத்தி வாயாடச் செய்து பார்க்கத் தயாராகின்றனர். சிறுவர்களின் உலகத்தை அவர்களின் குசும்புத்தனங்களோடு உருவாக்கியிருக்கிறார். ஒருவர் பயன்படுத்திய பொருள் மீது அவரின் நேரடி வாரிசுகளுக்கு உள்ள உணர்வார்ந்த பந்தத்தால் பிரியத்தோடு கைப்பற்றும் போது மூன்றாவது தலைமுறையான பேரன்கள் அல்லது பேத்திகள் எப்படி செயல்படுகின்றனர் என்பதைச் சொல்லும் 'பேனாக்கள்', மூத்தோர்களின் மீதான உறவழுத்தம் பேரன்களிடம் பொருளாசையாக மட்டுமே மாறுவதையும் காட்டுகிறது.

வாழ்வின் எல்லா இழைகளும் கூடிவரும்போது சிறந்த ஆக்கமாக மாறி விடுகிறது. அந்த மனோநிலையைப் படைப்பாளி

எப்போதும் தக்கவைத்துக் கொள்ளவேண்டும். அப்படித் தக்கவைத்துச் செயல்படுவதற்கான சூழல் நம்மிடையே இல்லை.

‘நொறுங்கல்’, ‘அடமானம்’, ‘நாக்கு’ போன்ற கதைகள் கைக்குச்சிக்காது போகும் நிம்மதியின்மை பற்றிப் பேசுகின்றன. தலைகீழாகப் புரட்டிப் போட்டுவிடும் காலம், சூழல் இவரின் கதைகளில் இடையறாது துளும்புகின்றன. மகத்துவமான பகுதிகளை வலிமைமிக்க அழிவுச்சக்தி சிதறடித்துவிடுகிற கோலத்தைத் தடுத்து நிறுத்திவிட முடியாத கையாலாகத் தனத்தை நம் முன் வைத்துவிட்டு ஒதுங்கிக்கொள்கிறார். நம்மை கண்ணீரோடு அக்கதைகள் சொல்லும் வாழ்க்கையோடு அரவணைக்க வைத்து விடுகிறார். கரிசல் மக்கள் மீது பெருங்காதல் படைப்பாளிக்கு இல்லாத பட்சத்தில் இதைச் சாத்தியமாக்க முடியாது. பொன்னம்மா கிழவிக்கு இந்தக் கரிசல் மீதிருந்த பேரன்பும் (நொறுங்கல்), சிறுசிறு வியாபாரத்தின் வழி தன் உழைப்பால் உயர்ந்துவந்த சண்முகத்தின் வீழ்ச்சியும் (அடமானம்), பூச்சனின் சந்தைப் பயணமும் அவனின் மண்ணுடனான உறவும் சின்னாப் பின்னமாகிற சித்திரத்தை (நாக்கு) என்றென்றும் வாசக நெஞ்சிலிருந்து நீக்கிவிட முடியாது.

‘கசிவு’ கதையில் என்பது வயதைத் தாண்டிய பாட்டாவை அறிமுகப் படுத்தும்போது குஞ்சுகுளுவான்கள் அவரைக் கேலி பேசுவதிலிருந்துதான் ஆரம்பம் ஆகிறது. இப்போது வயோதிகம். பேச்சு எடுபடவில்லை என்றாலும் மிரட்டல் உருட்டல் வரவே செய்கிறது. ஊர்க் காவலாளியாக இருந்த காலத்தில் அவருடைய வீரதீரங்கள் சொல்லப்படுகிறன. பட்டப்பகலில் வேகாத வெய்யிலில் பறித்து எடுத்துக் கொண்டிருந்த பெண், தண்ணீர் தாகம் எடுக்க சின்ன மகனுடன் கிணற்றில் இறங்கி தண்ணீர் அருந்துகிறாள். அந்த சமயத்தில் களவு வேட்டைக்குக் கூட்டாளிகளோடு வந்த இவன் மற்றவர்களை வேப்பமரத்தடியில் நிறுத்திவைத்துவிட்டு தனியாக வருகிறான். அந்தப்பிரதேசத்தில் யாரும் இல்லை. கிணற்றில் பெண்ணும் சிறுவனும் இருப்பதைக் கண்டு இறங்கி மிரட்டி நகைகளைக் கழற்றி வாங்குகிறான். காமமும் கண் விழிக்கிறது. சிறுவனைக் கொலை செய்துவிட்டு அந்தப் பெண்ணையும் கற்பழிக்கிறான். பின் அவளையும் கிணற்றில் கொன்று போட்டுவிட்டு மேலேறுகிறான். எதுவும் நடக்காததுபோல நண்பர்களிடம் வந்து கொள்ளை அடித்த

நகையில் சிறு பகுதியைப் பங்கு பிரித்துத் தருகிறான். கிழவனின் நினைவில் இந்தக் களவும், காமமும், கொலையும் ஒரு சாகசமாகவே கடைசி வரையிலும் இருக்கிறது. இதன் பொருட்டு குற்ற உணர்வு இல்லை. சங்க இலக்கியத்தில் வரும் ஆறலைக் கள்வர்கள் போல இந்த வறண்ட கரிசல் பூமியில் அது ஓர் இயல்பான நிகழ்வாகச் சொல்லப்பட்டிருக்கிறது. எந்தப் பூச்சும் இல்லாமல் துணிந்து நிகழ்த்திய கொடூரம் பெருமிதத்திற்குரிய ஒன்றாகவே அவனுக்கு இருக்கிறது. இப்படியான குணத்தை பூமணி 'கசிவு' கதையில் விலகி நின்று காட்டுகிறார்.

படிப்பைக் கனிவின் பக்கம் மெல்லத் திருப்ப வேண்டும் என்று பூமணி விதி வைத்துக் கொள்வதில்லை. கதையின் ஆரம்பத்தில் ரொம்பவும் முக்கியத்துவம் அற்றதுபோல ஆறேழு குழந்தைகள் பிறந்து ஒன்றும் தங்காமல் போய்விட, இப்போது கணவன் மனைவி மட்டும் வயதாகி வாழும் வாழ்க்கை சூசகமான தொனியில் சொல்லப்படாத விதத்தில் சொல்லப்பட்டிருக்கிறது. கிழவன் இறக்கும் முன் பேரன் முறை கொண்ட சிறுவனை அழைத்து கழுத்தைத் தடவி பார்க்கிறான். கிழவனின் மன ஆழத்தில் கழுத்து அறுபட்ட சிறுவனின் ரத்தம் கசிந்தபடியே இருக்கிறது. இது குற்ற உணர்வா? அல்லது தன் பேரனுக்கு அவ்விதம் நேரவில்லை என்ற நிம்மதியா? சாவின் கணத்திலும் அழியாத சித்திரமாக நிற்கும் ஒன்றா? என்று பல்வேறு கோணங்களில் பார்க்கத் தோன்றுகிறது. இம்மாதிரியான கரிசல் கதைகளில்தான் பூமணி வலுவாக நிற்கிறார்.

ஆடு மேய்க்கும் சிறுவர்களைப் பற்றிய கதைதான் 'ரீதி'. ஆனால் ஓர் ஊரே வறுமையோடு எழுந்து வந்துவிடுகிறது. பச்சைப் பிள்ளைக்காரி பால் ஊட்டத் தவதாயப்படும் கதைதான் 'நேரம்', ஆனால் வேலை செய்யும் பிரதேசமே கதைக்குள் புரண்டெழுகிறது. அவளின் குடும்பமே ஒரு கணப்பொழுது கதைக்குள் தலைகாட்டிவிட்டுச் சென்றுவிடுகிறது. 'தொலைவு' தாய் மகன் உறவு பற்றிப்பேசும் கதைபோலத் தோன்றினாலும் வறுமையின் தத்தளிப்பில் கடந்து செல்லவேண்டிய நெடியதூரம் பின்னணியில் தெரிகிறது. கலவரபூமி பற்றிச் சொல்லும் 'தகனம்' பேதமைமிக்க அன்பான காலம் ஒன்றை இனம் காட்டுகிறது.

இந்தக் கரிசல்காட்டு மக்களின் உள்ளம் மூடுமந்திரம் மிக்கதல்ல. உள்ளூறைந்து கிடப்பதும் அல்ல. அந்தந்தக் கணத்தில் தங்கள் மொழியால் வெளிப்படுத்தியபடியே இருக்கின்றனர். தங்கள் சோகங்களை, கனவுகளை, விருப்பங்களை, கோபங்களை, எரிச்சல்களை, குரூரங்களை மொழியாலும் செயல்களாலும் வெளிப்படுத்தி ஆற்றிக்கொள்கின்றனர். வேதனைகளையும் பிரியமான பந்தங்களையும் அவர்களுக்கே உரிய வசவுகளோடும் ஏடாசித்தனத்தோடும் வெளிப்படுத்தியபடி வாழ்ந்துகொண்டும் இருக்கிறார்கள். இந்த வாழ்க்கையில் இவர்கள் சாதித்தது என்னவென்றால் ஒன்றுமே இல்லைதான். அப்படி ஒன்றுமே இல்லாமல்தான் வாழ்கிறார்கள் என்று சொல்ல முடியுமா? எல்லாத் துன்பதுயரங்களுடன் எழுச்சியையும் வீழ்ச்சியையும் செரித்து மீண்டும் மீண்டும் வாழ ஓடிக்கொண்டே இருக்கிறார்கள். வறுமையிலும் இப்படி வாழ்க்கையை நேசிக்கிற இந்த எளிய மக்கள் எல்லாப் பக்கங்களிலும் தலைகாட்டுகிறார்கள். செத்துக்கிடக்கும் பொன்னம்மா கிழவியின் வாயில் தெள்ளிபோட்ட கரிசல் மண்ணைத்தான் காண்கிறோம். ஓகோவென்று வியாபாரத்தில் எழுந்துவந்த சண்முகம், பெரிய வியாபாரியின் மோசடியால் வீழ்ந்து விட்டபின், பிடுங்கும் வறுமையிலிருந்து அன்றைய தினம் மீள மனைவி கரிசக்காட்டின் இருட்டிலிருந்து மழையுடன் மீண்டு வரும்போது குழந்தையைக் கோவமில்லாமல் தோள் மாற்றுகிறான்.

பூமணியின் 'பொறுப்பு' கதையில் வரும் காளிமுத்து வாத்தியாரை நல்லவரா கெட்டவரா என்று சட்டென எடைபோட்டுவிட முடியாத தன்மையில் உருவாக்கியிருக்கிறார். எந்தவிதமான தூக்கலும் உணர்வுகரமான வார்த்தைகளும் இல்லாமல் குக்கிராம இளையோர் பள்ளியில் அமர்ந்திருப்பவரைப் பார்க்க முடிகிறது. பள்ளித் திண்ணைகளில் ஆட்டுப் புழுக்கைகளும், நூலாம் படையின் தோரணங்களும், பின்புறத் தோட்டத்தில் கமலை இரைக்கும் ஓசையும், சாணி தட்டப் போவோரும், வாய்ப்பாடு படிக்கும் மாணவர்களின் உச்ச ஸ்தாயியும், இறங்கு முகமும் அந்த வகுப்பறையே உயிர்த்துவமாக இயங்குவதை வாசகன் உணர்கிறான்.

சுதந்திர தினத்திற்கான முன்னேற்பாடுகளில் வகுப்பறையைக் கழுவிவிடுவதும், விடிதற்குமுன் வைகறையில் மாணவர்கள்

குழுமியிருப்பதும், வெளிக்கு வந்தவர்கள் நின்று பார்ப்பதும், கொடிக்காசு கொண்டு வராததிற்காகத் தொடை நசுக்கலில் மாணவன் திணறுவதும், கேட்காமல் பேனாவை எடுத்தவனுக்கு அடிவிழுந்து - பின் 'எழுதிட்டுத்தாடா' எனப் பேசுவதும் படைப்பில் வேறொரு அர்த்தப் பரிமாணத்தை அளிக்கிறது. காளிமுத்து வாத்தியார் மாணவர்களின் மூத்த மாணவராகவே மாறிப் போயிருக்கிறார் என்பது விளங்கும்.

மாணவர்கள் விடுமுறை என்று தெரிந்து ஓடிவிடுகிற போதுதான் எவ்வளவு நல்லவர் என்ற தோற்றத்தைக் காணமுடிகிறது. "எதுக்கு விடுமுறை விடுறாங்க. பள்ளிக்கூடத்தை வைத்துத் தொலைத்தால் என்ன" என்று நினைப்பது வெளிப்படுகிறது. எதையாவது படிக்கச் சொல்லி முகட்டைப் பார்த்து குறட்டைவிட்டுத் தூங்கும் மனிதர்தான் காளிமுத்து வாத்தியார். ஆனால் இவர்களை மேய்ப்பதில் அலாதியான சுகத்தைக் காண்கிறார். அடிக்கக்கூடியவரும்தான். உடனே மறந்துவிட்டு தப்பு செய்கிற - செய்த மாணவனுக்கு அனுசரணையாக நின்று உதவக்கூடியவர்.

தி. ஜானகிராமன் எப்போதும் அபூர்வமான மனிதர்களைத் தம் கதையில் பிடித்து நிறுத்தி வாசகனை உலுக்கும்படி செய்வார். பூமணி சாதாரண மனிதர்களை எடுத்துக்கொண்டு அபூர்வமான உணர்வுகளுக்கு ஆளாக்கி விடுகிறார். இது ஒரு நல்ல படைப்பு வித்தையாகப் படுகிறது.

காளிமுத்து வாத்தியார் மனைவியின் நச்சரிப்புக்குப் பயப்படக் கூடியவர். அவள் வேலைப் பராக்கிரமத்தில் சிக்கினால் நொந்துபோக நேரிடும். தோட்டம் துரவு என்று வேலை வாங்கிவிடுவார். அதற்குப் பயந்துதான் 'விடுமுறையே' தேவை இல்லை என்று நினைக்கிறார். வேறு தியாக உணர்வினாலோ அல்ல. ஆனாலும் அவர் மாணவர்களின் உலகத்தோடு இரண்டறக் கலந்தவராக மாறி இருப்பதைச் சொல்லாமல் குறிப்பால் உணர்த்திவிடுகிறார் பூமணி. கரும்பலகைக்குச் சாயம் பூச நினைப்பதும், கிழிந்த துணியைப் போட்டுக் கொண்டு வராதே என்பதும், சரஸ்வதி பூஜை தினத்தில் புத்தகத்தின்முன் பிள்ளைகளோடு நிற்பதும், அடிப்பதும், திருத்துவதும் என எளிதினும் எளிதான உருவத்தில் வருகிறார் காளிமுத்து வாத்தியார். நல்ல கதை இது.

'கிழிசல்' வேலையற்ற பட்டதாரி பற்றிய கதை. தாயின் இடைவிடாத சொட்டிப்பேச்சுத் தாங்காமல் தற்கொலைக்கு முயல்கிறான். தூக்கிட்டுக் கொள்ள முயன்று முடியாமல் போகிறது. கல்லைக்கட்டி கிணற்றில் குதிக்கிறான். நீச்சல் பழகியவன். மூச்சுத் திணறலைப் பொறுக்காமல் உலும்புகிறான். வேட்டிக்கட்டு கிழிந்து கல் அடியாழத்திலேயே நழுவி விடுகிறது. கல்லைத்தூக்கி வந்து மீண்டும் சாகப் பார்க்கிறபோதுதான் வேட்டி கிழிந்து கிடக்கிறது. வீட்டில் வந்து தைத்துக் கொண்டிருக்கும் போது தாய் சொட்டிப் பேசுகிறாள். அவன் எதையும் காதில் போடாமல் சிரித்துக்கொண்டே தைக்கிறான். மனதில் கிழிசலைத் தைப்பதுபோல இருக்கிறது. வறுமை மிக்க வாழ்வின் ஆதங்கத்திலிருந்து தாய் கத்துவதை உணர்ந்து கொள்கிறான். அவன் கிழிந்துபோன வேட்டியைத் தைக்கவில்லை. தாய் - மகனிடம் சதா வெறுப்பின் இழையால் கிழியும் உறவையும்தான் பிணைக்கிறான். எதிர்பார்ப்புகளையும் ஏமாற்றங்களையும் அவன் புரிந்து கொள்கிற பக்குவம்தான் முக்கியமானது.

பூமணியின் கதைகளில் கிளம்பும் நடை, உடை, பாவனை நம்மையும் ஒரு பாத்திரமாக்கிப் பிணைக்கிறது. கதாமாந்தர்களுடன் நாமும் பின்தொடரும் நிழலாக மாறிவிடுகிறோம். ஏதோ நம் வீட்டில் நிகழ்ந்த, நெருக்கடியைச் சந்தித்துக் கொண்டிருப்பது போல மாற்றிவிடுகிறார். அதனை அவர் செய்யவில்லை. அவரின் படைப்பு மனம் நம்மை அவ்விதமாக உருமாற்றுகிறது. அக்கதை மாந்தர்களின் பேச்சு தன் தாயினுடைய பேச்சுப்போல இருக்கிறது. பதில் சொல்ல முடியாத இக்கட்டு - வாசகனின் இக்கட்டாகவும் இருக்கிறது. தாய் மகன் கணவன், சகோதரன், மாமா அவரவர்களுக்கு உரிய அதிகாரத்திலிருந்து அல்லது மட்டுமரியாதையின் பிணைப்பிலிருந்து வெளிப்படுகிறார்கள். எவ்வளவு பெரிய சுமையிலிருந்து வெளிப்படும் கோபத்தின் அடியிலும் வகைப்படுத்திவிட முடியாத பேரன்பின் ஈரம் கசிந்தபடி இருப்பதை வெளிப்படுத்திவிடுகிறார்.

ஏழ்மையான ஒரு விடலைப் பெண்ணுக்கு நேர்கிற முதல் தொடர்பு எவ்விதம் பிரச்சனைக்கு உரியதாக மாறுகிறது என்று சொல்கிற 'கரு' என்ற கதை தமிழ்ச் சமூகத்தின் குணாம்சத்தை அசலாக இனம்காட்டுகிறது. புல்லறுக்க தோட்டந்தொரவு என்று அலைகிற பெண்ணுக்கு ஆடவனின் சந்திப்பு நேர்கிறது.

இதனைக் காதலின் கூடல் என்பதா? கள்ளத் தொடர்பு என்பதா? என்பதற்கெல்லாம் அப்பாற்பட்டு அது ஒரு பிரியத்தால் விளைந்த விளைவு என்ற உண்மையை மறக்கடிக்க முடியவில்லைதான். ஓர் அந்தஸ்தான ஆண் என்று காட்டித்திரியும் அப்பா. மூத்த மகளுக்கு தகுதிக்கு மீறி நகை செய்து போடுவதாகக் கூறி செய்யாததால் வாழாவெட்டியாக வந்திருக்கும் அக்கா. அவள் 'நகை' என்று அப்பாவிடம் ஞாபகப்படுத்தும்போதும் 'அப்பிடியா போடுறப்ப வந்து கூட்டிட்டுப் போகட்டும்' என்று தெனாவெட்டாகப் பதில் சொல்லும் அப்பா, நம் அப்பாவின் பிரதிநிதியாக இருக்கிறார். கம்பைத் தூக்கிக்கொண்டு காவலுக்கும் பஞ்சாயத்திற்கும் ஓடுவதில் பெரிய கௌரவத்தைப் பார்ப்பவர். அவரின் இளையமகள் கரும்பு ஆலை வைத்திருப்பவனுடன் தொடர்பு கொண்டிருப்பது, இந்தக் குறிப்புகள் கேலிக்காக இணையாமல் பெருமைக்குள் நிகழ்ந்த சரிவாகக் காட்டுகிறார்.

கருவைக் கலைக்க, கணவனுக்குத் தெரியாமல் தாய் எடுக்கிற முயற்சி மனசை வதைக்கிறது. 'கற்பு' கத்திரிக்காய் என்ற பழங்கீர்த்திக்குள் மனதை அவள் செலுத்த முடியாது. அவனைச் செருப்பால் அடிக்கணும். யாருக்கும் தெரியாமல் கருவைக் கலைத்து ஒருவன் கையில் பிடித்துத் தரவேண்டும். மகளுக்கு எந்தத் தொக்கமும் இல்லாமல் அது நடந்தேறவேண்டும் என்ற பதட்டம், பிரச்சனை தெரிந்தால் ஆலைக்காரன் குடும்பமும் நாசமாகப்போகும். இருந்தாலும் அவனைச் செருப்பால் அடிக்க வேண்டும்; புல்லறுக்கப் போகும்போது வைத்துக்கொள்ள வேண்டியதுதான். தாயின் முணுமுணுப்பு வழி அவளின் ஆதங்கமும் கோபமும் அன்பும் வெளிப்பட்டபடியே இருக்கின்றன. மகளுக்கு ஒரு பயம்தான்; சக தோழிகளுக்குத் தெரியக்கூடாது. இந்தச் சித்திரத்தின் வழியே கிராமத்தின் வாழ்வியலில் கிடந்து உழலும் எண்ணற்ற பெண்கள் இதனைக் கடந்து வந்திருப்பதாகத் தோன்றுகிறது. தமிழின் மகத்துவமான கதைகளில் இதுவும் ஒன்று. எழுச்சியுடன் எழுந்து வந்த பூமணியையும் அலுவலக வாழ்க்கை தின்று தீர்த்துவிட்டது போல இருக்கிறது அவர் எழுதாமல் இருப்பது.

பூமணி கரிசல் மண்ணிலிருந்து விலகி நகர் சார்ந்து சில கதைகளும் எழுதியிருக்கிறார். அவையெல்லாம் சிறுகதையின் உக்கிரத்தைப் பெறவில்லை. கிராமிய வாழ்விலிருந்து

எழுதப்பட்ட கதைகளில் உருவாகி வந்த செறிவும் முறுக்கும் தனித்துவமும் பிற கதைகளில் உருவாகவில்லை. அதுவும் அவர் நாவல் பக்கம் நகர்ந்தபின் எழுதப்பட்ட கரிசல் கதைகளில் வாழ்வின் நெருக்கடிகள் இறுக்கமாக உருவாகி வரவில்லை. மூர்க்கம் நீர்த்துப் போனது. அப்பண்பு 'பிறகு', 'வெக்கை' நாவல்களில் நகர்ந்தது. ஆரம்பகாலச் சிறுகதைகளில் வெளிப்பட்ட அடர்த்தியும் சாரத்தின் தெறிப்பும் வெளிப்படவில்லை. ஒவ்வொரு கதையும் ஒரு சூரியன் அல்லது எரியும் நெருப்பு என்ற பண்பு பிற்காலக் கதைகளில் மங்கிவிட்டது. அக்கதைகளை நாவலின் பகுதிகளில்கூட சேர்த்துக்கொள்ளும்படியான ஓர் அத்தியாயம் என்ற விதத்தில் இருக்கின்றன. தேவை கருதியோ இதழ்களுக்கு எழுத வேண்டும் என்ற விருப்பத்தின் பேரிலோ எழுதப்பட்டவையாக இருக்கின்றன. சிறுகதை என்பது தனித்த ஆற்றல் கொண்ட ஒரு கலை; மானிட வாழ்வின் ஒரு பாய்ச்சல்; பட்டென இருட்டை விலக்கிக் காட்டும் ஒரு வெளிச்சம் என்ற அம்சம் இருந்ததற்கும் இல்லாமல் போனதற்குமான முன் - பின் கதைகளாக இருக்கின்றன. பூமணி மெல்ல நகர்ந்து நாவல் பக்கம் சென்றது சரியானது என்பதற்கு அவரது பிற்கால கதைகள் கொண்டிருக்கும் சுடராத தன்மையைக் காரணமாகச் சொல்லலாம்.

■ உங்கள் நூலகம், அக்டோபர் 2012.

பொய்முகங்களை நகையாடும் கோபக்காரர்: நாஞ்சில் நாடன்

நாஞ்சில் நாடனின் நாவல் பற்றி (தலைகீழ் விகிதங்கள்) சுந்தர ராமசாமி இப்படிச் சொன்னார் "நீல.பத்மநாபனைப் போல இவரும் வாயாடி" தொனிப்பொருள் இல்லாமல் கதைகளில் அதிகமாகப் பேசுகிறார் என்பது அவரது விமர்சனம். அப்படியானால் புதுமைப்பித்தன் பெரும் வாயாடி. இந்த வாயாடித் தனத்தை ஓர் எழுத்தாளனின் சொல்முறையாகக் கொண்டால் அதனைத் தாண்டி எதனைக் கண்டடைய விழைகிறான் என்பதை அறியமுடியும்.

நாஞ்சில் நாடன் பசியின் பற்பல நிறங்களைக் காட்டியவர் என உடனே சொல்லத் தோன்றுகிறது. சுயநலவாதிகளின் முகத்திரைகள் கிழிகின்றன. நவீனயுகம் மனிதர்களைச் சந்தர்ப்பவாதிகளாக உருமாற்றி விடுவதைக் காணமுடிகிறது. இவரின் கதைகளை இந்த மூன்று அம்சத்தினுள் அடக்கிவிடலாம். இதைத் தவிர்த்து நாஞ்சில் நாட்டு மக்கள் வாழ்ந்த வாழ்க்கையின் ஆவணச் சித்திரங்களாக இருக்கின்றன. முக்கியமாக வெள்ளாளர் வாழ்க்கை வெள்ளாள இனக்குழுமம் இந்தச் சமூகத்தைப் பார்த்த பார்வையின் கோலங்கள் இக்கதைகள்.

எந்த வழியாக நடந்தாலும் எந்த வேலை செய்தாலும், எதை வேடிக்கை பார்த்துக் கொண்டிருந்தாலும், எந்தச் சந்திப்பாக இருந்தாலும் 'உண்ணுதல் இயல்பாக வந்துவிடுகிறது. தினமும் மூன்று வேளை உண்ணுகிறோம். பெரும் படைப்பாளிகளின் படைப்புகளில் அது ஓர் அம்சமாக இணைந்து வருவதில்லை. நாஞ்சில் நாடன் படைப்புகளில் அளவான மச்சமாகக் கதைகளில் படிந்துவிடுகிறது. பிற படைப்பாளிகளிடம் அப்படியொரு செயல் இருக்கிறதா என்ற இல்லாமையிலேயே மனம் இயங்குவதைக் காணமுடியும். முக்கியமாக அடுக்களையே கதியாகக் கிடக்கும்

பெண்களின் பிரதிநிதிகளான பெண் படைப்பாளிகளின் படைப்புகளில் உணவிற்கும் மனிதர்களுக்கும் உள்ள செயல் வெளிச்சத்திற்கு வராமலே துண்டிக்கப்பட்டிருப்பதை அறிய முடிகிறது. அம்பையின் கதைகளில் வரும் சமையலறைகள் ஒரு விமர்சனக் கண்ணோட்டத்திற்காக மட்டுமே. நாம் நிலத்தில் நிற்பதைப் போல மனிதன் உணவில் நிற்பதை நாஞ்சில் நாடன் அவர் அறியாமலேயே காட்டியிருக்கிறார். இது ஓர் ஆழ்மனச் செயல்பாடு. வக்கனையாகக் குந்தித் தின்ற ஓர் இனக்குழுவில் பிறந்ததால் மட்டுமல்ல. அந்த இனக்குழுவில் ஏழ்மையாகப் பிறந்தபடியால் ஆழப் புதைந்த ஏக்கம். அது கிடைக்கிறபோது அடைகிற ஆனந்தம் கிடைக்காத போது நேர்கிற துக்கமுமாக வெளிப்படுகிறது. பசியின் முன் எல்லாச் சுயமரியாதைகளையும் கழற்றிவைத்துவிட்டு எல்லா அவமானங்களையும் ஏந்திக்கொள்கிற விலங்காக மனிதன் மாறிப்போவதை இவரின் கதைகளில் காண முடிகிறது. எனக்கொரு ஆச்சரியம்; எல்லா நிலைகளிலும் காமம் விழித்தபடி இருப்பதுபோல இவரின் கதைகளில் நாக்கு சுவையறிந்தபடி இருக்கிறது. 'விரதம்', 'விலக்கும் விதியும்', 'இடலாக்குடி ராசா', 'கிழிசல்' முதலிய கதைகள் பசியின் விசித்திர குணங்களைக் காட்டுகின்றன. அதன் உச்சபட்ச வெளிப்பாடாக 'மனகாவலப் பெருமாள் பிள்ளை பேத்தி மறுவீடும் வெஜிடபிள் பிரியாணியும்' கதை அமைகிறது. ஒருவகையில் தீராப்பசி. ஆசையுடன் உணவருந்தச் சென்ற மனகாவலப் பெருமாள் பிள்ளை உணவு மூச்சுக்குழலில் சிக்கி இறக்கிறார். பேத்தியின் மறுவீட்டுப் பிரியாணியை முழுமையாக ருசிக்க முடியாமல் போய்விடுகிறது. அவர் இறந்தபின் ருசியின் ஏக்கம் பேயாக அலைந்து கொண்டு இருப்பதாக விரிக்கிறார். இறந்தவர்களுக்கு அவர் விரும்பி உண்ணும் உணவுகளைப் படைப்பது நம் வழக்கம். இந்தப் புள்ளியை ஆதாரமாகக்கொண்டு மனகாவலப் பெருமாள் பிள்ளையைப் பேயாக உண்டாக்கிக் காட்டுகிறார். மாயயதார்த்த தமிழ்க்கதை இது.

முரண்கள் மீது, பித்தலாட்டங்கள் மீது, ஒழுங்கீனங்கள் மீது கோபம் இயல்பாகவே பொங்கிவருவது எழுத்தாளனின் இயல்பு. சமூகத்தைச் சீரழிக்கிற இக்கூட்டத்தினை நாஞ்சில் நாடன் தன் கதைகளின் வழி கடுமையாக விமர்சிக்கிறார். ஓட்டுக்காக வைத்தியன் ஒருவனின் பெயரை அணஞ்சபெருமாள் என்று ஒருவன் கண்டுபிடிப்பதும், அது ஒரு பெண்ணின் பெயர் என்று

எதிர்க்கட்சிக்காரன் முறியடிப்பதும், ஓட்டு தவிர்த்து மனிதன் இங்கு மதிப்பற்று வாழ நேர்வதையும் ‘ஒரு இந்நாட்டு மன்னர்’ கதையில் எள்ளல் தொனியோடு காட்டுகிறார்.

டெல்லி போன்ற பெருநகர உயர்குடி மக்கள் கூடும் நாடகம் போன்ற நிகழ்வுகளில் சின்னக்கண்ணு போன்ற ஓட்டுநர்கள் சமதையாக அமர முடியாமல் துரத்தப்படுவதை ‘அம்பாரி மீது ஆடு’ கதையில் பார்க்க முடிகிறது. வாக்குக்காகக் கஞ்சத்தனம் மிக்க பெரும் பண்ணையாரின் கதர்வேசம், சாதிவேசம், பாட்டாளி வேசம் போட்டு மக்களை ஏமாற்றும் மும்மூர்த்திகள் ‘வாக்குப் பொறுக்கிகள்’ கதையில் வருகிறார்கள்.

அரசியல் பகையில் சாமிகளும், சாமி கொண்டாடிகளும் இரண்டாம் பட்சமாகிவிடுகிற கூத்து (தெய்வங்கள் ஓநாய்கள் ஆடுகள்) எந்த இடத்திலும் எந்த சூழ்நிலையிலும் திருடிச் செல்கிற வாய்ப்பு (ஒரு வழிப்பயணம்) ரெக்கார்ட் டான்ஸ் என்ற திரும்பத் திரும்ப தெளிக்கிற கவர்ச்சிகள் (பிராந்து) சாதி இல்லை என்று நுனிநாக்கில் பேசிக்கொண்டு அசைக்க முடியாத வேர்களைக் கொண்டிருக்கிற அசல் வித்துக்கள் (சில வைராக்கியங்கள்) என்று சமூகத்தில் புரையோடிக்கிடக்கும் புண்களை வெளிப்படையாகவே காட்டுகிறார். இவற்றையெல்லாம் குறிப்பால் உணர்த்த வேண்டுமா என்ற கேள்வியைக்கூட வாசகன் கேட்டுக் கொள்ளலாம். புதுமைப்பித்தன் போல வெளிப்படையாகவே எள்ளி நகையாடுகிறார். ஒருவகையில் கட்டுரைக்குரிய குணத்தை சுவீகரித்துக்கொண்டு கலைக்குரிய காட்சி ரூபங்களில் உருவாக்கிக் காட்டுகிறார். படைப்பு என்ற எல்லையில் நின்றபடியே சமூகத்தை, மானுடர்களை விமர்சிக்கின்றன இக்கதைகள். இந்த வகையில் கலாபூர்வமான வெற்றியை அடைந்த இரு கதைகள் ‘பாம்பு’, ‘வனம்’. ஒன்று எதிர்நிலை வெற்றி மற்றொன்று நேர்நிலை வெற்றி.

‘பாம்பு’ கதை ஓர் உருவகக் கதை எனலாம்; இன்றைய தமிழ்ப் பேராசிரியன் பணத்திற்கு மாரடிக்கும் போக்கை, தேடலற்ற தன்மையை, சுயநலப் போதையைக் கிழிக்கிறது. ஒருவகையில் பின்நவீனத்துவ பாணிக்கதை.

‘வனம்’ காட்டின் மகத்துவத்தைப் புரிந்திருக்கும் மனிதனை அறிமுகப்படுத்துகிறது. மனிதர்களிடம் விட்டேத்தியாக

நடந்துகொள்ளும் ஓட்டுநர், சாலையைக் கடக்கும் பாம்பின் மீது ஏற்றி சாகடிக்காமல் நிறுத்தி ‘சட்டன்னு போ மகளே’ என்று கூறும்போது பிரபஞ்சக் கவியாகிவிடுகிறான். மனிதர்களைவிட பாம்பொன்றும் விசமில்லை. மனிதர்களை விட வனம் பேரின்பம் நல்கக்கூடியது என்பதை உணர்த்துவதாகவும் கதை சுழல்கிறது. அச்சப்படுகிற, அருவருப்படைகிற பாம்பை ஓர் உயிராகப் பார்க்கிற கோணம் துலங்குகிறது. இடலோ கால்வினோ ‘ஆதாம் ஒரு பிற்பகல் நேரம்’ என்றொரு கதை எழுதியிருக்கிறார். கடவுளின் பிள்ளைகளாக தேள், பூரான், பாம்புக்குட்டி, பாம்பிராணிகளை அடையாளப்படுத்துகிற கதைக்கு நிகரானது ‘வனம்’.

இன்று ஒரு நிலச்சுவான்தார் பாட்டாளியின் உழைப்பைச் சுரண்ட முடியாது. முக்கியமாக விவசாயத்தில் ஆள்பற்றாக்குறை நிலவுகிற காலம். இருக்கும் ஆட்களின் குரலுக்கு நிலம் வைத்திருப்பவன் இன்று கட்டுப்பட்டு ஆகவேண்டிய சூழல் உண்டாகிவிட்டது. இருப்பினும் நேற்று பண்ணை முதலாளிகள் செய்த சுரண்டலை இல்லை என்று நிறுவ முடியாது. அரையாள் கூலிக்கு இரவெல்லாம் தாம்போட்டிய சிறுவனுக்குச் சிறுமரக்காலில் கூலியாக அளந்துபோட்டு அடிக்கிற கொள்ளையை பண்ணைத் திமிர் என்றுதான் சொல்லவேண்டும். ‘வாய் கசந்தது’ நேற்றைய உலகின் வலிமிகுந்த காட்சி.

இன்றைய உலகின் சந்தேகப் பார்வை (பாலம்), இணக்கத்தை முறித்துக்கொண்டு திடுக்கென்று வன்மத்தைக் காட்டுகிற குரூரம் (ஊதுபத்தி), விடலைப் பையன்களை இச்சைக்குப் பயன்படுத்திக் கொள்ளும் தெறிவைப் பெண்கள் (பேய்க்கொட்டு), பிழைப்பிற்குப் பிணத்தின் முன் அமர்ந்து திருவாசகம் படிக்க நேர்கிற ஏழ்மை (பிணத்தின் முன் அமர்ந்து திருவாசகம் படித்தவர்), என்று நவீன காலத்தின் பொறியில் சிக்கிக்கொண்ட மானுடர்களிலிருந்து கிளம்பும் எதிர்வினைகள் மேலும் சிக்கலை உண்டாக்குகின்றன. இதன் உச்சபட்சமாக ஆளாக்கிய முதுமைத் தாயை நீரூற்றிக் கொல்கிற துணிவை நவீன காலத்துச் சூழல் மகனுக்கு உருவாக்குகிறது. அதனைச் செய்ய கருணையற்ற மனைவி ஊக்குவிக்கிறாள். யந்திர வாழ்க்கை அதனைச் செய்ய நிர்பந்திக்கிறது. காலத்தின் கோலத்தை அசலாக மீட்டெடுக்கிற ‘சாலப் பரிந்து’ கதை நமது நவீன

மனவியல்பைப் பிளந்து காட்டுகிறது. தமிழ்ச் சமூகத்தின் பின்னணியில் சொல்லப்பட்டிருந்தாலும் உலகத்துக் கதை இது. வண்ணநிலவன் 'எஸ்தர்' என்றொரு கதை எழுதியிருக்கிறார். ஆ. மாதவன், சு. வேணுகோபால், ஜெயமோகன் போன்றோர் கொலை செய்யும் கதைகளை எழுதியிருக்கிறார்கள். அவற்றில் கொலை செய்பவரின் மீது வெறுப்புத் தோன்றுவதில்லை. பதில் சொல்ல முடியாத பச்சாதாபம் ஏற்படுகிறது. அந்த அம்சத்திலிருந்து விலகி நவீன மனிதனுள் கருணை வற்றிப்போன வறண்ட அலுவலக மனிதர்களை இனம் காட்டுகிறார்.

'விரதம்', 'உபாதை', 'முரண்டு' கதைகள் உருவாக்கும் வாழ்க்கைப் பின்னணி வலி நிறைந்ததாக இருக்கிறது. முடிவு சார்ந்து நாஞ்சில் நாடன் கதையைத் திருப்பும்போது உளவியலுக்கு பங்கம் ஏற்பட்டு விடுகிறது. 'பிராந்து' கதையில் இசைத்தட்டு நடனம் என்ற பெயரில் அடிக்கும் கிளர்ச்சி கூத்துக்களைச் சகிக்க முடியாமல் மந்திரமூர்த்தி என்ற பெரியவர் தன் மனைவியைக் கூட்டத்திலிருந்து இழுத்துச் செல்கிறார். அதைத் தொடர்ந்து கூட்டமும் கலைந்தது என்பது ஓரளவு சரி. அதை விரும்பிப் பார்க்க வந்தவர்கள் இந்த 'பிராந்'தை மனதினுள் திட்டத்தானே செய்வார்கள்? இதில் உளவியல் தவறிப் போகிறது. நாஞ்சில் நாடனின் கோபம் மட்டுமே கதையில் நிறைவேறுகிறது.

'விரதம்' கதையில் மகள் சாப்பாடு போடவில்லை என்பதும், 'உபாதை' கதையில் கூலிப் பணத்தை வாங்கிக்கொண்டு கற்பைக் காப்பாற்றிக் கொள்கிறதும், 'முரண்டு' கதையில் இரண்டாம் தாரம் (குழந்தைப் பேற்றிற்காக) கட்ட நிர்பந்தம் செய்கிறபோது மீனாட்சிசுந்தரம் குடும்பக் கட்டுப்பாடு செய்துகொள்வதும் இயல்புக்கு எதிர்நிலை முடிவுகளாக இருக்கின்றன. முடிவுகளை எழுத்தாளன் லேசாகத் திருப்பும்போது உண்மை நழுவத் தொடங்குகிறது. அல்லது இந்த முடிவுக்கு வலுவான காரணங்கள் உண்டாக்கிக் காட்டப்படவில்லை. படைப்பாளிக்கு வேலைவைக்கும் இடங்கள் இவைதாம். இந்த செய்நேர்த்தி சார்ந்த நுட்பங்கள் இப்படைப்புகளில் இல்லை.

மொழிசார்ந்த வாய்க்கொழுப்பு அதிகம் என்று இன்று யாரும் இவரின் படைப்புகளைக் கணிக்க முடியாது. அவை உரைநடை இலக்கியத்தின் ஒரு பங்களிப்பாக அமைந்திருப்பதை அறியலாம்.

நாஞ்சில் நாட்டு வாழ்க்கை முறையை இவரின் சொல்முறை முழுமையாக அள்ள முயன்றிருக்கிறது. இவரின் படைப்புகள் ஒருவித அமைதி கொள்ளாமல் எல்லாவற்றையும் இழுத்துப் போட்டுக்கொண்டு நகர்வது படைப்பு ரீதியாக பாதகம் என்றால் அதே அம்சம் காலத்தின் நிழலாக படைப்பிற்குள் படிவது சாதகமான அம்சமாக மாறுகிறது. நாஞ்சில் மக்களின் இயக்கம், பண்பாட்டசைவு, காட்சி ஆவணமாக மாறுகிறது. இன்று இதன் முக்கியத்துவத்தை மறுப்பதற்கில்லை. இந்த வகையில் இவரின் எல்லாப் படைப்புகளுக்கும் முக்கியத்துவம் இருக்கிறது. முக்கியமாக மக்களின் சொற்செழுமை.

மேன்மையை எடுத்துரைத்த பழந்தமிழ் வரிகளாலேயே இன்றைய கீழ்மையை எள்ளி நகையாடும் சொல்முறை இவரிடம் வெகு இயல்பாக பாய்ந்து வருகிறது. அம்மொழி பொய்மை கொண்ட சமூகத்தின் மீது மோதும் விமர்சனமாகக் குத்திக் கொண்டிருக்கிறது. இந்த வகையில் நாஞ்சில் நாடன் புதுமைப்பித்தனின் நேர் வாரிசு.

தனது முதல் கதையான 'விரதம்' கதை முதல் இன்று எழுதிய 'வனம்' கதை வரை சுற்றுப்புற இயக்கத்தினைக் கூர்த்த பார்வையில் வெளிப்படுத்தி வந்துள்ளார். ஒரு படைப்பாளியாக இவர் ஓடிக்கடந்திருக்கும் தூரம் மெச்சத்தக்கது. ஆரம்பக் கதைகளைவிட இன்று செறிவும், அழகும், நுட்பமும், வீச்சும் கூடிய கதைகளை எழுதுகிறார் என்பது தமிழ்ப் படைப்பாளிக்கு எதிரான விடைதான். நாஞ்சில் நாடன் வேகமாக ஓடத்தொடங்குகிறார். மற்றவர்களைவிட இரண்டு எட்டு முன் நடந்திருக்கிறார், எல்லா வகைகளிலும். இந்தத் தொகை நூலில் எண்பது கதைகள் இருக்கின்றன. இவர் எழுதியிருக்கும் கதைகளின் பிரச்சனைகளைப் பிற தமிழ்ப் படைப்பாளிகள் வேறு வண்ணங்களில் சொல்லியிருக்கின்றனர். அல்லது வேறு பின்னணியில் சொல்லிவிட முடியும். இவரால் மட்டுமே சொல்ல முடியும் என்ற ரீதியில் பத்துக் கதைகள் இருக்கின்றன. அந்தப் பத்தை முன்சொன்ன மூன்று பாதைகளில் பயணப்பட்டு உருவாக்கியிருக்கிறார் என்பதும் முக்கியம்தான். தனக்குரிய செழுமையும் வளமையும் இவ்விதமாக அமைந்திருக்கிறது என்று கண்டுகொண்டு கிளை விரித்தால் பெரும் பங்களிப்பாக அமையும். ஏனெனில் அவற்றை நாஞ்சில் நாடனால்தான்

எழுத முடியும். ‘இடலாக்குடி ராசா’, ‘கிழிசல்’, ‘பிணத்தின் முன் அமர்ந்து திருவாசகம் படித்தவர்’, ‘மனகவல பெருமாள் பிள்ளை’, ‘பாம்பு’, ‘சாலப்பரிந்து’, ‘வனம்’, ‘பாலம்’ கதைகளை வேறொரு படைப்பாளியால் எழுத முடியாது.

நாஞ்சில் நிலமும் வட்டார வழக்கும் மனிதர்களின் சாயலும் செறிந்து நம் வாழ்க்கையில் புதைந்திருக்கும் பொய்மைகள், கீழ்மைகள், ஏமாற்றுத்தனங்கள், முரண்பாடுகள் மீது குறி தவறாமல் பாயும் ஒரு விமர்சனக் கண்ணோட்டமும் கூடி உருவாகும் வார்ப்பே நாஞ்சில் நாடனின் தனித்தன்மை என்று சொல்லலாம்.

2

நாஞ்சில் நாடன் புனைவுலகின் மிகப்பெரிய பலம் அதன் வட்டாரத் தன்மை. ஒரு படைப்பின் வட்டாரத் தன்மையால் மட்டும் அதன் இலக்கிய மதிப்பு தீர்மானிக்கப்படுவதில்லை. அது சமூகத்தோடு கொள்ளும் உறவில் திரண்டு வருகிறது. ஒரு படைப்பு தன் சமூகத்தில் கலகத்தை உண்டு பண்ணலாம்; காருண்யத்தைக் கொண்டு வரலாம். படைப்பு நேர்மை என்ற ஒன்று உண்டு. படைப்பாளி தன் அனுபவம் சார்ந்த பார்வையிலிருந்து அதனை உண்டாக்குகிறான். அந்தப் பார்வை நியாயத்தின் பக்கம் நின்று விவாதிக்கிறது, உரையாடுகிறது, முரண்படுகிறது. மனித சமூகத்தை சற்றே மேலெடுக்க முயல்கிறது. எனவே வட்டாரத் தன்மை மட்டும் படைப்பின் இலக்கியத் தன்மை என்றாகிவிடுவதில்லை. வட்டாரத் தன்மை என்ற மண்ணில் வேர்விட்டு உயர்ந்து நிற்கும் பெருமரத்தைப் போன்றது இலக்கியம். நாஞ்சில் நாடன் கதைகளில் இவ்விரண்டு அம்சங்கள் ஒன்றுடன் ஒன்று பிரிக்கவே முடியாதபடி ஊனும் உயிருமாகத் தோன்றிவிடுகின்றன. வட்டாரத் தன்மை என்ற ரத்தமும் சதையுமான அம்சம் கூடுதல் அழகோடு நாஞ்சில் நாடன் கதைகளில் கூடிவருகின்றன.

நாஞ்சில் நாடனின் பிற்காலக் கதைகள் பம்பாய், நாக்பூர், கோவை போன்ற நகரங்களில் நிகழ்கின்றன. அந்நகரங்களின் மனித வாசனையோடு வீசுகின்றன. வட்டாரத் தன்மை என்பதைக்

கதைகள் வேர் கொள்ளும் நிலம், சூழல், மானிடப் பண்புகளோடு தொடர்புடையதாக கொள்வதால் இக்கதைகளின் வேறுவகையான பின்னணியை நிறைவாகக் கொண்டு வருகிறார். இதில் கி.ரா.வைவிடக்கூட நாஞ்சில் நாடன் ஒருபடி மேலே நிற்கிறார்.

ஐம்பது ஆண்டுகளுக்குமுன் நாஞ்சில் நாடும் அம்மக்களும் எப்படி இருந்தனர், முரண்பட்டனர், இசைவு கொண்டு வாழ்ந்தனர் என்பதற்கு நாஞ்சில் நாடனின் கதைகள் துல்லியமான திரைமொழி ஆவணம்போல் இருக்கின்றன. இவரது ஒட்டுமொத்த படைப்புகள் நாஞ்சில் நாட்டுக்கு அவர் தந்திருக்கும் பெருங்கொடையாகக் கருதுகிறேன். அதற்கும் மேலாக அப்படைப்புக்கள் பொது மனிதர்களின் வாழ்க்கைப் பிரச்சனைகளைப் பேசுவதாகவும் அமைந்திருக்கின்றன. நேற்றுப் படித்த நாஞ்சில் நாடனிலிருந்து இன்று படிக்கிற நாஞ்சில் நாடன் இன்னும் புதிய தெளிவுகளையும் வெளிச்சங்களையும் தருபவராக இருக்கிறார். அறிதொறும், அறிதொறும் நம்மிடம் அறியாமை இருப்பதை அறியவைக்கும் படைப்புகளே மேலான படைப்புகள்.

நாஞ்சில் நாடனின் புனைவுகளில் நம்மை உடனடியாகக் கவர்வது அவரது மொழியாளுமையும் நடையும், நடையில் வெளிப்படும் எள்ளலும், விமர்சனமும்தான். பல சொற்கள் நமக்கு நேரடி அர்த்தத்தைத் தராதபோதும் கதையோட்டத்தில் விளங்கிக்கொள்ள முடிகிறது. அச்சொற்கள் நாஞ்சில் நாட்டு மக்களின் சதையைக் கொதை விழ கிள்ளிப் பார்ப்பதுபோல இருக்கின்றன.

வைக்கோலை அழியில் போடுவதும்; மாட்டின் கழுத்துப் புண்ணிற்குப் புன்னக்காய் எண்ணெய் தடவுவதும், வெங்கலப் பானையை மூடியிருந்த சிப்பலை நீக்கிப் பார்ப்பதும்; அவிழ்த்துவிட்ட மாடுகள் கரம்பிக் கொண்டிருப்பதும்; சாமணக் கெட்டுக்காரர்களுக்கு, சக்தி வைப்பு ஐயர்களுக்கு நாதசுர மோளக்காரர்களுக்கு ஐப்பசி மாதம் நல்ல கோளுள்ள மாதமாக இருப்பதும்; பருவப்பெண் கம்பி அளியைப் பிடித்துக்கொண்டு வேடிக்கைப் பார்ப்பதும்; திருப்பன் வைத்துக் கட்டிய கொண்டைக்காரிகளின் சிலுப்பலும்; இட்டிலி பாத்திர குட்டுவத்தில் மாவு பிசகாமல் ஊற்றுவதும், இழவு விழுந்த

தமிழ்ச் சிறுகதை ஒரு காலத்தின் செழுமை | 235

வீடுகளில் தீப்பெருக்காதிருப்பதும், பால்குடி குழந்தையை வல்லந்தமாக நிறுத்துவதும்; சூல்கொண்ட பின்வரும் சாக்கோட்டி மாதங்களில் நடக்கும் காரியங்களையும் வாசிக்கும்போது நாஞ்சில் வாசம் மொழியில் கமகமவென வீசுகிறது.

“நான் சொன்னதை ஞாபகமாச் சொல்லு. இந்தப் பூவிலே முடியாதாம். அடுத்தப் பூவிலே வேணும்னா பார்க்கலாம்ன்னு சொல்லு” (ஐந்தில் நான்கு) என்று வறுமையைச் சொல்லும்போதும் கிடாக் கன்று உறவு தெரியாமல் முகரும்போது “சவத்துப்பய சாதிக்கு ஒரு வகுதருவு கெடையாது” என்று திட்டும்போதும் (தேடல்) “சாமிப் பண்ணையாருக்கு நான்கு கோட்டை விதைப்பாடு சொந்தம்” (ஆங்காரம்) பெருமிதத்தைச் சொல்வதும்; சாலைத் திருப்பத்தில் இருக்கும் பிள்ளையார் கோவிலுக்குப் போவாள் கிழவி. கால் நீவிக்கொண்டே உட்கார்ந்து கதைபேச மண்டபம் இருந்தது... ஒருநாள் மருமகள் கேட்டாள். “என்ன? பிள்ளைவரம் கேக்கப் போனேளா?” இப்படி (சாலப்பரிந்து) குரூரமாக ஏசுவதும்; ‘பால் மறக்கடிக்கப்பட்ட பேரன் கிழவி காளியம்மையுடன் படுத்துக்கொள்வான். பால்முலைத் தேடிப் பரிதவித்த பேரனுக்கு வறண்டுபோன தன் முலையைச் சவைக்கத் தருவதும்’ ‘வீட்டுக்கு விருந்தாளிகள் வந்தால் அறையில் இருந்து வெளியே வரக்கூடாது. வீட்டில் ஆட்கள் இருந்தாலும் இல்லாவிட்டாலும் முன்னறையில் காற்றாட ‘அம்மாடி’ என முந்தானை விரித்துப் படுக்கக்கூடாது’ என்கிற புதிய நாகரிக வழக்கத்தையும் (சாலப்பரிந்து) “பனக்குடியிலே ஒரு சடங்கு உண்டும், போகாண்டாம்ணுதான் பார்த்தேன். பின்னே பெறப்பிட்டாச்சு” (எலிகள் வளைகளுக்கானவை) என்கிற ஆழத்து அன்பையும், “குளத்து மீன்களிலேயே கிளாத்தி ஒன்றுதான் சண்டாளமூதி, தண்ணீரில் ஆயும்போதே மின்னல்போல் துடித்துக்கொண்டு நிற்கும்” (விலாங்கு) என்று பெருமிதமாக ஏசும்போது நாம் நம்மூரில் இருப்பதில்லை. நாஞ்சில் நாட்டு கிராமத்தில் பாதி புரிந்தும் பாதி புரியாமலும் கேட்டுக்கொண்டு நிற்கிறோம். மொழி தன்னுள் தேக்கியிருக்கும் பண்பாட்டு குணரூபம் தனித்த வசீகரத்தை அளிக்கிறது.

நாஞ்சில் நாடன் என்ற பெயரைச் சூடிக்கொண்ட க. சுப்ரமணியத்திடம் விவசாயச் சூழலின் அத்தனை அம்சங்களும் படையெடுத்து வருகின்றன. சேறும் சகதியும் வயலும் கடுக்கா

மரங்களும், மருத மரங்களும், ஆறுமாகப் படைப்பில் விரிகின்றன. தனக்கு நாஞ்சில் நாடன் என்ற பெயரை மிகப் பொருத்தமாக சூடிக்கொள்ள இவருக்கு எப்படித் தோன்றியது என்பது ஆச்சரியமாக இருக்கிறது. பிற கதைகளும் நிரம்பவே எழுதியிருக்கிறார். என்றாலும் நாஞ்சில் நாட்டு மண்ணைப் பேசிய கதைகளில் இவரது ஆன்மா பிரித்தெடுக்க முடியாதபடி கரைந்திருக்கிறது. பிரபஞ்சன், வண்ணநிலவன் என்கிற பெயர் பொருத்தத்தைவிட நாஞ்சில் என்ற பெயர் பொருத்தம் மிகச்சரியாக இருக்கிறது. நாஞ்சில் நாடனின் படைப்புகள் நாஞ்சில்நாட்டு முகம் என்றே சொல்லலாம்.

'தொட்டாவாடிக் கொடிகள்', 'காமனக்கெட்டுக்காரன்', 'கொவரப்போகுதல்', 'ஆத்தங்குடி கற்கள் பாவிய முன்னறை', 'தட்டடி போட்டவீட்டின் முன் சாய்ச்சிறக்கி போல சின்னாக்க மணம்' என்ற தொடர்களை மதுரை வட்டாரக் கதைகளில் எழுத முடியாது. நாஞ்சில் நாடன் சகஜமாக எழுதிச் செல்லும் புனைவு மொழியை அதே சகஜத்தோடு மொழி பெயர்த்துவிட முடியாது. பண்பாட்டு இழைகளின் அத்தனை நுணுக்கங்களையும் வாரி அணைத்துக்கொண்ட புனைவுமொழி. நாஞ்சில் மண்ணில் ஒரு கதையை எழுதுகிறார் என்றால் தன் தொல்குடி கைமாற்றி கைமாற்றி தந்த மொழி அவரது நினைவடுக்கிலிருந்தும் அனுபவத்திலிருந்தும் அருவியெனக் கொட்டுகிறது. அதனை அப்படியே மொழிபெயர்ப்பது என்பது பெரும் சவாலானது. இது நாஞ்சில் நாடனின் தனித்த படைப்பு வீச்சு. ஆதவன் கதைகள் பொது மொழியால் எழுதப்பட்டது. மொழி பெயர்ப்பது லெகுவானதும்கூட, நாஞ்சில் நாடனின் கதைகளை வேற்றுமொழிக்குக் கொண்டு போனால் மொழியின் அழகு பல உதிர்ந்து விடும்.

சின்னச்சின்ன அசைவுகள்கூட கதையில் கூடிவரும் போது படைப்பிற்குப் பேரழகைத் தருகின்றன. பொதுவாகக் கிராமப்புறத்திலிருந்து எழுதவரும் படைப்பாளி எழுதும் தற்கணத்திலேயே உருக்கொண்டு விடுகின்றன. அவர்கள் எங்கெங்கோ பார்த்த, கேட்ட, அனுபவம் உண்டாக்கும் யதார்த்தக் கற்பனை எல்லாம் சேர்ந்து தொழிற்படுகின்றன. நுணுக்கமாகக் கவனித்தல் என்ற திட்டமெல்லாம் இல்லாமலே கவனிக்கப்பட்டிருக்கும். 'ஆலிலை கனத்தில் சப்பாத்தி', 'பட்டம்

தமிழ்ச் சிறுகதை ஒரு காலத்தின் செழுமை | 237

பிடித்திருந்த வேட்டி நுனிகள்', 'சதைப்பிடிப்பில்லாத ஆனால் எலும்பு முள்ளாகத் துருத்தாத உடற்கட்டு' என கண் அளந்ததை மொழிக்குள் கொண்டுவருகிறார்.

'தனி ஆவர்த்தனம் முடிந்து - பத்துப் புளிய மரங்களில் புளியம்பழம் ஒரே நேரத்தில் உலுக்கியது போல் சடசடசடவென கைதட்டல் தெப்பக்குளத்து மூலைப்பாறையில் மோதி எதிரொலித்தது' (கிழிசல்), 'எங்கிருந்தோ பறந்துவந்து 'முடுக்'கென்று குளத்துக் கெண்டையைக் கொத்திக் கொண்டோடும் மீன் கொத்தி', 'புன்னை மரத்து முடிச்சில் உட்கார்ந்து வெயில் காய்ந்து வாயைப் பிளந்து காற்றுக் குடிக்கும் ஓணானைக் காணும் போதெல்லாம் எதையோ இழந்து கொண்டிருக்கிறோம் என்று மனம் ஏங்கும்' (தேடல்) சில அசைவுகள் கதையோட்டத்தில் ஊடாடி ரசிக்க வைக்கின்றன. சில அசைவுகள் தன் வாழ்வின் தத்தளிப்பைத் தானே விலகி நின்று பார்ப்பதாக மாறி விடுகின்றன. 'கடக் கடக் என்று வட்டக் கொம்புகளைப் பிணைத்துக்கொண்டு செல்லச் சண்டை போடும் எருமைக் கடாக்கள்' என்ற வரியை வாசிப்பின் ஓட்டத்தில் கடந்துவிடலாம். அந்த வரியை, அதுவும் வட்டக் கொம்புகளைப் பிணைத்துக்கொண்டு செல்லச் சண்டை' என்ற தொடரை ஓர் அனுபவசாலியால் மட்டுமே எழுத முடியும். கலை என்பது கதை சொல்வதல்ல. புனைவு உண்டாக்கும் உண்மை.

பல்வேறு சித்திரங்கள் நினைவடுக்கிலிருந்து கதைக்குப் பொருத்தமாக எழுந்து வந்து அமர்வதைப் புனைவின் சாகசம் என்றே கூறலாம். உதாரணமாக 'ஒரு லயத்துடன் கொண்டையைக் குலுக்கும் பனைக் கூட்டங்கள்', 'காற்றில் பழுக்கும் நெல்லின் பரவிய மணம்', 'குளத்தங்கரை குறுக்குப்பாதையில் கோயில் மணி கிலுங்கிக் கொண்டிருந்தது', 'பாலத்தின் இறக்கத்தில் நின்று கொண்டிருந்த கார் ஒன்றை நிலவு தழுவிக் கொண்டிருந்தது' இவ்விதமான தொடர்களில் நாஞ்சில் நாட்டு நிலவியல் கூடி வருவதை நினைத்துப் பார்க்கலாம்.

தன்னை முற்போக்குவாதி என்று பிரகடனப்படுத்திக்கொண்டு எழுதும் படைப்பாளிகளின் கதைகளைவிட மிகச்சிறந்த முற்போக்குக் கதைகளை நாஞ்சில் நாடன் எழுதியிருக்கிறார். முற்போக்குக் கதைகளில் புறஉலகின் தோற்றங்கள் உயிர்பெற்று

கவிதை நயத்தோடு அசையக்கூடாது என்ற தடைச்சட்டம் ஏதுமில்லையே! சிறுகதை எழுதுவது முற்போக்கான சிந்தனையை நோக்கி இழுத்துச் சென்று முடிப்பதில் மட்டுமே இல்லை. அக்கதை நிற்கும் தளத்தின் முழுமையிலிருந்து எழுதுவதுதான். இந்தக் கலைமனத்தை நாஞ்சில் நாடன் பெற்றிருக்கிறார். 'வாய் கசந்தது', 'ஒரு முற்பகல் காட்சி', 'பாலம்', 'துறவு', 'தேடல்', 'இடலாக்குடி ராசா', 'சூடிய பூ சூடற்க', 'பேச்சியம்மை', 'ஆங்காரம்', 'ஐந்தில் நான்கு', 'உப்பு', 'விலாங்கு', 'வனம்' என பல கதைகள் கலாபூர்வமான முற்போக்குக் கதைகள்.

ஏழைப் பிராமணர்களின் பாடுகளைச் சொல்வதும் முற்போக்குக் கதைதான். 'பிணத்தின் முன் அமர்ந்து திருவாசகம் படித்தவர்', 'பரிசில் வாழ்க்கை', 'ஒரு முற்பகல் காட்சி' முதலியவை தமிழ் தேசியம் பேசுபவர்கள் கிட்டத்தட்ட இக்கதைகளை எழுதக்கூடாது என்பார்கள். சுத்தத் தமிழ் ஏழைகள் குறித்து அந்த பாப்பார சாதிக்கு அக்கறை இருக்கிறதா என்பார்கள். அக்கேள்வி யதார்த்தத்தில் உண்மையாகக்கூட இருக்கலாம். பார்ப்பானுக்குப் பரிவு காட்டுவதெல்லாம் பார்ப்பனிய மனம் சார்ந்தது என்பார்கள். வாழ வேறு வழியற்று பூசை செய்யும் ஏழையின் கண்ணீர் படைப்பாளிக்குத் தெரியும். அதே சமயம் பிராமணரின் மேட்டிமைத்தனத்தை, சாதிய உணர்வைப் போட்டு கிழிக்கவும் தெரியும். 'செம்பொருள் அங்கதம்' என்ற கதையில் வரும் போற்றி ஒரு நிறுவன மேலாளர்; பழக்கவழக்கங்களில் தீட்டு பார்ப்பவர். உயர்தரமாக இருப்பதை சாதி உணர்வாகக் காட்டுபவர். உயிருக்கு ஆபத்து என்று வரும்போது அவருக்கு யாரோ தின்று குப்பையில் எறிந்த எச்சில் இனிப்பு பிஸ்கட்டைத் தின்றுதான் மீள்கிறார். அதேசமயம், 'போற்றி கழிப்பறையில் கதவைத் தாளிட்டுக் கொண்டிருக்கும்போதும் அலுவலகப் பொதுமேலாளர் எனும் தன் பதவியை மறைப்பதில்லை' என்று மனிதனின் அற்ப குணத்தை திரை விலக்கிக் காட்டவும் செய்கிறார். பாசிசத்திற்கு எதிராக இயங்குபவன்தான் படைப்பாளி. பிராமணியம், திராவிடவியம், தமிழியம் என எல்லாக் கட்டைகளும் குறுக்கே விழுந்தாலும் அவனது பார்வை மானுட துக்கத்தின் மீதுதான் இருக்கும். வடக்கு - தெற்கு பிரச்சனை பேசும் தமிழனால் 'வளைகள் எலிகளுக்கானவை', 'யாம் உண்பேம்', 'கான்சாகிப்' போன்ற கதைகளை எழுத முடியாது.

'ஆங்காரம்' ஒரு தலித் கதை என்றால் 'ஊதுபத்தி' தலித்திற்கு எதிரான கதை என்று சொல்லக்கூடும். தலித்திற்கு வன்மம் இருக்காது. பொய்மை இருக்காது என புனிதப்படுத்தலாம். படைப்பாளியும் அப்படிப் பார்க்க வேண்டும் என்று நிர்பந்திக்க முடியாது. படைப்பாளி மானிட ஆட்டங்களைக் கவனிக்கிறவன். 'ஊதுபத்தி' கதையில் தலித் அல்லாத வேளாள கூலித் தொழிலாளியாக இருந்தாலும் மனிதர்கள் அவ்விதமே நடந்து கொள்வர். நெருங்கிய பழக்கங்களுக்கு எதிர்த்திசையில் பணம் ஒரு முக்கிய காரணியாக நின்று ஆடும் என்பதைக் காணுவதுதான் அக்கதை.

'வாய் கசந்தது' வேளாளன் ஏழை வேளாளனுக்குச் செய்யும் துரோகத்தைத்தான் சொல்கிறது. 'இடலாக்குடி ராசா' வேளாளர் கூட்டம் சாதி மதம் அற்றுத் திரியும் ஒரு கலங்கமற்ற மந்தப்புத்தி உள்ளவனைத்தான் விரட்டியடிக்கிறது. 'ஐந்தில் நான்கு', 'கிழிசல்', 'மனக்கவலப் பெருமாள் பிள்ளை...', 'பாலம்' கதைகளில் எல்லாம் வேளாளர்களின் பொய் முகங்களைக் காட்டி அவர்களின் குறுகிய மனப்பான்மைகளைச் சீற்றத்துடன் விமர்சனம் செய்கிறது.

ஒரு படைப்பாளியாக அவரின் சுதந்திரப் பார்வை மனிதகுலத்தின் எல்லா பக்கங்களிலும் சென்று வருகிறது. எல்லா இடங்களிலும் உயர்வும் இருக்கின்றது. தாழ்வும் இருக்கின்றது. 'கான்சாகிப்' போன்ற நேசம் மிக்க வடநாட்டு இசுலாமியத் தோழனிடம் வெளிப்பட்ட உயர்ந்த மாண்பை எந்த வேளாங்குடி கதையிலும் நாஞ்சில் நாடன் கொண்டுவரவில்லை. விவசாயத்தை நம்பி வாழ்ந்த குடியை விவசாயமே தற்கொலையில் ஆழ்த்தி குடும்பங்களைச் சிதறடித்து விடுகின்றன. ரயில் பெட்டியில் ஒரே ஒருவாய் சோற்றுக்கு முதியவர் அலைந்து பசித்தீயை அணைக்கப் பற்றும் கையைச் சொன்ன 'யாம் உண்பேம்' கதை ஒரு மராட்டிய விவசாயியின் கதை. மிகச்சிறந்த கதையும்கூட. உழைப்பாளிகள் சுரண்டப்படுவதை, ஏமாற்றப்படுவதை, அரசியல்வாதிகளின் பொறுப்பற்ற தன்மையால் வறுமைச் சூழலுக்குள் தள்ளப்படுவதைப் பல கதைகளில் கொண்டு வந்திருக்கிறார். வறுமையைக் குரல் உயர்த்தி வெளிப்படையாகச் சொல்லாமல் உணரும்படியாக படைப்பில் கொண்டு வருகிறார்.

பொதுச் சமூகமும் இனக்குழுச் சமூகமும் சேர்ந்து உருவாக்கிய மொழியும் பழந்தமிழ் இலக்கியப் பயிற்சியும் பரந்துபட்ட அனுபவம் உண்டாக்கிய பார்வையும் கலந்து உருவான எள்ளல் நடை தனித்த ஒன்றாக நாஞ்சில் நாடனிடம் கூடிவந்திருக்கிறது.

'ராசாவின் தோற்றம் வாட்ட சாட்டமாக தாள்தொடு தடக்கையொடு ராஜாபோல்தான் இருக்கும். கருமருதுப் பலகைபோல் விரிந்த மார்பும் முதுகும். 'இன்றுபோல் இருத்தி' என்று எந்த சீதை வாழ்த்தினாளோ?' (இடலாக்குடி ராசா), 'இங்கே நிலபுலன்களைக் கவனித்துக்கொண்டு பிள்ளைவாளும் மனைவியுமாக 'முதியோர் காதல்' நடத்திக் கொண்டிருந்தார்கள்.' (விரதம்), 'அறுபது வயதுக்கு மேலானாலும் இருந்த ஆறு மரக்கால் விதைப்பாடு நிலத்தை வைத்துக்கொண்டு சுயாட்சி நடத்திக்கொண்டு போனாள்' (உப்பு), 'ஆத்தாளின் வாய் ஆரல்வாய்மொழிக் குதிரை வாகனம் போல எந்த நாய்க்குப் பொறந்த பய எம் பேரனை அடிச்சான்? என்று எழுத்தாளனால் இந்நாட்டு இங்கர்சால், சொல்லின் செல்வர், சிந்தனைச் சிற்பி, நடமாடும் பல்கலைக்கழகம் எல்லாம் கைகட்டி உட்கார்ந்து குருகுலம் பயில வேண்டும்' (உப்பு), 'பன்னிரண்டு நாள் என்று காலக்கணக்கன் போல உள்ளே இருந்து ஒலிபரப்பாகும் ஒரு குரல்' (தேடல்), 'கலக்டர் வீட்டுக்கு என்று சொல்லி இலவசமாக வடசேரிச் சந்தையில் காய்கறி வாங்கி சஸ்பென்ட் ஆனதைத் தவிர வேறு நாணயக் குறைவுகள் கொண்டவரல்ல' (வளைகள் எலிகளுக்கானவை). 'பாலக்காடு கணவாய் தாண்டிவிட்டால் எல்லா மலையாளியும் நாயர் ஆகிவிடுவதைப்போல, சோலாப்பூர் கடந்துவிட்டால் எந்தத் தென்னிந்தியனும் மதராஸிதான். இங்கு பக்கத்து மாநிலத்துக்குத் தண்ணீர் தரமாட்டான் என்பது துணைப்பாடம்', 'போற்றியின் வாலில் நெருப்பு வைத்தாயிற்று' (செம்பொருள் அங்கதம்), 'காளியம்மா இட்லிக்கார அக்காவாக இருந்தபோது இரண்டணா ஆகி, இட்லிக்கார அம்மாவானபோது நாலணா ஆகி, இட்லிக்கார பாட்டி ஆனபோது எட்டணா ஆகியது', 'ஒழுகிய மூக்கும் சூம்பிய கைகால்களும் முன் தள்ளிய வயிறும் கண்களில் நிரந்தர ஏக்கமும் அலுமினியத் தட்டங்களும் இருக்கும் வரை அவளுக்கு இட்லி விற்கும்' (சாலப்பரிந்து), ஓரளவு இவ்விதம் ஓர் எல்லை மீறாமல் அடக்கி எழுதப்பட்ட மொழியிலிருந்து கொஞ்சம் விலகி ஏறி அடிக்கும் மொழியை இரண்டாயிரத்திற்குப்பின் போகிறபோக்கில் கையாள்கிறார்.

பின் நவீனத்துவ எழுத்தின் வருகை நாஞ்சில் நாடன் எழுத்திலும் வெளிப்பட்டது. நாசூக்குத் தன்மையைத் தள்ளி வைத்து விட்டு கொச்சையான மொழி வெளிப்பாட்டையும் கையாண்டார். மற்றவர்கள் வலிந்து செய்தபோது நாஞ்சில் நாடன் சந்தர்ப்பம் வாய்க்கும் போது மட்டும் புழக்கத்தில் எரிச்சலான சமயங்களில் வெளிப்படும் கொச்சையான மொழி வீச்சை அங்கங்கே வெளிப்படுத்தினார். மிதமிஞ்சிப் போகாமல் கதையின் ஓரிரு இடங்களில் பொருத்தத்துடன் வெளிப்படுத்தினார்.

'நாகரிகக் குறைவாக இருக்கிறது என்று ஐம்பது கழிந்த பிறகு மேல்சட்டை போடச் சொன்னாள் மருமகள். காளியம்மை மகளிடம் சொன்னாள்: "ரெண்டு உள்பாடியும் வாங்கித்தாலே போட்டுட்டு அலையுதேன்' (சாலப்பரிந்து), 'பிணத்துக்கு மைக் வைத்தால்தான் கேட்குமோ என்னவோ? ஒருவேளை பக்கத்துத் தெருவரை பழைய வைப்பாட்டியைப் பார்த்து வர ஆவி போயிருந்தாலோ?' (பிணத்தின் முன் திருவாசகம்), 'வயதான தாசியொருத்தி இரண்டு ரூபாய்க்குக்கூட விலைபோகாத தனது வறண்ட மயிரடர்ந்த யோனி காட்டி மயங்கிக்கிடந்தாள்' (யாம் உண்பேம்), 'கனவில் வந்த நாகக்கன்னிகையின் படவரவல்குல் உத்தேசமாக எங்கிருக்கும் என ஊகிக்க இயலவில்லை' (செம்பொருள் அங்கதம்), 'காலம்பற நான் எந்திச்சு வாசத் தெளிச்சு, வேட்டியை மடிச்சுக் கெட்டீட்டு, வெதக்கொட்ட தொங்க, தெருக்கோலம் போடணுமாக்கும்', 'கும்பாட்டம் ஆடப்பட்ட குட்டின்னு நெனச்சயா? முன்னயும் பின்னயும் குலுக்கி குலுக்கி ஆட்டுகதுக்கு' (வங்கனத்தின் நன்று வலிய பகை), பின்நவீனத்துவதிற்குத் தன் பங்காக நாஞ்சில் நாடன் மொழியில் ஏறியடித்த சில இடங்களும் உண்டு. ஆனால் கலையைக் கீழிறக்குவதாக இல்லை.

நாஞ்சில் நாடன் யதார்த்த தளத்தில்தான் இன்றும் தீவிரமாக இயங்குகிறார். யதார்த்த கதியினுள்ளும் புனைவின் தெறிப்புகள் இருக்கவே செய்கின்றன. "அலுமினியத் தட்டேந்தி இட்லி கேட்டு நிற்கும் குழந்தைகளின் முகங்கள் எப்போதேனும் கனவில் வரும்' (சாலப்பரிந்து), 'கடைசி சிங்கிளில் கண்டக்டர் கணக்குப் பார்த்து நோட்டுக்களை எண்ணும்போது கூடவே எண்ணுவான்' (பரிசில் வாழ்க்கை), 'செத்துப்போன பாட்டியின் குரல் சவத்து மூதி ஆற வச்சுக்குடிக்கப்படாதா? என்று ஒலித்தது' (உப்பு),

'இங்க கெடந்தா அந்த எட்டு மரக்கா விதைப் பாட்டையும் உழுதுகிட்டு ரெண்டு எருமையையும் மேச்சுக்கிட்டுத்தாலா கெடக்கணும்' (ஐந்தில் நான்கு).

இப்படி கதைமொழி பல வண்ணங்கள் கொண்டதாகவும் செறிவான விதத்திலும் உருவாகின்றன. நாஞ்சில் நாடன் கதைகளினூடே பயணம் செய்வது என்பது ராஜபாட்டையில் செல்வதாக இல்லை. இண்டு இடுக்கின் வழி நுழைந்து செல்கின்றோம். கொடிகளும் கிளைகளும் பின்னிப் பிணைந்திருக்க அவற்றை விலக்கிக்கொண்டு செல்வது போன்ற அடர்த்தி மிக்கதாகவும் அதே சமயம் தனித்த ஒற்றையடிப் பாதையில் செல்வதாகவும் இருக்கிறது. அதில் விதவிதமான வாசனையை நுகரும் உணர்வைத் தரக்கூடியதாக இருக்கிறது. நோகாமல் விருட்டென்று செல்வதற்கு மாறாக நடைப் பயணத்தில் கிடைக்கும் அத்தனை அனுபவங்களையும் தரவல்லதாக இருக்கிறது.

ஒரு சம்பவம். அதிலே ஓரிரு மனிதர்கள், அதிலே அன்றாட வேலை அதிலே ஏற்படும் முரண்; அந்தச் செயலைப் படைப்பாளி தன் பார்வைக்குள் உள்ளிழுத்து முன்வைக்கும் விமர்சனம். இந்த விமர்சனம் எப்போதும் உண்மையின் பக்கம் நிற்கிறது. எளியவர்களின் குரலாக ஒலிக்கிறது. குரல் உயர்த்தாமல் மண்ணிலிருந்து உறிஞ்சிக்கொண்ட கதையாக எழுந்து விரிகிறது. அக்கதை இந்த மனிதர்களிடம் உறைந்திருக்கும் தீமையின் மீது குத்துகிறது. மனிதர்களின் அறத்தின் பக்கம் நிற்கிறது கதை.

அன்றாட சூழலை விஸ்தாரமாக விவரிக்க விவரிக்க அந்தச் சூழலுக்குள் நாமும் இறங்கி நின்றுவிடுகிறோம். சோம்பலை அந்த விவரணை தருகிறது. அந்த வேடிக்கையோடு நகர்ந்து நகர்ந்து திடுக்கென மனசை பிசையச் செய்யும் வறுமையின் நடமாட்டத்தையோ, புலம்பெயர்தலின் வலியையோ இழந்துபோன ஒன்றின் குறையையோ, நம்முன் காட்சிகளாக நிறுத்திவிடுகிறார். எந்தச் சூழலிலும் அவை நாஞ்சில் நாடனின் கண்களுக்கு அந்த நெரிசலில் இருந்து தப்புவதே இல்லை.

ஓர் ஆறு, ஒரு சாப்பாட்டுக்கடை, ஒரு திருவிழா, ஒரு களத்துமேடு, ஓர் அடுக்களை, ஒரு மீன்பிடி குட்டை, ஒரு பந்தி, ஊர்ச் சுடுகாடு, சூடடிக்கிற இடம் என ஒவ்வொரு

தமிழ்ச் சிறுகதை ஒரு காலத்தின் செழுமை

இடத்திலிருந்தும் சாதாரண மனிதர்களிடமிருந்தும் கதைகள் உயிர் பெற்று இயங்குகிறது. அவற்றில் மனிதர்களின் விதவிதமான செயல்பாடுகள் கண்முன் நகர்ந்துகொண்டே இருக்கின்றன. இந்த வெளித்தோற்றம் மறைந்து அதுவரை கேட்டிராத, அதுவரை பார்த்திராத ஒரு பொறியில் சிக்கித்தவிக்கும் ஒரு சித்திரத்தைக் காட்டிவிட்டு விலகுகிறார்.

படித்த குடியானவ இளைஞனுக்குத் தமிழ்நாட்டில் வேலையில்லை. பிழைப்பைத் தேடி மும்பை செல்கிறான்; வேலை செய்கிறான். சொந்த ஊரிலேயே ஒரு வேலை தேடிக்கொள்ள வேண்டும் என்று நினைக்கிறான். அப்படி வரும் இளைஞன் எதிர்கொள்ளும் நிலையை 'தேடல்' கதை சொல்கிறது. பிழைப்பின் பொருட்டு மத்தியதரவர்க்கம் இடம் பெயர்தலில் தத்தளிப்பை உருவாக்குவதில்லை. இந்தக் குடியானவ குடும்பத்து இளைஞர்கள் வேலை நிமித்தமாக இடம் பெயரும்போது மனம் நிலை கொள்வதில்லை. தத்தளிப்புக்குரியவனின் உள்ளம் ஒரு பிரபஞ்சத்தையே இழப்பதுபோல துடிப்பதைக் காட்டுகிறார். சுதந்திர உணர்வு அந்நிய தேசத்தில் அடிமைத்தனத்தில் சிக்கித் துன்பப்படும் ஆன்மாவாகக் காட்டுகிறார். மிகமிக எளிய மகிழ்வான தருணங்களை எல்லாம் இழந்துபோகிற மாபெரும் துக்கம் படைப்புகளில் அடியிழையாக ஓடுகின்றது. சென்ற இடத்தில் அந்நியனாக நின்றவன், வந்த இடத்தில் உறவுகளின் பிடுங்கல்கள், எதிர்பார்ப்புகளால் மீண்டும் புலம் பெயர்ந்துதான் ஆகவேண்டும் என்ற நிர்பந்தம் ஓர் ஆன்மாவைக் கொன்றுதான் அனுப்புகிறது. 'தேடல்' இப் போராட்டத்தைச் சிறப்பாகச் சொன்ன கதை. கடுமையான வறுமையிலும் பொறுப்பும் அக்கறையுமற்ற சுயநலக்காரர்களின் இடையேயும் அலட்சியமும் வெறுப்பும் கொண்டவர்கள் மத்தியிலும் அடாவடித்தனம் ஆணவம் தலைவிரித்தாடும் இடங்களிலும் காருண்யத்தை மீட்டுகிற கதைகளில் நாஞ்சில் நாடனின் கலை ஓர் உயர்ந்த நிலையை எட்டுகிறது.

'சாலப்பரிந்து' நாஞ்சில் நாடனின் கதை உலகிலிருந்து சற்றே விலகியது, வேறுபட்டது. உக்கிரமாக இன்றைய யதார்த்த மனநிலையைப் பேச வைப்பது. நேசத்திற்கு எதிர்நிலையில் நெஞ்சில் ஊறும் கயமைகளில் சுயநலத்தைக் காட்டுகிறது. தனித்த மனுஷியாக நின்று வளர்த்த மகனும் மருமகளும் சேர்ந்து

மூதாட்டியை நீரூற்றிக் கொல்வது நவீன வாழ்வு உருவாக்கிய கோலம்.

கும்பமுனி கதைகள் தனி ரகமானவை. பொய் முகங்களைக் கிழிப்பதை நோக்கமாகக் கொண்டவை. கும்பமுனியின் கடுமையான விமர்சனங்களும் மொழிப் பிரயோகங்களும் அவரது வயது, அனுபவம், பக்குவத்தால் மிகையாகத் தோன்றுவதில்லை. மாறாக நம்மை ஈர்க்கின்றன.

மாய எதார்த்தத்திற்கென்று நாஞ்சில் நாடன் வரிந்து கட்டிக்கொண்டு கதை எழுதவில்லை என்றாலும் 'மனக்கவலப் பெருமாள் பிள்ளை பேத்தி மறுவீடும் வெஜிடபிள் பிரியாணியும்', 'பாம்பு' கதைகளில் நம் நம்பிக்கையின் விநோதங்களை உத்தியாக எடுத்துக்கொண்டு அசலான மாயக் கதைகளைத் தந்திருக்கிறார். 'எண்ணப்படும், யதார்த்த தளத்தில் எழுதப்பட்ட அழகான மேஜிக்கல் ரியலிச கதையாக எனக்குத் தோன்றுகிறது. எதையும் எண்ணிப் பார்ப்பதிலே மூழ்கும் பிளவு கொண்ட மனதை பைத்தியக்கார பழக்கத்தை சாகசமாக வெளிப்படுத்தியிருக்கிறார். காமத்தை குற்றமாகப் பார்க்காது மனிதத் தேவைகளில் ஒன்று என்று பார்க்கிற பக்குவம் நாஞ்சில் நாடனுக்கு உண்டு.

நாஞ்சில் நாடனின் சிறுகதைப் பரப்பில் வெவ்வேறான மனிதர்கள், பிரச்சனைகள், அனுபவங்கள், உணர்ச்சி வெளிப்பாடுகள், அலைச்சல்கள், நிலக்காட்சிகள், பழக்க வழக்கங்கள், உணவு முறைகள், வேறு வேறு மொழிக்காரர்கள், மனப்பதிவுகள் எல்லாம் நிகழ்கால வாழ்வினூடே எழுந்து வருகின்றன. இந்த வகையில் நாஞ்சில் நாடனோடு ஒப்பிடக்கூடிய அவரது சமகால எழுத்தாளர் ஒருவர் கூட இல்லை. பல்வேறு வகையான அனுபவங்களைத் தருகின்றன அவரது கதைகள்.

கதையின் முன்பகுதி, ஓர் அனுபவப் பரப்பை விமர்சனக் கண்ணோட்டத்துடன் சொல்கிறது. கதை நிகழும் இடம், மனிதர்கள், சமூகம், அரசியல், தேச நிலவரம், உறவுமுறைகள், நண்பர்கள், எதிர்பார்ப்புகள், பிரிவுகள் இப்படிச் சொல்லவந்த பிரச்சனைக்குத் தோதான பல்வேறு விசயங்கள் இறுக்கமான பின்னணியில் சொல்லப்பட்டு, அதிலிருந்து ஓர் அவரையோ துவரையோ, கரும்போ, வாழையோ மண்ணில் முளைவிட்டு எழுவது போல பிரச்சனையில் சிக்கியிருக்கும் மனிதர் எழுந்து

வருகிறார். சாஸ்தா கோயில் வளாகத்திலிருந்தோ வடக்கத்தியான் மேற்கொண்ட சுற்றுலாவிலிருந்தோ, உணவுக்கடையின் மதிய நேர பரபரப்பிலிருந்தோ கோயில் கொடை விழாவிலிருந்தோ, மீன்பிடிக்கிற இடத்திலிருந்தோ அந்த மனிதர் வருகிறார்.

கதைமாந்தர்களைப் பின்தொடர்ந்து வளர்த்து அவர்களின் பாடுகளையோ முரண்களையோ சொல்வதில்லை. ஏற்கெனவே சூழ ததும்பிக் கொண்டிருக்கும் பிரச்சனையின் பல்வேறு முகங்களை விவரித்தபடி செல்கிறார். சில மாதங்களாகவோ, சில காலமாகவோ நிலவிவரும் பிரச்சனையைத் தொகுத்துக் கொண்ட மனநிலையிலிருந்து எழுதுகிறார். அதன் பல்வேறு இழைகள் கூடிவருவதால் அடர்த்தி கொள்கிறது. நிகழ்ந்து கொண்டிருக்கிற வரலாறு நேற்றைய வரலாறு, காலச்சூழல், மாற்றம், மாற்றமின்மை பற்றியெல்லாம் விலகி நின்று விமர்சனக் கண்ணோட்டத்துடன் விவரிக்கிறார். சொல்லப்போகும் கதைகளுக்கு இவை உரம் போல கூட்டு நனவிலி மனதிலிருந்து உருவாகி வருகின்றன. இந்தப் பின்னணி, கதைக்குள் எதைச் சொல்ல வருகிறார் என்று யூகிக்க முடியாத விதத்தில் பெருகி நகர்கிறது. அதுவரை கதாமாந்தர் விவரணையில் தென்படுவதில்லை. சட்டென அதனுள்ளிருந்து நெருக்கடியில் சிக்கியிருக்கும் மாந்தன் மேலெழுந்து வருகிறான். அவனது துக்கம், நம்மை பலமாகத் தாக்குகிறது. முன் சொல்லப்பட்ட விரிவான பின்னணியின் கண்ணியில் சிக்கியிருப்பது தெரியவருகிறது. நாஞ்சில் நாடன் மனதிற்கு இயல்பாகக் கூடிவந்த சொல்முறை இது எனலாம். கதையின் பின் பகுதிதான் முன் பகுதியை எழுத வைக்கிறது என்பது படைப்பின் சூட்சுமம்.

ஓர் அரசு அலுவலகத்தில் சுதந்திர தினக் கொடியேற்றத்தைச் சொல்ல வருகிறார் என்றால் அந்த நிகழ்வின் இழை எங்கெங்கு சென்று தொடர்பு கொள்கிறது என்பதைக் காட்டுகிறார். அதிகாரி, அலுவலர், பழைய அதிகாரி, நடைமுறைகள் அத்தனை அற்பத்தனங்களும் பொல பொலவென வந்து விழுகின்றன. நடைமுறை எண்ணங்களுக்கு ஏற்ற விதத்தில் வருகின்றன. நிகழ்ச்சி செயல்பாடுகளின் வழியே வேறொரு இடத்திற்கு அழைத்துச் செல்கிறார். அந்தக் கிளைதான் கதையில் ஆதார மையமாக மாறிவிடுகிறது. புனைவின் சாத்தியத்தை அவ்விடம் ஏற்கும்போது நல்ல கதையாக உருவாகி விடுகிறது.

புனைவு சரியாக உருவாகாமல் போகும்போது ஒரு நடைச் சித்திரமாக முடிந்து விடுகிறது. இந்த விபத்து சில கதைகளுக்கு மட்டுமே நேர்ந்திருக்கிறது. புதுமைப்பித்தனின் 'பொன்னகரம்' கதைப்பாணி என்றும் சொல்லலாம்.

பின்னணியின் திரட்சியும், சொல்முறையில் கூடி வரும் விமர்சனமும் பிரிக்க முடியாத அம்சத்தில் புனைவு கொள்கின்றன. மனிதர்களின் பலம் - பலகீனம் இணைந்தே வெளிப்படுகின்றன. இது உண்டாக்கும் நம்பகத்தன்மை மனதில் பாதிப்பை உண்டாக்குகிறது. சுற்றிலும் கயமைகள் சூழ்ந்திருந்தாலும் செறிந்த சூரமுள் புதரிடையே சிக்கி வெளிவர எத்தனிக்கும் ஆட்டுக்குட்டியின் கால் குளம்பு போல மனிதனின் பாடு நம்முன் விரிகிறது. முன்பகுதியின் லேசான கட்டுரை சாயல் மறைந்து மனிதனின் நெருக்கடியான அந்தக் கணம் மட்டுமே வியாபிக்கிறது.

■ 21.01.2009 ■ ரசனை, ஜனவரி 2011.

◉

கனவு கண்டதும் கசப்பை உண்டதும்
பிரபஞ்சன்

அறுபதுகளின் இறுதியில் எழுத வந்து எழுபதுகளில் கோலோச்சிய இளம் தலைமுறை எழுத்தாளர்கள் இரண்டு ஆளுமைகளின் எழுத்துக்களில் பாதிப்படைந்திருக்கின்றனர். இவ்விரு ஆளுமையின் கலவையாகவும் சிலர் வெளிப்பட்டுள்ளனர். தி. ஜானகிராமனும், ஜெயகாந்தனும் தான் அவ்விரு ஆளுமைகள். இவர்களின் பாதிப்போடு எழுத வந்து, தங்களின் சுயமான எழுத்துப்பாணியை அடைந்த பெரும்பட்டாளம் எழுபதுகளில் உருவாகியது. தத்துவப் பாதிப்புகளினால் எழுத வந்தவர்கள் மட்டும் அல்ல. முற்போக்குத் தன்மையோடு எழுதிய எழுத்தாளர்களையும் சேர்த்தே சொல்லலாம். இவர்கள் மார்க்சியத்தை எளிய விதத்தில் படைப்பிலக்கியத்திற்காகப் புரிந்துகொண்டவர்கள் மட்டுமே.

மொத்தத்தில் சிக்கல் மிக்க வாழ்க்கையின் நெருக்கடிகளைத்தான் எழுதினார்கள். ஜெயகாந்தனின் முற்போக்கு என்ற அம்சத்தை மட்டும் கதை என்று நம்பி எழுதியவர்கள் நீர்த்துப் போனது மட்டுமின்றி இன்று இலக்கியத் தகுதியை அவர்களின் படைப்புகள் இழந்து விட்டதையும் அறிகிறோம். முக்கியமான காரணம் ஜெயகாந்தன் படைப்புகளில் உருவாகி வந்த கோணம் - அல்லது - சொல்லவந்த முடிவிற்காக அவர் உருவாக்கிக் கொண்ட பார்வை வலுவாக இருந்தது. முக்கியமாக ஜெயகாந்தன் மரபான கருத்தியல்களுக்குப் புதிய பொருண்மையைத் தந்தார். காலமும் வாழ்க்கையும் அதற்குக் கனிந்து இருந்தன. ஜெயகாந்தனின் சிஷ்யர்கள் அவர் எடுத்துக் கொண்ட கருத்தியலையே போலி செய்தனர். சுயத்துவம் இல்லாது போயின. ஜெயகாந்தன் கதையின் பின்னணியைப் பெரிதாகப் பொருட்படுத்தியதே இல்லை. அதில் குறைபாடுகள் உண்டு. ஆயினும் அவர் சுயம்புவாக

எழுந்தார். பிரச்சனையைப் புதிய கண்கொண்டு பார்த்தார். படைப்பிலக்கியத்தின் ஒரு பாணி அவர். இவரைப் பின் தொடர்ந்தவர்களிடம் அவர்களுக்கான பாணி உருவாகவில்லை. அதை அவர்கள் கண்டடையவோ செழுமைப்படுத்திக் கொள்ளவோ இல்லை. ஜெயகாந்தனின் தனித்துவம் இவ்வாறு புரிந்து கொள்ளப்பட வேண்டியது. ஜெயகாந்தனைப் பின்தொடர்ந்து எழுதியவர்கள் முற்போக்கான முடிவிற்கு முக்கியத்துவம் தந்தார்களே தவிர வாழும் வாழ்க்கைக்கு அழுத்தம் தரவில்லை.

முற்போக்கு யதார்த்தவாதமும், இயல்புவாதமும், நவீனத்துவமும் எழுபதுகளில் இலக்கியப் பேரலையாக வீசத் தொடங்கியதற்கு ஜெயகாந்தன், தி. ஜானகிராமன், அசோகமித்திரன் அவர்களின் முன்னோடிகளாக புதுமைப்பித்தன், கு.ப. ராஜகோபாலன், ந. பிச்சமூர்த்தி இயங்கியிருக்கின்றனர். ஆனால் எழுபதுகளின் இளைஞர்கள் அவர்களுக்கு முன் கோலோச்சிக் கொண்டிருந்தவர்களால் ஆகர்சிக்கப்பட்டனர்.

ஜெயகாந்தனைவிட தி. ஜானகிராமனை நேசித்த இளம் எழுத்தாளர்கள் இன்றுவரை சளைக்காமல் எழுதுகின்றனர். அதில் ஒருவர் பிரபஞ்சன்.

ஜெயகாந்தனை ஆதர்சமாகக் கொண்டவர்கள் தங்கள் சொந்த அனுபவங்களை முன்னிறுத்தி ஓர் எல்லைவரை ஓடிவந்து நின்றுவிட்டனர். அவர்களில் ஒருவர், பா. செயப்பிரகாசம். பிரபஞ்சனிடம் ஜெயகாந்தன், தி. ஜானகிராமன் இருவரின் கலவை இருந்தாலும் அவரின் அந்தராத்மா தி. ஜானகிராமனின் வழிதான் செல்கிறது.

தமிழ்ச் சிறுகதையுலகில் 'எழுபதுகள்' ஓர் அசாத்தியமான சாதனைக் காலம்தான். வண்ணதாசன், வண்ணநிலவன், நாஞ்சில் நாடன், பூமணி, ஆதவன், பா. செயப்பிரகாசம், இராசேந்திரசோழன், அம்பை, திலீப்குமார், கந்தர்வன் என்று ஒரு பெரும்பட்டாளம் இறங்கி சிறுகதைத் துறைக்கு வளம் கூட்டியது. அந்தப் பட்டாளத்தில் ஒருவர் பிரபஞ்சன். இந்தப் பட்டாளத்தில் பலபேர் பின்தங்கியும் போயினர். வீரியமும் இழந்தனர். பிரபஞ்சன் சமூக மாறுதல்களைத் தன் கதையுலகிற்குள் உள்ளிழுத்துக்கொண்டு எழுபது, எண்பதுகளில் எழுதப்பட்ட கதைகளைவிட இன்று கூடுதல் பரிமாணத்தோடு

படைக்க ஆரம்பித்திருக்கிறார். இந்த வகையில் பிரபஞ்சன் முக்கியமானவராகிறார். இவ்விடத்தில் ஒன்று சொல்லவேண்டும். ஜெயந்தன், ஜெயகாந்தனின் முற்போக்கைக் கெட்டியாகப் பிடித்தவர். ஆனால் ஜெயகாந்தனிடம் இயங்கிய கதாரூப மனோபாவம் ஜெயந்தனிடம் இயங்கவில்லை. மாறாக அறிவார்த்தம் தூக்கலாகி கதாரூபத்தை நழுவவிட்டுவிட்டது. படைப்பு என்பதைவிட கருத்து என்பதற்குத்தான் முக்கியத்துவம் தந்தார் ஜெயந்தன். சமூக முரணை சிறு கதையில் ஒரு வாழ்க்கையாக மாற்றிக்காட்டும் சாகசம் நிகழவில்லை. எழுபதுகளில் எழுத வந்த பல பெண்களின் எழுத்துக்கள் இவ்விதமானதுதான். ஜெயகாந்தன் கதைக்கான பின்னணி குறித்து அக்கறை கொள்ளாத போதும் கதா உலகின் சந்தர்ப்பத்தை மிகச் சரியாகப் பயன்படுத்தினார். பின் வந்தவர்களிடம் அது இல்லை.

பிரபஞ்சன் தொடக்கத்தில் முற்போக்குக் கதைகளையும் பிற்காலத்தில் நவீனத்துவக் கதைகளையும் எழுதியிருக்கிறார். அத்தோடு பிற இலக்கியப் போக்குகளையும் தொட்டுப் பார்க்கத் தவறவில்லை. பிரபஞ்சனின் கதைகளைப் பொருத்த அளவில் அவரின் வாசகன் அவரின் எல்லாக் கதைகளையும் படித்து ரசிக்க முடியும். ஓர் இலக்கிய வாசகனின் வாசிப்பில் அவர் படைப்புகள் தர மதிப்பீட்டில் பிரிந்து நிற்பதைத் தவிர்க்க முடியாது. படைப்பு மனோபாவமே இவ்விதம் பிரித்துவிடுகிறது. பத்திரிகைக் கதைகள் நிறையவே உள்ளன. அவற்றை விட்டுவிடலாம். மிக முக்கியமான கதைகளாகப் படைக்கப்பட்டும் சிற்சில பலகீனங்களால் அவை அடையவேண்டிய உயரத்தை அடைய முடியாமல், அவை வெளிப்படுத்தியிருக்க வேண்டிய வீச்சுக்கள் வெளிப்படாமல் போனதற்கான காரணங்களையே இக்கட்டுரை ஆராய முனைகிறது. சிறந்த ஆக்கங்கள் விமர்சனத்தை உதாசீனப்படுத்தி பாதிப்பை நிகழ்த்தும் ஆற்றல் பெற்றவை. அங்கு விமர்சனத்திற்கு இடமில்லை. வாசகனை அனுபவரீதியாக பாதிப்படையச் செய்யும் வல்லமை பெற்றவை. முழுமையான படைப்பாற்றலிலிருந்து உருவாகும்போதுதான் இவ்வகையான கதைகள் விளைகின்றன. அக்கதைகளை விரிவாக எழுதாமல் வாசகர்கள் அனுபவித்துத் தேடிப் படிக்க தொட்டு மட்டும் காட்ட விழைகிறேன்.

பதினைந்து வயதிலேயே எழுதத் தொடங்கிவிட்டதாக பிரபஞ்சன் ஓரிடத்தில் சொல்கிறார். பொதுவாகச் சிறுவயதிலேயே எழுத்தாளராக மலர்வது துரதிர்ஷ்டம் என்று நான் கூறுவேன்; கவிஞனுக்கு அல்ல. முக்கியமாகப் புனைகதையாளனாக அறிய வரும்போது சிடுக்குகளும், மர்மங்களும், நிதானிக்க முடியாத திருப்பங்களும் நிறைந்த வாழ்க்கையை வாழாமல் மிக இளம் வயதிலேயே எழுத்தாளனாக அறியப்படுவது அந்த எழுத்தாளனின் எழுத்துக்குப் பலகீனமானதுதான். எழுத்தாளன் என்ற ஹோதா கண்ணியம் மிக்க வாழ்க்கையைத் தேட வற்புறுத்தியபடியே இருக்கும்; பல சில்லறைத்தனங்களைச் செய்யவிடாது தடுக்கும். ஒரு படைப்பாளிக்கு அநாகரிகமான வாழ்க்கை அனுபவம் இருப்பது படைப்பிற்குக்கூடுதல் பலமாக அமையும் என்று நினைக்கிறேன். அதாவது அவன் இலக்கிய வாசகனாகவும் இருக்கும் பட்சத்தில்.

பிரபஞ்சனைப் பொருத்த அளவில் பலகீனமான படைப்புகளைக் கொடுத்தவர் என்று உடனடியாகச் சொல்லிவிட முடியாது. சில படைப்புகள் அவ்விதமானவை. சிறுவயதிலேயே முழுநேர எழுத்தாளனாகவே வாழ விரும்பிச் செயல்பட்டவர் பிரபஞ்சன். தமிழ்ச் சூழலில் முழுநேர எழுத்தாளன் என்பதற்கும் மேலைநாடுகளில் முழுநேர எழுத்தாளன் என்பதற்கும் மலைக்கும் மடுவுக்குமான வித்தியாசம் உள்ளது. மேலைநாடுகளில் ஒருவன் முக்கியமான முதல் நாவலை எழுதிவிட்டாலே போதும். நிம்மதியாக வாழ்வதற்கான பொருளியல் தேவையை அது பூர்த்திசெய்துவிடும். அவன் முக்கியமான முதல் நாவலை எழுதியதன் வழி ஆகச்சிறந்த ஒரு படைப்பை அவன் வழங்கும் வரை வாழ்வின் சகல சம்பத்துக்களும் கிடைத்துவிடும். தமிழ்ச் சூழல் தலைகீழான வாழ்க்கையை வழங்கும். சிறந்த சிறுகதைகளையோ நாவலையோ எடுத்த எடுப்பிலேயே தரமுனைகிற தமிழ் எழுத்தாளன் ஆகச்சிறந்த சிறுகதைகளையோ நாவலையோ தரும்போது கிட்டத்தட்ட தற்கொலை செய்துகொள்ளக்கூடிய வாழ்க்கை நெருக்கடியில் இருப்பான். அதேசமயம் ஜனரஞ்சகத் தமிழ் எழுத்தாளன் சொகுசான வாழ்க்கையை அவ் எழுத்தின் மூலம் பெற்றும் இருப்பான். பிரபஞ்சன் நல்ல படைப்பு மனம் கொண்டவராக இருந்ததனால் இளம் வயதிலேயே பொருளியல் நெருக்கடியில் சிக்கிச் சிதைவுற்று எழமுடியாமல், எழமுயற்சித்தபடியே இருக்கக்கூடிய சூழலைத் தாராளமாக

தமிழ்ச் சிறுகதை ஒரு காலத்தின் செழுமை | 251

தமிழகம் வழங்கியிருக்கிறது. எழுத்தாளன் என்ற திசையில் அவர் பெற்ற வாழ்க்கை அனுபவம் பல படிப்பினைகளைக் கொடுத்திருக்கிறது.

பிரபஞ்சன் கதையுலகில் கருணையுள்ளம் திறப்பதற்குக் காரணம் அவருக்குக் கிட்டாத ஒன்றைக் கிடைக்கச் செய்கிறார். தன் விருப்பத்தின் ஒரு மாற்று சமூகத்தில் கிட்டாத ஒரு நிம்மதியை கதையுலகிற்குள் தர முனைகிறார். அவரின் வாழ்க்கை அனுபவம் அவரின் பல படைப்புகளில் ஊடாடுவதைக் காணலாம். குறிப்பிட்டுச் சொல்ல வந்த விசயம் அசட்டுத்தனங்களை உதறச்செய்யும் யதார்த்தத்தைச் சொந்த வாழ்க்கையில் பெற்றவர். இது இவரின் படைப்பியக்கத்திற்குச் சாதகமாகியுள்ளது என்பதுதான். சாதாரண ஒரு மனிதன் சமூகத்தில் பெற்ற அனுபவத்திற்கும் எழுத்தாளனாக பிரபஞ்சன் பெற்ற அனுபவத்திற்கும் நிறைய வித்தியாசம் இருக்கிறது. அவருடைய படைப்புகளேகூட இந்த வித்தியாசத்தை உணர்த்தும். இங்கு ஒரு சாதாரண மனிதனின் அனுபவத்தை எழுத்தாளனின் அனுபவத்தைவிட முக்கியமாகக் கருதுகிறேன்.

சில காரணங்களுக்காக தமிழ்ச் சமூகத்தின் சிக்கல்களையெல்லாம் தீர்த்துவிடக்கூடிய படைப்புக் கனவுகளோடு எழுத வந்து வாழ்க்கையொன்றும் அப்படி இலகுவானது அல்ல என்று கண்டவர்.

2

பிரபஞ்சனின் நடை மென்மை சார்ந்தது. நெகிழ்ச்சியானது; திருகல் அற்றது. பரிவையும் பாந்தமான இசைவையும் உண்டாக்குவது. நெருடல் இல்லாமல் அமைவது.

மழைவிழுந்து ஓய்ந்து ஒரு வாரத்திற்குப்பின் வாய்க்காலில் கலங்கலற்று மிருதுவான தேகத்தோடு ஓடுமே அப்படி நளினமானது. எளிமையானது. எப்போதும் கூட்டிப் பெருக்கியது தெரியாமல் சுத்தமாக பளிச்சென்று இருக்கும் வீட்டைப் பார்ப்பது போன்ற உணர்வைத் தரும் நடை. நூலம்படையோ, கரையான்களின் மண் கூடுகளோ ஒழுங்கற்று கிடக்கும் கருவிகளையோ காண முடியாது. ஓர் அமிர்க்கையான ஒழுங்கில் இருப்பதுபோல நடையிலே ஒரு தெளிவும் நிதானமும்

கொண்டது. வாசிக்க வாசிக்க தன் போக்கில் இலகுவாக இழுத்துக்கொண்டு செல்வது.

பெரிதும் ஆசிரியர் கோணத்தில் எழுதப்படுவதால் இன்னபிறவற்றின் கவனம் கொள்ளாமல் நகர்ந்து செல்வது. சொல்லவந்த விசயத்தை நோக்கியே கவனம்கொண்ட நடை இவருடையது. பாத்திரங்களின் உள்ளத்திலிருந்து எழுதுவதில்லை. ஆசிரியரின் பொறுப்பிலிருந்து பாத்திரங்களின் குணவிசேஷங்கள் சொல்லப்படுகின்றன.

இந்த எளிய அழகிய நடையைக்கொண்டு பின்னணியை ரசனையோடு உருவாக்குகிறார். அந்த ரசனை கடுமையான இடங்களுக்குள்ளும் பாய்ந்திருக்கவேண்டும் என்று விரும்புபவன் நான். இது சாதாரண மனிதனின் புறவுலகக் கவனிப்பில் இயைந்து வரக்கூடிய ஒன்று.

'பிரும்மம்' கதையில் முருங்கைமரக் கிளையைக் கொண்டு வந்து நடுவதிலிருந்து அது துளிர்ப்பதும், சுற்றுவீட்டார்களுக்குக் கீரை, காய் எனத் தருவதும் என விவரிக்கிறார். அதனுடைய பயன் மானுட சமூகத்திற்கு ஒரு செய்தியைச் சொல்கிறது. பிறப்பதே பிறருக்குப் பயன்படவேண்டும். அதுதான் பிறவிப்பயன் என்பதாகக் காட்டுகிறார். சூறைக்காற்றில் வீழ்ந்தாலும் திரும்பத் துளிர்ப்பதாகக் காட்டுவது இதைத்தான். இதில், மரம் துளிர்த்து கிளை பிரியும்போது அதன் நிழலில் கதைமாந்தர் நாற்காலிபோட்டு அமர்ந்து சந்தோசமாகப் படிப்பதாகச் சொல்கிறார். இது படைப்பாளியின் விருப்பம். இதற்கு அப்பால் சில விசயங்கள் இருக்கின்றன.

சாதாரண மனிதனின் அனுபவம் என்றேனே அது. சில சமயம் அம்முருங்கை மரத்தின் அடித்தண்டிலிருந்து உச்சிவரை கம்பளிப் புழுக்கள் தங்களைப் பிறப்பிக்கும் இடமாகக் கொள்ளும். அழுக்கு வெள்ளைக் கம்பளிப் புழுக்கள் ஜிவுஜிவு என அப்பிக்கிடக்கும். பார்த்தாலே மயிர்க்கூச்சம் ஏற்படும். மரத்தை நெருங்க முடியாது. நெருப்பு மூட்டம் போட்டு எரிப்பதும் உண்டு. கொத்துக் கொத்தாகப் பூக்கும்; ஆனால் அத்தனை பூக்களும் காய் ஆவதில்லை.

தரையெங்கும் மெத்தையாக உதிர்ந்திருக்கும். மலரும் பூக்களில் கால் பங்குதான் காயாகும். சடை சடையாகக் காய்த்துத் தொங்கும் போது திருடர்களின் கைவரிசை நிகழும். அதற்குப் பதிலடியாகச் செருப்பு, மொண்டு விளக்குமார் கட்டித் தொங்கவிடுவதும் உண்டு.

நிறைய காய் பிடிக்க ஆணி அடிப்பதும் உண்டு. அம்மரத்தில் உண்டாகும் பிசின். இலைகள் உதிர்ந்து காய்கள் மட்டும் தொங்கும் தருணம். இப்படி அம்மரத்தின் விவரிப்பில் கலந்து வரவேண்டும். அவை இல்லாதுபோகும் போது கதைக்காக முருங்கை மரத்தை மையமாக வைத்திருக்கிறார் என்ற ரகசியம் வெளிப்பட்டுவிடும்.

பலகீனங்கள் வெளிப்படும்போது கதை உண்டாக்கும் தரிசனத்தின்மீது மனம் சிலிர்ப்புக்கொள்ளாது; விலகிப்போகும். நண்பர் பாவண்ணன் இக்கதையை மிகச்சிறப்பாகவே குறிப்பிட்டிருக்கிறார். மேற்சொன்ன விசயங்களோடு கூடிவந்திருந்தால்தான் எனக்குச் சிறப்பான கதையாகத் தோன்றும். தாவரங்கள், விலங்குகள், கதைப்பொருளாகும்போது அதன் சகல அம்சங்களும் கதைக்குள் கூடிவந்து படைப்பாளியின் பார்வை மேலெழும்பவேண்டும். இந்த அம்சம் இல்லாததால் 'பிரும்மம்' கதை ரத்தமும் சதையுமாக மனதில் எனக்குப் பதியவில்லை. இந்தப் படைப்பு பிழைகளைப் பொருட்படுத்தாத வாசக மனநிலையில் படிக்கும்போது 'பிரும்மம்' முக்கியமான செய்தியைத் தருவதாக உணரமுடியும். சக படைப்பாளியே வாசகனாகப் படிக்கும்போது அந்தப் படைப்புத்தரும் செய்தியால் மனவெழுச்சி கொள்ளமுடியாமல் சோர்ந்து போகிறான். என்னைப் பொருத்த அளவில் நல்ல படைப்பில் சில விசயங்கள் உருவாகி வரவில்லையே என்ற வருத்தத்தால் சொல்கிறேன். இவ்வளவு துல்லியமான கவனிப்பு ஒரு படைப்பிற்குத் தேவையா என்று சிலர் கேட்கக்கூடும். இருந்தால் வலுக்கூடும் என்பதுதான் என் நிலை.

பிரபஞ்சனின் விவரணையில் இந்தக் கவனிப்பு ஒரு கோட்டோவியம் போல தீட்டிக்காட்டி விசயத்தை நாடிச் செல்வது ஒரு வகையில் போதுமானதுதான். ஆகச்சிறந்த ஆக்கமாகாமல் நல்ல படைப்பு என்ற எல்லைக்கோட்டில் நிற்பதாக உணர்கிறேன். நடை குறித்து ஒவ்வொருவரும் ஒவ்வொரு விதமாகக் கருத்து

வைத்திருக்கின்றனர். சுஜாதா மிகச்சுருக்கமாக விவரணை இருந்தால் போதும் என்ற நோக்குடையவர். 'உமிழ்நீரைத் தொண்டைக் குழியிலிருந்து உருட்டித்திரட்டி உதடுகளின் அருகே கொணர்ந்து நாக்கின் முன் பகுதியால் வெளியேற்றினான்' என்று சொல்வதைவிட 'துப்பினான் என்பதுமேல்' என்பார். ஜெயகாந்தன் கூட (மாலன் சிறுகதைத் தொகுப்புக்கு அளித்த முன்னுரையில் என்று நினைக்கிறேன்) விடியற்காலையை விஸ்தாரமாக விவரிக்காமல் 'விடிந்தது' என்று எழுதினாலே போதுமானது என்கிறார். நான் முக்கியப்படுத்துவது புற உலகக் கவனிப்பு. சுஜாதா, ஜெயகாந்தன் சொல்வது சுருக்கமான அழகிய வாக்கியம். இந்த வகையில் பிரபஞ்சனின் நடை அழகானது. பிரபஞ்சன் சுருக்கமான விவரணையிலேயே சூழலைக் கொண்டு வந்துவிடுகிறார்.

'வீடு' என்றொரு கதை. மாமியார் ஒருநாள் மகள் வீட்டில் தங்கிவிட்டு விடியற் காலையில் போக வந்திருக்கிறார். கதாநாயகனுக்கு வீட்டின் நிலைமை கண் முன் வருகிறது. 'ஒரு ஸ்திரி அசந்து தூங்க இவை லாயக்கானவையே இல்லை' இப்படி எழுதும் ஒரு வரி அது அளிக்கும் சித்திரம் அபூர்வமான கண்ணால் அகப்படுத்துவதாகும். சைக்கிளைப் பற்றி ஒரு சித்திரம். 'வலது பக்கம் தலையைத் திருப்பிக் கொண்டு, கன்றுக்குட்டி பார்ப்பது போலவே மாமாவைப் பார்த்துக் கொண்டிருந்தது' குளித்துவிட்டு மண்சாலைக்கு வரும் சாமியாரின் பாதத்தை இப்படி விவரிக்கிறார். 'ஈரப்பாதங்களில் மண் ஒட்டிக் கொண்டு மிதியடி மாதிரி காணப்பட்டது.' இப்படியான சித்திரங்கள் கதையுலகிற்குள் வாசகனை ஈர்த்து விடுகின்றன. அதேபோல கூர்த்த விமர்சனம் நடையில் வெளிப்படுவதையும் சிறிய அளவிலான மரபுத்தொடர்கள் பொருளாழத்தோடு உடனே வருவதையும் சிறப்பாகச் சொல்லவேண்டும். ஓர் உரையாடல்:

"கம்பர்கூட நம்ம ஆளா?"

"அவன் வெள்ளாள முதலிப்பா, நம்ம ஆளு இல்ல."

"அது எப்படிச் சொல்றீங்க?..."

"கம்பனை வச்சு ஆதரிச்சவரு சடையப்ப முதலி; அவரு வெள்ளாளர். அதனால கம்பனும் வெள்ளாள முதலியாராகத்தான்

இருக்கணும். வேற ஜாதியானை ஆதரிக்கிறதுக்கு சடையப்ப முதலிக்குப் பைத்தியமா பிடிச்சு இருக்கு."

மற்றொரு விவரணை. 'சைக்கிளுக்கு எண்ணெய்க் காப்பு முடிந்ததும் கொஞ்சம் தள்ளி நின்று அதைப் பார்ப்பார். குழந்தையைப் பார்க்கிற உற்சாகம் அவர் முகத்தில் ததும்பும். அப்புறம் பெடலை வேகமாக மிதித்து சக்கரத்தைச் சுழல விடுவார். சக்கரம் மயங்கிக்கொண்டு சுற்றும் சரக்கென்று பிரேக் போடுவார். உதறிக்கொண்டு நிற்கும் சக்கரம். சைக்கிள், சுமதி, நான் மற்றும் அத்தை எல்லோரும் தன் பிடிக்குள் இருக்கிறார்கள் என்ற நம்பிக்கையோடு குளிக்கப்போவார்'. 'சனி நீராடு' என்கிற வாக்கியத்தை அசரீரி உத்தரவாக எடுத்துக்கொள்வார்.' இன்னும் சிறு தொடர்களைப் பார்ப்போம். 'வாயில இருக்கு வழி', 'பிணையாழி விட்டவர்க்குக் கணையாழி' போன்ற மரபுத்தொடர்கள் கதைகளுக்குள் மிகவும் பொருத்தமான அளவுடனும் அர்த்தத்துடனும் எழுந்து வருகின்றன. பிரபஞ்சனின் விவரணை கூடுதல் குறைவு இல்லாமல் எளிமையுடன் மெருகேறி ஈர்க்கிறது. இது அவரின் படைப்பிற்குக் கூடுதல் அழகைத் தருகிறது.

3

விதவிதமான மனிதர்கள், விதவிதமான பின்னணிகள், விதவிதமான பிரச்சனைகள் என பிரபஞ்சனின் கதையுலகம் விரிந்திருக்கிறது. கதைக்குரிய நெருக்கமான பின்னணியைப் பிரபஞ்சன் இலகுவாக உருவாக்கிவிடுகிறார். படைப்பாளிக்கு இருக்கவேண்டிய முக்கியமான அக்கறை இது. ஜெயகாந்தனின் படைப்பாக்கப் பலகீனங்களை மிக வெகுவாகத் தாண்டியவர் பிரபஞ்சன்.

பிரபஞ்சன் படைப்புக்கலை என்பது வாழ்க்கைக்கு அர்த்தம் தரக்கூடியதாக இருக்கவேண்டும் என்று நம்புபவர். வாசகன் தன் படைப்பைப் படித்து முடிக்கிறபோது தன்னிலிருந்து ஒரு மேன்மையான குணத்தைப் பெறக்கூடிய அம்சத்தைக் கொண்டிருக்க வேண்டும் என்ற நோக்கிலேயே இயங்கியிருக்கிறார். இவ்வம்சம் எல்லாக் கதைகளுக்குள்ளும் புகுந்து வரவேண்டும் என்று விரும்பிச் செய்திருக்கிறார். இது சில கதைகளுக்கு

அழகாகக்கூடி வந்திருக்கிறது. பல கதைகளுக்கு பிரபஞ்சன் பின்னின்று தள்ளிக்கொண்டு வந்து சேர்ந்திருக்கிறார்.

'ஒரு மனுஷி', 'நேற்று மனிதர்கள்' முதலிய கதைகள் வித்தியாசமான கோணத்துடன் உருவாகி வளர்வதைப் பார்க்க முடியும். முடிவை நோக்கி நகரும்போது பிரபஞ்சன் உள்ளே இறங்கி வாசகனுக்கு ஓர் அர்த்தத்தை எடுத்துரைக்க முனைகிறார். முக்கால்பங்கு தன்னியல்போடு உருவாகி வந்த கதைகளின் போக்கைப் பின்தொடராமல் பின் பகுதியில் இவர் முன் சென்று தான் விரும்பிய திசையில் இழுக்கத் தொடங்குகிறார். மனிதர்களின் அகம் என்பது விநோதமானது. அறிய அறிய முடிவற்று அறியாத சலனங்களைப் பதுக்கி வைத்திருப்பது. அதனைக் கண்டடைகிற பயணம் இலக்கியத்தின் முக்கியமான பகுதியாகும்.

பிரபஞ்சன் புற உலக முரண்களுக்கு அர்த்தமிக்க ஒரு பாதையைக் காட்ட கதைக் களன்களை அமைக்கிறார். அந்தக் கதைக் களன்கள் ஓர் எல்லைவரையில் அழகாக உருவாகி இருக்கின்றன. இறுதிப் பகுதியில் பிரபஞ்சனின் எண்ண வெளிப்பாட்டிற்கு உகந்தபடி கட்டமைக்கப்படுகின்றன. 'ஒரு மனுஷி' கதையில் புகைப்படக்காரனின் பணத்தேவையும், அலுவலகச் சிக்கலில் பெறமுடியாமல் தவிப்பதும், விஜயா என்ற துணை நடிகையிடம் செல்வதும் (அவளுடைய புகைப்படத்தை முதன்முதல் பத்திரிக்கையில் பிரசுரித்தவன்) வெகு இயல்பாகக் கூடிவந்திருக்கிறது. பிலிம்ரோல் இல்லாமலே புகைப்படமெடுக்கிறான். பணம் பெறுகிறான். இறுதிப் பகுதியில் அவன் பிலிம்ரோல் இல்லாமலே தன்னைப் படம் எடுத்ததாகக் கடன் பெற்ற வரலட்சுமியிடம் விஜயா சொல்கிறாள். அவன் ஏமாற்றிக் கொண்டிருப்பதை விஜயாவால் எப்படி அங்கீகரித்திருக்க முடியும்? அவள் விபச்சாரியே ஆனாலும். கோபமும் வெறுப்பும் தோன்றியிருக்காதா? இந்த உளவியலை பிரபஞ்சன் அமுக்கிவிட்டு வாசகனுக்காகக் கதையைத் திருப்பும்போது ஏமாற்றம் அளிக்கிறது. கதையில் எப்பக்கமும் திருப்பலாம். கதைக்காக மனித உள்ளத்தைத் திருப்ப முடியாது. அக்கதையில் விஜயா ஏமாளியாகவே காட்டப்பட்டிருந்தால் விஜயாவின் அப்பவித்தனத்தின் மீது நமக்கொரு மனச்சலனத்தை உண்டாக்கியிருக்கும். ஏமாற்றுத்தனத்தைப் பெரிதுபடுத்தாத

அன்பான பெண்ணாகக் காட்டுவது என்பது அப்பெண்ணின் மீது வாசகன் பரிவுகொள்ள வைப்பதற்காக பிரபஞ்சன் செய்கிற கைங்கர்யம். அகம் முற்றாக ஒதுக்கப்படுகிறது. அவள் 'படுத்துட்டுப் போறயா' என்று கேட்கும்போதுதான் அவளின் அன்பு உண்மையாக வெளிப்படுகிறது. அத்தோடு கதை நின்றிருக்குமானால் இல்லாமையில் உழலும் துடிப்புமிக்க மனிதர்களை நாம் காண்பதோடு நேசமும் கொள்வோம். இவனின் ஏமாற்றுத்தனத்தைக் கண்டுகொண்டே அதற்கு அங்கீகாரம் தருவது ரொமாண்டிக் தன்மை வாய்ந்தது. முக்கியமான கதை இறுதிப் பகுதியில் பிரபஞ்சனின் விருப்பத்தால் சிதைவுறுகிறது.

இதேபோல் 'நேற்று மனிதர்கள்' கதையும் மரபுக்கட்டுகளை மானசீகமாக விரும்புகிற பழைய தலைமுறையின் பிடிவாதங்கள், கோபங்கள், வெறுப்புகள் கலைவெள்ளத்தில் தாக்குற்றுச் சிதைவதை நிதானமாகச் சொல்கிறது. அற்புதமான ஒரு குறியீட்டுக் கதையாக மாற்றியிருக்க முடியும். அப்படித்தான் அக்கதை மலர்ந்திருக்க வேண்டிய சாத்தியங்களைக் கொண்டிருக்கிறது. வீடு இடிவது, கம்பீரம் மிக்க மனிதனின் உடல் மெலிந்து முடங்கிக்கிடப்பது எல்லாம் புதிய மரபின் வரவும், பழைய பிடிவாதத்தின் மறைவுமாகக் காட்டப்படுகிறது. இறுதிப் பகுதியில் மகளின் காதல் ரகசியத்தை இணைத்துக் கொலை செய்யும் பகுதியாக மாற்றுகிறார். சம்பந்தமற்ற இரு கதையின் இணைவாகக் கிடக்கிறது. ஒரே ஊரில் தன் மாமாவைப் பதினைந்து ஆண்டுகளில் ஒரு பார்வையால்கூடப் பார்க்காமல் போயிருப்பானா கதைநாயகன்? இந்தப் பலகீனத்தைத் திருத்தும்போதுதான் நேர்த்தியடையும் கதை. அவன் வெளிநாட்டிலிருந்து வந்த சமயத்தில் நிகழ்வதாகக் கூடக் கட்டமைக்கலாம். சாதி வெறியராகக் காட்டவும், பழைய தலைமுறையின் அர்த்தமற்ற குணப்போக்கைச் சுட்டவும் மகளின் காதல் கதையை இணைக்கின்றார். இக்கதையில் காதலிக்க நேர்கிறவனைத் தூரத்துச் சொந்தக்காரன் என்று கூறிவிட்டு பின் வேற்று சாதிக்காரனைக் காட்டுகிறார். இது கவனமின்மைதான். இதனைத் திருத்திக்கொள்ளலாம். பிடிவாதங்கள் நவீன காலத்தின் முன் சிதைவடைவதைச் சொல்ல வந்த கதை கருத்துக் கூறலாக மாறிவிட்டது.

எழுபதுகளில் எழுதவந்த பல பேரிடம் ஜெயகாந்தனின் பாதிப்பு இருக்கிறது. அவரைப்போன்று முடிவுகளைச் சொன்னால்தான் சிறுகதைக்கு ஓர் அர்த்தமிருக்கும் என்று தவறுதலான கொள்கையை ஏற்றுக்கொண்டவர்களை இக்காலத்திலும் காணமுடியும். அதில் அக்காலத்திய பிரபஞ்சனும் ஒருவர். ஆனால் இவரிடம் கதைகள் முக்கால் பகுதிவரை தமிழ் வாழ்வின் பகுதிகளை வலுவாக அமைத்துவிட்டு இறுதிப் பகுதிகள் வாசகனுக்குக் கருத்துச் சொல்வதுபோல அமையப் பெற்றிருக்கின்றன. 'விட்டு விடுதலையாகி', 'தியாகி' முதலிய கதைகளை அப்படித்தான் அமைத்திருக்கிறார்.

இப்படி ஒரு தியாகி இருந்தால் எப்படி இருக்கும் என்ற படைப்பாளியின் விருப்பத்தினால் 'தியாகி' கதை உருவாக்கப் பட்டிருக்கிறது. தமிழ்ச் சினிமா தயாரிப்பாளர்களிடம் சொல்லப்படும் 'நாட்' என்ற ஒரு வரி கதைப்பாணி இலக்கியத்திலும் ஏராளம்.

ஆனால் இதை ஒரு சவாலான விசயமாக எடுத்துக்கொண்டு பயணிப்பவர்கள் குறைவு. விருப்பங்கள் சார்ந்து இருப்பதில்லை சவால். அறிந்திராத அக உலகை அறிய முற்படுவதில்தான் சவாலே இருக்கிறது. சொல்லப்படும் முடிவுகளின் வழி பெரிய வாசகர் வட்டத்தை உருவாக்குவேன் என்பதும், சில முடிச்சுகளின் வழி தமிழ்த் திரைப்படங்கள் வெற்றியடைந்ததும் அதே பாணியில் பல ஒற்றை வரி 'நாட்'களைக் கொண்டு திரைப்படங்கள் எடுப்பதும் உத்தி தானே தவிர அதுவே படைப்பாகிவிடாது.

கோணங்கியைப் பார்த்து பல 'கோணங்கிகள்' எழுதுவதும் உத்தி தானே தவிர இலக்கிய மெய்மை அல்ல. ஜெயகாந்தனைப் பார்த்து எழுதிய பல 'ஜெயகாந்தன்கள்' இன்று என்ன ஆனார்கள் என்றே தெரியவில்லை.

'மனுஷி' கதையில் மருமகளுக்குப் பிறந்த வீட்டிலிருந்து சீதனமாக வந்த கிடாரியை விரும்பி வளர்க்கிறாள். அது பலப்படுகிறது. கிடேரியை ஈனும் என விரும்புகிறாள். அது காளங்கன்றை ஈன்றதும் பசுவை வெறுக்கிறாள். மறுபடியும் காளங்கன்றை ஈன்றதும் வெறுத்து விலகிச் சென்றுவிடுகிறாள். அப்பசுவை விற்க நேரிடும் போது, மாமியார் உணர்ச்சி வசப்பட்டு அழுகிறார். இந்தக் கதையை ஒரு நகர மனிதன் நல்ல கதை என்றே

கூறலாம். 'பிரும்மம்' கதை நல்ல ஆக்கம் என்பதுகூட நகர வாசகர்களின் கோணத்தில்தான். 'மனுஷி' கதை உளவியலுக்கு எதிரான கதை. விலங்கின்மீது (பசு) மனப்பூர்வமாகப் பாசம் வைத்தவர்கள் எப்போதும் மாற்றிக்கொள்ள மாட்டார்கள். அப்பசு தவறே செய்தாலும் அதற்குக் காரணம் விலங்குகள் கருத்து ரீதியாக முரண்படுவதில்லை மனிதர்கள் போல. வளர்ப்புப் பிராணிக்கும் (செடி கொடிகளுக்கும்) மனுஷிக்கும் உள்ள உறவைத் தவறாகச் சித்திரித்திருக்கிறார். இப்படி நிகழ சாத்தியம் குறைவு. இயற்கை குறித்தும் விலங்குகள் குறித்தும் பொதுப்பார்வையில் விவரிக்கும்போது தவறாகத் தெரியாது. படைப்பின் மையப்பாத்திரமாக வரும்போது அவற்றின் குணத்தைத் துல்லியமாகக் கண்டு சொல்லும் கண் வேண்டும். 'மனுஷி' கதை முடிவில் காட்டப்படும் சமநிலையை வைத்துக் கொண்டு சரியாகத்தான் இருக்கிறது என்று வாதிடமுடியாது. மனித விரிசலைச் சரியான விதத்தில் குறியீடாக்கவேண்டும். கண்ணதாசனின் 'வாழை', மு. மேத்தாவின் 'வாழை' கவிதைகள் 'பிரும்மம்' கதையைப் படித்தபோது நினைவிற்கு வந்தன. முருங்கை மரம் காற்றில் முறிந்து வீழ்ந்து பின் மீண்டும் துளிர்ப்பதை அழியாத பிறப்பாகக் காட்டுகிறார். அக்கதை இன்னும் நெருங்கி பெண்ணோடு தொடர்புபட்டிருக்குமானால் அட்டகாசமான கதையாக மாறியிருக்கும். கதை சொல்லியின் தங்கை இருக்கிறாள். மரத்தோடு தொடர்பு படுத்தும்படியான வாய்ப்புகள் இருந்தும் பிரபஞ்சன் அக்கதையில் அதனைப் பயன்படுத்த தவறிவிட்டார். இயற்கையைக் குறியீடாகக்கொண்டு வாழ்க்கைக்கு ஓர் அர்த்தத்தைக் கற்பிக்கும் 'வாழ்தலும் வாழ்தல் நிமித்தமும்' கிட்டத்தட்ட 'பிரும்மம்' கதையின் வேறொரு கோணம்தான்.

பிரபஞ்சன் தன் கதை உலகத்தின் வழி பல்வேறு விசயங்களை விசாரணைக்கு உட்படுத்தியிருக்கிறார். வீட்டிலும், அலுவலகங்களிலும், தொழில் செய்கிற இடங்களிலும், உறவு முறைகளிலும் ஒடுக்கப்படும் பெண்கள் குறித்து நிறைய கதைகள் எழுதியிருக்கிறார். அவற்றின் வதைகளிலிருந்து மீண்டு எழுந்து வருகிற பெண்களைக் குறித்தும் நிறையவே எழுதியிருக்கிறார். ஆண் பெண்ணிடம் நிலவும் தோழமை குறித்தும், பொய்மைகள் குறித்தும் எழுதியிருக்கிறார். ஏதோ ஒரு வகையில் பெண்கள் தளைகளிலிருந்து விடுபட்டு

சுயமரியாதையுடன் காலூன்றி நிற்பதற்கான சூழலை, வெளியைத் தன் கதைகளில் காட்டியிருக்கிறார்.

அதேபோல பாட்டாளிகளின் துயரங்களை, ஒடுக்குமுறைக்கு உள்ளாகும் குழந்தைகளை, அரசியல்வாதியின் பித்தலாட்டங்களை, சாதிய வன்மங்களைச் சரியாக காட்டியிருக்கிறார். முரண்பாடுகளை வாசகனுக்கு காட்டி ஒதுங்கி நிற்கும் கதைகள் உண்டு. முற்போக்கான முடிவுகளை எடுப்பதைக் காட்டுகின்ற கதைகளும் உண்டு. பிரெஞ்சு ஆதிக்கம் கோலோச்சிய காலத்தில் இடங்கை பிரிவினர், வலங்கை பிரிவினர் என்று சாதி ரீதியாக பிளவுபட்டு மோதிக்கொண்டது பற்றி கதைக்குள் கொண்டுவந்திருக்கிறார். தமிழர்களை அடிமையாக விற்ற கதைகள் உண்டு. முடிவு சார்ந்ததல்ல, ஒடுக்கப்பட்ட மக்களின் பிரச்சனைகளை எடுத்துப் பேசுவதே ஒரு முற்போக்குத்தான். நல்ல முடிவுகளை முன்வைத்த கதைகள் உண்டு. முரண்களை வாசகர்களின் விவாதத்திற்கு விட்ட கதைகளும் உண்டு. பிரபஞ்சன் தன் சிறுகதை உலகத்தின் வழி தமிழ் வாழ்வின் பெரும்பரப்பை தொட்டிருக்கிறார். பல்வேறு பிரச்சனைகளைப் பேசுகின்றன அவரது கதைகள்.

பிரச்சனைக்கு அழுத்தம் தந்து நன்றாக பேசிய கதைகளில் பல கலை ரீதியாக சரிந்து இருக்கின்றன. கதைக்குள் உளவியல் அம்சமோ, தர்க்க ரீதியான இழைகளோ உறவின் கிளைகளோ கூடாமல் கதைக்காக துண்டிக்கப்படுவதால் நம்பகத்தன்மையை இழந்துவிடுகின்றன. பிரபஞ்சனின் பெயர் சொல்லும் 'மூன்று நாள்', 'ஆயுள்', 'வியாபாரம்', 'காலம் இனி வரும்' போன்ற கதைகளிலே இக்குறைபாடுகள் உண்டு. சில கதைகள் வெகுஜன வாசகர்களுக்காக, வெகுஜன பத்திரிக்கையின் "முற்போக்கு" நோக்கங்களுக்காக எழுதப்பட்டு இருக்கலாம் என்றே படுகிறது. நிதானமாக நாலா பக்கங்களையும் உள்வாங்கி எழுதப்பட்ட முற்போக்கான கதைகள் பிரபஞ்சனுக்கு பெயர் வாங்கித் தந்திருக்கின்றன. மூடப்பட்ட ஆலையினால் தொழிலாளர்கள் பட்ட பாடுகளை, அவர்கள் இறுதியில் காணும் வெற்றியை கலை நேர்த்தியோடு சொன்ன கதை 'வர்க்கம்'. தமிழர்களை அடிமையாக விற்கப்படுவதை சொல்லும் முக்கியமான கதை 'வியாபாரம்'. ஆனால் துபாஷியின் குடும்பத்தில் வீட்டுவேலை பார்த்துவந்த சிறுமியை அவர்கள் விற்றுவிட்டதாகக் காட்டுவது நம்பும்படியாக இல்லை. என்னவானாலும் துபாஷி குடும்பத்து

நபர்களின் காலைச் சுற்றிக்கொண்டிருந்த பெண் அடிமையாக விற்கப்பட்டாள் என்பது சாதிய ரீதியான உதாசீனத்தை காட்டுகிறது என்றாலும் உளவியல் ரீதியாக நம்பிக்கையை உண்டாக்கவில்லை.

துபாஷி பதவியைப் பெற ஒரு பிராமணன், ஒரு கிருத்துவ முதலி செய்யும் தந்திரங்களை அங்கே வழிவழியாக வேலை பார்த்து வந்த ரங்கா முதலி நுட்பமான அணுகுமுறையால் வீழ்த்தி தன்னை நிலைநாட்டுகிற சாகசத்தைப் பெரிய தந்திரம் என்றே சொல்லலாம். பிரபஞ்சனின் மிகச்சிறந்த கதைகளில் 'பதவி' என்ற இக்கதையும் ஒன்று. இதே அளவு சொல்லத்தக்க கதை 'நீதி'. வலங்கை இடங்கை பிரிவினர்களின் வன்மத்தால் ஒரு தேவதாசி தண்டனை பெற்று நசிவதும் செல்வாக்கு மிக்க பணக்கார முதலியால் ஒரு தேவதாசியைத் தண்டனையிலிருந்து மீட்பதுமான திரைமறைவு நாடகத்தை 'நீதி' கதையில் சிறப்பாகக் காட்டியிருக்கிறார். 'சமபந்தி', 'பப்பா', 'சின்னஞ்சிறு வயதில்', 'பூக்களை மிதிப்பவர்கள்', 'சுந்தா மாமா' முதலிய கதைகள் நல்ல வாசிப்பு அனுபவத்தைத் தருபவை.

'தியாகி', 'வெளியேற்றம்', 'நேற்று மனிதர்கள்', 'விட்டு விடுதலையாகி', 'பாதுகை' போன்ற கதைகளில் வெளிப்படையான ஒரு விசயம் தென்படுகிறது. கதைகளின் வழி சமூக முரண்களைத் தீர்த்து வைக்கிற பொறுப்பை அவை ஏற்றிருக்கின்றன. இது ஒன்றும் தவறில்லை. கலைகள் முரண்களை உக்கிரமாக வெளிப்படுத்த அதற்குரிய ஜன்னலைத் திறக்கும்படியாக வைத்திருக்கின்றன. கலைக்குள்ளிருந்து அந்தப் புரட்சி மனப்பான்மை முளைவிட்டு மேலெழுகிறபோது படைப்பின் ஆற்றல் வாசகனைப் பாதிப்பிற்குள்ளாக்குகிறது. எளிய முறையில் சொல்ல வேண்டுமானால் படைப்பிற்குள் வரும் கதாமாந்தரின் உளப் பரிசீலனையிலிருந்து அந்த மலர்ச்சி ஏற்பட்டிருக்க வேண்டும். ஒருவகையில் 'வெளியேற்றம்' கதையை இதற்கு உதாரணமாகக் காட்டலாம். ஆனால் அக்கதையிலும் படைப்பாளியின் திட்டமிட்ட உருவாக்கம் இருப்பதால் வேறு மாதிரியாகப் பார்க்க வேண்டியதிருக்கிறது. இந்த முற்போக்குப் பாணியை முற்போக்கு எழுத்தாளர்கள் எழுதும் எழுத்துக்களை விட பன்மடங்கு உண்மையான உலகமாக

பிரபஞ்சன் மாற்றியிருக்கிறார். இந்தக் கலையாக்கத்தினாலேயே பிரபஞ்சனின் கதைகள் பொருட்படுத்தத்தக்கதாக இருக்கின்றன.

இங்கு விவாதிக்கப்படும் கதைகள் பிரபஞ்சனின் முக்கியமான கதைகள். அவர் எழுத்தியக்கத்தில் அவருக்குப் பெருமை சேர்ப்பவை என்று ஒரு வாசகனாகச் சொல்ல முடியும். அவை அடையவேண்டிய உச்சத்தை ஏன் அடையவில்லை என்ற நிலையில் ஆராயப்படுகின்றன என்பதை இங்கு திரும்ப ஒருமுறை சொல்லிக்கொள்கிறேன். பிரபஞ்சனின் 45 ஆண்டுக் கால எழுத்து ஊழியத்தில் படைப்பின் பலகீனங்கள் உதிர்ந்து உதிர்ந்து செறிவும் துல்லியமும் மேவிமேவி வந்திருப்பதை அவதானிக்க முடிகிறது. முக்கியமாக, பிரபஞ்சன் படைப்பாக்கத் திறனில் தன்னை வளப்படுத்திக்கொண்டே வந்திருக்கிறார். விவரணை என்பது உண்மையை உண்டாக்குவது; சொந்தக் கலையைப் பொலிவுறச் செய்ய உதவக்கூடியது வாசிப்புப் பழக்கம். சக படைப்பாளிகளிடம் தெரியும் பலகீனங்களைத் தன் படைப்பில் வரவிடாது தடுத்து விழிப்பை உண்டாக்கும் இந்த வாசிப்புப் பழக்கம். பிரபஞ்சன் நல்ல வாசகன் என்பதாலேயே தனது படைப்புலகத்தைச் சிறப்புடையதாக்கியபடி நகர்ந்து வந்திருக்கிறார். பெரும்பாலும் இங்கு விமர்சனத்திற்குள்ளாகும் கலைச்சரிவு அடைந்த படைப்புகள் அவரின் தொடக்க காலப் படைப்புகள். பிற்காலத்திய (20 ஆண்டு கால) படைப்புகளை விழிப்புடன் எழுதியிருக்கிறார். புற உலகம் நல்ல விதமாய் விழிப்படைவதைக் காணமுடிகிறது. ஓர் எளிய நகர இளைஞனின் விருப்பங்கள் சார்ந்த உலகம் இவரின் படைப்புலகில் இயங்கியபடியே இருக்கிறது. கிட்டியவற்றினால் ஏற்பட்ட சிறு மகிழ்வும், கிட்டாததினால் ஏற்படும் சிறிய ஏக்கமுமான பதிவுகள் இவரின் கதையுலகில் பதிவாகி இருக்கின்றன. இந்த வாழ்வை ரசித்து வாழ விரும்புகிற மனிதனுக்குத் தீராத பிக்கல் பிடுங்கல்கள் இருந்துகொண்டே இருக்கின்றன. சோர்ந்துவிடாமல் எதிர்கொண்டு வாழவும் செய்கிறான்.

பிரபஞ்சன் என்ற மனிதனின் சாராம்சத் துளிகள் படைப்பில் துளிர்த்து விடுவதால் படைப்பின் பின்னணி வலுவுள்ளதாக மாறி விடுகிறது. இந்தப் பின்னணியில் நின்றபடி எழுதப்பட்ட கதைகள் சிறப்பாக இருக்கின்றன. அத்தோடு பிரபஞ்சனின் பார்வை மனிதர்கள் மீது விழுகிறது; விமர்சனம் செய்கிறது; மதிக்கவும்

செய்கிறது. மனித உறவில் நிகழும் மோதல்கள் குறித்து நிறையக் கதைகளில் விவாதிக்கிறார். ஒரு பக்கமாக நின்று விவாதிக்கும் போதெல்லாம் எதிரில் இருப்பவரின் உள்ளம் மறைக்கப்பட்டு விடுகிறது. தவிர்க்க முடியாமல் கதைக்குள் பிரச்சனையை வெளிப்படையாகப் பேச வேண்டியதாகிவிடுகிறது. ஆனால் கதையை முடிவை நோக்கி நகர்த்தும்போது சமத்காரமாக சமன் செய்துவிடுகிறார். படைப்பிலக்கிய வாசிப்பினாலும், உருவப் பிரக்ஞையினாலும் இதை அவரிடம் செயல்படும் தொழில் நுட்பமாகக் கருதுகிறேன். அப்படியில்லாமல் படைப்பின் உள்ளோட்டத்திலேயே எப்புறமும் சாராமல் நெருங்கி அறிகிற பார்வைதான் சிறப்பானது எனக் கருதுகிறேன். இந்த வகையில் இவரின் வெற்றிகரமான கதைகளுள் ஒன்று 'எனக்கும் தெரியும்'.

எனது இலக்கிய வாசிப்பில் பாதிப்பை நிகழ்த்திய கதை இது. கதை வாசகனுள் ஆகச்சிறந்த படைப்பாக மாறும் ஆற்றல் குறித்து ஒரு கட்டுரை எழுத வேண்டும் என்று நீண்ட நாளாக நினைத்துக் கொண்டிருக்கிறேன். அவ்விதம் ஒரு கட்டுரை எழுதும்போது இந்தக் கதையும் ஒன்று என்பதால் இங்கு விவரிக்காமல் விட்டுச் செல்கிறேன்.

'பண்பும் பயனும் அது', 'மக்களின் கதை அல்லது லாராவின் கதை' போன்ற கதைகளில் ஒரு பக்க நியாயம் தூக்கலாகப் பார்க்கப்பட்டிருப்பதைக் காணமுடியும். மாமியாருக்கும் மருமகளுக்கும் உள்ள கசப்பில் மருமகள் பக்கமும் (மனுஷி) கணவனுக்கும் மனைவிக்கும் உள்ள விரிசலில் மனைவி பக்கமும் (பண்பும் பயனும் அது) மன்னனுக்கும் பரத்தைக்கும் உள்ள நியாயத்தில் பரத்தை பக்கமும் எழுத்தாளரே நிற்கிறார். நான் சொல்ல வருவது வாசகன் இவர்களின் பக்கமாக உள்ளத்தை ஒப்புக்கொடுக்கும்படியாக உருவாக்குவது என்பதுதான்.

பிரபஞ்சன் எடுத்துக்கொள்ளும் பிரச்சனைகள் உண்மையானவைதான். அவற்றைப் படைப்பாளியின் கண்கொண்டு பார்க்காமல் விமர்சகனின் கண்கொண்டு பார்ப்பதால் ஏற்படுகிற சரிவு இது. நிகழ்வுகளின் அடுக்குகளிலிருந்து பார்வையை உருவாக்கும்போது வாசகன் அப்படைப்பு காட்டும் கோணத்தை ஏற்றுக்கொள்வான். நியாயமான கருத்துக்களே என்றாலும் கதாமாந்தர் வழி விமர்சிப்பது என்பது அங்கே படைப்பிற்கு எந்த வேலையும் இல்லாமல் போய்விடுகிறது; நம்பகத்தன்மையை இழக்கிறது.

'மக்களின் கதை அல்லது லாராவின் கதை' என்ற கதையிலிருந்து விலகி 'பண்பும் பயனும் அது' என்ற கதை 'படைப்பு' என்ற எல்லைக்குள் நகர்ந்து விடுவதை அருகருகே வைத்துப் பார்த்தால் புரியும். 'பண்பும் பயனும் அது' கதையில் மனைவியின் அகம் திறக்கிற தருணத்தை முக்கியமாகச் சொல்ல வேண்டும். மலையுச்சியில் கணவனைக் கொலை செய்து பார்க்கும் பகல் கனவு சார்பு என்ற நிலையை உதறி மானிட விசித்திரத்தை அறியவைக்கிறது. லாராவை பலபேர் புணர்கிறார்கள். அப்போதெல்லாம் கர்ப்பமாகாமல் காதலனுடன் கூடி கர்ப்பமாக நின்றாள் என்பதும், மக்கள் லாரா மீது கல்லெறியாமல், கல்லெறியக் கட்டளையிட்ட அரசன் மீது மக்கள் கல்லெறிவதும் நம்பும்படியாக இல்லை; நம்பும்படியாகப் படைக்கப்படவில்லை. எழுத்தாளனின் விருப்பம் மானுட இயல்பாக மாறிவிடாது.

பிரபஞ்சனின் எழுத்துலகம் பரந்துபட்டது; விதவிதமான பின்னணி கொண்டது. பல்வேறுபட்ட பிரச்சனைகளை அவற்றிற்குரிய ஒரு கோணத்தில் நின்று துலக்குவது. நெருடல் இல்லாமல் புனைவில் அமானுச எண்ணங்களைக் கதைக்குள் விரிப்பது என விரிவான தளங்களுடன் இருக்கின்றன. மனித சமூகத்தின் பெரும் இயக்கத்தை இவரின் எழுத்துக்கள் விவரிக்கின்றன. நாற்பதாண்டுக் கால தமிழ்ச் சமூகத்தின் அசைவுகளை இவரின் படைப்பின் வழி உணரமுடியும். சிக்கலும் முரண்பாடுகளும் நிறைந்த இந்த உலகத்தில் எளிய மனிதர்களின் நல்வாழ்க்கைக்காக பிரபஞ்சன் தனது எழுத்தியக்கத்தை ஒப்புக் கொடுத்திருக்கிறார். தன் எழுத்தின் மூலம் அவர்களுக்கு ஓர் உயர்வை அளித்திருக்கிறார்.

பிரபஞ்சன் உருவாக்கும் பின்னணியைத் தாண்டி அதன் நுட்பமான கூறுகள் இயைந்து மீட்டெடுக்கப்படாத தன்மையை அவரின் தொடக்கக் காலப் படைப்புகள் கொண்டிருப்பதை ஏற்கெனவே குறிப்பிட்டேன். இது நகரம் சார்ந்த வாசகனுக்குப் புலப்படாது. அவர்களுக்குப் போதுமான கள எதார்த்தம் இருப்பதாகவே படும். கிராமம் சார்ந்த வாசகனுக்கு மட்டுமே அதே உட்கூறுகள் இல்லாமை புலப்படும். நகர மக்களின் உள்ளத்திற்கு ஏற்ற கதைகள்தான் அவை. பருந்துப் பார்வையால் உண்டான பின்னணி என்றாலும் பிரபஞ்சன் மிகவும் அக்கறையோடு

உழைத்து உருவாக்கியிருக்கிறார். பிரியம் மிக்க சொல்முறை நமக்கு நெருக்கத்தை ஏற்படுத்துகிறது.

பல்வேறு படைப்புகளை வாசிப்பதினாலோ என் மனச் செயல்பாடோ எனக்குள் இலக்கியம் பற்றிய ஒரு மெய்ம்மையை உண்டாக்கியிருக்கிறது என்று நம்புகிறேன். இந்த எண்ணம் சக படைப்பாளிகளின் படைப்புகள் மீது தேடவும் தொடங்கிவிடுகிறது. இது சரியானது என்றோ தவறானது என்றோ திறனாய்வாளர்கள்தான் சொல்ல வேண்டும். ஒரு சிந்தனையைக் கதைக்குரிய அம்சமாக இளக்கி அதனை ஒரு பொருத்தமான பின்னணியில் வைத்து எழுதுவது இயல்புதான். இது கதையல்ல; மனித சமூகத்தினுள் இயங்கும் ஒரு கண்டுபிடிப்பு என்ற நிலையைப் படைப்பு எய்தவேண்டும். கதை, புனைவு என்ற பாவனையை இல்லாததாக்கக்கூடிய எழுத்துக்கலையே சிறந்தது என்று நம்புகிறேன். மூர்க்கத்தை மூர்க்கத்தின் வழியூடேயும், கருமையைக் கருமையின் வழியேயும் கடந்து மேலான எல்லையைத் தொட வேண்டும்.

4

பெருமாள் முருகன் தொகுத்த பிரபஞ்சனின் தேர்ந்தெடுத்த கதைகளில் அவரின் வெற்றிகரமான கதைகள் விடுபட்டுப்போயின. சுந்தர ராமசாமி பிரபஞ்சன் கதைகளை 'தமிழ் வாழ்விற்குச் செழுமையான பகுதிகளைத் தந்தவர்' என்பது போன்றதொரு மதிப்பீட்டை முன் வைத்திருப்பதாக ஞாபகம். இது சரியான பார்வைதான். அதற்காக சுந்தர ராமசாமியின் கருத்துக்கு தட்சணை வைக்கும்படியாக கதைகளை பெருமாள் முருகன் தொகுக்க வேண்டிய அவசியமில்லை. 'உயர்வுகளை முன்னிறுத்தும்' கதைகளாகத் தொகுப்பது பிரபஞ்சனின் பன்முகப் பரிமாணத்தைக் குறுக்குவதாகும். எண்பதுகளில் எழுதப்பட்ட கதைகளில் கீழான உலகமும் மர்மமான மன உலகமும் ஆங்காங்கே தென்படத் தொடங்குகின்றன. இந்தியா டுடேயில் வந்த கதை இதற்கு ஓர் உதாரணம். கதைத் தலைப்பு ஞாபகம் இல்லை. தாம்பத்தியத்தில் சிறப்பாக ஈடுபட நண்பனுக்கு ஒருவன் மூலிகை மருந்துகளைத் தந்துகொண்டிருப்பான். கதை முடிவில் அடிக்கடி மூலிகை மருந்து

தரவரும் அவனின் மனைவி (இவன் ஆண்மை அற்றவன் என்று?) வேறொருவனுடன் ஓடிப்போனவள் என்பது தெரியவரும்.

இதுவும் உயர்வை முன்னிறுத்தும் கதைதான். நண்பனின் மனைவி தாம்பத்திய சுகம் பத்தாமல் ஓடிவிடக்கூடாது என்ற அக்கறைதான். ஆனாலும் பெண் மீதான ஒரு வன்மமும் அக்கதையுள் இருக்கிறது. மனைவியைக் கதறக் கதறப் புணர்ந்தால் பிறரைத் தேடாமல் அடங்கியிருப்பாள் என்ற மூலிகை நண்பனின் கணிப்பு மறைமுகமாகத் தெரிகிறது. இதையும் பிரபஞ்சன் எழுதியிருக்கிறார்.

பிற்காலக் கதைகள் இவ்விதமாகப் பயணப்படுவதையும் அவதானிக்க வேண்டும்.

முற்போக்குத் தன்மையோடும் படைப்பெழுச்சியோடும் கூடிவந்த கதைகள் ‘அமானுடன்’, ‘ஒரு ஊரில் இரண்டு மனிதர்கள்’, ‘மரி என்கிற ஆட்டுக்குட்டி’, ‘தபால்காரர் பெண்டாட்டி’ முதலியவை. முற்போக்கு பிற்போக்கு என்ற அளவுகோல்கள் இல்லாமலேயே அவரின் சிறந்த கதைகள் இருக்கின்றன. வாழ்வின் தகிப்பிலிருந்து உருவாகியிருக்கும் அக்கதைகளினாலேதான் பிரபஞ்சனுக்குப் பெருமை சேர்கிறது. இக்கதைகளின் வெற்றிகரமான அம்சங்களை விரித்து எழுதுவது உசிதமல்ல. அக்கதைகளுக்குள் தளும்பும் உணர்ச்சிகரமான மனநிலைதான் அக்கதைகளை உயர்த்துகின்றன. அதனை வாசகர்கள் படிக்கவேண்டும். படிப்பதிலிருந்தே அவ்வுணர்ச்சியின் பாதிப்பை உணரமுடியும். கதைகள் எழுதப்பட்ட காலத்தில் கதாமாந்தர்கள் இவ்வளவு வெளிப்படையாகப் பேசியிருக்க முடியாது; மனக்கொந்தளிப்பு இருந்திருக்கும். இன்று அந்தப் பிரச்சனைகள் வெளிப்படையாகப் பேசப் படுகின்றன. எனவே கதைகள் இன்று காலத்தோடு ஒட்டி உறவு கொள்கின்றன. இக்காலத்திலும் வெளிப்படையாக தனது கருத்தைச் சொல்ல முடியாமல் அழுத்தும் சூழலும் இருக்கத்தான் செய்கின்றது. தனக்கு மேலிருந்து அமுக்கும் அதிகாரம் இருக்கும்வரை மனக்கொதிப்பு இருந்து கொண்டுதான் இருக்கும். அதுவும் காலத்தின் பதிவுதான்.

நடுவாந்திரமான கதைகளிலேகூட சிறுகதைக்குரிய வுமைதியோடும் சாத்தியப்பாடுகளை வெளிப்படுத்துகிற

முனைப்போடும் விசயங்களை விரித்திருக்கிறார் பிரபஞ்சன். உறவினர் வந்தால் படுக்க நல்ல இடம் இல்லாத வீட்டின் அவலம் (தலைசாய்க்க) வீடு கட்டுவதே தனது லட்சியமாகக்கொண்டு இராணுவ வீரன் சேர்த்த பணமும் கட்டிய வீடும் கட்சிக்காரர்களால் இடிக்க நேர்கிற அராஜகம் (வீடு), புதிய செருப்பைக் கல்யாண வீட்டிலும் கோயில் சொற்பொழிவு கேட்கப்போன இடத்திலும் திருடு கொடுக்கவேண்டிய அபத்தம் (இராமலிங்கசாமி, ஜி.வி. ஐயர், நான்), உல்லாசப் பிரியையை அடைய விரும்பும் இளைஞன் அவளுக்காக ஒப்பனைப் பொருள்கள் வாங்கச் சென்று கலவரத்தில் சிக்கி மண்டை உடைகிறவனின் ஏமாற்றம், (இன்பக்கேணி) எழுத்தாளர்களைப் பாராட்டும் அமைப்புகளின் கேலிக் கூத்துக்கள் (பொன்முடிப்பு), இப்படியான பல்வேறு பிரச்சனைகளை விரித்தாலும் இப்பிரச்சனைகளுக்கு அப்பால் வேறு அம்சங்களைத் தொடவும் முனைகின்றன என்பதுதான் இவ்விதமான கதைகள் பெறும் கூடுதல் பரிமாணம்.

உதாரணமாக, ‘இராமலிங்கசாமி, ஜி.வி. ஐயர், நான்’ கதையில் புதுச்செருப்புகள் திரும்பத் திரும்ப திருடுபோகும்போது இராமலிங்க சாமி, ஜி.வி. ஐயர், மண்ணிற்கு மகத்துவமளிக்கச் செருப்பில்லாமல் வாழ்ந்த குறிப்புகள் கதாமாந்தனுக்கு நினைவில் வருகின்றன. ஆனால் கதாமாந்தன் செருப்பை உதறமுடியாமல் இருக்கிறான். திரும்ப புதுச்செருப்பு எடுக்கிறான். செருப்பை உதறுவதெற்கெல்லாம் பெரிய பக்குவம்வேண்டும் என்பதாகக் கதை உணர்த்துகிறது. கதை செருப்புத் திருடும் புதிய பண்பாடு நம் சமூகத்தில் நுழைந்து இருப்பதை விமர்சிப்பதுபோல இருந்தாலும் கதை மேலதிகமாக ஒன்றைத் தொட்டு விரிகிறது. [illegible] மனிதன் செருப்பைக்கூட உதறமுடியாத நாகரிக வலையில் விழுந்திருக்கும் பற்றைச் சொல்கிறது. பணத்தாசையை உதறமுடியுமா? பின் எப்படி பெரிய காரியம் இச்சமூகத்தில் நிகழும் என்பதுதான். ‘இன்பக்கேணி’ கதை சல்லாபத்தை வெகு இயல்பாக விரும்பும் புதிய பெண் சமூகம் பற்றிய கதைதான். உல்லாசப் பிரியையை அடைய நினைக்கிற இளைஞன் அவளுக்காக வாசனைப் பொருட்கள் வாங்கச்செல்கிறான்.

கூட்டத்தைத் துரத்தியடிக்கிற காவல்துறை இவனையும் ஒரு கர்ப்பிணிப் பெண்ணையும் அடித்து வீழ்த்துகிறது. கலவரத்திற்குச் சம்பந்தமேயில்லாத மனிதர்களிடம் ஏன் இந்தக் காவல்துறை

காட்டுமிராண்டித்தனமாக நடந்துகொள்கிறது என்பதைச் சொல்லாமல் கேள்வி எழுப்புகிறது. இது காவல்துறைக்கே உரிய நோய்க் கூறோ என்பதாகவும் காணவும் முடிகிறது.

'மானுடம் வெல்லும்' என்ற மதிப்பு வாய்ந்த நாவலைத் தமிழ் இலக்கியத்திற்குத் தந்திருப்பவர். பிரஞ்சுக் காலனியாதிக்கச் சூழலில் பாண்டிச்சேரி மக்கள் பட்ட பாடுகளைச் சொல்லும் நாவல் அது. பிரஞ்சுக் காலனியப் பின்னணியில் 'பாதுகை', 'சைக்கிள்' போன்ற கதைகளை எழுதியிருக்கிறார். 'பாதுகை' சுயமரியாதையை மீட்டெடுக்க முயல்கிற மனிதனின் விடாமுயற்சியும் 'சைக்கிள்' வெள்ளையர்களின் மனதில் கீழைத்தேய மனிதன் தீண்டத்தகாதவன் என்று உணர்கிற தருணத்தையும் சொல்கின்றன. 'பாதுகை' கதையைவிட சிறப்பாக எழுதப்பட்ட கதை 'சைக்கிள்.' தொழிற்சங்க அமைப்புகளிலும் சாதிய உணர்வுகள் ஊறிக்கிடப்பதைச் சொல்கிறது 'சங்கம்' என்கிற கதை. தமிழ்ச் சமூக மனோபாவத்தில் வைத்து அவரவர்களுக்கான சாதிய உணர்வும், சாதிப் பெருமையும், சாதிச் சலுகையும் தோன்றுவதை மிகச்சரியாக இனங்கண்டு வெளிப்படுத்தியிருக்கிறார். இவ்வகையான பிரச்சனைகளை அமைதியும் நுட்பமும் கூடிய வகையில் எழுதுவது சவாலான ஒன்று. பிரபஞ்சன் மிக லாவகமாக இக்கதையைப் படைத்திருக்கிறார்.

யதார்த்த தளத்தில் வைத்தே மாயம் மிக்க உலகோடு உள்ள உறவை விமர்சனக் கண்கொண்டு எழுதும் கலை பிரபஞ்சனுக்கு வாய்த்திருக்கிறது. இதுவே நிரந்தர இலக்கிய வடிவம் என்று பிரபஞ்சன் நம்புவதும் இல்லை. தனது இலக்கியப் பயணத்தில் மாய யதார்த்தவாதம் திரைபோட்டபோது ஊடறுத்துச் சென்ற தடங்கள் இவை. ஆனால் இந்த இலக்கியப் பாணியிலும் ஆழ்ந்த அனுபவத்தைத் தரமுடிகிறது; விமர்சனத்தையும் வைக்க முடிகிறது. இந்த மோஸ்த்தரிலேயே தேங்கிவிடாமல் தாண்டிப் போய்விட்டார் என்பதும் தெரியவருகிறது. பேயோட்டும் மந்திரவாதி கருப்பனின் பேரைச் சொல்லிக்கொண்டு வாழும் சுரண்டல் வாழ்க்கையை மந்திரவாதியின் உள்ளத்திலிருந்தே சொல்லியிருக்கும். 'அமானுடன்' கதை சிறப்பான ஒன்று. தமிழ் மாய யதார்த்தம் எழுத்தாளர்களின் எழுத்துக்களைவிட யதார்த்தவாத எழுத்தாளர்கள்தான், சிறந்த மாய யதார்த்தவாதக் கதைகளை எழுதியிருக்கின்றனர்.

சித்த மருத்துவத்தின் பயன் உணர்ந்த சிதம்பரம் கிட்டத்தட்ட அநாதை. சிதம்பரம், தங்கச்சாமியாகி, தங்கம் மறைந்து சாமியாக அறியப்படுகிற சிதம்பரம் தாவரங்களினுள் புதைந்திருக்கும் மருத்துவக் குணத்தை அறிந்தவன். நோயாளிக்குள் இருக்கும் நோயை வெளியேற்றும் மருந்தைத் தருபவன். 'பிணையாழி'க் கதாமாந்தனான சாமியின் தொழில் இது. தொண்டு என்ற ஆன்ம எழுச்சியே மனிதனுக்குக் கிடைக்கும் மகத்தான புகழ் என்பதை சாவின் சந்நிதியில் உணர்த்துகிறது. நல்ல படைப்பு. அதே சமயம் பாம்பு தீண்டுவதைப் பதட்டமில்லாமல் ஏற்றுக் கொண்டு சாமி சாவைத் தழுவுவது கொஞ்சம் இடறவும் செய்கிறது. 'மிதக்கும் நிலம்' கதையில் பூர்வீக நிலத்தை மீட்கச் செல்லும் பெரியவர் ஒருவரைக் கதைநாயகன் ரயில் பயணத்தில் சந்திக்கிறான். அந்த நிலம் நீர்சூழ்ந்த மிதக்கும் நிலம். பயணத்தின் முடிவில் பெரியவர் இறந்து விட்டிருப்பது தெரிகிறது. உண்மையில் வானம் என்ற மிதக்கும் நிலத்தில் கிடக்கிறாரோ என்று கற்பனை செய்யும்படி எழுதியிருக்கிறார். நிலையான இருப்பிடம் இல்லாமல் தான்கூட மிதந்தலைந்தபடி இருப்பதாகவும் அவன் கண்டு கொள்கிறானோ என்று புரிந்துகொள்ளவும் இடமிருக்கிறது. இறுதியில் யாரும் எந்த நிலத்தையும் கையகப்படுத்திவிட முடியாது. அதுவரை கையகப்படுத்திய மனிதனிடமிருந்து விடுபட்டு மிதந்து செல்வதாகவும் வாசிக்கலாம்.

'உஞற்றுபவர்', 'புனல் வழிப்படும்' கதைகள் பலமிக்க சுயநலமிகளோடு மோதி எளிய நேர்மையாளர்களின் உலகம் சரிவதை விவாதத்திற்குக் கொண்டுவருகின்றன. பிரபஞ்சன் இப்பொழுது அடர்த்திமிக்க விவரணையில் கனமான பிரச்சனைகளைப் பேசும் கதைகளை எழுதிக்கொண்டு வருகிறார் என்பது பெரிய சந்தோசத்தையும் நம்பிக்கையையும் அளிக்கிறது.

பிரபஞ்சனின் விரிந்த கதை உலகில் சிறந்த கதைகள் பல காணக்கிடக்கின்றன. எல்லா வகையிலும் நிறைகூடி வந்தவை உண்டு. அவற்றின் இலக்கிய அனுபவத்தை வாசகர்கள் வாசிப்பின் மூலமாக அடையவேண்டும் என்று விரும்புகிறேன். தமிழ்ச் சிறுகதையுலகிற்கு அவை செழுமை சேர்க்கின்றன. எழுதவந்த காலத்திலிருந்து இன்று வரையும் தனது எழுத்தியக்கத்தில் சிறந்த கதைகளைக் கொடுத்துக்கொண்டே வந்திருக்கிறார். 'ஒரு ஊரில் இரண்டு மனிதர்கள்', 'அப்பாவின் வேட்டி',

‘பிரும்மம்’, ‘எனக்கும் தெரியும்’, ‘மனசு’, ‘குமாரசாமியின் பகல்பொழுது’, ‘கருணையினால் தான்’, ‘அமானுடன்’, ‘சங்கம்’, ‘சைக்கிள்’, ‘பிணையாழி’, ‘உஞற்றுபவர்’, ‘புனல்வழிப்படும்’ முதலிய கதைகள் ஒரு முழுநேர படைப்பாளியாக இயங்கிய பிரபஞ்சனுக்கு என்றென்றும் பெருமை சேர்ப்பவை. தமிழ்ச் சமூகத்தின் பல்வேறு திரைகளைத் திறப்பவையும்கூட.

பிரபஞ்சனின் சிறுகதைக் கலையில் தனித்துவம் இல்லை. பா. செயப்பிரகாசம் “தாலியில் பூச்சூடியவர்கள்” என்று ஒரு கதை எழுதியிருக்கிறார். அது அவர் வாழ்வு சார்ந்த பின்னணியிலிருந்து எழுதப்பட்ட தனித்துவமான கதை. அவரது எழுத்துக்கலையை வெளிப்படுத்தும் ஒரு முத்திரை. சொல்முறைகளிலும் தேர்வு நிலைகளிலும் பார்வை வீச்சிலும் கற்பனையின் விசித்திரங்களிலும் விமர்சனக் குரலிலும் - எல்லா நிலைகளிலும் கூடிமுயங்கிய தனித்துவமான படைப்பு அது. அவ்விதமான படைப்பு குணம் பிரபஞ்சனிடம் இல்லை. அவரிடம் வெளிப்பட்டது மானிடநேயம், பெண்கள் மீதான பரிவு, முற்போக்கான திசைகளைத் தேர்வு செய்துகொள்வதற்கான ஓர் ஊக்கம் என்கிறதைக் கூடுதல் விருப்பத்துடனும் சற்று வெளிப்படையாகவும் எழுதியவர். இது வெகுமக்கள் என்ற நோக்கில் அனுசரித்து எழுதுகிற கதைகள். அவரது முத்திரையை (Signature) அழுத்தமாகச் சொல்லும் படைப்பு என்று இல்லை. ஜெயகாந்தன் எழுத்து முறை இத்தகையதைப் போல இருந்தாலும் அவர் மரபில் நின்று ஆரோக்கியமான வாழ்வைப் புதிதான பார்வையில் முன்வைத்தார். அது ஜெயகாந்தனின் தனித்துவம். பிரபஞ்சன் மட்டுமல்ல, பூமணி, கந்தர்வன் முதலியவர்களிடமும் அவர்களை அடையாளப்படுத்தும் தனித்துவம் இல்லை. பா. செயப்பிரகாசம், வண்ணநிலவனிடம் அடையாளப்படுத்தும் தனித்துவம் தொடர்ந்து மலரவில்லை. ஆரம்ப நிலைகளிலேயே அவர்களிடமிருந்து கைவிட்டுப் போனது. மாறாக நாஞ்சில் நாடனிடம் பின்னாளில் ஒரு தனித்துவம் கூடியது என்பதைச் சொல்லவேண்டும்.

■ 25.12.2007 ■ ரசனை, ஆகஸ்ட் – செப்டம்பர், 2011

⊙

எளியவர்களின் மனசாட்சி...
வண்ணநிலவன் கதைகள்

எழுபதுகளில் தீவிரத்துடன் இயங்கிய இளம் எழுத்தாளர்களில் வண்ணநிலவன் முக்கியமானவர். 'எஸ்தர்', 'பாம்பும் பிடாரனும்' என்கிற இரண்டு சிறுகதைத் தொகுப்புகளையும், 'கடல்புரத்தில்' (1977) கம்பா நதி (1979) ரெயினீஸ் ஐயர் தெரு (1981) முதலிய மூன்று நாவல்களையும் குறுகிய காலகட்டத்திற்குள் தந்தவர். பத்தாண்டுகளில் முப்பத்தைந்து கதைகள் மூன்று நாவல்கள். 'ஒருநாள்' குறுநாவல் என்று சிறப்பான பங்களிப்புச் செய்தவர்.

இந்த வீச்சை அடுத்தடுத்துப் பத்தாண்டுகளில் அவரால் நிகழ்த்த முடியவில்லை. முழுநேர எழுத்தாளனாக இருந்து இயங்க முடியாச் சூழல் அவரை நெருக்கி நெருக்கி முடக்கி விட்டது. வாழ்வதற்கான பொருள் தேடலில் பல எழுத்தாளர்கள் நிறமிழந்து பின்தங்கிப்போனது போலவே வண்ணநிலவனையும் தமிழ்ச் சூழல் செயல்படவிடாமல் செய்துவிட்டது. எண்பதுகளிலும், தொண்ணூறுகளிலும் சிறுகதைகள் எழுதியிருந்தாலும் எழுபதுகளிலிருந்த இலக்கிய வீச்சு காணாமல் போய்விட்டது. தொண்ணூறுகளில் சில நேர்த்தியான கதைகள் எழுதியிருக்கிறார். பாத்திரங்கள் நுணுக்கமான அசைவுகளால் அழுத்தம் பெற்றவை அவை. ஆனாலும் எழுபதுகளில் கொந்தளித்த படைப்பெழுச்சி இல்லை.

வண்ணநிலவனின் படைப்பு மனம் என்பது நெகிழ்ச்சியான தருணங்களில் பொங்கும் மனவெழுச்சிகளைக் கலையாக மாற்றுவதில்தான் குவிந்திருக்கிறது. கதைக்குள் கதாமாந்தர்களின் பிரியத்தை நாடுவதாக மட்டும் இல்லை. வாசகனுக்குள் கருணையைச் சுருக்கச் செய்கிறது. கதைச்சூழல், பிரச்சனை, பின்னணி, வாசக உலகிற்குத் தொடர்பு இல்லாதபோதும் அவனைச்

சுத்திகரிப்புச் செய்கிறது. அன்பிற்காக ஏங்கும் கதாமாந்தரின் உலகுடன் அவன் தன்னைக் கரைத்துக்கொள்கிறான். கதைகள் தரும் பாதிப்பு உள்ளத்தைக் கருணைமிக்கதாக ஆக்குகிறது. வாசகனின் சொந்த வாழ்க்கையில் இவ்விதமான மலர்ச்சி பெறத் தூண்டுகின்றன இவரது கதைகள். 'விமோச்சனம்', 'தேடித்தேடி', 'உள்ளும் புறமும்', 'அந்திக் கருக்கல்' ஆகிய கதைகளுக்குள் தீராத முரண் கீறியபடியே இருக்கிறது. மனைவிமார்களை இதில் வரும் கணவன்மார்கள் புரிந்து கொள்வதே இல்லை. சந்தோசமான வாழ்க்கைக்கு உத்தரவாதம் இல்லாத கணவன்மார்களாக இருக்கிறார்கள். எல்லாவித உதாசீனங்களின் மத்தியிலும் கணவனின் அன்பிற்காக ஏங்கி வளையவரும் பெண்கள் இவர்கள். கடுமையான வறுமையிலும் தீமையைக் கையிலெடுக்காத ஆண்கள் இவர்கள் என்ற கோணமும் உண்டு. இப்படியான கணவனாக இருக்கக்கூடாது என்றொரு மனவெழுச்சியை வாசகனுக்கு ஏற்படுத்துகிற ஆற்றலை இக்கதைகள் கொண்டிருக்கின்றன. வாசகனிடத்தில் விமர்சனக் கண்ணோட்டத்தோடு சத்தான மாற்றான முடிவுகளுக்கு நகர்த்துவதில்லை. மாறாக ஆன்மிக எழுச்சியைத் தூண்டி நல்லனுபவத்தை வாழ்க்கைக்குள் கொண்டுவரும் செயலைச் செய்கின்றன. அமைதியான அன்பின் வெளிப்பாடுகளால் சக மனிதனுள்ளிருக்கும் கருணையின் ஊற்றுக் கண்களைத் திறக்கின்றன. வண்ணநிலவனின் கதைகளை மார்க்சிய அடிப்படையில் புரிந்துகொள்வதைவிட காந்திய அடிப்படையில் புரிந்து கொள்வதுதான் சரியாக இருக்கும்.

ஒரு குடிகாரக் கணவன். ஒவ்வொரு நாள் இரவும் குடித்துவிட்டு வரும்போது மனைவியிடம் இனி குடிக்கமாட்டேன் என்று சத்தியம் செய்கிறான். அதை மனைவி நம்புகிறாள். மறுநாள் அந்த நம்பிக்கை சிதைகிறது. 'விமோச்சனம்' கதையின் விசயம் இது. ஒரு நாள் நிகழ்வைக் காட்டி எந்நாளும் தீராத வேதனையில் அப்பெண் பட்டழுந்திக் கொண்டிருக்கும் வாதனையை வெளியிடுகிறது. அப்பெண்ணுக்கு இந்த ஜென்மத்தில் விமோச்சனம் இல்லையோ என்ற பதட்டத்தை உண்டு பண்ணுகிறது. அவன் குடித்துவிட்டுச் சொல்லும் சொற்களில் இருக்கும் பிரியம் உண்மையானதுதான். "ராதா, கூப்பிட்ட ஒடனே என் பின்னாடி வந்தயே ராதா. உனக்கு துரோகம் பண்ணிட்டேன். எல்லாத்தையும் தூக்கி எறிஞ்சுட்டு வந்தயே ராதா. பாழாக்கிட்டேன். இனி குடிக்கமாட்டேன்" என்று சொல்லும் சொற்களில் உள்ள ஈர்ப்பு எப்படி அவளை

அவநம்பிக்கை கொள்ளச் செய்யும்? நம்புகிறாள். எண்ணத்திற்கும் தாண்ட முடியாமல் சரிந்து விழும் தத்தளிப்பிற்கும் இடையில் உழலும் மனிதர்களின் மாதிரி இக்கதை.

குடிகாரனின் இன்னொரு பிரியமான இழையையும் தொடுகிறது. அவர்களின் கைக்குழந்தை அழுவதே இல்லை. தொட்டிலில் படுக்காமல் தரையில் படுக்கிற பக்குவத்தை ஏற்றுக்கொண்ட குழந்தை. சுற்று வீட்டார்கள் எல்லோரும் தாய்க்குத் தொந்தரவு தராத குழந்தை என்று புகழ்கிறார்கள். அக்குழந்தையைக் குடிபோதையில் சீராட்டுகிறான். “ராதா என் அம்மையல்லோ. என் அம்மையின் மீது ஆணை! இனி குடிக்கமாட்டேன்” இந்த பரவசம் மிக்க கணங்கள் குடிபோதையில் உச்சமடைகின்றன. குடியில் அவன் பேரன்புமிக்கவனாகவே இருக்கிறான். இந்தக் கணத்தில்தான் அவள் விமோச்சனம் அடைகிறாளா? ஒவ்வொரு நாளும் வாழ்க்கை வேதனையில் நசுங்கும்போது இந்த சொற்கள் மட்டுமே உயிர்ப்பைத் தருகிறதோ? அதனை நிஜத்தில் அவனால் மீட்டெடுக்கவே முடியவில்லை. இதுதானே இன்றைய மனிதனின் பிரச்சனையும். இக்கதையை ஒரு குடிகாரன் படிக்கவேண்டும். அவனிடம் இருக்கும் நல்லியல்பை இனம்காட்டி உருமாற்றிவிடும் சக்தியை மறைமுகமாகக் கொண்டிருக்கிறது. யதார்த்தம் கடுமையானது; பரவசம் மிக்க கணங்கள் மறுநாள் பொய்த்துப் போய்விடுகின்றன. எளிய பெண்ணின் உலகம் நம்மைக் கஷ்டப்படுத்துகிறது. கணவன்மார்களின் சிறையில் சிக்கி வதைபட்டுக் கொண்டே இருக்கிற பெண்கள் உலகத்தைக் காட்டுகிறது.

இளம் மனைவியிடம் எப்போதும் சொல்லாமல் கொள்ளாமல் வெளியூர்களுக்குப் போய்விடுகிற எழுத்தாளன் (தேடித்தேடி), வீட்டில் எந்த வேலையிலும் பங்கெடுக்காத பத்திரிகை ஆசிரியன் (உள்ளும் புறமும்), இளம் மனைவியை விட்டு வேறொரு பெண்ணுடன் வாழும் கணவன் (அந்திக் கருக்கல்) கதைகளில் உருவாகி இருக்கும் பெண்களின் உலகம் பெரும் தாக்கத்தை உண்டாக்குகின்றது. சுரணையற்று பயத்தையும் வேதனையையும் தேக்கிக்கொண்டு கணவர்களின் அனுசரனைக்காகப் பின்தொடர்கிறார்கள்; அன்பைத் தர சித்தமாக இருக்கிறார்கள். ஆண்களின் விட்டேத்தியான குணம், சக மனுஷியாகப் பார்க்க மறுக்கிற ஆணாதிக்கப் போக்கைக் காட்டுகின்றது. இக்கதைகளின்

தலைப்புகள் கதைகளுக்கு எதிர்நிலையில் வேறு விசயங்களைச் சுட்டுகின்றன என்பதும் முக்கியம். எழுத்தாளன் பெரிய விசயங்களை அறியத் துடிப்பவன்; அனுபவங்களைத் தேடித்தேடிச் செல்கிறான். பட்டென ஒரு விமர்சனப் பார்வை துலங்குகிறது. தேடித் தேடி எதைக் கண்டடைந்தான். வீட்டில் ஓர் அன்பைத் தேடிக்கண்டடைய முடியாமல்? அடுத்தவர்களின் வாழ்க்கையை எழுதத் தெரிந்தவனுக்குத் தன் வாழ்க்கையில் ஒன்றைத் தேடி நிரந்தரமாக்கத் தெரியவில்லையே! வண்ணநிலவனின் பார்வை இதுதான். ரொம்பவும் நுட்பமாகவே சொல்லப்பட்டிருக்கிறது. எளிய வடிவில் கதை சொல்லப்பட்டாலும் விசயம் அவ்வளவு எளிமையாகத் தீர்க்கக்கூடியதாய் இல்லை.

கதை நகர்விலேயே விமர்சனமென்றறிய முடியாத விமர்சனம் ஓடிக்கொண்டிருப்பதைச் சுட்டவேண்டும். குளியலறைக் கதவிற்குத் தாழ்ப்பாளைச் சரிசெய்யாத, அழும் குழந்தையைத் தேற்றாத, உதவி செய்யும் பக்கத்து வீட்டுக்காரர்களுக்குத் திரும்பச் செய்யத் தோன்றாத - மனிதனுக்கு வெளியில் நற்பெயர். பெரிய பத்திரிகையாளன். உலக மக்களுக்குச் செய்திகளை வழங்கும் நன்மையாளன். மந்திரியோடு தொகுதிக்குச் செல்ல அழைக்கப் படுபவன். வீட்டில் எந்த வேலையிலும் பங்கெடுக்காதவனாக இருக்கிறான். மனைவியின் ஓயாச் சண்டையிலும் தன்னை அவன் மாற்றிக்கொள்வதில்லை. மந்திரியுடன் தொகுதிக்குப் போகும் அவசரத்தில் குளித்துவிட்டு மாடிப்படியேறி வருகிறான். மனைவியைக் காணாமல் பதட்டமடைகிறான். அவனுக்காகத் தட்டில் இட்லியைப் போட்டுவிட்டு அருகில் இட்டிலிப் பொடிக்கு எண்ணெய் ஊற்ற குழிசெய்துவிட்டு இருப்பதைப் பார்க்கிறான். (இட்லிப் பொடிக்கு எண்ணெய் ஊற்ற குழி செய்யக்கூட மனைவிதான்) இதை எள்ளலுக்காக எழுதவும் இல்லை. குடும்பத்தில் எதிலும் பங்கெடுக்காத அவனுக்கு, அவன் சாப்பிட எண்ணெய் வாங்கிவர மனைவி கடைக்கு ஓடியிருக்கும் நுட்பம் தெரிய வருகிறது. 'உள்ளும் புறமும்' கதையில் உள்ளில் அவனின் விருப்பத்தை நிறைவேற்றும் சந்தர்ப்பத்தைச் சண்டையிலும் அவள் தொடர்கிறாள். வண்ணநிலவனின் கதைகள் உண்டாக்கும் பாதிப்பு இந்த அம்சத்தில் தான் உயிரைக் கொண்டிருக்கின்றன.

வாழ்வின் ரகசியம் அந்திம காலத்தில்கூட விநோத அம்சத்தை முன்வைக்கக்கூடியது; முடிவெடுக்க முடியாத திசையைத் திறந்து வைக்கக்கூடியதாக இருக்கிறது. 'அந்திக்கருக்கல்' என்றொரு கதை. மகனைக் காமக் கிழத்தியிடமிருந்து மீட்டு மருமகள் ரெஜினாவிடம் சேர்ப்பிக்க நினைக்கிறார் பெரியவர். அவள் வீட்டிற்குப் பேத்தியுடன் செல்கிறார். சண்டை போடப்போன இடத்தில் அவள் பெரியவர் முன் மண்டியிட்டு ஆசிர்வாதம் செய்யக் கேட்கிறாள். கண் தெரியாத அவர் தலையைத் தேடித் தடவுகிறார். பேத்தி அவரின் கையைப் பிடித்து அவள் தலையில் வைத்துவிடுகிறாள். தன் அம்மாவிற்குத் துரோகம் செய்கிற பெண்தான் அவள். குழந்தைக்கு அது முக்கியமாகப்படவில்லை அக்கணத்தில். குழந்தையும் தெய்வமும் ஒன்று என்பது இந்த அர்த்தப் பரிமாணத்தில்தான்.

'துன்பக்கேணி' கதையில் ஓரிடம். காய்ச்சிய சாராயத்தைக் கேன்களில் சுமந்து வருகின்றனர். நல்லநிலா வெளிச்சம். கர்ப்பிணியான செலாச்சியும் கேனைச் சுமந்து வருகிறாள். கணவன் தகராறில் ஓர் ஆளை வெட்டியதால் ஜெயிலில் கிடக்கிறான். போலீசுக்குத் தெரியாமல் இரவு நேரத்தில் சாராயத்தைக் கடத்திக்கொண்டு வருகின்றனர். கணவனின் நினைப்பு வருகிறது. வாழைத்தோட்டத்தில் வேலை செய்தவன், ஒரு முறை லாரி சாத்தன்குளம் வழியாக கன்னியாகுமரிக்கு லோடை ஏற்றிக் கொண்டு செல்வதாக அமைகிறது. உடனே வீட்டுக்கு அவசர அவசரமாக வந்து செலாச்சி விரும்பிய சாத்தன் கோயிலுக்கு அழைத்துக்கொண்டு லாரியில் செல்கிறான். இப்படி ஒரு குறிப்பு சாராயம் சுமந்து வந்த செலாச்சிக்கு வருவதாக எழுதுகிறார். வண்ணநிலவனின் பல கதைகளில் இம்மாதிரியான ஓரிடம் முகிழ்த்துவிடுகிறது. பொருத்தமான பின்னணியோடு கதையில் ஒன்றுமில்லாதது போல தோற்றத்தில் இவ்விதமான ஆழ்ந்த தொனிப் பொருளை வெளிப்படுத்தும் கலை வண்ணநிலவனுக்கே உரியது. ஏழ்மையின் கதி மகிழ்வின் தருணங்களை நசுக்கிக் கொண்டே இருக்கிறது. ஏன் கணவன் மகிழ்ச்சியைத் தர முடியாதவனாக இருக்கிறான் என்பதற்கு 'பிசுற முடியாத வாழ்க்கை நெருக்கடி' என்பதைப் புரிந்துகொள்ள ஒரு கண் வேண்டும். இப்படியெல்லாம் நேரடியாகப் பார்க்க முடியாத தோற்றத்தில் எழுதிச்செல்வது சவாலானதும்கூட.

முக்கியமாக வண்ணநிலவனின் கதைகளில் வாசகப் பங்கேற்பின் அடிப்படையிலேயே வெற்றி தோல்வி நிகழ்கிறது.

'கரையும் உருவங்கள்' கதையில் வேலை கிட்டாத இளைஞனின் அந்நியத் தன்மை சித்திரிக்கப்படுகிறது. யாருக்கும் தெரியாமல் இரவு நேரத்தில் வீட்டுக்கு வருகிறான். அவனுடைய அக்காள் அனுசரணையாக அழைத்து சாப்பாடு போடுகிறாள். திருமணம் அவளுக்குத் தள்ளிப்போகிறது. பொருளாதார நெருக்கடி. பிரியமாக அவனுக்கு ஐந்து ரூபாய் செலவுக்குத் தருகிறாள். வேலைவெட்டி இல்லாத இளைஞனுக்கும் செலவு இருக்குமல்லவா? அழகான புரிதல் இது. நம்நாட்டு அக்காக்களைச் சந்திக்கிறோம். கீழைத்தேயக் கதைகளின் அசல் என்பது இதுதான். ஈரம் வற்றிப்போன ஐரோப்பிய இதயங்களுக்குக் கேலிக் கூத்தாகக் கூடப்படும். நம்மூர் நவீனத்துவ எழுத்தாளர்களுக்கு இந்த மண்சார்ந்த விசயம் தவறு என்பதாகவே பார்க்கப்பட்டிருக்கிறது.

'ஆதி ஆகமம்' கதையில் கணவனின் பழைய காதலியுடன் அவன் மனைவிக்குப் பேசிக்கொள்ள சந்தர்ப்பம் வாய்க்கிறது. எங்கு? சந்து வழியாகச் சென்று படியேறிச் செல்கிற இடத்தில். 'அயோத்தி' கதையில் மனைவியின் துயரத்தைப் புரிந்து கொள்கிறான். அவள் விரும்பிய பாஸ்கர அத்தானைப் "பார்த்துவிட்டு வரலாம் சந்திரா" என்று குழந்தையைத் தூக்கி நிற்கிற இடம். 'மனைவியின் நண்பர்' கதையில் "எனக்கும் இம்மாதிரி வயசுக்கு வந்த பெண் இருக்கு" என்றதும் நெருங்கி வந்த காம எண்ணங்கள் இருவரிடமிருந்தும் இறங்கத் தொடங்குகிற இடம் இவையெல்லாம் மேலான தளத்தில் வைத்துப் புரிதலை ஏற்படுத்துகின்றன. நமக்கும் அதற்கொரு பக்குவம் வேண்டும். இந்தப் பக்குவத்தைத்தான் இவ்வகைக் கதைகள் பேசுகின்றன.

'அயோத்தி', 'மனைவியின் நண்பர்' கதைகளை வேறு கோணத்திலும் அணுகலாம். எதைச்சொல்லி கோபத்தையும், காமத்தையும் அடக்கலாம் என்ற எண்ணக் கூர்மையிலிருந்தும் பார்க்கலாம். வண்ணநிலவனின் பார்வை அது அல்ல; அன்பும் நட்பும்தான் அவருடைய கோணம். 'மனைவியின் நண்பர்' கதையை ஆ. மாதவன் எழுதினால் வண்ணநிலவன்

சொன்ன நிலையிலேயே கலவியும் நிகழ்ந்துவிடும். இதுதான் எழுத்தாளனின் இலக்கியக் கண் என்பது.

‘பலாப்பழம்’ கதையில் என்றில்லை. கிட்டத்தட்ட எல்லாக் கதைகளிலும் இல்லாமைதான் வாழ்வின் அடித்தளமாக இருக்கிறது. அந்த ஏழ்மையிலும் மனிதர்களின் பிரியங்களைக் காணும் கண்களை வண்ணநிலவன் பெற்றிருக்கிறார். அன்பை மார்க்சியத்தளம் அடிமையின் கூறாகப் பார்க்குமா? மேலோட்டமான தளத்தில் வர்க்க முரண்பாட்டின் மோதலில் அப்படி உடனடியாகத் தோன்றலாம். ஆழ்ந்த பொருளில் மார்க்சியம் மனிதநேயத்தை நோக்கியே பாய்கிறது. முற்போக்கு எழுத்தாளர்களின் குரல் உயர்த்திப் பேசும் தன்மை என்பது மார்க்சியத்தை மேலோட்டமாகப் புரிந்த நிலையில் விழைவது. இந்த இடத்தில்தான் வண்ணநிலவனின் அமைதியில் எழுதும் தொனி முக்கியமாகிறது. முற்போக்கு எழுத்தாள நண்பர்கள் இந்த அமைதியில் எழுதும்போது மிகப்பெரிய பாதிப்பை நிகழ்த்தும். அது இங்கு தமிழ்ச் சூழலில் நிகழவில்லை. இந்த வகையில் வண்ணநிலவனும் வண்ணதாசனும் வேண்டப்படுபவர்களாக இருக்கின்றனர். கர்ப்பிணிப் பெண்ணின் பக்கத்து வீட்டிலிருந்து பலாப்பழவாசம் வருகிறது. கணவனுக்கு மில்லில் வேலை. வேலை நிறுத்தத்தால் பணமுடை. குளிர்ந்த தரையிலும் கணவனின் புறங் கழுத்திலும் அவள் தீண்டி விளையாடுகிறாள். பலாப்பழம் சாப்பிட வேண்டுமென்ற ஏக்கம் சொல்லப்படாமல் அவள் விளையாடும் விளையாட்டில் வெளிப்படுகிறது.

‘அவனூர்’ கதை ‘ஆதி ஆகமம்’ கதை போலத்தான். முதல் காதலனை மறவாமல் - மறக்க முடியாமல் இருப்பது. அதனைக் கணவன் புரிந்து பெருந்தன்மையுடன் வாழ்வது. இப்படியான வாழ்க்கையும் உண்டுதானே. ‘அரேபியா’ வெளிநாடு செல்லும் முன் ஊரின் நிலக்காட்சி உயிராக எழுந்து தழுவுகிறது.

‘அழைக்கிறவர்கள்’, ‘மிருகம்’, ‘எஸ்தர்’, ‘ராஜநாகம்’, ‘பாம்பும் பிடாரனும்’, ‘நிஜநிழல்’ கதைகளில் மூர்க்கமான மனித வெளிப்பாடுகளைப் பார்க்கமுடிகிறது. சாகக்கிடக்கும் மனிதனை உருட்டி எழுப்பி பிச்சையெடுக்க ஆயத்தமாக்கும் மனைவியும் குழந்தைகளும் (அழைக்கிறவர்கள்), வேலை வாய்ப்பில்லாத இளைஞன் தற்கொலை செய்துகொள்ளும் மனநிலையிலிருந்து

விடுபட முடியாமல் தவிப்பதும் (நிஜ நிழல்), அரைவயிற்றுக்கஞ்சி உண்டு தேகம் கொன்று வாழ நேரும் பாம்பாட்டியும் பாம்பும் (பாம்பும் பிடாரனும்), கரிசலின் கொடூர வறட்சியைக் காட்டி கிராமங்களும் குடும்பங்களும் சிதைந்து மறைகிற கோலத்தையும் (மிருகம், எஸ்தர்) இக்கதைகளில் பார்க்கலாம்.

உயிரழியும் நிலையிலும்கூட பிடாரனுக்கு தன் பாம்பின் மீது இருக்கும் பிரியம், எஸ்தர் சித்திக்கு ஈசாக், டேவிட் மீது இருக்கும் பிரியம், தற்கொலை எண்ணத்தோடு இருக்கும் நண்பன் மீது பிரியத்தோடு ஆசுவாசப்படுத்துகிற தோழன் என்று உக்கிரமான தருணங்களிலும் இவை இயல்பாக மலர்ச்சியுருகின்றன. வறுமையின் அழுத்தத்தையும் வறட்சியின் கொடூரத்தையும் தாங்கமுடியாமல் நாடான், நாயைக் கதவு சந்தில் வைத்து நெருக்குகிறான். இந்தக் கதை இந்த வகையில் தனித்துவமானது. வறுமையின் கோரப்பிடி மனிதனுள் வெறுப்பைக் கீறிவிடுகிறது; வன்முறையைத் தூண்டுகிறது; மானிடப்புதிரை அவிழ்க்கிறது. வன்மம் இவ்விதமான வடிகாலாக வெளிப்படுகிறது. அழிந்துபடும் கிராமத்தினால் உண்டாகும் துயர் ஒரு வன்மத்தால் சமநிலைப் படுத்திக் கொள்கிறது.

ஆட்களற்ற இரவின் இருட்டைப் பற்றி ‘எஸ்தர்’ கதையில் வருமிடங்கள் கவித்துவத்தின் உச்சம். கிழவியை எஸ்தர் கொலை செய்ததற்கான குறிப்பு, மிக்க அமைதியுடன் வெளிப்பட்டிருக்கிறது. பதினைந்தாண்டுகளுக்கு முன் ‘எஸ்தர்’ கதையை வாசித்தபோது அந்தக் கொலைதான் மனசை இம்சை செய்தது. இப்போது இருட்டும், எஸ்தர் சித்தியின் வாழ்க்கையும் வெளிப்படுத்த முடியாத காமமும், அவளின் அர்ப்பணிப்பும், ஈஸாக் மீதான விருப்பமும், நிலத்தின் மீதான காதலும் பிரிந்துபோன மனிதர்கள் பற்றிய ஏக்கமும்... என்று பல வழிகளில் மனசைப் பாதிக்கச் செய்கிறது.

‘எஸ்தர்’ கதையை நடுத்தரமான கதை என்று வண்ணநிலவன் கூறிக் கொண்டாலும் அக்கதையே அவரின் சிறப்பான ஆக்கம். கேப்ரியேல் கார்சியா மார்க்வெஸின் ‘செவ்வாய்க்கிழமை பகல் தூக்கம்’ கதைக்கும் மேலானது என்றே சொல்லலாம்.

‘பாம்பும் பிடாரனும்’ அற்புதமான மொழியால் படைக்கப் பட்டிருக்கிறது. முதல் வாசிப்பில் மேலதிகமாக மனிதர்களின்

இருட்டையோ வெளிச்சத்தையோ தூண்டி வெளிக்கொணரவில்லை என்று தோன்றியது. உக்கிரமான மொழி நினைவின் கிடங்கில் இருந்து அழைத்துக்கொண்டே இருந்தது. திரும்பவுமான வாசிப்பு. நசிந்த வாழ்விலும் பாம்பு ஒரு கணம் சூரியனை நோக்கி எகிறி எகிறி தாவிவிட்டு அடங்குகிறது. உயிரின் அற்புதமான வெளிப்பாட்டுத் தருணம் இது. பிடாரன் பாம்பை நம்பியும், பாம்பு பிடாரனை நம்பியும் வாழவேண்டிய துயரமிக்க வாழ்வு பிணைக்கப்பட்டிருக்கிறது. நவீனத்துவ எண்ணங்கள் படிந்துவிட்ட காலம். இந்தப் பாம்பு வித்தைக்குப் பொருளேது? வாழத் தேர்வு செய்த விளிம்புநிலை மக்களின் உத்திக்கு இன்று இடமில்லை. நவீன மனிதர்கள் முன் அழிந்துபடுவதை காட்டுவதோடு விளிம்பு மனிதர்களின் அழிவும் காட்டப்படுகிறது.

மனிதர்களின் அன்பைத் தன் கதைகளில் வெளிப்படுத்திய அளவிற்கு அவர்களின் மூர்க்கத்தின் பக்கங்களை அதிகமாக வண்ணநிலவன் காட்டியதில்லைதான். ஆனால் 'மிருகம்', 'குடும்பச்சித்திரம்' ஆகிய இரண்டு கதைகளின் வழி, மனிதர்களின் வன்மத்தையும், வக்கிரத்தையும் அப்பட்டமாகக் காட்டியிருக்கிறார். 'மிருகம்' கதையில் வறட்சியும், வறுமையும், பசியும் ஒரு கொடுரத் தாக்குதலை வீட்டினுள் நுழைந்த நாய் மீது நிகழ்த்த வைக்கிறது என்பதைப் புரிந்துகொள்ள முடிகிறது. 'குடும்பச்சித்திரம்' கதையில் எல்லாச் செல்வங்களோடும் வளர்ந்த குமரி வீட்டில் எந்த வேலையைச் சொன்னாலும் செய்யாமல் வாயடிக்கிறாள். மேட்டிமைத் தனத்தோடு இருப்பது மட்டுமல்லாமல் தாயிடம் வக்கிரமாகப் பேசுகிறாள். விசனமான வார்த்தைகளைச் சர்வசாதாரணமாக அள்ளிவீசி நிலைகுலைய வைக்கிறாள். வார்த்தையால் துன்புறுத்தும் இந்த மனப்பான்மை இந்தச் சின்ன வயதில் அவளுக்குள் கொப்பளிப்பது திகைக்க வைக்கிறது. மகள் காந்திமதிக்கு தாய் எந்தக் குறையும் வைப்பதில்லை. மகளைச் சந்தோசமாக ரஜினி படத்திற்கு அழைத்துச் செல்கிறாள். சந்தர்ப்பத்தில் சந்தோசத்தைத் தந்த சினிமாவை தாயை அசிங்கமாகத் திட்டுவதற்கு ஓர் ஆயுதமாக மாற்றிவிடுகிறாள். இவளுக்கு ஒரு கல்யாணத்தைச் செய்துவைத்தால்தான் அடங்குவாள் என்று தாய் சொன்னால், 'நீ அவனை வளச்சுப்போட்டுக்கிடலாம்னு இருக்கியா...?' என்று குலை பதறும்படி வார்த்தைகளை வீசுகிறாள்.

ஏடாசித்தனமும், வக்கிரமும் எப்படி இந்த வயதில் விசனமாக பீரீடுகிறது என்பது ஆச்சர்யமாக இருக்கிறது. வார்த்தைகளால் அடுத்தவர்களைப் புண்ணாக்கி மகிழ்கிற விநோதப் பிறவியை இந்தக் கதையில் காட்டியிருக்கிறார். எம்.வி. வெங்கட்ராமின் 'பைத்தியக்காரப் பிள்ளை' போல அபூர்வமான கதை. வண்ணநிலவனின் மிகச்சிறந்த கதைகளில் 'குடும்பச்சித்திரம்' ஒன்று. மனிதர்கள் ஏன் அப்படி நடந்து கொள்கிறார்கள்? மனித உள்ளத்தின் விளக்க முடியாத இந்தப் புதிரை வாசகனுக்கும் ஒரு புதிராகவே முன் வைக்கிறது.

புதிரை வாசகனும் முயன்று விடுவிக்க சவால் விடுகிறது. நிஜவாழ்வில் இப்படியான வக்கிரத்தூடே இருந்து இறந்து போனவரை பார்த்திருக்கலாம். கடவுளின் படைப்பில் ஒரு வக்கிரப்பிறவி. உயர்ந்த இலக்கியத்தால் கூட அவ்வம்சத்தை மாற்ற முடியாது. அதைக் கண்டு சொல்வதும் இலக்கியம்தான். இந்தக் கதையில் வெகுநுட்பமாகச் சொல்லப்பட்ட இரண்டு இடங்களைச் சொல்லவேண்டும். சமயத்தில் குரூரமே வடிவான மகளின் வீம்பையும் ஆற்றுப்படுத்துகிறாள் தாய். கால்கழுவ தண்ணீர் கேட்ட அப்பாவால் வந்த சண்டையின் களேபரத்தில் குளியல் அறையில் குளித்துக் கொண்டிருக்கும் கீழ்வீட்டு இளம்பெண் "இந்தா மாமா" என்று லேசாகக் கதவைத் திறந்து சொம்புத் தண்ணீரைக் கை நீட்டித் தரும் காட்சி இரண்டே வரிகளில் சொல்லப் பட்டிருக்கிறது. இதைக் கண்டு சொல்வதும் இலக்கியம்தான்.

'எஸ்தர்', 'மிருகம்', 'பாம்பும் பிடாரனும்', 'குடும்பச்சித்திரம்' சிறந்த படைப்புகள். 'எஸ்தர்' கதை எல்லா வகையிலும் படைப்பின் சாத்தியப்பாடுகளை மீட்டி மேலெழுந்த ஆக்கம் எனலாம்.

அன்பற்ற உலகின் பல்வேறு முகங்களை - முரண்களை எழுதி அம்பலப்படுத்துவதை நவீன புனைகதையின் எழுத்துப்பாணியாக உலகம் முழுவதும் கையாளப்பட்டு வருகிறது. இதனை வாழ்க்கை பற்றிய விமர்சனம் என்பதாகக் கொள்கிறோம். இந்தக் கலை விமர்சனத்தின் வழி நம் போதாமைகளை வெளிச்சமிடுவதாகப் புரிந்துகொள்கிறோம். இந்த வஞ்சகங்களை, வெறுப்புகளை களைந்து வளமான இடத்திற்கு நம்மை

இட்டுச்செல்ல வற்புறுத்துவதை இப்புனைவாக்கங்கள் மறைமுகமாகச் செய்கின்றன என்பதை இலக்கியத்தின் பண்பாகக் காண்கிறோம். இதில் நேரடியாகவே நம்மை நெகிழ்ச்சிக் கொள்ளச் செய்யும் அன்பை மின்னல் கீற்றென வெளிப்படுத்தும் கதைகளும் எழுதப்படவும் செய்கின்றன. வண்ணநிலவன் அதில் கைதேர்ந்தவர்.

வண்ணநிலவனின் பெரும்பாலான கதைகள் ஓர் இக்கட்டான கட்டத்தில் தப்பிக்கவே முடியாத நெருக்கடியில் பிக்கல்பிடுங்களின் உச்சநிலையில் திக்குத்தெரியாமல் நிற்கும் சந்தர்ப்பத்தில் எங்கிருந்தோ குளிர்ந்த தென்றல் கொத்தொன்று அம்மாந்தன் மீது தழுவி கடந்துச் செல்கிறது. எதிர்பாராமல் சூழ இருக்கும் ஏதோ ஒரு மனிதரிடமிருந்து வரும் அன்பு உயிர்வாதையிலும் ஓர் அமைதியையும், ஆசுவாசத்தையும் தருகிறது. இவ்விதமான கதைகளில் வெறுப்பை வெளிப்படுத்துவதற்கு நேர் எதிர்நிலையில் அன்பை வெளிப்படுத்துகின்றன. இந்த அன்பு செயற்கையாக இட்டுக்கட்டப்படாது, இயல்பான மனித குணங்களாக இருப்பதற்குரிய சாத்தியங்களாக அமைந்திருக்கின்றன. இந்த இடங்களைக் காணும் போதெல்லாம் அவற்றைக் கதைகளாக்கப் பெரிதும் விரும்பி செயல்பட்டிருக்கிறார் போல தெரிகிறது. நெருக்கடியானத் தருணத்தில் அப்படி அன்பை வெளிப்படுத்துவதற்கும் சாத்தியங்கள் இருப்பதால் வண்ணநிலவனின் கதைகள் நெருக்கம் கொள்கின்றன. முக்கியமாக தகிக்கும் பிரச்சனையின் இடையே அந்த அன்பு வெளிப்படுவதால் நம்மை பாதிக்கின்றன.

'வார்த்தை' என்றொரு கதை. குற்றம் சாட்டப்பட்டு குற்றவாளிக் கூண்டில் நிற்கிறார் இயேசு. நல்ல மனம் படைத்த அந்த இயேசுவை காப்பாற்ற நினைக்கிறாள் ராணி. கணவனுக்குக் காமத்தை தந்து சாதித்துவிட பார்க்கிறாள். அப்படியும் முடியவில்லை. எச்சில் உமிழப்பட்டு நிற்கும் இயேசுவை உப்பரிகையில் நின்று பார்க்கும் ராணி வருத்தத்தோடு தலையை அசைக்கிறாள். அது இயேசுவிற்குப் பெரும் ஆறுதலைத் தருகிறது. "பெற்றோர்களை வணங்குங்கள், மதியுங்கள்" என்று சொன்ன இயேசுவே தன் தாயைச் சந்திக்க மறுத்ததை நினைத்து வேதனையில் இருக்கும்போது ராணியின் மெல்லிய

தலையசைப்பு மற்றொரு தாயின் உருவமாகவே அவருக்குத் தோன்றுகிறது.

ராணி தன் தோழியின் மூலம் அந்த மனிதருக்கு தீங்கு விளைவிக்க வேண்டாம் என்று சொல்லி அனுப்புகிறாள். ராணியின் வார்த்தையில் வசீகரம் இல்லை. மொழியின் ஜாலமில்லை. இயல்பு இருக்கிறது. அரச குடும்பத்திற்குள்ளேயே இயேசுவிற்கு சார்பான ஒரு குரல் இருந்திருக்கக்கூடும் என்பதை நம்பும்படியாக பெண்வழி புனைவாக்கம் செய்திருக்கிறது. ஒரு கொடூரமான சூழலில் ஒரு பெண்ணின் பார்வையும், தலையசைப்பும் அன்பை கவித்துவமாக வெளிப்படுத்துகிறது.

முன்பு நெருங்கிப் பழகிய ஒருவரை கொலை செய்யத் திட்டமிட்டு செல்பவர்களில் ஒருவன் கடைசி நேரத்தில் அவரை கொலை செய்ய தன்னால் முடியாது என்று விலகிவரும் மனநிலையைச் சொல்லும் 'தர்மம்', வாழ்ந்து கெட்ட ஒருவனை நம்பி வந்தவள் அன்றாடம் தொன்னாந்தி வாழ்க்கையாகி நசிந்துபோன கனவுகள், வெறுப்பையும் ஆங்காரத்தையும் கொட்டவைக்கின்றன. திருமணமான கிழட்டு பயலிடம் மாட்டிக்கொண்டோமே என்று சண்டை பிடிக்கிறாள். அந்த வழியாக ஒரு குமரிப்பெண் தட்டச்சு அடிக்கச் செல்கிறாள். அவனுக்கு தன் மகளின் ஞாபகம் வருகிறது. சண்டையிடும் இளம் பெண்ணின் கூந்தலைக் கோதிவிடுகிறான். அன்பினால் அப்படியே எண்ணங்கள் தலைகீழாக மாறிவிடுகின்றன 'அவர்கள்' கதையில். 'ராதா அக்கா', 'அயோத்தி', 'கரையும் உருவங்கள்', 'அந்திக் கருக்கலில்' என்று அவரது பல கதைகளில் இக்கட்டான தருணங்களிலும் ஆச்சரியப்படத்தக்க இவ்விதமான அன்பின் வெளிப்பாடு நிகழ்வதைக் காட்டுகிறார்.

வண்ணநிலவன் நூறு கதைகளுக்கு மேல் எழுதியிருக்கிறார். 'துக்கம்', 'இரண்டு பெண்கள்', 'காட்டிலிருந்து ஒருவன்', 'மழை' என்று இன்னும் சில கதைகளைப் பேசலாம். 'மழை'யில் இட்டுக்கட்டப்பட்ட தன்மை இப்போது தெரிகிறது. பிறப்பாக இல்லாமல் இணைப்புகளால் அமைக்கப்பட்டிருக்கிறது. எனது சிறுவயதில் 'மழை' என்னைப் பாதிக்கச்செய்த கதை. இன்று அதிலொரு செயற்கைத்தன்மை தென்படுகிறது.

வண்ணநிலவனை, வெறும் சம்பவங்களை மட்டும் எழுதுகிறவர் என்றொரு விமர்சனத்தை எஸ். ராமகிருஷ்ணன் வைக்கிறார்; முக்கியமாகப் பிற்காலக் கதைகளில். ஆனால் 'உள்ளும் புறமும்', 'மனைவியின் நண்பர்', 'அந்திக்கருக்கல்', 'தேடித்தேடி' கதைகள் சம்பவங்களைத் தாண்டி சில அடிப்படைக் கேள்விகளைத் தன்னை நோக்கித் திருப்புவதைத் தலைப்புகள் செய்கின்றன. எனவே அவை நல்ல சிறுகதைகளாகவே எனக்குப் படுகின்றன. சம்பவங்களுக்குள் ஓடும் முரணை நான் சிறுகதையின் அம்சமாகப் பார்க்கிறேன். அதனை வண்ணநிலவன் குரல் இல்லாத தொனியில் இழையோட விட்டிருக்கிறார். தமிழ்ச் சிறுகதையின் பரப்பை இந்த வகையில்தான் விரிவுபடுத்தியவராகக் கொள்ளமுடியும். வண்ணநிலவனுக்குப் பெருமை சேர்க்கும் இருபது கதைகள் இருக்கின்றன. அவை குறித்துத்தான் இக்கட்டுரையில் தொட்டுக் காட்டப்பட்டுள்ளது.

வண்ணநிலவன் தனது கதையுலகத்திற்குத் தத்துவ சாரங்களையோ, பண்பாட்டுக் கருத்தியல்களின் நெருக்குதல்களையோ அடிப்படையாகக் கொள்வதில்லை. வாழும் வாழ்க்கையில் ஊடாடும் நெருடல்களைச் சொல்கிறார்; நம் வாழ்க்கையைச் சொல்கிறார். விதிக்கப்பட்ட வாழ்வின் கண்ணியில் சிக்கியபடி தவிக்கும் தவிப்புகளைச் சொல்கிறார். முக்கியமாகக் குடும்ப உறவிற்குள் எழும் முரண்களையும், கசப்புகளையும், வருத்தங்களையும் பரிதவிப்புமிக்க மொழியில் எழுதுகிறார். பிரச்சனைகளுக்கு அடிப்படையாக இருப்பது இல்லாமைதான்; ஏழ்மையின் சாபம்தான். என்றாலும் வறுமை, நேசங்களைக் குலைத்து உண்டாக்கும் வலிகளைப் பகிர்ந்துகொண்டு மீளமுடியாமல் இருக்க முடிகிறது. மார்க்சிய விமர்சகர்கள் வறுமையின் சிக்கல்களுக்கு ஏழை பணக்காரன் என்ற பொருளியல் அடிப்படையை இக்கதைகளில் ஆராயக்கூடும். முதலாளிகளின் சுரண்டல்களால்தான் இவர்களின் ஏழ்மைக்குக் காரணம் என்பதைக் காணமுடியும். வண்ணநிலவன் வறுமையின் பின்னணியைப் படைப்பின் உடலாக ஆக்கிக் கொள்கிறார். எளிய மனிதர்களின் துல்லியமான வரைபடங்கள் வண்ணநிலவன் கதைகள். எழுபது, எண்பது காலகட்டத்து வாழ்க்கைக் கோலங்கள். இந்த அடிப்படையில் மனங்களின் திரிபுகளையும், ஆசாபாசங்களையும் முன்வைத்திருக்கிறார். பொறுப்பற்ற ஆண்களின் குணம் பெண்களின் கண்ணீருக்குக் காரணமாவதை

இக்கதைகள் சொல்கின்றன. காலூன்ற முடியாது தவிக்கும் ஆண்களின் துயரங்களைச் சொல்கின்றன. வண்ணநிலவன் எளியவர்களின் மனசாட்சியாகப் புனைகதை உலகத்தைப் படைத்திருக்கிறார். அவர்களின் கருமையான பக்கங்கள் திறக்கப்படாதது ஒரு குறைதான்.

இயல்புவாத நோக்கில் எழுதப்பட்டிருந்தாலும் அசலான நவீனத்துவக் கதைகள். நவீன வாழ்வின் நெருக்குதலில் வைத்துச் சொல்லப் பட்டிருக்கின்றன. உறவுச் சிக்கல்களைச் சொல்கின்றன. முக்கியமாகப் புறஉலகம் நிர்பந்திக்கும் மதிப்பீடுகளின் அழுத்தங்களால் சிக்கித்தவிக்கும் மனிதர்கள்; மீளமுடியாது தொடுக்கும் அடிகளைப் பெற்று சுமந்தபடியே நகர்கிற அவலத்தைப் பெற்றவர்களாக இருக்கின்றனர். இதற்குக் காரணம் நமது குடும்ப அமைப்பு முறைதான். அதனை விமர்சிக்கவில்லையென்றாலும் எளியவர்களின் பக்கமே நிற்கிறார் வண்ணநிலவன். யேசுவின், வள்ளலாரின், காந்தியின் பார்வையிலிருந்து எடுத்துக் கொண்ட சாராம்சம் இது. 'வாடிய பயிரைக் கண்டபோதெல்லாம் வாடினேன்' என்பதுதான் வண்ணநிலவனின் படைப்புச் சுருதி.

வண்ணநிலவனின் எழுத்துலகம் முழுவதும் முரட்டுத்தன்மை கொண்டது அல்ல. வேறொரு சொல்லால் குறிப்பிடவேண்டும் என்றால் கலகக்குரல் எழுப்புபவை அல்ல. மாறாக அழுத்தும் வாழ்க்கையை ஏற்று அழுந்துபவர்கள். கு.ப.ரா. போல, அசோகமித்திரன் போல ஆர்ப்பாட்டமில்லாது அடங்கிய தொனியால் ஆனது. வண்ணதாசனின் ஆக்கங்களும் வண்ணநிலவனின் ஆக்கங்களும் மென்மைத் தன்மையில் ஒன்று என்றாலும் இருவரின் முகங்களும் வெவ்வேறு உலகை உற்றுக் கவனிப்பதைச் சொல்லவேண்டும். வண்ணதாசன் கொடிவழி உறவுகளை உற்றுக் கவனிப்பதிலும் வண்ணநிலவன் புறஉலக எளியவர்களின் உலகை உற்றுக் கவனிப்பதிலும் பயணப்பட்டிருப்பதைக் காணலாம். வண்ணநிலவன் அன்பின் பேருலகைத் தனித்த எழுத்து வகையாகக் கொண்டு வந்திருக்கிறார். இவரின் கதைகள் அன்புச் சூழலுக்குள் வசீகரப்படுத்துகின்றன. வாசகனாக அல்லாமல் விமர்சகனாக நின்று பார்க்கும்போது வாழ்வின் பிறிதொரு பக்கம் வெளிப்படாமல் போனதையும் சொல்லவேண்டும்.

வண்ணநிலவனை எந்தவித அந்தஸ்துமற்ற விளிம்புநிலை மக்களின் ஏழ்மையும் பசியும் வாட்டி எடுக்கிறது. அவர்கள் மீது இவரின் இதயம் திரும்பிக் கொள்வதற்குக் காரணம் அவருக்கு வாய்த்த வறுமைதான். அவர்களின் உலகில் கரைந்துவிடுகிறார். அவர்களின் அன்றாடப் பிழைப்புகளின் கோலத்தை மெல்ல மெல்ல விரிக்கிறார். சுடுகாட்டில் பிணம் எரிக்கும் செல்லையா (மயான காண்டம்), குழந்தைமை நீங்காத பிள்ளையை நகரத்தில் வேலை செய்ய ஏஜென்ட் மூலம் அனுப்பும் தாய் (நகரமும் சொர்க்கமும்), ரயிலில் டிக்கெட் இல்லாமல் பயணம் செய்த பெண் போலீசிடம் சிக்குவது (பதில் வராத கேள்விகள்), கிராமக் கோயில் விழாக்களில் ராட்டினம் போட அனுமதி கேட்பவர்கள் (இரண்டு உலகங்கள்), பிணம் தூக்கிகள் (பிணந்தூக்கி), திருடர்கள் (திருடன்), மில் வேலை இல்லாது தவிக்கும் தாய் (அவனுடைய நாட்கள்), ஆதரவற்றுப் போன புரோக்கர் ரத்தினம் பிள்ளை (பிழைப்பு), மார்க்கட்போன பழைய ரிக்கார்ட் டான்சர்கள் (ஆடிய கால்கள்) ஆகியவர்களின் இன்றைய ஜீவிதத்தை, அவர்களின் வறுமையை, உறவின் இழைகளற்று அத்து அலையும் வாழ்க்கையைக் கைவிடப்பட்டவர்களின் பக்கமிருந்து காருண்யத்தோடு தமிழ்வாழ்வின் பகுதிகளாக்கியுள்ளார். இப்படியான வாழ்க்கைக்குள் எப்படி? ஏன்? அகப்பட்டார்கள் என்றோ இவர்களின் கால்களை வாரிவிட்ட மாயக்கரங்கள் குறித்த தேடலோ பார்வையோ இவரின் இவ்விதமான கதைகளில் இல்லை. மாறாக இந்தக் கணத்தில் இவர்கள் வாழும் வாழ்க்கையைத் துல்லியமாக இருத்துகிறார். அத்தோடு வண்ணநிலவனின் காருண்யமும் இக்கதைகளில் மெல்லிதாகப் படர்ந்துவிடுகிறது. இந்த விளிம்புநிலை மக்களுக்கே உரிய முரட்டு சுபாவமோ, துரோகமோ, எள்ளலோ இனம் காணப்படுவதில்லை. விளிம்பு மக்களின் இயல்புக்கு (உள்ளத்திற்கு) மாறாக உள்ளத்தைச் சாந்தமாக்குகிறார்.

வறுமையால் திருமணம் கைகூடாது நாள் கடந்து செல்லும் வக்கில் குமாஸ்தா ஈஸ்வரமூர்த்தியின் மூத்த மகள் சாந்தா இறுதியில் துணிக்கடையில் வேலை பார்க்கும் மகாராஜனுடன் ஓடுவது (யுகதர்மம்), சித்தி கொடுமை தாளாது தோழி ஊருக்கு நம்பி வேலை தேடிச்சென்ற பிரம்மதேசம் வெங்கடாசல ஐயர் மகள் சாரதா தோழியின் வீட்டைக் கண்டுபிடிக்க முடியாமல் பஸ் ஸ்டாண்டில் ஒதுங்கி நின்றவளைப் விபச்சார வழக்கில்

போலீஸ் தள்ளுவது (சாரதா), சோம்பேறித்தனத்தால் குந்தித்தின்று சொத்தை அழித்த பிள்ளைகள் (காரைவீடு), மில்லில் அடிபட்டு செத்த சுலைமானின் பணத்திற்குக் கொடுக்கும் முக்கியத்துவம்; அவன் இளம் மனைவி விதவையாகி வாழ வழியற்றுப் போவதைப்பற்றி யோசிக்காத சுற்றம் (துக்கம்) எனப் பல்வேறு பிரச்சனைகளை இவருடைய கதைகள் அணுகிப்பார்க்கின்றன. வறுமையால் திசையெங்கும் துரத்தப்படும் மனிதர்களையும் சிக்கலுக்குள் அகப்பட்டு அம்மனிதர்கள் படும் துயரங்களையும் விவரிப்பதோடு வண்ணநிலவனின் காருண்யம் பிரச்சனையை உக்கிரப்படுத்தவிடாமலும் செய்கிறது. ஒருவகையில் வாசகனை மேன்மைப் படுத்துகிறதென்றால் இன்னொரு வகையில் இந்தச் சமூகத்தின் மீது எழும் கோபத்தை இக்கதைகள் மட்டுப்படுத்தவே செய்கின்றன.

மேலும் சில கதைகளை இங்கு கவனப்படுத்தலாம். மளிகைக் கடைக்காரனுடன் ஓடிப்போன ஜெஸிந்தா, அவள் இருக்கும் தெருவழிச் செல்லாத தகப்பனுள்ளும் தாயினுள்ளும் அடியாழத்தில் பிள்ளை மீது வெளிப்படும் பிரியம் (தாசன் கடை வழியாக அவர் செல்வதில்லை), வீட்டிற்கு வாடகைப் பணம் வாங்கிவிட வேண்டும் என்று மனைவி துரத்த தங்கையின் குடும்பச் சூழல் கண்டு வாடகைப் பணம் வாங்காது திரும்பும் அண்ணன் (மழைப்பயணம்), உற்றதோழியாக இருந்தவள் வீட்டிற்கே சக்களத்தியாகச் சென்றவளை அரவணைக்கிற பெண் (ராதா அக்கா) எனப் பல கதைகளில் முரண்களுடனே மனித இதயத்தில் கசியும் ஈரத்தை முக்கியத்துவமாக்குகிறார். வெறுப்பின் உக்கிரத்தைத் திறந்து அதனுள் ஆடும் ஆட்டங்களைக் காண பெரும்பாலும் வண்ணநிலவன் அழைத்துச்செல்வதில்லை. அவர்களை அன்பு வளையத்திற்குள் கொண்டுவந்து நிறுத்தவே முயல்கிறார். மானிட குரூரத்தைத் தரிசிக்க முயல்வதில்லை. இலக்கியம் என்பது அறிதல் என்பதற்கு மாறாக, மனித சமூகத்தை மேம்படுத்துவது, மனத்தை வளப்படுத்துவது என்ற தளத்தில் இயங்கியிருக்கிறார்.

வேறு வகையில் யோசிக்கிறபோது வாசகர்களின் கற்பனைக்கும், விரிவிற்கும் இடம் வைத்திருப்பதைக் குறிப்பிட வேண்டியிருக்கிறது. வாடகைக்கு விடும் வீட்டுக்கார அம்மாளின் சர்வாதிகாரம் (வீட்டுக்கார சொர்ணத்தாச்சி), கப்பல் முதலாளியின்

மகளாகப் பிறந்து குழந்தை பாக்கியம் இல்லாததால் தன் கணவனுக்கு வேறு திருமணம் செய்து வைத்து அழிந்து வரும் பூர்வீக வீட்டிலேயே முடங்கும் மெஹ்ருன்னிஸா (மெஹ்ருன்னிஸா), திருமணத்திற்கு முன் அமைதியின் சொரூபமாக இருந்த ருக்கு, தன் கணவனை மெல்லிதாகக் காதலித்த தங்கை காந்திமதியை வெறுத்து கரிக்கிற சந்தர்ப்பம் (இரண்டு பெண்கள்), கணவனுடன் ஒட்டி உறவாடும் தங்கையை வெறுக்கிற மீனா (மைத்துனி), திருமணமாகாத குடிகாரக் கவிஞனான பெரிய அத்தானை விழுந்து விழுந்து உபசரிக்கும் பரிமளம் (அவன் அவள் அவன்), மில்லில் வேலையில்லாது போவதைக்கண்டு பதறும் அம்மா பிரியமான பெண் வீட்டிற்குச் செல்ல வாய்த்த அற்புத நாளாகப் பார்க்கும் மகன் (அவனுடைய நாட்கள்) இந்தக் கதைகளுக்குள் மானுட உள்ளங்களின் அந்தரங்கமான விருப்பங்களை மெல்லிய திரையில் மூடியபடி காட்ட முனைகின்றார். ஏன் இப்படி இருக்கிறார்கள் என்பதற்கு வெளிப்படையாகக் குறிப்புணர்த்தவில்லை என்றாலும், வாசகர்கள் அது பற்றிப் பல்வேறு கோணங்களில் யோசித்துப் பார்க்கும்படியான வாய்ப்பை இக்கதைகள் தக்கவைத்திருக்கின்றன.

'யுகதர்மம்', 'பதில்வராத கேள்விகள்', 'இரண்டு உலகங்கள்', 'இரண்டு பெண்கள்', 'அவனுடைய நாட்கள்', 'அவன் அவள் அவன்', 'ராதா அக்கா', 'சாரதா' ஆகிய இந்தக் கதைகள் முக்கியமானவையாகத் தோன்றுகின்றன. வறுமையாலோ, வாழ்க்கை நெருக்கடியாலோ ஏற்படும் மனிதர்களின் முயற்சிகளும் அவர்கள் அடையும் வெவ்வேறான அனுபவங்களும் நமக்கு சமூகத்தைப் புரிந்து கொள்ள உதவுகின்றன. மனிதர்கள் ஒற்றைத் தன்மையானவர்கள் அல்ல; பல்லாயிரம் குணவிசேசங்களோடு இருக்கிறார்கள் என்பதை அறிய வைக்கின்றன.

காலமாற்றத்தில் புகழ் மங்கிப்போன எளிய மனிதர்கள், மதிப்பிழந்துபோன நிகழ்ச்சிகளால் கைவிடப்பட்ட உதிரிகளின் நிர்கதிகளைக் காலத்தின் கயிறு செய்கிற ஆட்டமாக நிறுத்துகிறார். தெருக்கள் எல்லாம் நளினத்தை விசிறிச்சென்ற குமருகளின் வசந்தகாலம், கொண்டசூல் நிலைக்கத் தவிக்கும் இளம்பெண், தன் அதிகாரத்தைக் காலிபண்ணும் குழந்தைகளை வெறுக்கும் குழந்தை, உற்ற தம்பியாகப் பாசம் பொழியும் அக்காவின் கல்யாணத்தை வெறுக்கும் விடலை பையன், பிக்கல்

பிடுங்களிலும் முடிந்து போன கனவில் திரும்பக் கால்வைக்கிற மனிதர்கள் என்று மனங்களின் வித்தியாசமான கோலங்களையும் காட்டி இருக்கிறார்.

'எஸ்தர்', 'பாம்பும் பிடாரனும்', 'காட்டில் ஒருவன்', 'மனச்சிற்பங்கள்', 'மிருகம்' போன்ற கதைகளில் உருவான வெம்மையான நடை, 'யௌவன மயக்கம்', 'சரஸ்வதி', 'மனைவியின் நண்பர்' போன்ற கதைகள் உண்டாக்கி இருக்கும் காலத்தின் அழகிய சித்திரங்கள் குறிப்பிட்டுச் சொல்லவேண்டிய தன்மை கொண்டவை.

வண்ணநிலவன் பிறர் எழுதாத அல்லது எழுதத் தோன்றாத வாழ்க்கையை எழுத்தாக்கியவிதம் அவருக்கு ஓர் இடத்தை நல்குகின்றது. ரொம்பவும் பிரயத்தனப் படாததுபோல ஒரு தோற்றத்திலும், ஆனால் நுட்பமாக புறஉலகத்தின் இயக்கத்தைச் சாதாரண தொனியில் விவரித்து எளிய தோற்றத்தில் நல்ல கலையாக மாற்றியிருக்கிறார். 'சாரதா', 'மிருகம்', 'பாம்பும் பிடாரனும்', 'வீட்டுக்கார சொர்ணத்தாச்சி', 'திருடன்', 'அவனுடைய நாட்கள்', 'மயான காண்டம்', 'ஆடிய கால்கள்', 'நகரமும் சொர்க்கமும்', 'பிழைப்பு' முதலிய கதைகளைச் சொல்லலாம்.

வறுமை சுழன்றாடும் சுழலில் மனிதர்கள் உருள நேர்கிற துர்பாக்கியங்களின் பல்வேறு கோலங்களை வண்ணநிலவன் கலையமைதியோடு படைத்திருக்கிறார். முற்போக்கு கதைகளில் மானிட அகம் ஒதுக்கப்பட்டு எழுத்தாளனின் முற்போக்குக் குரல் தலைதூக்கும். இங்கு வறுமையைச் சொல்லும்போது, அது வாழ்வின் கதியாகத் தன்போக்கில் அடியில் ஓடுகிறது. இந்தத்தன்மை ஒதுங்கி நின்று இல்லாமையின் பாடுகளிலும் மனிதர்கள் தங்களை எவ்விதம் வெளிப்படுத்திக் கொள்கிறார்கள் என்பதில் வெளிச்சத்தைப் பரவவிடுகிறது.

ரோசத்தை உதிர்க்க நேர்கிறது; கண்முன்னே நிகழ்கிற அற்பத்தனங்களைக் கண்டும் காணாமல் விடநேர்கிறது; தன்னையே குற்றவுணர்வு கொள்ளச் செய்கிறது; நல்ல நிகழ்வுகளைக் கைவிட நேர்கிறது; கேலிப்பொருளாக நிற்க நேர்கிறது. ஏச்சுக்களை வாங்கிக் கட்டிக்கொள்ள வேண்டியதாகிறது. கண்ணியத்தை விடநேர்கிறது. அவமானங்களை ஏற்க நேர்கிறது. இந்தக் கோலத்திலும் கொஞ்சம்

கோபத்தை வெளிக்காட்டிக்கொள்ள முடிகிறது. தீமையின் சிக்கலில் இருந்து நேர்மையை மீட்டிக்கொள்ள முடிகிறது. பொய் வேசத்தை ஒரு பக்குவத்துடன் போட முடிகிறது. அத்தலைந்து அவரவர் வாழ்ந்தாலும் சந்திக்க நேர்கிறபோது பிரியத்தை வெளிப்படுத்திக்கொள்ள முடிகிறது.

வண்ணநிலவனின் கதையுலகம் எளியவர்களின் ஆசாபாசங்களால் நிரம்பியிருப்பது, காட்சிகளால் விரிந்திருப்பது, பிரியங்களைப் பேசாமல் வெளிப்படுத்துவது, துயரங்களைக் குரல் உயர்த்தாமல் உணர வைப்பது, மற்றவர்களின் வழியைத் தொட்டுக்காட்டுவது. பெரும்பாலும் ஐந்தாறு பக்கங்களில் முடிந்து விடுகிற தாமிரபரணிக் கதைகள். இவர்களை நாமும் தேடிச்சென்று விசாரிக்க வேண்டும்போல மனம் விரும்புகின்றது. இத்தகைய ஈர்ப்பைக் கொண்டிருக்கின்றன வண்ணநிலவன் கதைகள்.

■ 22.04.2009 ■ உங்கள் நூலகம், செப்டம்பர், 2011.

◉

பா. செயப்பிரகாசத்தின் படைப்புலகம்

செயப்பிரகாசத்தின் கதைகளைப் படித்துக் கொண்டு வருகிறபோது சட்டெனத் தோன்றிய ஓர் எண்ணம். 'கரிசக்காட்டு வாழ்க்கையைச் சொல்வதில் நேர்ந்திருக்கிற படைப்பூக்கம் பிற பிரதேசங்களில் எழவில்லை' செயப்பிரகாசம் தனது இலக்கிய ஆளுமையின் ஆணிவேரை விட்டுவிட்டு ஒட்டுச் செடிகளைப் பற்றி எழுதாமல் இருந்திருக்கலாமோ என்று தோன்றுகிறது. கரிசல் மண்ணையே பா.செ. திரும்பத் திரும்பக் கிளறி இருந்தால் இன்னமும் அதிகமான குன்றிமணிகள் தமிழ் இலக்கிய உலகிற்குக் கிடைத்திருக்கும். ஒரு படைப்பாளி பல்வேறு தளங்களில் இயங்குவது தேவையான ஒன்றுதான். வெற்றியடைந்த உலகத்தை விட்டுவிட்டு புதிய உலகத்தை எழுதித் தோல்வியடைவதும் தேவைதான். ஆனால் தனக்குக் கைவந்த உலகின் சகல திக்குகளையும் இழுத்துக் கொண்டுவந்து எழுத்தாக்கிய பின் இனி எழுதுவதற்கு ஒன்றுமில்லை என்று தோன்றுகிறபோது அடுத்த பிராந்தியத்திற்குள் நுழைந்து பரவலாம். கரிசல்மண் உலகத்தை முழுமையாக எழுதிவிட்டாரா செயப்பிரகாசம்? எழுதித்தான் தீர்க்க முடியுமா அவரால்? அப்படி ஓர் உலகம் இப்படியொரு பேரனுபவம் வாய்த்திருப்பதை செயப்பிரகாசம் முழுமையாக நிறைவேற்றவில்லை என்றே எனக்குத் தோன்றுகிறது.

இயக்கச் செயல்பாடுகளில் ஈடுபடுவதென்பது வேறு; வாழ்க்கை என்பது வேறு. முன்னது ஒரு தனிமனிதனின் அவா; அவன் சமூகத்திற்கு விரும்பி அளிக்கும் மாற்றுக்கனவு. ஆனால் சமூகம் என்பது பலதரப்பட்ட மக்களின் மன உலகம். அது பற்றி எழுதுகிறபோது படைப்பாளி தன் விருப்பைக் கழற்றிவைத்துவிட்டு இயங்குகிறபோது ஜனத்திரளிலிருந்து விருப்பங்களும், கோபங்களும், இழப்புகளும், அவமானங்களும், வன்மங்களும் பொங்கி வருவதை உணர முடியும். இந்த

விநோதங்களின் மீது படைப்பாளி தனது பார்வையை நுட்பமாகத் திசை திருப்புகிறான். அப்படியானால் எத்தனை கதைகள்! எத்தனை கவிதைகள்! எத்தனை நாவல்கள்! பொங்கி நுரைப்பதை ஒழுங்குப்படுத்தியிருக்க முடியும்? படைப்பாளி சுதந்திர மனத்தோடு எல்லோருள்ளும் நுழைகிறபோது படைப்பின் எல்லைகள் விரியும். ஒவ்வொரு படைப்பாளிக்கும் கொள்கைச் சார்பு வெளிப்படையாகவோ மறைமுகமாகவோ இருக்கின்றது. மறைமுகமானவர்கள்தான் ஆபத்தானவர்கள். ஆனால் அவர்கள் படைப்பிலக்கியத்துறையில் நெகிழ்வுத் தன்மையுடையவர்களாக இருக்கிறபோது நல்ல படைப்புகளைத் தந்துவிடுகின்றனர். மிக நல்ல குணமுடைய நேர்மையாளர்கள் இயக்கச் சார்புகளில் இருக்கின்றனர். அவர்கள் சமூகத்தை நேர்ப்படுத்த விரும்புகிறார்கள். அது ஓர் எல்லை வரையில்தான் சாத்தியம். மனித குணம் ஒழுங்குக்கு அகப்படாத ஒன்று. எந்தச் சார்பில் நின்று எழுதினாலும் மக்களின் அபிலாஷைகள் என்ற பகுதியை நீக்கிவிட முடியாது. அவற்றை நீக்கிவிடுவதென்பது படைப்பில் காயடிப்பது போன்றது. எனக்குக் கடவுள் மீதான பெரிய அபிமானம் ஏதும் இல்லை. என் கிராமத்துப் பெண் குலதெய்வத்தின் முன் கண்ணீர் மல்க நிற்கிறதை ஒருபோதும் எள்ளி நகையாடுவதற்குரிய அம்சமாகப் பார்க்கமாட்டேன். அவ்விடத்தில் அப்பெண்ணாக நான் உருவெடுப்பேன். படைப்பு என்பதே கூடுவிட்டுக் கூடு பாயும் வித்தைதான்.

முன்பு காந்தியவாதிகள் படைப்பிலக்கியத்தைக் கையிலெடுத்தபோது அவை மண்ணில் ஒட்டாத காகிதச் சுருள்களாகப் பறந்து போனதை அறிந்திருக்கிறோம். காந்தியின் சுயசரிதை மண்ணோடு பிணைந்த ஒன்று. காந்திய வழிப் படைப்புகள் பொய்ம்மை சார்ந்த ஒன்று; காரணம் எல்லாம் இட்டுக்கட்டப்பட்டவை. தங்க ஊசிகள் என்பதற்காகக் கண்களில் குத்திக் கொள்ள முடியுமா என்ன? ஏங்கல்ஸ், மார்க்ஸ் சிந்தனைகள் உளப்பூர்வமான அணுகலாக இருக்கின்றன. அச்சித்தாந்தங்களைத் தாங்கிய படைப்புகள் வெற்று உமிகளாக இருக்கின்றன. அவை வாழ்விலிருந்து உருவாகவில்லை. இலக்கணங்களை வைத்துக்கொண்டு யாப்பு கட்டியதற்கும் இதற்கும் பெரிய வித்தியாசம் இல்லை.

செயப்பிரகாசத்தின் 'ஒரு ஜெருசலம்', 'அம்பலக்காரர் வீடு', 'தாலியில் பூச்சூடியவர்கள்', 'காடு', 'மலரடி வளைவு' போன்ற கதைகள் வெதுவெதுப்போடு இன்றளவும் இருப்பதை எந்த வாசகனும் உணரமுடியும். செயப்பிரகாசம் சொன்னது போல கடன்பெற்றுப் பிரசவித்தவைகள் அல்ல அவை. 'தாலியில் பூச்சூடியவர்கள்' கதையில் மார்க்சிய நோக்கு புதையுண்டு இருக்கிறது. ஆனால் அந்தச் சார்பு இந்தக் கதைக்கு மிக மிகத் தேவையாகவும் இருக்கிறது. நிலவுடைமைச் சமூகப் பிரதிநிதி தன் இச்சை தீர்ந்தபின் அப்படித்தான் நடந்துகொள்வான்; நிலவுடைமைச் சமூகம் அவளுக்கான நீதியை வழங்காது. அவளுடைய எதிர்பார்ப்பு வீணாகிறது. அவளொரு பாமரப்பெண். அவளால் கனவு காணமுடியும்; நிஜமாவது ரொம்பச் சிக்கலான ஒன்று. அந்தச் சிக்கல் தெரியாத விதத்தில் அவள் வாழும் வாழ்க்கையை அக்கதை சிறப்பாக வெளியிட்டிருக்கிறது. இதை ஒத்த கதைதான் 'காடு'ம். ஆசாரி தனக்கான நியாயத்தை வலியுறுத்தி வீடுவீடாக ஏறி இறங்கிய பின்னும் எந்த நிலவுடைமைக்காரனும் வரவில்லை என்பது ஒருவகைக் கண்டுபிடிப்பு.

இந்த விதமாகக் கரிசல் பூமியில் ஏராளமான சிடுக்குகளையும் சமூகச் சிக்கல்களையும் விலகி நின்று செயப்பிரகாசம் விமர்சனத்திற்குக் கொண்டுவந்து வைத்திருக்க முடியும். படைப்புகளை வாசகன் விமர்சிக்கும்படியாக விட்டு வைப்பது ஒரு கலை. படைப்பாளியே புகுந்து விளக்கிக்கொண்டிருப்பது படைப்புத் தொழில் சார்ந்ததல்ல. படைப்பும் ஒருவித ஓவியம் தானே. 'இருளுக்கு அழைப்பவர்கள்', 'ஆறு நகரங்கள்', 'மூன்றாவது முகம்' கதைகளில் வரும் சம்பவங்கள் உண்மையானவைகள்தான். ஆனாலும் வாசகனோடு நெருக்கம் கொள்ளவில்லை. போலீஸ், மில் முதலாளி இவர்களின் அடாவடித்தனங்கள் அறியாதவை அல்ல. அவருக்குள் இருக்கும் ரகசியங்கள் நோக்கிப் பயணப்பட்டிருக்கவேண்டும். அந்த வகையில் 'மூன்றாவது முகம்' ஒரு முதலாளியின் உள்முகமான திட்டங்களைத் திறக்க முற்பட்டிருக்கிறது. எளிய, இரக்கசுபாவ, மென்மையான தோற்றங்கள்கூட பாட்டாளிகளை வதைக்கிற நோக்குதான் என்பதைக் காணமுடிகிறது.

சிறுகதையின் சிறப்பு என்பது என்ன? வாசகனைப் புதிய அனுபவத்திற்குள் ஆழ்த்துவது. எழுத்தாளன் மிக்க அக்கறையுடன்

சமூக அவலத்தைச் சொல்லியிருப்பான். சொல்லப்பட்ட விதத்தில் ஒன்று நம்மைப் பாதிப்பிற்கு உள்ளாக்குகிறது. மற்றொன்று பாதிப்பை நிகழ்த்துவதில்லை. பாதிப்பை உண்டாக்காமல் இருப்பதற்கு ஓர்மை கூடிவராதது காரணமாக இருக்கலாம். குறிப்புணர்த்தும் தன்மை சிறுகதைக்குள் ஓர் அனுபவப் பாய்ச்சலை உண்டாக்குகிறது. விலாவரியாகப் பேசுவது உக்கிரத்தை நீர்த்துப்போகச் செய்கிறது.

நமக்குத் தமிழ்ச் சிறுகதையின் செல்வம் நூறாண்டு காலத்திற்குள் இருக்கிறது. நூறாண்டுகளில் பல்வேறு தமிழ்ப் படைப்பாளிகள் சிலபல உச்சபட்சமான கதைகளை உருவாக்கியிருக்கின்றனர். பா. செயப்பிரகாசம் எழுதவந்த காலத்திற்குமுன் அரை நூற்றாண்டுக் காலச் சிறுகதைச் செல்வத்தை அவர்கள் வழங்கியிருக்கிறார்கள். ஐம்பதாண்டுகளில் உருவம் செழுமையடைந்து வந்திருக்கிறது. அந்தச் செழுமையடைந்த சொல்முறையிலிருந்து இன்னும் ஒருபடி மேல் நகர்ந்து உருவத்தை அடைந்திருக்கவேண்டும் பா. செயப்பிரகாசம் அதனைத் தவறவிட்டுவிட்டார்.

பா. செயப்பிரகாசத்திற்குச் சமூக உறவுகள் மீது அக்கறை இருக்கிறது. அவர் எழுதவந்த காலத்தில் எழுதியவர்களைவிட அதிகமாகவே இருக்கிறது. கிராமிய வாழ்வின் சகல சம்பத்துக்களையும் கவனித்திருக்கிறார். பண்பாட்டுக்கூறுகள் மனித சமூகத்தை அழுத்துவதையும் எப்போதாவது மேன்மையுறச் செய்வதையும் கதைகள் வழி மீட்டெடுத்திருக்கிறார். எல்லாம் இருந்தும் சிறுகதை அனுபவத் தகிப்பை நமக்குள் கடத்துவதில்லை. ‘ஜெருசலம்’, ‘பலிப்பூக்கள், ‘அக்கினிமூலை’, ‘இருளுக்கு அழைப்பவர்கள்’, ‘இருளின் புத்திரிகள்’ எல்லாம் மிக உயர்ந்த ரகக் கதைகளாக உருவாக்கப்பட்டிருக்க வேண்டியவை. உருவப்பிரக்ஞை இல்லாததால் அனுபவத்தை நீர்க்கச்செய்கிறது. இதற்குக் காரணமாகத் தோன்றுவது நீண்ட பின்னோக்கு உத்தி எல்லாக் கதைகளிலும் இருக்கிறது.

‘ஒரு ஜெருசலம்’ கதையில் தாய் தகப்பனின் கொடுமைப் படுத்தலினால் இறந்தாள் என்று முன்கதை இரண்டு பக்கம் சொல்லப்படுகிறது. கதை நிகழும் காலம் ஒரு பஞ்சகால மதியத்தில் குழந்தைகள் கோரைக்கிழங்கு பறித்துத் தின்னச் செல்லும் ஒரு பொழுது. கோரைக்கிழங்கு பறிக்க சுடுகாட்டிற்குச் செல்லும்

குமாரசாமியின் நினைவில் அம்மாவை எரியூட்டிய நினைவு வருகிறது. அந்த நினைவு போதுமானது. ஓராண்டுக்கு முன் அம்மா எப்படி இறந்தாள் என்ற நெடிய முன்கதை தேவையில்லாத ஒன்று. வேறு வேறு நாட்களுக்குரிய நிகழ்வுகளை ஒன்றாக இணைத்துச் சொல்ல ஆசைப்பட்டு உக்கிரத்தை மழுங்கடித்து விடுகிறார். உக்கிரம் கதையாக விரித்துரைக்கப்பட்டபின் எப்படி அனுபவமாக மாறும்? வாசகனுக்குள் ஓர் அனுபவத்தை உண்டாக்குவதுதான் படைப்பாளியின் படைப்புவேலை. மாறாக விளக்கவுரையுடன் கதை கட்டமைக்கப்படுகிறது. மேற்சொன்ன ஒவ்வொரு கதையிலும் உள்ள பின்னோக்கு உத்தி கதைகளை எடுத்துவிட்டால் அக்கதைகள் மிகப்பெரிய மன அதிர்வை ஏற்படுத்தும். அவ்வாறு சொல்லப்பட்டிருக்கும் முன்கதைகள் பிற பகுதியில் போதுமான அளவு தொட்டுக்காட்டப் பட்டிருக்கிறது.

சா. கந்தசாமி 'இரணியன் வதம்' என்றொரு கதை எழுதியிருக்கிறார். இரணியன் கூத்தில் துரோகியைப் பலியெடுக்கும் கதாமாந்தன் அவ்வடிவத்தைப் பயன்படுத்துவான். அதைவிட ஆழமான கதை செயப்பிரகாசத்தின் 'அக்கினி மூலை'. மனைவியோடு கள்ளத்தனம் கொண்ட சென்னையனைச் சாமியாடி என்ற வடிவத்தின் வழி பழி வாங்குகிறான். அம்மனுக்குச் சேவல்பலி தரும் பண்பாட்டுச் சடங்கை நிகழ்த்தி வருபவன் சாமியாடி. நான்கு மூலைக்கும் பலியிட சேவலைத் தூக்கி நிறுத்துகின்றனர் இரவில். சென்னையன் அக்கினி மூலையில் நிற்பதைப் பயன்படுத்திக் கொள்கிறான். உளவியல் சார்ந்த கதை. இக்கதைக்கு முன் நீண்ட ஒரு விளக்கக் கதை வருகிறது. மேல்சாதி கீழ்சாதியில் யார் யார் கள்ள உறவு வைத்திருக்கிறார்கள் என்ற நீண்ட பட்டியலைத் தருகிறார் பா. செயப்பிரகாசம். ஏன் தருகிறார் என்றால், சாமியாடி வீட்டில் நடந்த கள்ள உறவிற்கு அனுதாபமும் மதிப்பையும் கொடுக்கத்தான். சாமியாடியின் பக்கம் நின்று, உன் உணர்வுகளை நான் மதிக்கிறேன் என்பதாகத்தான். எல்லாக் கதைகளிலும் கதாமாந்தர்களின் பக்கம் நான் எவ்வளவு தூரம் நின்று பேசுகிறேன் பார் என்பதை விரும்பிச் செய்திருக்கிறார். சிறுகதைக்குள் தன்னியல்பான இயக்கத்தை இயங்க விடுவதே இல்லை. அதற்கு முன் பின் உபாசகர்போல நிற்கும்போது சிறுகதையின் உயிர்த்துடிப்பான இயக்கத்தை மிதித்து நசுக்குகிறார் எனலாம்.

செயப்பிரகாசத்திற்குக் குழந்தையின் உலகம் அசாத்தியமாக மீள எழுந்து வருகிறது. செயப்பிரகாசத்தின் குழந்தைகள் சமூகப் பண்பாட்டு வேர்களிலிருந்து உலவுகிறார்கள்.

'மூன்றாம் பிறையின் மரணம்' கதை கூட்டாஞ்சோறு சாப்பிடுவதுபோல குழந்தைகளே சாணிச்சாமி உண்டாக்கி. பூ இட்டு, வீட்டிலிருந்து தட்டுக்களில் சாப்பாட்டைக் கொண்டுவந்து படைத்துச் சாப்பிடும் 'படையல்' என்ற பண்பாட்டு வடிவத்தைக் கதைக்குப் பின்னணி ஆக்குகிறார். செயப்பிரகாசத்தின் கதைகளில் வரும் பின்னணி வலுவானது; கிட்டத்தட்ட கதைகளின் மையப்பாத்திரங்கள் போல் இயங்குகின்றது. தமிழ்ப் படைப்பாளிகளிடமிருந்து தனித்து நிற்கும் அம்சம் இது எனலாம். அந்தப் பின்னணி உயிரோட்டமாக இருக்கின்றது.

அழகர்சாமியின் நண்பன் 'சித்திரைச்சுளி' பூவரசம் பூப்பறித்து போடுவதும், கோயிலுக்குக் கோயில் பண்டாரம் சேகண்டி தட்டி எழுப்பிச் செல்லும் ஓசையும் சாணிப் பிள்ளையாருக்காக ஒருவன் சாணி எடுத்து வருவதும், ஒருத்தி வாசல் முற்றத்தைப் பெரிய மனுஷி போலக் கூட்டுவதும், ஒருத்தி வாசல் தெளிப்பதும், அவரவர் வீட்டிலிருந்து சாப்பாட்டைக் கொண்டுவந்து அமர்வதும், அதில் வசதிபடைத்த பெண்ணின் கட்டளையைப் பிரியத்துடன் ஏற்றுக்கொண்டு செயல் செய்வதும் நம்மை குழந்தைப் பருவத்திற்குள் இறக்கிவிடுகிறது. காரைவீட்டுக்காரி ஒவ்வொருவரிடமாக நீ என்ன சாப்பாடு கொண்டு வந்திருக்கிறாய் என்று கேள்வியைத் தொடுக்கிற இடம் படைப்பாளியின் நுட்பம் குழந்தையின் உலகிற்குள்ளும் தனித்த கவனிப்பிற்குள்ளும் சென்று விடுகிறது. அவர்கள் 'குதிரைவாலிச் சோறு, பருப்புக்குழம்பு' 'கம்பஞ்சோறு, கீரைக்குழம்பு' 'கேப்பைக்களி, நல்லெண்ணெய்' 'கடித்துக் கொள்ள கருப்பட்டி' என்கின்றனர். பஞ்சகாலம், எளியவர்களின் உணவு, வறுமை எல்லாம் அதனுள் அடங்கிக் கிடப்பதைக் காட்டிவிடுகிறார். மல்லம்மா இறுதியில் 'நெல்லுச்சோறு, கத்திரிக்காய் குழம்பு' என்கிறாள். அதில் பிறப்பு சார்ந்த பகுமானம், வசதி எல்லாம் ஊற்றெடுக்கிறது.

அழகர்சாமியின் 'கருவாட்டுக்குழம்பு' சாமிக்கு ஆகாது என்று ஏளனத்துக்கு ஆளாகிறது. அவன் தனது கூட்டை

நிலைநிறுத்த “பூவை நான்தானே எடுத்து வந்தேன்” என்கிறான். “பறித்துபோட்டது நான்டா” என்று சித்திரைச்சுளி சொல்லி விரட்டுகிறான். இந்தக் குழந்தைகளின் உலகம் மெல்ல ‘நெல்லுச்சோறு’ குறித்த ஏக்கமாக மாறுகிறது. இவ்விடத்தில் கு. அழகிரிசாமியின் ‘ராஜா வந்திருக்கிறார்’ கதை நினைவிற்கு வருகிறது. அக்குழந்தை ஏழ்மையிலும் தன் கருத்தை நிலைநிறுத்த ‘எங்க வீட்டுக்கும் ராஜா வந்திருக்கிறார்’ என்று அநாதையான சிரங்குபத்தியை அம்மா விருந்தினனாக ஏற்றிருப்பதைச் சொல்லி தன்னை நிலைநிறுத்துகிறான். அழகிரிசாமி முடிவு சார்ந்து குழந்தையின் பின் செல்கிறார். செயப்பிரகாசம் குழந்தையைத் தன் கருத்து சார்ந்து தள்ளிச் சென்று வீழ்த்துகிறார். சாவு என்ற முடிவு சிறுகதைக்கு அந்நியப்பட்டு நிற்கிறது. ஆனால் அந்தச் சாவுச் சடங்கில் அவன் விரும்பிய நெல்லுச்சோறு சிறு கிண்ணத்தில் ஏந்தியபடி அவனைப் புதைக்கிறபோது பண்பாட்டு அழுத்தம் உச்சம் பெறுகிறது. இருப்பினும் சிறுகதைக்குரிய ஓர்மையின் வழி வந்தடைந்ததல்ல அம்முடிவு. இருந்தாலும் இது நல்ல கதை.

பா. செயப்பிரகாசம் கதையின் வழி சொல்லவந்தவை எவையும் பொய்யல்ல; உண்மைகள்தான். பண்பாட்டு வடிவங்களைச் கதைக்குள் அழகாகவே கொண்டு வந்திருக்கிறார். விதவிதமான தொழில் புரிபவர்கள், விளிம்புநிலை மக்களிடம் உயிர்ப்புடன் இருக்கும் கூறுகள் மேலெழுந்து வருகின்றன. ஒட்டுமொத்தக் கதையின் வழி திரட்டித்தரும் அனுபவமாக இல்லை; வாழ்க்கைப் பாடுகளாக இருக்கின்றன. அவ்வகையில் ‘பொய் மலரும்’ என்ற கதையில் குழந்தையின் மனஉலகம் அற்புதமாக உருவாகி வந்திருக்கிறது. அக்கதையில் வரும் நிலக்காட்சி, குழந்தைகளின் குறும்புகள், பரிதவிப்பு, பதைப்பு எல்லாம் புத்தகத்திற்குப் பணம் கட்ட முடியவில்லையே என்ற கொடூரத் தாக்குதலை நமக்கு உணர்த்துகின்றன. அந்தத் தாக்குதலை வலுவாக ஒரு பொய்யைச் சொல்லி அச்சிறுவன் வென்றெடுக்கும்போது பொய் ஏன் மலர்கிறது என்பதற்கு விடையாக வருகிறது. வறுமை, சிறுவனைப் புரிந்து கொள்ளாத தந்தை, ஆசிரியரின் செயலற்ற நிலை இவை எல்லாம் அச்சிறுவனை நிர்பந்தித்து பொய்யை உற்பத்தி செய்ய வைக்கிறது. கதை ஆசிரியருக்கும், தந்தைக்கும் நமக்கும் ஒரு புரிதலை ஏற்படுத்துகிறது. செயப்பிரகாசம் கதைகளின் கதைக் களங்கள் அருமையானவை. விவரணையும், பண்பாட்டுக் கூறுகளும் அசலாக இருக்கின்றன. இவரின் கதைகள்

வழி நமது கிராமம் இயங்கிய இயக்கத்தை கசப்பு, வெறுப்பு, குரூரம், சாதி மேலாண்மை, பொறாமை என்ற இழைகளின் வழி எடுத்துக்காட்டுகிறார். இவை ஆவணமாகின்றன. கலையாக மாறவில்லை. செயப்பிரகாசம் தன் கதைகளைக் கடுமையான செம்மைப்படுத்துதலுக்கு ஆட்படுத்தியிருந்தால் சிறப்பாக இருக்கும். செயப்பிரகாசத்தின் படைப்புகளைப் படிக்கிறபோது படைப்புச் செயலில் எவையெல்லாம் துருத்தலானவை, எப்படி எழுதக் கூடாது என்பதைத் தெளிவாக உணரமுடியும். தேர்ந்த வாசகனிடம் செயப்பிரகாசத்தின் ஒரு கதையை எடுத்துக்கொண்டு வெட்டி நீக்கிய பின் நிற்கும் படைப்பையும் கை வைக்காமல் அவர் என்ன எழுதினாரோ அதனை அப்படியேயும் வாசிக்கத் தரும்போது எது அவனைப் பாதிக்கிறதோ அதையே அச்சிறுகதையின் கச்சிதமான உருவமாகக் கொள்ளலாம்.

செயப்பிரகாசத்தின் கதைகள் கொண்டிருக்கும் அடிப்படைத் தன்மை என்பது வர்க்க முரண்பாட்டையும், சாதி ஒடுக்கு முறையையும் விவாதத்திற்கு முன்வைப்பனவாக இருக்கின்றன. மார்க்சியத்தின் தேவை குறித்த ஆவணங்கள்தாம் அவை. சாதி ஒடுக்குமுறையையும் வர்க்க முரண்பாட்டையும் ஒழித்தாலன்றி அம்மக்களுக்கு விமோசனம் இல்லை என்பது தெரிகிறது. ஒரு படைப்பாளியாகத் தன் பார்வை சார்ந்த உளவியலை மட்டும் முன்வைக்கும்போது படைப்புக் குறைவுபடுகின்றது. எதிர்நிலை மாந்தர்களின் உள்ளத்தையும் பாதிக்கப்பட்டவர்களின் உள்ளத்தையும் ஆதாரமாகக் கொண்டு படைப்பை உருவாக்கும்போது அவர்களிடையே வெறுப்பிற்கும் பிளவிற்கும் காரணமான சிக்கலை நமக்கு அனுபவமாக மாற்றித்தருகிறது. கோவை ஞானி ஓரிடத்தில் "மார்க்சிய அணுகுமுறை என்பது வர்க்க முரண்பாட்டின் அடிப்படையில் மட்டும் இலக்கிய நோக்கத்தை வெளிப்படுத்துவதன்று. மார்க்சியத்தில் அந்நியமாதல் என்ற கோட்பாடும் உள்ளது. சமூக முரண்களுக்கான அறிதலை வர்க்கமுரண் என்பதைவிட அந்நியமாதல் இன்னும் ஆழமாக வெளிப்படுத்தக் கூடியது" என்கிறார். படைப்பாளிக்கு இந்தப் புரிதல் இருப்பது நல்லது.

கதையல்லாத கதைகளில் 'ஒரு வித்தியாசமான மனிதரான' ஒரு போலீசின் பெருந்தன்மைகள் மனிதனோடு நெருங்கி இருக்கும் குணங்கள் திருடர்களை, கள்ளச்சாராயம் காய்ச்சுபவர்களைத்

தப்பிக்க விடுதல் ஏதோ சொல்லப்படாத அம்சம் இருப்பதாகவே தெரிகிறது. வெளியிலே அரசியல் கயவர்கள், அரசுப்பணித் திருடர்களை அந்தப் போலீஸ் பார்க்காதவரா? அவர்களைவிட இவர்கள் உண்மையில் மெய்யானவர்களாகத் தோன்றியிருக்கலாம். பிழைப்பிற்காக இவற்றைச் செய்பவர்களாக அவர் உணர்ந்திருப்பதாலேயே அப்படி நடந்து கொள்கிறார்.

'மூக்கம்மாவின் வில்லுப்பாட்டும் மூத்தாள் மீதுள்ள பாசமும்' - அதற்காக அவள் கைகொள்ளும் உத்திகளும் மனித ஆத்மாக்களுக்குத் தேவைதானே. மூத்தகுடி மூக்கம்மாவின் குழந்தையை நீரில் மூழ்கடிக்கிற குரூரம் - மனிதர்களின் இன்னொரு கோரமான முகம்.

இத்தொகுப்பைப் படித்ததும் செயப்பிரகாசம் ஏன் இப்படி குரூரமும் வன்மமும் மிக்க கரிசல் மனிதர்களை நிறைய எழுதாமல் போய்விட்டார் என்ற ஏக்கம் என்னுள் தொற்றியது. இன்னொன்று நாம் செய்து வருகிற படைப்பு தவறுகளுக்கும் இது ஓர் எச்சரிக்கைபோல் இருக்கிறது. நாளை தொகுத்துப் பார்க்கிறபோது எழுதியிருக்க வேண்டியவற்றை விட்டு விட்டு எழுத வேண்டாத தளத்தினுள் முட்டி மோதி காலத்தை வீணே கழித்த வரலாறு இளம் எழுத்தாளர்களுக்கு வராது காக்கவேண்டிய குறிப்பைத்தான் இத்தகைய தொகுப்புகள் எனக்குச் சொல்கின்றன.

2

பல்வேறு சாதி மக்கள் வாழும் ஒரு கரிசல் கிராமத்தின் சகல முரண்பாடுகளையும் விமர்சனப்பூர்வமாகப் பேசுகின்றன. எப்போதும் அவர் ஏழை எளியவர்களின் பக்கமும் ஒடுக்கப்படும் தலித்துகளின் பக்கமும் பாட்டாளியின் பக்கமும் நின்று அவர்களின் நியாயத்தை, வீழ்ந்துபடும் அறத்தை, குரலற்றவர்களின் குரலை ஒலிக்கிறார். பாலியல் சுரண்டலுக்கும் பாலியல் பலாத்காரத்திற்கும் உள்ளாக்கப்படும் உழைக்கும் பெண்களின் வலியை அறச்சீற்றத்தோடும் கருணையோடும் பார்க்கும் பார்வை வெளிப்படுகிறது. பாலியல் மீறல்கள்கூட நிலவுடைமை ஆசாமிகளின் வலையில் வீழ்ந்ததாக ஊகிக்கும்படி இருக்கிறது. பாலியல் உறவு காதலில் விளைந்தவையாக இருப்பதில்லை.

சாதிய கிராமத்தின் வாழ்க்கை சார்ந்த தொழில் பின்னணியில் பல கதைகளை எழுதியிருக்கிறார். மேல் சாதியார்களால் அவர்கள் அடைகிற அவமானங்களை, நிராதரவான நிலைகளை, ஒடுக்கப்படும் குரூரங்களை அநீதியின் சுமைகளை வெளிப்படையாகத் தன் படைப்புகளின் வழி முன்வைக்கிறார். ஒருவகையில் தன் சுயசாதியின் சாதிய மனப்போக்கிற்கு எதிரான நிலையைத் துணிச்சலாகப் படைப்புகளில் கொண்டு வந்தவர் செயப்பிரகாசம். அதிகமும் சமூக அரசியலை, குடும்ப அரசியலைப் பேசும் படைப்புகளாகவே இருக்கின்றன. சில படைப்புகளில் புரட்சிகர செயல்களில் ஈடுபட்ட மார்க்சியவாதிகளின் செயல்களைத் தியாகங்களை வாஞ்சையோடு எழுதியிருக்கிறார்.

முற்போக்கு படைப்பாளிகளில் பா.செ.யின் தனித்துவம் என்பது முற்போக்கு எண்ணங்களுக்குக் கதையை இட்டுக்கட்டுவதில்லை. தான் வாழும் சமூகத்திலிருந்து அவர் அறிய நேர்ந்த மனிதர்களிட மிருந்து மூலாதாரங்களை எடுத்துக்கொண்டு படைத்திருக்கிறார். அதனால் அப்படைப்புகளின் நம்பகத்தன்மை வலுவாக இருக்கின்றது. சமூக முரண்பாடுகளை, குடும்ப முரண்பாடுகளைச் சொல்லும் கதைகளிலும் உண்மையின் அடிப்படைகளிலிருந்தே உருவாக்கியிருக்கிறார். எனவே கதைகளின் பேசுபொருள் சமூகத்தில் நிலவும் பிரச்சனைகள்தான். அவர் படைப்புகளின் சாரம் வறுமையில் அல்லல்படும் ஏழை எளிய உள்ளங்களின் அவலம். அவர்கள் அதிகார வர்க்கத்திடமும் ஆதிக்க சாதியினரிடமும் சிக்கி நசுங்கும் துயரம். ஆண் ஆதிக்கத்தால் நெறுக்கப்படும் பெண்களின் ஒடுக்கம்தான்.

ஆதிக்க சாதிகளின் பெண்ணொருத்தி தலித் இளைஞனைக் காதலித்து ஊரைவிட்டு அவனோடு போய்விடுகிறாள். இரண்டாண்டுகள் கழித்து ஊரைப் பார்க்க ஆசைப்பட்டு எருதுகட்டு நாள் விழாவிற்கு வருகிறாள். சாதிவெறி அடங்காமலே கனன்று கொண்டிருப்பதை உணரமுடிகிறது. தப்பித்து கணவனின் சொந்தங்கள் இருக்கும் இடத்திற்கு வந்து ஒளிகிறாள் (எருதுகட்டு). வண்ணான் எப்போதும் மதிக்கும் முற்போக்கும் எண்ணம் கொண்ட மனிதரின் அடி ஆழத்திலும் சாதிய உணர்வு இருப்பதைச் சொல்லும் (இழிவு) போன்ற பல கதைகள் நேற்றைய கிராமத்தின்

சாதிய இறுக்கத்தை எந்த ஒளிவுமறைவும் இல்லாமல் மிக வெளிப்படையாகப் பேசுகின்றன.

இரவுநேரம், சில இளைஞர்கள் ஊர்க்கோடி சத்திரத்தில் கூடியிருக்கின்றனர். பாலியல் தொழில் நடக்கப்போவதற்கான சமிக்ஞை முதலாளி காதுக்கு வருகிறது. முதலாளி அல்லக்கையுடன் போகிறார். அவர் வருவதை அறிந்த இளைஞர்கள் தெறித்தோடி மறைகின்றனர். இந்த ஓர் இரவு மட்டும் தங்கிவிட்டுச் செல்வதாகக் கைக்குழந்தையைக் காட்டி குறவன் மன்றாடுகிறான். அவர் முடியாது என்று இரவில் ஊரைவிட்டு துரத்தி அடிக்கிறார். ஊர் அடங்க, தன் வைப்பாட்டி வீட்டிற்குச் செல்கிறார்.

செயப்பிரகாசத்தின் தொடக்க கால கதைகள் நுட்பமும் நுண்ணிய தகவல்களும் கொண்ட மிகச் சிறப்பான கதைகள். ஏழைகளின் வறுமையை, நிராதரவான நிலையைத் துரோகத்தைத்தான் எழுதினார். அதில் எந்த முன்முடிவுகளும் இல்லாமல் ஆதிக்க சமூகத்தின் கரங்களில் அவர்கள் என்னவாக ஆகிறார்கள் என்பதை விலகி நின்று சொன்னார். பிற்காலக் கதைகளில் இந்த விவரணையின் நுட்பம் மங்கிப்போனது. மட்டுமல்லாமல், கதை வேரூன்றி கொள்வதற்காகக் கிராமிய தகவல்கள் ஒன்றிரண்டு தூவலாகத் தூவப்படுவதாக ஆகிப்போனது. அரசியல் நோக்கம் கூடுதலாகத் தலைதூக்கியதால் மற்ற அம்சங்கள் கழன்றுகொண்டன. பிற்காலக் கதைகளை தன் அரசியல் நிலைப்பாடுகளுக்குத் திருப்பிக்கொண்டார். நல்லவர், கெட்டவர் என்ற எதிரெதிர் நிலை கொண்டவையாக அமைத்ததால் கெட்டவரின் வேறு அம்சங்கள் கூடிவராமல் போய்விட்டன. கருப்பு வெள்ளைப் பாத்திரங்களாக அமைந்துவிட்டன. தொடக்க காலக் கதைகள் சாதிய சமூகத்தின் இறுக்கம் நகர்த்திய முடிவுகள். அதில் தனிமனிதனின் ஒடுக்குமுறையாக அல்ல. சமூகத்தின் ஒடுக்குமுறையாக அமைந்ததால் பாத்திர வார்ப்புகளில் ஆசிரியரின் அரசியல் நிலைப்பாடு ஏறி அமரவில்லை. ஒரு சமூகத்தின் மனப்போக்கைப் படம்பிடித்தார்; அவை கரிசலின் வாசம் நிரம்பியவை. எனவே அவை உண்டாக்கிய பாதிப்பைப் பிற்கால கதைகள் ஏற்படுத்துவதில்லை. உதாரணமாக ‘எருதுகட்டு’ கதை அதன் பண்பாட்டு வடிவத்தை ஆழமாக உள்ளிழுத்துக்கொள்ளாமல் காதலர்கள் தங்கள் கிராமத்திற்கு வருவதற்கு ஓர் உத்தியாகவும் ஆடுகளம் சாதிய முரணை

அறியக்கூடிய இடத்திற்காகவும் மட்டும் பயன்படுத்திக் கொண்டுள்ளார். அதேசமயம் 'தாலியில் பூச்சூடியவர்கள்' கதையில் கையில் அக்கினிசட்டி ஏந்தி ஆடிவரும் காட்சியும் அதன் பின்புலமும் செறிவாகப் பதிவாகியிருக்கிறது. 'கயத்தாறு புளியமரம்' கதையில் ரேக்ளா பந்தயம் நடைபெறுகிறது. அதன் சாத்தியங்களை அவர் பயன்படுத்திக் கொள்வதில்லை. அதேசமயம் 'அம்பலகாரர் வீடு', 'அக்கினி மூலை' கதைகளில் சாமியாடிகளின் பண்பாட்டு வடிவை மிகச்சிறப்பாகப் பயன்படுத்தி, கதைகளை உச்சமான பாதிப்பிற்குக் கொண்டு சென்றிருக்கிறார். 'இருளுக்கு அழைப்பவர்கள்' கதையில் காட்டைப் பற்றியும், 'காடு' கதையில் ஆசாரியின் பட்டறைத் தொழில் பற்றியும் நுட்பத்தோடு பதிவுசெய்தபடி கதையின் விமர்சன கோணத்திற்கு ஆழம் கூட்டியிருக்கிறார். இத்தகைய கலை மனத்தில் உருவான கதைகள் சிறப்பாக இருக்கின்றன. இந்த அம்சம் அவரது ஆரம்பகாலக் கதைகளில் இயல்பாகக் கூடி வந்திருக்கின்றன.

செயப்பிரகாசம் காமத்தை அதன் மீறல்களை மானுடத்தின் இயல்பாகக் காணுவதில்லை. ஆதிக்கசாதியின் பாலியல் சுரண்டலாக மட்டுமே பார்க்கிறார். எனவே வேறு பார்வைகளுக்கு அவர் செல்லவில்லை. எழுபதுகளின் இறுதி காலத்தில் ரிக்கார்டு டான்ஸ் என்ற பெயரில் இரவுநேரக் கலைநிகழ்ச்சியாக நடத்தும் வழக்கமாக இருந்தது. அதில் நடனமாடிய பெண்கள் வறுமையின் பிடுங்கல்களில் இருந்து வந்தவர்கள். அந்தத் தொழில் இலைமறை காயாகப் பாலியல் சுரண்டலையும் நிகழ்த்தியதால் அரசு ரிக்கார்ட் டான்ஸ் நிகழ்விற்குத் தடைச்சட்டம் கொண்டுவந்தபோது அதனைத் தொழிலாக ஏற்றிருந்த பெண்கள் பாலியல் தொழிலாளிகளாக மாறிப்போனதை ஒரு வரலாற்றின் துயரமாகக் காட்டியிருக்கிறார், 'வேரில்லா உயிர்கள்' கதையில். இக்கதையில் ரிக்கார்ட் டான்ஸ் சூழல் போதுமான அளவு பின்னப்பட்டிருக்கிறது. 'அம்பலகாரர் வீடு' கதையில் வறுமையும் விவசாயமும் பொய்த்துப் போனதும் பெண்ணைப் பாலியல் தொழிலுக்குள் தள்ளிவிட்டதைச் சொல்கிறது.

பால்வினை நோய் தாக்கியிருப்பதை மறைத்து மனைவியோடு உறவு வைத்துக் கொள்கிறான். 'இரவுகள் உடையும்' கதையில் வரும் கதாமாந்தன். இதனால் அவனது மனைவிபடும் துயரம் விவரிக்கப்படுகிறது. மண வாழ்வு பற்றி அவள் கண்ட கனவுகள்

எல்லாம் சிதைந்து சுக்குநூறாகிறது. 'சாமியார் மடம்' கதையில் பக்தி என்ற போர்வையில் மனைவிமார்களை அலி மடத்திற்கு அருகில் பாதுகாப்பான உறவினர் வீட்டில் தங்கவைத்துவிட்டு ஆண்கள் மடத்தில் குடித்து கூத்தடிக்கிறதைச் சொல்கிறது. இந்தப் போலி ஆன்மிகத்தைச் சாடுவது கதையின் நோக்கம்.

ஒரு பெண்ணிற்குக் குழந்தைப் பேறு காலம் நெருங்கிவருகிறது. கணவன் தொலைவில் வேலையில் இருக்கிறான். முதல் பிரசவம். கணவன் அருகில் இருக்க விரும்புகிறாள்; அது பற்றி கனவு காண்கிறாள். அவனுக்கு வேலை நெருக்கடி, வரமுடியாமல் போகிறது. ஆண் குழந்தை பிறந்திருப்பதாகச் செய்தி வருகிறது. இனிப்பு மிட்டாய் வாங்க கணக்கரிடம் 12 ரூபாய் கேட்கிறான். அவர் இன்றிலிருந்து இவனுக்கு நீ செய்யும் செலவுகளை எழுதிவை; பயன்படும் என்கிறார். அனைவரின் முகமும் சவக்கலையாகிறது. இந்தக் கதைக்கு 'சவ ஊர்வலம்' என்ற பொருத்தமற்ற தலைப்பு வைக்கிறார்.

'கரிசலின் இருள்கள்' கதையில் முதலாளி வீட்டுத் திருமணத்தில் கூட்டம் கூடுகிறது. ஏழையான மாசானம் மகன் மார்த்தாண்டம், பேச்சியைத் திருமணம் செய்துகொண்டு கம்மாய்க் கரை வழியாகத் தனியாக வருகின்றனர் என்கிறார். எந்த ஏழையாக இருந்தாலும் உடன் நான்குபேர் வராமல் இருப்பார்களா? வீட்டிற்கு வந்தபின் மனைவியைத் தனிமையில் விட்டுவிட்டு ஒயிலாட்டம் ஆட முதலாளி வீட்டுக்குச் செல்ல ஆயத்தமாகிறான். இது மிகையாகப்படுகிறது. சரி, அந்த வீட்டில் வேறு பெண்பிள்ளைகள் இல்லை. பக்கத்து வீட்டுக் கிழவிகள், பெரியவர்கள், குமரிகள்கூட இல்லை? 'காடு' கதையில் ஆசாரிக்குத் தலையில் புற்றுநோய் வந்திருப்பதாகச் சொன்னார்கள் என்ற தொடர் வருகிறது. அந்த அடையாளம் சும்மா ஒரு கேலிக்குத்தானா? வேறு நோக்கத்திற்கா? இது கதையில் சம்பந்தமற்று வந்து விழுகிறது. தெளிவில்லை. 'இரவுகள் உடையும்' கதையில் பால்வினை நோயைக் கணவனிடமிருந்து மனைவி பெறுகிறாள். மருத்துவமனைக்கு அழைக்கிறாள். வர மறுக்கிறான். தாம்பத்தியத்தில் அவள் விரும்பிய சின்னச் சின்ன ஆசைகள் சிதைந்து போனதால் துயரம் கொள்கின்றாள். எல்லாம் சரி. கதையின் இறுதி பகுதியில் ஒரு குழந்தை இருப்பதாக வருகிறது. குழந்தை இருந்தால் தாயுடன் பிணைந்த

ஒன்றாகவல்லவா வரும். கதையின் தொடக்கத்திலிருந்தே இணைந்து வரவேண்டிய பாத்திரம் திடீரென கதையின் முடிவில் முளைக்கிறது. இப்படி செம்மையாக்கம் செய்யவேண்டிய இடங்கள் இவரது கதைகளில் இருக்கின்றன.

'பலிப்பூக்கள்' கதையில் சிறுவன் கம்பங்காட்டில் களை பறிக்கும்போது ராமப்பயிரைப் பிடுங்கிவிடுகிறான். இதற்கு காட்டைவிட்டே துரத்தியடிக்கிறார் சின்ன முதலாளி. பின் கூலி கேட்கச்சென்ற சித்தியை வைப்பாக இருந்துகொண்டால் கூலி தருவதாகக் கையாள் சொல்கிறான். தட்டிக்கேட்கச் சென்ற கணவரின் முகத்தில் நெருப்பு கங்கைக் கொட்டி விரட்டி அடிக்கின்றனர். இரவெல்லாம் துடித்து செத்துப்போகிறான் (பக்கத்து வீடுகளிலிருந்து யாரும் வருவதில்லை; தெருவே இல்லை) சக பாட்டாளிகள் விசாரிக்கக்கூட வருவதில்லை. முதலாளிமார்கள் கடுமையாக நடப்பதுண்டுதான்; அதற்கும் எல்லை உண்டு. ஏழை என்பதால் எதையும் செய்துவிட முடியாது. அனலை ஏந்திக் கதறி அவன் செத்துப்போவதெல்லாம் ரொம்பக் கூடுதலாக இருக்கிறது. ஒருவித கழிவிரக்கத்தை ஏற்படுத்த மிகையான செயல்களை இட்டுக்கட்டிவிடுகிறார். 'மனிதனைத் தின்னும் சிங்கங்கள்' கதையில் வரும் ராமகிருஷ்ணன் அருமையான வெகுளிப் பாத்திரம். மனிதர்களிடம் தன் அளவில்லாத பிரியத்தைக் காண்பிப்பவன். அவனது வாஞ்சையை சாதி சனம் நேசிக்கிறது. அவனை சினிமா பாணியில் இழுத்துவந்து (அமைதிப்படை) அரசியல்வாதியாக்கி சாதி ஓட்டுக்களை வாங்கிப் பெரிய ஆளாக மாற்றுகின்றனர். சமூகத்தின் மனப்போக்கை எள்ளி நகையாட இப்படிக் கதையை வார்த்திருக்கலாம். ஆனால் அந்தக் காரியத்தை இக்கதை செய்யவில்லை; செயற்கையாக இருக்கிறது. அபூர்வமான மனிதர்கள், தனித்துவமான வேலைகளில் ஈடுபடுபவர்கள் என களத்தேர்வு சிறப்பான ஒன்று. அதன்போக்கில் சென்று பார்க்காமல் அரசியல்படுத்த தன் நோக்கில் திருப்பும்போது மானிட இயல்பு நழுவிப்போகிறது.

இவரிடம் உள்ள கவிதை மனம் யதார்த்த கதைவெளிக்குப் பொருத்தமற்ற சொற்களையெய்வதில் ஆசை கொள்கிறது. வாசிக்கும்போது வசீகரத்தைத் தருவதைப்போல தோன்றலாம். ஆனால் சூழலுக்கும் மனவார்ப்பிற்கும் தொடர்ந்து வரும் விசயத்திற்கும் முரணாக இருக்கின்றன.

'துயர சூரியனில் உருகுகிற சந்திர காந்தக் கற்களாய், கண்களில் நீர்த்துளிகள் உருளும்', 'ஜன்னல் வழி நட்சத்திர மேகத்தைப் பார்க்கையில்', 'பூவுகளின் ஒலியில் நாணம்மா மிதந்தாள்', 'வீறிட்ட அலறலில் லாட்ஜ் அசைந்தது', 'ஒரு கோடை இரவின் மரணத்தில்', 'மலர்ந்த யுகத்தின் ஞானவீச்சு அவர்களுக்குப் போய்ச் சேரவில்லை', 'சூரிய விதைகள் கனல் துண்டுகளாய் விழுந்தன', 'இன்னும் மண்ணெண்ணெய் விளக்குகளைத் தள்ளிவிட்டுத் தொழிலாளி வீடுகளில் மின்விளக்குகள் வரவில்லை', 'தம்பியும் தங்கையும் முகங்களில் பரிதாபம் பிஞ்சுவிடப் பார்த்துக் கொண்டிருந்தார்கள்', 'மழைக்காலமானால் ஒரு பொட்டுத் தண்ணீர் இல்லாமல் வடிந்துவிடுகிற வெள்ளப்பெருக்கு', 'வீட்டில் கவிந்த வெக்கையை கணவன் மனைவி உறவுக்கிடையில் உள்ள சடவு என்னும் விசிறியால் வீசிப்போக்க முற்பட்டாள்', 'நடுச்சாமம் பன்னிரண்டு மணிக்கு மின்சாரம் செத்துப்போனது', 'பயத்தில் நசுங்கினாள்', 'பள்ளம் நோண்டி வட்ட மேடை கட்டியிருக்கிறார்கள்' இப்படியான தொடர்களில், 'கோடை இரவின் மரணம்', 'பரிதாபம் பிஞ்சுவிட', 'சடவு என்னும் விசிறியில்', 'பள்ளம் நோண்டி' என்று வித்தியாசமாகச் சொல்வதற்காக புதிய சொற்களைப் பொருத்தமில்லாமல் போடுவது நல்லுணவில் கல் ஊடாடி பற்களை நரநரக்க விடுவதுபோல அபத்தமாகிவிடுகிறது.

கதை நிகழும் ஊர், மாந்தருக்கும் வைக்கும் புனைபெயர்கள் செயற்கையாக இருக்கின்றன. வசந்தம் நகர் என்பதற்கு வசந்தபுரம் என்று வைக்கிறார். சுடலையாண்டி என்பதற்கு சுடலை பாண்டி என்று பெயர் வைக்கிறார். உண்மையில் நடந்த சம்பவத்தைக் கதையாக்கும்போது பெயர் வைப்பதில் சிக்கல்கள் உண்டு. பா.செ. வைக்கும் பெயர்களைப் பார்த்தால் உண்மையான பெயர்களை மாற்றி வைக்கிறார் என்று சொல்வதுபோல இருக்கிறது. பதிலாகக் கரிசல் ஊர்ப் பெயர்களையே வைத்திருக்கலாம் என்று தோன்றுகிறது.

செயப்பிரகாசத்திடம் இருக்கும் அதே கவிதை மனம் புறஉலக அனுபவத்தை மொழியில் அபாரமாக வசப்படுத்தி இருப்பதையும் முன்வைக்க வேண்டியிருக்கிறது. 'அழகு சோம்பல் முறித்துக்கொண்டது', 'தூங்கும் மனசுக்குத் தீனி போடாதே', 'காலங்களின் ருசிகூட தெரியாமல் போயிற்று',

‘இரவில் பெய்து முடிந்த மழைபோல் அவன் எவருக்கும் தெரியாமல் போய்விட்டான்’, பீடியைப் பற்றி, ‘இருளுக்கு பொட்டிட்டது போல் கனியும் சிவப்பு நட்சத்திரம்’, ‘அன்றைக்குச் சூரியன் வந்தது. மாந்தளிர் போன்ற கிழக்கு, இளம் பெண்ணின் வாழ்க்கையை விதைத்துக் கொண்டே வந்தது’, ‘பெண்ணின் காலில் அவன் விழுந்த அந்த வெள்ளை ஆத்மாவைப் பற்றிய செய்தி, தெற்கிலிருந்து வடக்காய்ச் செல்லும் காற்றில் ஊர் முழுதும் ஒருமுறை போய் வந்தது’, ‘வாத நாராயண மர நிழல்கள் கீழே உருள்கின்றன’, ‘சிறு மழைத்தூறலில் கரம்பை மண் கட்டிலின் மேல் பொக்குகள் நனைந்து விரிவது போல் விரிந்தது’ போன்ற தொடர்கள் நினைவிற்கு வருகின்றன.

செயப்பிரகாசம் இடதுசாரி அரசியலைத் தீவிரமாக முன்னெடுத்தவர், *மனஓசை* இதழில் ஆசிரியராக இருந்தவர். புதிய சமூக புரட்சி நிகழவேண்டும் என்ற கனவில் இயங்கியவர். இந்தப் புரட்சிக்கு ஏதுவான சில கதைகள் எழுதியிருக்கிறார். ஆச்சரியம் என்னவென்றால், அக்கதைகளில் ஆசிரியரின் தலையீடு இல்லை; அவை அழகான சிறுகதைகளாகக் கூடிவந்திருக்கின்றன. ‘சூரியன் உதிக்கும் வீடு’, ‘வளரும் நிறங்கள்’, ‘புதியன’ இக்கதைகள் முற்போக்கு செயல்பாடுகளைத் தூக்கிப்பிடிக்கின்றன. அவை நம்பகத் தன்மையோடு படைக்கப்பட்டிருக்கின்றன.

ரயில்வே பாதையருகே தனித்த ஒரு வீடு. சிறிய விவசாயக் குடும்பம். விடிகாலை நேரத்தில் இரு காவல்காரர்கள் புரட்சியாளன் அவ்வீட்டில் மறைந்திருப்பதாக அறிந்து வருகின்றனர். அந்த வீட்டுப் பெண்மணியிடம் போலீஸ் தேடிவரும் நபர் இங்கு ஒளிந்திருப்பதாக எங்களுக்குத் தகவல் வந்திருக்கிறது என்கின்றனர். மாட்டுக்குக் கழனித் தண்ணிர் காட்டிக் கொண்டிருக்கும் வேலையாளை “இப்படித் தாமதமா வர்றயே. வேலை எப்போ முடியும்” என்று சத்தமிட்டுவிட்டு, காவலரிடம் “தெரியாதுங்க ஐயா” என்கிறாள். வீட்டையும், வீட்டின் பின்புறமும் சோதனையிடுகின்றனர். ஆள் தப்பித்துவிட்டதாகக் கருதுகின்றனர். “இப்படியான ஆள் மறுபடி வந்தால் எங்களுக்குத் தகவல் தரவேண்டும். அவன் ஆபத்தானவன்” என்கின்றனர். “சரிங்க ஐயா” என்கிறாள். இன்னும் ஒரு மணிநேரத்திற்கு முன் இருட்டில் வந்திருக்க வேண்டும் என்று பேசியபடி கிளம்பிப் போகின்றனர். மாட்டிற்குத் தண்ணீர் காட்டிக்கொண்டிருந்தவர்

"நன்றி அம்மா" என்கிறார். அவன்தான் புரட்சியாளன் என்பது தெரியவருகிறது. அப்பெண்மணி "நல்லவர்களுக்குத் தானே உதவினேன் இதிலென்ன நன்றி தம்பி" என்கிறாள். கதை இந்த மனிதாபிமான உணர்விற்கும் அப்பால் செல்கிறது. தனித்த ஒற்றை வீடாக இருந்த அவ்விடத்தைச் சுற்றிப் புதிய புதிய வீடுகள் எழுகின்றன. சில ஆண்டுகளிலே அந்த வீடு மையத்தில் இருக்கச் சுற்றிலும் வீடுகளாக மாறுகின்றன. சமூக மாற்றத்திற்கான அர்ப்பணிப்பு அவ்வீட்டுப் பெண்மணிபோல பலபேர் கைகோர்த்து வேறொரு பரிமாணத்தைக் கொள்வதாகச் சுற்றி எழும் வீடுகள் அமைகின்றன. புதிய விடியலைத் தனித்து இருந்த அந்த வீடும் அந்தப் பெண்மணியும் தொடங்கிவைத்த அந்த முன்னணியை 'சூரியன் உதிக்கும் வீடு' படிமமாக மாற்றுகிறது. பிரச்சாரம் இல்லாமல் எழுதப்பட்ட நல்ல முற்போக்குக் கதைகளில் இக்கதைக்குத் தனித்த இடம் உண்டு.

அலுவலக அதிகாரச் சூழலில் நசுங்கும் கீழ்நிலை ஊழியரைப் பற்றிய கதை 'ஆறு நகரங்கள்'. நேபாளத்திலிருந்து உறவுகளைத் துறந்து மொழி தெரியாமல், தாம்பத்திய வாழ்வை அனுபவிக்காமல் சொந்த மரணங்களுக்குச் செல்லாமல் தமிழகத்தில் அல்லல்படும் காவலாளி பற்றிய கதை 'இரவுக் காவலன்', சாதியார்களிடையே முன்பு இருந்த ஒற்றுமை குலைந்து சாதி வெறியர்களாக மாறிப்போன காலத்தைச் சொல்லும் 'சாதி' கதை. நுகர்வுக் கலாச்சாரத்தில் விழுந்து மூழ்கும் நம் அறியாமையைச் சொல்லும் 'எதையும் செய்வீர்' என வேறு தளங்களில் நின்று கதைகள் எழுதியிருக்கிறார். 'சாதி', 'எதையும் செய்வீர்' கதைகளின் பேசுபொருள்கள் முக்கியமானவை. ஆனால் அக்கதைகள் நம்மைப் பாதிப்பதில்லை; கலையாக உருப்பெறவில்லை. 'இரவுக்காவலன்' கதையை ஆசிரியரே சிறு வரலாறுபோல தொகுத்துச் சொல்லிவிட்டார்.

இவரது கதைகளில் வறுமையின் கோலத்தைச் சொன்ன கதைகள் தான் உச்சத்தைப் பெற்றிருக்கின்றன. 'பொய் மலரு', 'கோபுரங்கள்', 'சரஸ்வதியின் மரணம்', 'ஒரு ஜெருசலம்', 'அம்பலகாரர் வீடு', 'ஒரு கிராமத்து ராத்திரிகள்' முதலியவை மறக்க முடியாத கதைகள். தங்கை அக்காளிடம் தன் குழந்தைகளை ஒப்படைத்துவிட்டு இறந்து போகிறாள். வறுமையிலும் ஒத்தபேரியாக நின்று அக்குழந்தைகளை

வளர்க்கிறாள். பெரியம்மா ஆதரவில் வளரும் அக்குழந்தைகள் படிப்பில் ஊரே மெச்சும்படியாக வளர்கின்றனர். காமராசர் அப்பள்ளிக்கு மதிய உணவுத் திட்டத்தைத் தொடங்கி வைக்க வருகிறார். அவரின் கையால் முதல் உணவைத் தங்கையின் மூத்த மகன் பெறும்படி ஆசிரியர்கள் ஏற்பாடு செய்கின்றனர். இதைக் கேள்விப்பட்ட பெரியம்மா. "நான் உசுரோட இருக்கிறப்போ உங்கள நான் பிச்சை எடுக்க விடுவேனா" என்று அரற்றுகிறாள். 'கோபுரங்கள்' கதையில் அந்தக் கிராமத்து பெரியம்மாவை ஒரு காவிய நாயகியாக மாற்றியுள்ளார். கிராமங்களில் இப்படியான ஒன்றுவிட்ட உறவுகளுக்குத் தியாகங்கள் செய்த நேற்றைய தலைமுறையின் உன்னதங்களுக்கு இக்கதையைச் சாட்சியாக வடித்துள்ளார்.

ஓர் இழவு காரியமாகச் சித்தியும் சித்தப்பாவும் கைக்குழந்தையோடு கம்மாய்க் கரைவழியாக வருகின்றனர். ஓடையில் விளையாடிக் கொண்டிருந்த சிறுவன் சித்தியின் வருகையைப் பார்த்து ஓடி இணைகிறான். இழவு காரியம் முடிந்து ஊருக்குக் கிளம்பும்போது தன் அம்மாவிடம் அக்காள் பையனை அழைத்துச்செல்வதாகக் கூறுகிறாள். பாட்டி அவன் படிப்புக் கெடுமே என்கிறாள். ஆனால் சித்தியுடன் செல்ல பிரியப்படுகிறான். சிறு நகரில் இறங்கித்தான் இந்த ஊருக்கு வரவேண்டும்; சித்தியின் ஊருக்குச் செல்லவேண்டும். ஒருமுறை தன் தகப்பனார் இருந்தபோது அந்த நகரப்பேருந்து வளாகத்தில் சேவு வாங்கித் தந்திருக்கிறார். இப்போது சித்தியுடன் அந்த நகரில் இறங்கி நடக்கிறான். டீக்கடைகளில் சேவு, முறுக்கு, ஓமம் பெரிய தட்டுகளில் கூமாச்சியாக வைத்திருப்பதைப் பார்க்கிறான். நடந்து செல்லும் சாலையிலும் சில கடைகளில் சேவு கோபுரம் தெரிகிறது; ஊரைக் கடக்கின்றனர்; வெயில் கொளுத்துகிறது. சூட்டுக்குக் கொளுஞ்சிச் செடியில் மிதித்து மிதித்து செல்கிறாள் சித்தி. பின்னாலிருந்து சிறுவனின் அழுகைச் சத்தம் வருகிறது. சித்தி திரும்பி நின்று என்னவென்கிறாள். "சித்தி சேவு வேணும்" என்கிறான். கையில் வைத்திருந்த கைக்குழந்தையைக் கணவனிடம் கொடுத்துவிட்டு சிறுவனை அணைத்து கணவனைக் கண்கலங்கப் பார்க்கிறாள். வாங்கித்தர முடியாத அந்தக் கையறுநிலையை கும்பி கொதிக்கும்படி 'சரஸ்வதி மரணம்' கதையில் கொண்டுவந்திருக்கிறார். இக்கதைகளில்தான் படைப்பாளியின் கண்டடைதல் நிகழ்ந்திருக்கின்றது. அவை

வாசகனுக்கும் திறப்புகளை உண்டாக்குகின்றன. மற்ற கதைகளில் வாழ்வின் முரண்களை விமர்சனப்பூர்வமாக எடுத்து வைக்கிறார்; அவ்வளவே.

சாதிய முரண்களின் பின்னணியில் எழுதப்பட்ட கதைகளில் மகத்தான சாதனை என்று சொல்லத்தக்க கதை. 'தாலியில் பூச்சூடியவர்கள்'. ஒரு படைப்பாளியாக நமக்குத் தந்திருக்கும் மேலும் சில நல்ல கதைகள் என 'அக்கினி மூலை', 'காடு', 'இழிவு', 'வேரில்லா உயிர்கள்' போன்ற கதைகளைச் சொல்லாம். கிராமத்து இரவுகளின் பின்னணியில் உருவான பல கதைகள் சிறப்பாக வந்துள்ளன. இரவுகளைப் பேசிய நல்ல கதாசிரியர் செயப்பிரகாசம்.

இக்கதைகள் அடைந்த கலை வெற்றியை இன்னும் சில கதைகள் அடைந்திருக்கக்கூடும். ஆனால் கதைகளைக் குறிப்பிட்ட நோக்கங்களை நோக்கி நகர்த்தத் தொடங்கும் இடத்திலிருந்து அவை ஏற்க வேண்டிய வண்ணங்களைத் தவறவிடுகிறார். ரிக்கார்ட் டான்ஸ் ஆடும் பெண்கள் மேடையில் ஆடும் அந்தக் கணத்தில் சந்தோசமாகவே இருப்பர். தனது நடனத்தில் கைத்தட்டல்களை வாங்க நினைப்பர்; அங்கு வறுமை தலைதூக்காது. தனது கவலைகளை மறந்து மகிழ்ச்சிகொண்டு ஆடுவர். தன் சோகங்களை மறக்கும் வடிகாலும் அதுவே; பெருமிதம் கொள்வர். இப்படி எத்தனையோ மகிழ்ச்சியான தருணங்கள் இக்கட்டான வாழ்க்கைச் சூழலிலும் வெளிப்படும். இம்மாதிரி இடங்களுக்கு பா.செ. செல்வதில்லை. மலைமகள் என்ற ஈழப்போராளி, பெண் படைப்பாளியும்கூட. போருக்கு ஆயத்தமாகும் சூழலில் குழி தோண்டுவது, குண்டுகளைச் சுமந்து கொண்டு வைப்பது போன்ற வேலைகளில் ஈடுபடுகின்றனர். அவளுக்கு அங்கு ஒரு காதல் மலர்கிறது. காதலனைக் கண்களால் பார்த்துச் சிரிப்பதும், சைகையால் சந்தோசத்தைப் பரிமாறிக் கொள்வதாக எழுதுகிறார். இந்த அவதானிப்பை எழுதுபவன்தான் முக்கியமான படைப்பாளி. பா.செ. கதையைத் தொடங்கிப் பாதிவரை நிதானமாகச் செல்கிறார். பின்பகுதியில் முரண்பாடுகளை வாசகர் முன்நிறுத்தும் நோக்கத்தில் நகர்த்தும்போது வண்ணங்கள் கூடிவராமல் போய் விடுகின்றன. பா.செ.க்கு கிராமிய பின்புலம் அழகாகவேகூடி வந்திருக்கின்றது. அதன் முழு அழகையும் அவர் பயன்படுத்திக் கொள்ளவில்லை என்பதும் அக்கதைகளிலே

உண்டு. பிற்காலக் கதைகளில் மனதை அதற்கு முழுக்க ஒப்புக் கொடுக்காததால் வண்ணங்கள் முழுமையாக உருவாகி வரவில்லை.

செயப்பிரகாசத்தின் பார்வை சமூக, குடும்ப உறவுகளின் மீது விழுகிறது; அதன் முரண்களின் சிக்கல்களை ஆராய்கிறது. உழைக்கும் மக்களின் வலிகளைப் பரிவுடன் பார்க்கிறது; அவர்களின் தவறுகளை மனிதாபமானத்துடன் அணுகுகிறது. இந்தக் கிராமம் இத்தனை சாதிய சிக்கல்களுடன் பின்னப்பட்டு ஒரு சாராரை அழுத்தி நசுக்குகிறதே என்று வெளிச்சத்தில் வைக்கிறது. அவர்களுக்கு இழைக்கப்பட்ட அநீதிகளுக்கு எதிராகக் குரல் கொடுக்கிறது. பெண்களைச் சிறுமைபடுத்திக் கொண்டிருக்கும் ஆண்களின் ஆணவத்தை உடைக்கிறது. வர்க்க முரண்பாடு, தத்துவம் பற்றியெல்லாம் தெரியாது பசியை, வறுமையை, எளிய ஆசையை வெளிப்படுத்தும் குழந்தைகளின் உள்ளங்களைக் காண்கிறது. எல்லா சிடுக்குகளோடும் வாழும் அந்தக் கரிசல் கிராமத்தின் மீது அவருக்குக் கருணையும் இருக்கிறது. இந்த மக்கள் சாதிச் சண்டை, ஏற்றத்தாழ்வு இல்லாமல் வாழ்ந்தால் என்ன என்ற கனவு அவருக்கு இருக்கிறது. இதன் வெளிப்பாடுதான் அவரது படைப்புகள். இவரது விமர்சனப் பார்வை கிராமத்தின் வேறுவகையான அழகியலை முழுதாகக் கொண்டுவர முடியாமல் ஒடுக்கியும் விட்டது. கி.ரா. விற்கும் விமர்சனப் பார்வை உண்டு. ஆனால் தன்னை ஒடுக்கிக் கொள்ளாது வெளிப்படுத்த முடிந்திருக்கிறது. செயப்பிரகாசத்திடம் நாம் இனி எதிர்பார்ப்பது இந்த எல்லைகளை விரிப்பதைத்தான்.

■ 27.10.2014 ■ தாய்வீடு, நவம்பர் 2022.

◉

கணக்குவழக்குகளின் அகம்
ஆதவன்

நவீனத் தமிழ் புனைவிலக்கியத்தின் முகத்தை மாற்றியவர்களில் ஆதவனுக்கு முக்கிய பங்குண்டு. அசோகமித்திரன் பெருநகரத்தின் எழுத்தாளர் என்றாலும் நவீன நகர மனிதர்களின் உள்ளங்களை அப்பட்டமாக வெளிப்படுத்தியவர் அல்ல. இதனை ஆதவன் செய்தார். இந்தவிதமான அணுகலை 1960களில் தமிழ்ச் சூழலுக்குள் கொண்டு வந்தவர் ஆதவன். இதனை ஓர் உளவியல் கோட்பாடு என்ற குண்டாந்தடியைத் தோளில் ஏற்றிக்கொண்டு அணுகாமல் நகரச் சூழலில் வாழும் மத்தியதர வர்க்க பிராமணர்களின் பாடுகளை உள்ளத்தின் விழிப்பிலிருந்து எழுதினார்.

அலுவலகப் பணியில் நிலைகொண்ட மனிதர்கள் என்றாலும் அந்நியமாகிக்கொண்டிருக்கிற தனிமனிதர்களிடையே கோலோச்சும் தன்முனைப்பை எழுதுவதற்கு டெல்லி சூழல் அவருக்கு ஓர் அடிப்படையைத் தந்தது. அச்சூழலில் எழுதப்பட்ட கதைகள் தமிழகச் சூழலுக்குப் புதுசாக அமைந்தன; பாதிப்பையும் ஏற்படுத்தியன. ஆதவன் மகத்தான படைப்புகளை அதிகம் தந்துவிடவில்லை என்றாலும் நல்ல சிறுகதைகளைத் தந்தார். மன அலசல் பாணிக் கதைகளை ஆரம்பத்தில் அதிகம் எழுதினார்.

சந்திப்பின் கணங்களில் மனிதர்களின் அகத்தையும் புறத்தையும் ஒருசேர வடித்துக்காட்டுவதில் முழு மூச்சாக ஈடுபட்டவர் ஆதவன். புறம் என்பது இங்கு பின்னணி அல்ல. புறமாக நாம் காணும் மனிதனின் முகம். அதிலொரு பாவனையைக் காண முடியாதபடி இயங்கும் (சூட்சுமத்தைப் பெற்று) மனிதனுள் சதா ஒலித்துக் கொண்டிருக்கும் அகத்தின் குரலையும் புட்டுப்புட்டு வைத்தபடி கதவைத் திறக்கிறார். அங்கொரு புதிய வெளிச்சம் தெரிவதில்லை. சொல்லப்பட்ட கணத்தின் நாளைய நீட்சி ஒன்று

கிடப்பதுபோல் ஊகிக்க முடியும். அதனை ஒரு தரிசனமாகக் கொண்டால், நேற்றுப் போன்ற, இன்று போன்ற கசப்பின் நாளைய சந்திப்பு அல்லது காலம் காத்திருப்பது போலத் தோன்றுகிறது.

கதையின் முடிவில் எவ்விதத் தெளிவுகளும் புலப்படுவதில்லை. அதாவது தெளிவுகளை முடிவாக வைக்கிற பாணி இல்லை. இரு மனிதர்களின் சந்திப்பினடியில் ஒரு பிரச்சனை இருக்கிறது. அந்தப் பிரச்சனை என்னவென்று சொல்வதற்காக அல்ல. அந்தப் பிரச்சனையின் மேல் மனிதர்களின் அகம் செயல்படும் விதத்தைப் பின்தொடர்கிறார். கரியநதி ஒன்று ஓடுவதுபோல இருக்கிறது. ஆங்காங்கே சிறிய நன்னீர்ப் பள்ளங்கள் தெரிகின்றன. இந்த நம்பிக்கைகூட நிச்சயமானதல்ல. நாளை அந்த நம்பிக்கை பொய்த்துப்போகலாம் என்ற தெளிவுடனே இருக்கிறது.

ஆதவன் கதைகள் வழி முன்வைக்கும் சமூகப் பிரச்சனைகள் தலை போகிற விசயங்கள் அல்ல. நடுத்தரவர்க்கத்து மனிதர்களின் அகப் பிரச்சனைதான். மனிதர்களை மனிதன் நம்பாமையின் பிரச்சனை ஆழமாக இருக்கிறது. மனிதர்கள் சகமனிதர்களிடம் தன்னுடைய இருத்தல் பற்றிய அக்கறை, ஒரு பிரச்சனையாகத் தகிப்பதைக் கண்டு சொன்னவராக இருக்கிறார்.

இவ்வளவு உளச்சிக்கலோடா மனிதர்களின் சந்திப்பின் பரிமாணங்கள் இருக்கும்? என்று நேற்று நினைத்திருக்கலாம். இத்தகைய பார்வை என்பது கூட்டுக் குடும்பச் சாராம்ச மனநிலை என்று ஒரு விளக்கத்திற்காகக் கொள்ளலாம். எழுபதுகளில் மதுரை, திருச்சி, கோவை போன்ற பெருநகரங்களில் வாழ்ந்த மனிதர்களிடம் கிராமியக் குணம் இருந்தது. அதே எழுபது, அல்லது அறுபதுகளில் டெல்லிப் பெருநகர மக்களின் குணம் அந்நியப்பட்ட ஒன்றாக இருந்தது. இன்று இந்த அந்நியப்பட்ட மனம் என்பது கிராமத்திலும் எழுந்தாடுகிறது. எழுபதிலிருந்த டெல்லிபோல இன்று மதுரை, திருச்சி கோவை மாறிவிட்டன. எல்லா நவீன ஊடகங்களும், தொழில் மையங்களும் பணியிடங்களும் தனி மனிதத் தன்முனைப்புகளுக்கு மட்டுமே மதிப்பளிக்கின்றன. அவை மனிதர்களைக் குணரீதியாக மாற்றியுள்ளன. இந்த மனிதர்களை ஆதவன் கதைகளில் காணமுடிகிறது. நேற்று டெல்லி மனிதர்களின் பண்புகளாக

இருந்தவற்றை இன்று எல்லாப் பெரு, சிறுநகர மனிதர்களிடம் காணமுடிகிறது. ஆதவனின் படைப்புகளுக்கு இவ்விதம் இந்தியத்தன்மை மிகவும் பொருந்திவிட்டது.

காதலின்பின் இயங்கும் பலவகையான கணக்கு வழக்குகளை (நிழல்கள், சிவப்பாக உயரமாக மீசை வச்சுக்காமல்) குடும்ப நபர்களின் ஒட்டுறவற்ற குணங்களை (இண்டர்வியூ, முதலில் இரவு வரும், கருப்பு அம்பா கதை) சமூக மனிதர்களிடையே நிலவும் விட்டேத்தியான ஆணவங்களை, அசட்டுத்தனங்களை (ஒரு பழைய கிழவரும் ஒரு புதிய உலகமும், லேடி, சிரிப்பு) அன்பின் பாசாங்காக உலவும் காமத்தின் முட்களை (அப்பர் பெர்த், நிழல்கள், ஓர் அறையில் இரண்டு நாற்காலிகள்) வெளிச்சத்தில் வைப்பதைத் தனது எழுத்தின் பயணமாக கைக்கொண்டவர் ஆதவன். நிலக்காட்சி வலுவாக இல்லையென்றாலும் அகக்குரல் வலுவாக இருக்கிறது. ஆதவன் கதைகளில் நம் அகத்தைப் பார்க்கமுடிகிறது. நம்மை விசாரணைக்கு உட்படுத்துகிற, நம்மைநாமே மதிப்பீடு செய்கிற வேலையை இக்கதைகள் செய்கின்றன.

'காகித மலர்கள்' நாவலில் காமத்தை வழங்கி சொகுசாக மேலேறி அமரும் இடத்திற்குக் குடும்பப் பெண்கள் உடன்பட்ட உலகம் இன்னும் நினைவில் நிற்கிறது. சிறுகதைகள் மனிதர்களின் அலங்கோல அகத்தைக் காட்டுவன. அசாதாரணமான சந்திப்பின் கணங்களையோ வித்தியாசமான காரணத்தையோ எடுத்துக்கொண்டு மனித அகத்தைத் துருவிக்கொண்டு செல்வதில்லை ஆதவன். அன்றாட இயக்கத்தின் சாதாரண சந்திப்பிலிருந்து அசாதாரணமாக மனதைப் பிளந்து செல்கிறார் என்பது உயர்ந்த அம்சம். மு. தளையசிங்கம் பரிசோதனைக்காக ஒரு கருத்தியலுள் பாத்திரங்களை மோதவிட்டு அசலான குணத்தை மீட்ட முயன்றவர். ஆதவன் நடுத்தர வர்க்கத்தின் இயல்பான, சாதாரண சந்திப்பிலிருந்து உள்ளங்களின் முரண்களைச் சரசரவென எழுதியுள்ளார்.

டெல்லிச் சூழலில் ஆதவன் பணியாற்றியதால் தமிழுக்குப் புதிய உலகம் ஒன்று அறிமுகமாகிறது. எங்கு பார்த்தாலும் உளச்சிக்கலோடு நகரும் மனிதர்களின் உளமே ஆதவன் அறுவடை செய்யும் விளைச்சலாக அமைகிறது. பெருநகரத்தில்

விவசாயம் சார்ந்த இயற்கைப் பின்னணி இல்லை. மாறாக எங்கும் அலுவலகங்கள், அடுத்தடுத்து வீடுகள். இந்த இரண்டு புள்ளிகளில் ஆதவன் இயங்கியதும் இயற்கை. புதிய வகையான 'நகர்த்திணை இலக்கியத்தை' தம் படைப்புகளில் கொண்டு வந்திருக்கிறார் ஆதவன்.

விவசாயம் சார்ந்த முதல் நகர்மய உருவாக்கம்தான் மருதத்திணை, முதல் அரசு அலுவலக மையம் மருதத்திணையில்தான் உருவாகிறது. மக்களின் சங்கம இடம்; வியாபார ஸ்தலம்; காமவெளிப்பாடுகளுக்குத் தோதான இயல்பை நகரச்சூழல் உருவாக்குகிறது. சிறுகச் சிறுக விவசாயம் நழுவிப்போக நகரங்கள் உருவாகின்றன. மனிதர்கள் மனிதர்களுடன்தான் இயங்கவேண்டிய சூழல். வேறு நிலம் சார்ந்த தொழில்களுடன் உறவில்லை. எங்கு பார்த்தாலும் மனிதர்களுடன்தான் பரிவர்த்தனை. டெல்லி போன்ற புதிய மருத நகரத்தில் காமவெளிப்பாடுகள் தோன்றுவதும் இயல்பு. ஆதவன் நவீன மருதத்திணை மக்களை எழுதியவர் எனலாம். இந்த வகையில் ஆதவன் படைப்புகளை விரிவாக ஆராய இடமுண்டு.

குடும்பப் பெண்ணாக வாழ்ந்து தீர்க்கும் பெண்களின் உலகிலும் கசப்பின் நெடி வீசுகிறது. 'சிரிப்பு' கதையில் வரும் பங்கஜம் சுயமதிப்பீடு செய்து கொள்கிறாள். 'லேடி' கதையில் வரும் வீட்டு வேலைக்காரிக்கும் தெரிகிறது மனுஷிகள் தன்னை நடத்தும் விதங்கள். 'முதலில் இரவு வரும்' கதையில் தாயின் கனவுகள் தந்தையால் நொறுக்கப்பட்டு பேசாமடந்தையாக அம்மா மாறிப்போன கோலத்தைப் பார்க்கமுடிகிறது. 'கருப்பு அம்பா கதை'யில் கூட அலுவலகத்தில் தான் ஓர் அடிமைபோல நடத்தப்படுவதை உணர்கிறான். அவன் வீட்டில் அவனால் அவனுடைய மனைவி பணிவிடை செய்யும் ஊழியக்காரியாக இருப்பதைக் காட்டுகிறார். ஆதவன் அதிகமும் குறிப்புணர்த்துவதில்லை. பாத்திரங்களின் வழி பச்சையாகவே அழுக்கைக் காட்டிவிடுகிறார்; பாத்திரங்கள் தன்னை வெளிப்படுத்திக் கொள்ளும்விதமாக.

இருப்பினும் சில கதைகளில் குறிப்பீடுகள் வாசகனுக்குப் பெரிய அர்த்தத்தை விளைவிக்கின்றன. 'சிரிப்பு' கதையில் சிரித்து மகிழாத வாழ்க்கை வாழ்ந்த பங்கஜம் மனம் விட்டுச் சிரித்துக்

கொள்ளும் சந்தர்ப்பம் வருகிறது. வீட்டு எஜமானியம்மாளின் போக்குக்கெல்லாம் வளைந்து கொடுக்கிற - அப்படிப் பழக்கப்படுத்திக் கொண்டவள் பங்கஜம். பழக்கத்திற்காக இப்படி தலையாட்டி பழகிவிட்டது உறுத்தவே செய்கிறது. ஆனால் அந்த அம்மாளின் இழுப்புகளிலிருந்து மீளமுடியவில்லை. பக்கத்து வீட்டில் இசைக் கச்சேரிக்குச் செல்கின்றனர். மீனாட்சி பெரிய உடம்புக்காரி எப்படியோ நாற்காலியிலிருந்து தொப்பென விழுந்து விடுகிறாள். குடும்பக் கட்டுக்குள் எத்தனையோ சந்தர்ப்பங்களில் சிரிக்கும் சந்தர்ப்பங்கள் அமைந்தும் அடக்கிக்கொள்கிறார். மாமனார், மாமியார், கணவன்முன் சிரிக்கக்கூடாது என்ற அடிமைத்தனம். மீனாட்சி விழுந்ததும் விழுந்து விழுந்து சிரிக்கிறாள். அந்தச் சிரிப்பில் தன் கோபங்களின் வெளிப்பாடு இருப்பதை உணர்கிறாள். அன்று இருவரும் கோவிலுக்குச் செல்கின்றனர். மீனாட்சி பங்கஜத்தைப் பார்த்து "அம்பாள் இன்றைக்கு வெகு உக்கிரமாகத் தெரிகிறாள் அல்லவா" என்கிறாள். பங்கஜம், "எனக்கென்னவோ இன்று அம்பாள் உதடுகளில் பொங்கும் சிரிப்பொன்று தவழ்வதாக இருக்கிறது" என்கிறாள். இருவரின் மனநிலை அம்பாளின் வடிவில் மாறி மாறித் தோன்றுவதாக உணர்ந்து கொள்ளமுடிகிறது. பக்தைகள் அம்பாளின் வடித்திற்குள் நின்று பார்க்கின்றனர்.

டில்லியில் ஓர் அலுவலகத்தில் பணியாற்றும் கைலாசத்தை நண்பன் ராமு சந்திக்க வருகிறான். கைலாசம் உத்திரப் பிரதேசத்துக்காரனான அகர்வாலுடன் ஒரே அறையில் அருகருகே இருந்து பணியாற்ற முடியவில்லை என்று ராமுவிடம் புலம்புகிறான். அவனின் அணுகுமுறைகள் பற்றி விலாவாரியாக எடுத்துச் சொல்கிறான். இதுதான் முழுக்கதையும். அவனோடு ஒத்துப்போக மனம் இசைவுபடாமல் தவிப்பதைச் சொல்கிறான். இந்தப் பிரச்சனையின் மையம் ஓரிடத்தில் புலப்பட்டதும், கதையில் சொல்லப்பட்ட விமர்சனங்கள் வேறொரு ரூபம் கொள்கிறது. தொடக்கத்தில் மகிழ்ச்சியுடன் தொடங்கிய நட்பு, அவன் தன் வீட்டில் வந்து உண்டு மனைவியின் சமையலைப் புகழ்ந்துவிட்டுச் சென்ற நாளில் விரிசல்படத் தொடங்கியது.

ஓர் அறையிலிருந்து இருவர் பணியாற்ற விரும்பலாம்; விட்டுக்கொடுத்தும் போகலாம். உடன் பணியாற்றுபவன் தன் மனைவி மீது காதல் கொள்கிறானோ என்ற சந்தேகம்

தோன்றியபின் அவனுடைய சின்ன அசைவும், பேச்சும் இணக்கமான உரையாடலும் தன் கருத்திற்கு நெகிழ்ந்து கொடுத்துப் பேசுவதும், தன் விருப்பங்களுக்கு அவன் உடன்படுவது போன்ற நடத்தையும் என சக ஊழியனின் எந்த இணக்கமான செயல்பாடும் பிடிக்காமல் போகிறது. அவனோடு ஒரே அறையில் பணியாற்றத் தொடங்கியபோது தன்னை மிகமிக எளியவனாக, தோழமை உள்ளவனாக வெளிப்படுத்திக்கொண்டே அவனுடைய செயல்களுக்காக இன்னும் பொய்யாக நடிக்க வேண்டியிருக்கிறதே என்ற அவஸ்தையும் தொந்தரவு செய்கிறது. யாருடனும் தன்னால் இணக்கமாகச் சேர்ந்து பணியாற்ற முடியும் என்று நம்பியவனால் அப்படிப் பணியாற்ற முடியாமல் போனதற்கான கரும்புள்ளி வியாபித்து வியாபித்து அவனை ஆட்டிக்குலைக்கிற பிரச்சனையாகிவிடுவதை 'ஓர் அறையில் இரண்டு நாற்காலிகள்' கதை மிக நுட்பமாக வெளிப்படுத்துகிறது. ஒருவர் மீது வெறுப்பு கொள்வதற்கு மனிதன் அடியாழத்தில் ஒளிந்திருக்கும் காமம் தூண்டியபடியே இருக்கிறது என்பதைத் துல்லியமாகக் கண்டு சொல்கிறது.

'நிழல்கள்' கதையிலும் பாம்பு சட்டை உரித்துக்கொள்வது போன்று பாவனைகளைக் கழற்றிக் கழற்றி பூர்ணத்துவத்திற்கு நெருங்குகின்றனர். என்னதான் தங்களுக்குள் உள்ள ஒளிவுமறைவுகளைக் கழற்றினாலும் பெண் சிலவற்றைக் கழற்றிக்கொள்ளமுடியவில்லை. சமூகப் பார்வைக்கும் மதிப்பீடுகளுக்கும் அஞ்சி நடக்க வேண்டியதிருக்கிறது. அவனின் கடுமையான பிரியத்திற்கு ஒருவிதமாக இணங்கி வருகிறாள். உண்மையில் எந்தவிதத் தடங்கலும் இல்லை. வேலிகளை நீக்கி அவனுடைய அறைக்கு வரச்சித்தமாகிறாள். அவள் உறவுக்கு வரத்தயாராகும்போது அவன் பின் வாங்குகிறான். காமத்தின் எழுச்சி கடகடவென விலகி ஓடத் தொடங்குகிறது. இவ்விதம் ஆதவன் இருவரின் உள்ளக் கொந்தளிப்பை மற்ற கதைகளிலும் சொல்பவர்தான். "வெளிச்சம் வரும் போதெல்லாம் நிழலும் தோன்றிவிடுகிறது" என்பதான ஒரு தரிசனம் அவனுக்குக் கிட்டுவதாக இருக்கிறது. இந்தக் குறிப்பு ஆர்ப்பாட்டமில்லாமல் அமைதியுடன் இக்கதையில் விளைகிறது. 'நிழல்கள்' மிக நல்ல கதை. அதில் நாமும் இருக்கிறோம்.

முழுக் கதையையுமே வைத்துப் பேசவேண்டியவை 'லேடி', 'ஒரு பழைய கிழவரும் புதிய உலகமும்', 'அப்பர்பெர்த்', 'இண்டர்வியூ' முதலியவை. நகர மனிதர்களின் வக்கிரங்கள் ஒவ்வொரு கதைகளிலும் ஒவ்வொருவிதமாக வெளிப்படுகின்றன. இந்த சமூகக் கதைகளிலும் அங்கங்கே காமம் கண்விழித்தபடி இருக்கிறது. வேலைக்குச் செல்லும் அக்காள் தன்னை ஒரு பொருட்டாக மதிக்காததினால் கோபம் கொள்கிறான். அவள் காலையில் அவன் அருகில் அமர்ந்து தலைவாரும்போது கூந்தல் படுகிறது. சேலை நுனி உரசுகிறது. நகரும்போது, கண்ணாடியில் முதுகு காட்டும்போது உடம்பு படுகிறது. அவனின் கோபம் குறைந்து சமநிலை அடைகிறது. இப்படியொரு கவனிப்பைக் கண்டு சொல்லக்கூடிய ஆற்றல் ஆதவனுக்கு இருந்திருக்கிறது.

அதிகாரம் படைத்தவர்களுக்கு எதிராக எளிய மனிதர்கள் தங்கள் சுயமரியாதையை வெளிப்படுத்திக் கொள்பவர்களாக இருக்கின்றனர். 'லேடி' கதையில், பாப்பா பள்ளி செல்லும் மகனுக்காக ஒரு சில்வர்தட்டை எஜமானியம்மாளிடம் எதிர்பார்க்கும்போது அவன் மகன் ஒரு பீங்கான் தட்டை வாங்கி வருகிறான். அவர்களின் குறுகிய உள்ளத்திற்கு மறுப்பாக பாப்பா "வேண்டாம்" என்று சொல்லிவிடுகிறாள். ரயிலில் சிறுவனுடன் பயணமாகும் இளம்பெண்ணின் கணவன் தவறிவிடுகிறார். உடன்வந்தவனுக்கு உணவு தருகிறாள். கணவன் எங்கு ரயிலைத் தவறவிட்டானோ! அவளின் பதட்டம் சிறுகச்சிறுக அடங்குகிறது. அந்த கம்பார்ட்மண்டில் பயணம் செய்த இளைஞன் அவர்களுக்கு உதவுகிறான். ஒரு சந்தர்ப்பத்தில் அவளை (குகைக்குள் ரயில் செல்லும் தருணத்தில்) முத்தமிடுகிறான். அந்த இருட்டிலேயே அறை விழுகிறது.

நடுத்தர வர்க்கத்து மனிதரான 'ஒரு பழைய கிழவரும் ஒரு புதிய உலகமும்' கதையில் வருபவர் இளைஞர்களின் அடாடிவத்தனங்களைத் தட்டிக்கேட்க முடியாதவராகப் போகிறார். இந்த நடுத்தர வர்க்கம் எல்லா அவமானங்களையும் ஏற்றுக்கொண்டு சுயநலத்தை நழுவவிடாமல் பற்றிக்கொள்கிற சித்திரத்தை நாம் காணமுடிகிறது. கீழ்மைத் தனங்களுக்கு உடன்பட்டு சொகுசாக வாழ்வதை விரும்புகிற நகர மக்களின் உலகம் கிட்டத்தட்ட எல்லாக் கதைகளிலும் படிந்திருக்கிறது.

2

சகமனிதர்கள் பற்றி உள்ளார்ந்த எண்ண ஓட்டங்கள் சிறிதும் பெரிதுமான உரசல்கள், விருப்பங்கள், விருப்பமின்மைகள், நடத்தைகள், அபிப்பிராயங்கள் பற்றியெல்லாம் உள்ளோடும் அகத்தின் மொழியையும், வெளிப்படையாக முன்வைக்கும் அகத்தின் எண்ணங்களையும் கதைகளில் வெளிப்படுத்தினார். இதில் நாசூக்குக்கு இடமில்லாமல் வெளிப்படுத்தினார். நம் சமூகக் கட்டமைப்பில் பிறர் பேசாத விதத்தில் ஆதவன் பேசியதால் புதுசான எழுத்தாக அமைந்தது. எண்ண ஓட்டங்களிலேயே மூழ்கிப் போகும்போது புனைவின் சில சாத்தியங்களை இழக்க நேர்கிறது. இரண்டாவது தொகுப்பிலேயே இந்த விபத்திலிருந்து மீண்டுவிட்ட தன்மையையும் காணமுடிகிறது.

ஆரம்ப எழுத்துக்களில் சிறுகதையின் ஓர்மையைவிட ஒரு விசயத்தையொட்டி மனிதர்களின் மன வெளிப்பாடுகளை அள்ளுவதிலேயே ஆழ்ந்து துழாவித் துழாவிச் செல்வதைத் துவக்கத்தில் ஓர் ஆவேசத்தோடு - இளமைக்கே உரிய அறியாத பிரதேசத்தைக் காணும் ஆவலோடு எழுதினார். ஆணும் பெண்ணும் ஒரு விசயத்தின்பாற்பட்டு வெளிப்படுத்திக்கொள்ளும் இம் மனமொழிகளை வாழ்வின் சாரத்திலிருந்து மீட்டினார். முக்கியமாகப் பெண்களின் அகம் கு.ப.ரா. காட்டியதிலிருந்தும் தி.ஜா. காட்டியத்திலிருந்தும் வேறுவிதமாக இருந்தது. பெண்மை, மென்மை, பரிவு, நாசூக்கு எல்லாம் சிதறடித்துக்கொண்டு எழும்பி வந்த பெண்கள் இவர்கள். தான் என்ற விழிப்புணர்வு கொண்ட பெண்களாகவும் வெளிப்பட்டனர்.

அடுத்தடுத்தத் தொகுப்புகளான *‘கால்வலி’*, *‘ஒரு அறையில் இரண்டு நாற்காலிகள்’*, *‘புதுமைப்பித்தனின் துரோகம்’* ஆகியவற்றில் இத்தன்மை மந்தப்பட்டு விசயத்தேர்வில் பார்வைகூடி சிறுகதையின் ஓர்மையோடு வெளிப்பட்டிருக்கின்றன. சூழல், சந்திப்புகள், நினைவுகள் இயல்பாகக்கூடி வருகின்றன. இச்சைகளை ஆராய்வதை நோக்கமாகக் கொள்ளாமல் நிகழ்வின் ஓட்டத்தில் அவ்வெண்ணங்கள் தலைதூக்குவதும், பிரச்சனையின் தீவிரத்தில் ஒதுங்கிக்கொள்வதுமாக இருக்கின்றன. இவரது இலக்கியப் படைப்பின் தனித்தன்மை என்றே இதைச் சொல்லலாம். இவ்விசயங்கள் கதையில் இடைமிடைந்து

வெளிப்பட்டபடியே வேறு விசயங்களை அவை பேசுகின்றன. முக்கியமாக, முன்னேறிய சமூகம் என்று சொல்லப்படுகின்ற சமூகத்திற்குள்ளும் பொருளியல் ஏற்றத்தாழ்வு உண்டாக்கிய முரணின் விளைவுகள் என்று இவரது பெரும்பாலான கதைகளை வகைப்படுத்தலாம்.

ஐந்தாவது தொகுப்பான 'முதலில் இரவு வரும்' தொகுப்பில் ஆதவன் அதிகம் அமைதியில்லாமல் போன குடும்ப உறவுகளைப் பற்றி, அதற்கான காரண காரியங்களைப் பற்றி ஆராய்கிறார். வாழும் காலத்தில் கணவன் மனைவி ஒருவருக்கொருவர் புரிந்துகொள்ளாமல், புரிந்துகொள்ள முயலாமல் தன் முனைப்பால் அன்பைத் தொலைத்தவர்களாக இருக்கின்றனர். பெரும்பாலும் பெண்களைப் பரிவுடன் நெருங்காத கணவன்மார்களைப் பிற்காலக் கதைகளில் காண்கிறோம். வாழ்க்கை முழுக்க தொடர வைத்த வெறுமை குறித்து பேசுவதோடு, திரும்பக் கிட்டாத மகிழ்ச்சியான தருணங்களை அறியாமலேயே, கடந்து வந்திருக்கிற இவர்களின் வாழ்வு வாசகர்களுக்கு அர்த்தங்களைத் தருவதாக இருக்கின்றது. ஒரு கோணத்தில் ஆதவன் எளிமையும் அன்பும் கூடிய உறவுகளைக் காண ஆசைப்பட்டார் எனக் கொள்ளலாம். இப்பண்பு இல்லாது சதா உரசி உண்டாக்கிக்கொள்ளும் காலங்களை அதிகம் எழுதினார்.

பக்தி, குழந்தை வளர்ப்பு, சுற்றம், அதிகாரம் இவையெல்லாம்கூட கணவன் மனைவிக்கு இடையே அன்யோன்யத்தை விலக்கி விலக்கி வைக்க கணவன் மனைவியையோ மனைவி கணவனையோ முற்றாகத் துறப்பதை ஒரு வன்மத்தோடு கைக்கொள்கின்றனர். (முதலில் இரவு வரும்) வாழும் காலத்தில் ஒருவரை ஒருவர் புரிந்துகொண்டு பிரியத்தை வெளிப்படுத்தாமல் இறுதிக் காலத்தில் ஒருவரின் அன்பை மற்றவர் எதிர்பார்த்தும் கிட்டாமல் ஏமாற்றிவிடும் கோலத்தைத்தான் (அந்தி) பெறுகின்றனர். ஒவ்வொருவரும் ஒவ்வொரு சூழலில் இருந்து வருகிறோம். அது உண்டாக்கிய பழக்கவழக்கங்களும் வித்தியாசமானவை. மனவார்ப்புகளும் அப்படியே இதைப் புரிந்துகொள்ளாமலே தம்பதியர்களாக, நண்பர்களாக இருக்க நேர்வது உரசலை உண்டாக்கியபடியே இருக்கிறது (அகதிகள்). நம்மை அறிந்துகொள்வதைவிட பிறரை நாம் அறிந்துகொள்வது எவ்வளவு முக்கியமானது. தம்பதியர்களிடையே கொண்டாடி

மகிழத் தெரியாத காமம், கசப்புகளையும் வெறுப்புகளையும் ஏற்றி ஏற்றி குடும்பத்திற்குள் வன்மம் ஆழ வேரூன்றிவிடுகிறது. தம்பதியரின் வாழ்வில் வேலையின் பொருட்டு வரும் விடலை இளைஞனின் செயல்பாடுகள் எந்த உச்சத்திற்கும் கொண்டுபோய் நிறுத்தும் (கத்தி). விடலைப்பையன் என்றில்லை. ஒத்த வயதுள்ளவனாக இருந்தாலும் இந்த மனம் விசித்திரமானது. காமத்தின் பொருட்டே காமத்தை வெறுக்கும் வன்முறை கொண்டது. காமத்தின் பொருட்டே எளிய சந்தோசங்களைக்கூட சிதைக்கக்கூடியது. முறுக்கிக் கொண்டு நிற்கும் குடும்பச் சிக்கல்களுக்கு இந்தக் காமம்தான் காரணம் என்று அழுத்திக்காட்டாத விதத்தில் மறைபொருளாக வெகு நுட்பமாக ஆதவன் வெளிப்படுத்தியிருக்கிறார். 'சினிமா முடிந்தபோது' கதையும் இத்தன்மை கொண்டதுதான்.

சொல்முறையில் உண்டாக்கிக்கொண்ட மாற்றம் சிறுகதை வடிவை நுட்பமாக்கியிருக்கிறது. முதல் தொகுப்புக் கதைகள் அகத்தை வெளிப்படுத்திய கதைகளாகவும்; அடுத்த மூன்று தொகுப்புகளில் அகமும் புறமும் கலந்த கதைகளாகவும்; இறுதித் தொகுப்பு கதைகளில் அகம் வெளித்தெறியாவண்ணம் குடும்ப உறவுகளில் வன்மத்தோடு பதுங்கிச் செயல்படுவதையும் கொண்டிருக்கின்றன.

ஆதவனின் கதையுலகம் அலுவலகப் பணியே வாழ்க்கையாகிப் போன மத்தியதர வர்க்கத்து மனிதர்களின் பாடுகள் பற்றியவை. இந்தப்பாடுகளிடையே அவர்களின் ஆசைகள், சின்ன நம்பிக்கைகள், சுயநலங்கள், மறைப்புகள், தனிமைகள், விழிப்புகள், வெறுப்புகள், தந்திரங்கள், வாழ்க்கை தந்த மாற்றங்கள், பகிர்ந்துகொள்ளாத மன இறுக்கங்கள், பாமரத்தமான எண்ணங்களுக்கு வந்து சேரும் பாதிப்புகள் என எத்தனையோ சிக்கல்களைப் பேசுகின்றன. சற்றுவசதியாக வாழ நினைக்கிற இவர்களின் ஆசைகள், எதிர்பார்ப்புகள் எல்லாம் இந்த அன்றாடங்காய்ச்சி வாழ்க்கையில் மெல்ல வற்றி வரண்டு போவதைப் பற்றிப் பேசுகின்றன. வாழ ஒரு வேலை, தூங்க ஒரு வீடு, சண்டை போடவும் இச்சையைப் பகிர்ந்துகொள்ளவும் ஒரு மனைவி. அலுப்பான வாழ்க்கைக்கிடையே புன்னகை செய்ய ஒரு குழந்தை, நல்லவற்றைத் தக்கவைக்க பற்றுத்தேடும் மூத்தவர்கள், கொஞ்சம் தமிழ்ப் பண்பாட்டில் பெருமிதம் என்ற விதமாய்

உயிர்ப்பான வெகு சில அம்சங்களே பெற்றுக்கொண்டவையாகத் தேருகின்றன. ஒட்டுமொத்தமாய் பார்க்கும்போது டெல்லியில் அல்லல்படும் தமிழ்ப் பிராமணர்களின் வாழ்க்கைதான். இவர்களின் அசலான மனோபாவத்தை வெளிப்படுத்த ஆதவன் என்ற படைப்பாளியின் சொந்த வாழ்வின் ‘சாரம்’ பின்னின்று ஊக்கியிருக்கிறது.

இந்த நிலை மேட்டுக்குடி மக்களின் ஊதாரித்தனங்கள் மீது, மேட்டிமைத் தனங்கள் மீது, பொய்யான பாவனைகள் மீது விமர்சனங்களாக விழுகின்றன. இந்தத் தன்மைகள் காலப்போக்கில் அவரிடம் மாற்றம் கொள்கின்றது. இந்தக் கோபம் இடைப்பட்டக் கால கதைகளில் தீவிரமாகத் தெரிகின்றது. எழுத ஆரம்பித்த காலத்தில் வாழ்வின் மீது ஏற்பட்ட கவர்ச்சியை உள்ளக்கிளர்ச்சியோடு வெளிப்படுத்துகின்றன. பிற்காலக் கதைகளில் காயங்கள் தழும்புகளாகி தழும்புகள் பற்றிய நினைப்பின்றி பாடுகளைச் சொல்கின்றன. பொருளியல் நெருக்கடியை வர்க்கவேறுபாடாக பார்க்கும் மனநிலை மங்கி ஒருவரையொருவர் புரிந்துகொள்ளாமலே வாழ நேர்ந்துவிடுகிற கோலத்தை முன்வைக்கின்றன.

இந்தக் கதைகளின் வழியாக உருவாகிவரும் குரல்கள் மத்தியதர வர்க்கம்கூட அல்ல கீழ் மத்தியதர வர்க்கத்தவர்களின் குரல்களாக ஒலிக்கின்றன. அவர்களின் துக்கங்களும், விருப்பங்களும் வலிகளும்தான் எதிரொலிக்கின்றன (கருப்பு அம்பா கதை, கருப்பை, தில்லி அண்ணா, கார்த்திக், புறா, இண்டர்வியூ, லைட்ஸ்ஆன் ரெடி ஃபார் தி டேக், ஒரு அறையில் இரண்டு மனிதர்கள், கால்வலி, படங்கள் இல்லாத பத்திரிகை, தற்கொலை). யோசித்துப் பார்த்தால் கதைகளில் அங்கங்கே கண்சிமிட்டிய காம துளிர்ப்புகள்கூட வாழ்க்கை ஓட்டத்தில் மெல்ல பின்னகர்ந்து மங்கி மறைந்துபோகின்றன.

காமம் மானிட இயல்புதான். ஆனால் இந்த மத்தியதர மக்களின் பொருளியல் மோகம் காமத்தைவிட உயர ஏறிப் பறக்கிறது. வசதிமிக்க ஒரு பெண் குறுக்கே வரும்போது காதலையும் துறந்து செல்லமுடிகிறது (அப்பர் பெர்த்). வசதியான ஒருவன் கிடைக்கும்போது குடும்ப கௌரவம் எல்லாம் பின்னால் போய்விடுகிறது (இண்டர்வியூ). காமத்தை வழங்க

வந்தாலும் பணம் பெறும் பந்தயத்தை நோக்கி ஓடுகிறது மனம் (ஞாயிற்றுக் கிழமைகளும் பெரிய நகரமும் அறையில் ஓர் இளைஞனும்). அசட்டுப் பிசட்டென்று உடன்படிக்கும் மாணவன் காதலைச் சொல்லிவிடுவானோ என்று வசதிமிக்க பெண் பிள்ளை ஜாக்கிரதையுடன் ஒதுங்குகிறது (லைட்ஸ் ஆன் ரெடி பார் தி டேக்) உள்ளிருந்து உருளும் இச்சையைப் பகிர யார் முதலில் அழைப்பது என்ற அகந்தை, அதனை இழக்கவும் துணிகிறது. என் மீது கலங்கமில்லை என்று ஆடவனை பாவனை கொள்ள வைக்கிறது. (இறந்தவன்) வெறுப்பும் வீம்பும் தனக்குள் துடிக்கும் காமத்தைச் சொல்வதில் குரூரம் கொள்கிறது (முதலில் இரவு வரும்). இப்படியான கோணங்கள் சற்றுவிரிவாக காட்டப்பட்டாலும் காமத்தின் பாய்ச்சலில் ஆதவன் குறுக்கிடவும் இல்லை.

தெருக்காரர் நண்பராகிறார். வீட்டிற்கு வந்து பேசுகிறார். அப்படியானவர் தன் மனைவி குறித்து கொண்டுள்ள அந்தரங்க எண்ணம் என்னவென்று அறிய மறைந்து கண்காணிக்க ஆரம்பிக்கிறார் (இந்த மரம் சாட்சியாக நானும் இவர்களும்). ஒரு நூலகர். அவரால் சிறு சிறு உதவிகள் பெற்று வறுமையை எதிர்கொண்டு போராடும் அச்சகத் தொழிலாளி. தன் நண்பர்களின் சிறுபத்திரிக்கை அச்சகப் பணிக்குத் தொடர்பு ஏற்படுத்தித் தந்தவர் மெல்ல மெல்ல வெறுப்புக்கும் ஆளாகிறார். வெறுக்கத்தக்க அவரின் நடவடிக்கைகள், கிண்டலான பேச்சுகள் பிடிக்காமல் போகின்றன. நூலகத்திற்கு அழகான பெண்கள் வந்து உரையாடிக்கொண்டிருக்கும் சமயத்தில் வேர்வை நசநசக்க தொழிலாளி வருகிறார். இப்படி நூலகத்திற்கு வரும் அழகான பெண்கள் என்றேனும் தனது இச்சைக்கு ஆட்படுவார்கள் என்கிற எண்ணத்தில் பரிவு காட்டுகிறார். இப்படியான சந்தர்ப்பத்தில் அச்சுத் தொழிலாளியின் வருகை, அவரது வறுமை, அவரது பேச்சு, செய்யும் தாமதம், பிய்ந்த செருப்பு, சிறுபத்திரிக்கை, கேட்கும் உதவி எல்லாமே பிடிக்காமல் போகிறது. விரைவாக வெளியே அனுப்புவதிலேயே இருக்கிறார். இக்கதையில், வாசகனுக்கும் பிடிக்காத வகையில் அச்சுத் தொழிலாளியின் நடவடிக்கைகள் சொல்லப்பட்டு பெண்கள் மீது மோகம் கொண்ட நூலகரின் வெறுப்பை வெகு நுட்பமாகக் காட்டுகிறார். அத்து அலையும் ஒரு தொழிலாளியின் வறுமை கோலத்தைவிட காமம்

மனிதனுள் கோலோச்சுவதைக் கச்சிதமாகச் சொன்ன கதை 'படங்கள் இல்லாத பத்திரிக்கை'.

ஆதவன் தன் சுய அனுபவங்களை முன்னிறுத்தி விசாரணைக்கு உட்படுத்தியவர். பல கதைகளில் கதைசொல்லியின் அற்பத்தனங்களைப் போட்டுடைப்பதில் துணிச்சல் மிக்கவராக இருக்கிறார். இது கதைகளுக்குப் பெரிய பலத்தைத் தருகின்றது. காமத்தை ஆண் - பெண் என்று பேதமற்று வெளிப்படுத்தும் தன்மையும் இவரது தனித்தன்மைகளில் ஒன்று. ஆதவனின் சமகாலத்தவர்களான இராசேந்திரச்சோழன், வண்ணதாசன், பிரபஞ்சன் போன்றவர்கள் காமத்தை நுட்பமாகக் கையாண்டிருந்தாலும் ஓர் ஆணின் பார்வையில் சொல்லப்பட்டவைகள்தான் பெரும்பாலும், பெண்ணின் காமத்தை சகஜமான பார்வையில் எழுதியவர் ஆதவன். இதற்கு 'இறந்தவன்' கதை ஒரு சரியான உதாரணம். கு.ப.ரா.வின் 'சிறிது வெளிச்சம்' பெண்ணின் காமத்தைப் பேசினாலும் அது ஓர் ஆணின் நினைவலைகளில் இருந்து உருவானது. ஆதவன் பெண்ணின் மனதிலிருந்து இதைத் திறந்து வைத்தார். அதன்பின் வண்ணதாசன் 'குளிப்பதற்கு முந்திய ஆறு' கதையில் இதை லாவகமாகச் செய்திருக்கிறார்.

காதல் கதைகளிலும் சந்தேகங்களின் தீவிரம், பாவனைகளின் தீவிரம், தன்முனைப்பின் தீவிரம் இவை பொருளற்றுப் போகும் தீவிரம் என்ற நோக்கிலேயே ஆதவனின் பார்வை பாய்கிறது. மேன்மை நோக்கி திரும்பாமல் கள்ளத்தனத்தை நோக்கித் திரும்புகின்றன. மனிதர்கள் போடும் வேசங்களைப் புட்டுபுட்டு வைப்பதில் தனிக் கவனம் கொள்கிறார். ஆதவனின் தனித்த கலை இது. இந்த விசயத்தில் உள்ளத்தின் கோர முகங்களை அவைகளின் ஆதி அந்தம் வரை சென்று காண்பதில் அமிழ்ந்து போகிறார். பெண் என்பதற்காக நளினப்படுத்துவதில்லை. அவளது நடிப்பையும் மேடை ஏற்றுகிறார். நாம் ஏற்படுத்தியிருக்கும் புனிதக் காதல் எல்லாம் தவுடுபொடியாகின்றன. காதலைச் சொல்லும் கதைகள் மெல்ல மெல்ல நேர் நிலையில் வளர்த்தெடுத்து உச்சத்தில் நிறுத்துவதில்லை. எல்லாக் கள்ளத்தனங்களுக்கும் அடியிலே ஊடுருவிச் சென்று ஊசல் போல திரும்ப மேலே வரப்பார்க்கிறது. ஆதவனின் பாணி என்றே அதைச் சொல்லலாம். ஆதவன் உளவியல் கோட்பாட்டிற்குக் கதையெழுதவில்லை. உளவியல்

குறித்த ஒருவித புரிதல் அவருக்கு இருக்கிறது. தன்னைச் சுற்றி நிகழும் நிகழ்வுகளிலிருந்து புதுசான அகத்தின் முகங்களைக் காட்டுகிறார்.

விருப்பத்திற்காக நிகழ்த்திக்கொண்ட சமரசங்கள், பாவனைகள், அதனால் ஏற்படும் தார்மீக எண்ணங்கள், குறுகிப்போவதற்கு எதிராக எழும் சுதந்திர எண்ணங்கள், என அலசல்களின் தொகுப்பு என்றுகூட சொல்லலாம் ஆதவனின் காதல் கதைகளை. இவற்றில் வெளிப்படும் மர்மங்கள் ஈர்ப்பைத் தருகின்றன. அதனைத் துலக்கிக்காட்டுகின்றன. காதலின் மையப் பிரச்சனை சாதாரணமானதுதான். ஆனால் காதலை அடைய இளைஞன் எடுக்கிற தந்திரங்களும் அது கிட்டுவதற்கான அனுகூலம் நெருங்கி வரும்போது அந்த காதல் விசயத்தைச் சுற்றி கட்டமைத்திருக்கும் போலித்தனமான எண்ணங்களைத் திறந்துகாட்டி விமர்சிக்கிறார்.

அனுகூலம் கூடிவரும் நிலையில் சரியாக அமையுமா தவறாகப் போய்விடுமா என்ற ஊசலாட்டம்தான் இவரது காதல் கதைகளின் பயணம். விரும்பியதை அடைவதற்கான நேரம் நெருங்கும்போது அது தன் ஆளுமையை ஒடுக்கக்கூடிய கண்ணியாகப் போய்விடுமோ என்ற நினைப்புகள் விரிகின்றன. தன் சுயத்திற்கு எதிரான சூத்திரக் கயிறுகளாகத் தெரிந்தும் அதிலே மாட்டிக்கொள்ளவே செய்கின்றனர். இப்படியான பிரதேசத்தை இவரது காதல் கதைகள் காட்டுகின்றன. அறிவார்த்தமும் உணர்வும் மோதிக்கொள்ளும் படித்த பிராமணர்களின் உலகம் இது.

'லைட்ஸ் ஆன் ரெடி ஃபார் தி டேக்' கதையில், காதல் கொண்ட இளைஞனை அவனது வகுப்புக்காரி விலக்குகிறாள். அதன் காரணம் பல ஆண்டுகள் கழிந்து ஒரு மார்க்கட் சந்திப்பில் அவள் இவ்விதம் கூறுகிறார். "நீ உன் காதல் விருப்பத்தைச் சொல்லிவிடுவாயோ என்று நினைத்து விலகினேன். உன் மத்தியதர வர்க்கத்து காதல். அது எனக்கு ஒத்து வராது" என்று தவிர்த்ததைச் சிரித்துக்கொண்டே சொல்கிறாள். வசதியான பெண்ணிற்கு இவனது காதல் சிறுபிள்ளைத்தனமாகத் தெரிகிறது. அவளின் தெளிவும், பொருட்படுத்தாத தன்மையும் இவனது உலகிற்கு எதிர்மாறாக இருக்கிறது.

‘சிவப்பாக உயரமான மீசை வச்சுக்காமல்’ எனக்கு மிகவும் பிடித்த கதைகளுள் ஒன்று. எதிர்பார்ப்பும் கனவுகளும் கற்பனைகளும் மனிதர்களின் ஆசையின் பாற்பட்டவை. அவை யதார்த்த வாழ்வில் தலைகீழாகப் போய்விடக்கூடிய வாய்ப்புகள் அதிகம். வருங்காலக் கணவன் குறித்து கனவுகளும் எதிர்பார்ப்புகளோடும் இருக்கிற பெண் அதே போல எதிர்பார்ப்புகளோடு இருக்கிற ஆண், பணியாற்றும் இடத்தில் சந்திக்கின்றனர். பெரிய ஆசைகள் கொண்ட இருவரின் மத்தியதர வர்க்க மனநிலைக்கு ஒத்துவராதது. பழகப்பழக அந்த எதிர்பார்ப்புகள், கனவு நாயக - நாயகிகள் மங்கி யதார்த்த நிலைக்கு இறங்கி வருவதும், சில்லறைக் காரணங்களால் விலக நேரிடும்போது விரோதம் தலைதூக்கி அவர்களின் அகந்தை வெளிப்படுகிறது. சின்னச்சின்ன மாறுபட்ட விசயங்களிலும் அகந்தை தலைதூக்கி பேயாட்டம் போட்டு போட்டித் தன்மையை உண்டாக்குகிறது. சந்துபொந்தெல்லாம் பதுங்கியிருக்கும் தன்முனைப்பின் கசப்புகளைக் காண்கிறது; பிரிவு நேர்கிறது. பிரிந்த பின் சேர வேண்டும் என்ற எண்ணமும் துளிர்க்கிறது. திரும்ப சமரசத்திற்கான தவிப்புகள் மேலெழுகின்றன. இந்தக் காதல் லீலை நாடகமும் முடிவுக்கு வருகிறது. கனவுகளும் எதிர்பார்ப்புகளும் உதிர்ந்து அன்றாடங்காய்ச்சிகளின் அலுவலகக் காதலர்களாக மாறி யதார்த்தத்தில் காலூன்றுகின்றனர். அல்லது யதார்த்தம் அவ்வாறு சாதாரணர்களாக ஆக்கிவிடுகிறது. இந்தியத் தன்மையை சிறப்பாகச் சொன்ன கதை ‘சிவப்பாக உயரமாக மீசை வச்சுக்காமல்...’

ஆதவனின் மனிதர்கள் முரடர்கள் அல்ல. உடல்ரீதியான மோதலுக்குச் சம்பந்த மற்றவர்கள் (ஒரு பழைய கிழவர் - சற்றே விதிவிலக்கு) அறிவாலும் அகந்தையாலும், வெறுப்பாலும் காமத்தாலும் உரசிக்கொள்ளும் மனிதர்கள். கொதிப்பான கொடுமையான சம்பவங்கள், மோசமான மோசடிகள், உணர்ச்சித் ததும்பும் தாக்குதல்கள் என்கிற இடைநிலைச் சாதியினரின் உலகிலிருந்து வந்த வாசகர்களுக்கு ஆதவனின் கதைகள் பெரிய பாதிப்பை உண்டாக்காது போகலாம். ஆனால் மனிதர்களின் உளச்சிக்கலை அநாயசமாக விலக்கிக்காட்டும் படைப்பு வன்மை இவருடையது. முரட்டு உலகத்து எழுத்தாளர்களுக்குக்கூட கூடிவராத ஒன்று. ஆமாம் இந்த மத்தியதர வர்க்கத்து மனிதர்களின்

உள்ளம் இப்படித்தான் செயல்படுகிறது என்று திடமான நம்பிக்கையைக் கொடுக்கின்றன.

இவர் பிரச்சனைகளை மையப்படுத்தி சம்பாசணையிலும் ஈடுபடுகிறார். ஜெயகாந்தனின் சம்பாசணைகள் புற கருத்தியல் சார்ந்து இருப்பதுபோல ஆதவனின் கதைகளில் அகப்பிரச்சனை சம்பாசணையால் அலசப்படுகின்றன. அதில் மனிதர்களின் அத்தனை பவுசுகளையும் ஜோடனைகளையும் விமர்சிக்கிறார். இந்த உளச்சிக்கலை உதறி மானுடத்தின் உண்மையை நோக்கிச் செல்கிறார்.

வசதிவாய்ப்பில் முன்னேறிய உறவின்மீது தோன்றும் வெறுப்பு, பொறாமை, கேலி, விமர்சனம் இவற்றினூடே சொந்த மகனால்கூட தன் ஆற்றலை அறியாது போகும் இடங்களில் தம்பி புரிந்து வைத்திருக்கிறார். பொருளை வாங்கிவிட முடியும். அப்பாவின் இசையாற்றலை மகன் அப்படியே கைமாற்றிக்கொள்ள முடியாது. வசதியால் பெற்றுவிட முடியாத செல்வத்தை 'தில்லி அண்ணா'வில் மெல்லிய தொனியில் வெளிப்படுத்துகிறார்.

ஒருவருக்கொருவர் ஒட்டமுடியாத தன்மையால் ஏற்படுகிற விலகலைச் சொல்லும் கதை 'ஒரு அறையில் இரண்டு நாற்காலிகள்'. இக்கதையில் வரும் அகர்வாலின் சலசலவென இடையறாத பேச்சு, வட இந்தியப் பெருமை, தன்னை எழுத்தாளன் என்று மதிக்காத தன்மை இப்படி பல காரணங்களைச் சொல்லிக்கொண்டே செல்கிறார். துவக்கத்தில் நல்ல நண்பனாக இருக்க வேண்டும் என்று நினைத்தவர்தான் கைலாசம். எந்த இடத்தில் பிளவு ஏற்பட்டது என்று உறுதியாக எங்கும் சொல்லப்படவில்லை. ஆனால் தன் வீட்டிற்கு வந்து தோசை சாப்பிட்டு தன் மனைவியைப் புகழ்ந்துதள்ளிய நாளில் தோன்றியிருக்கக்கூடும் என்பதை வாசிப்பவர் ஊகிக்கும்படி சொல்லாமல் சொல்லியிருக்கிறார். திரும்பத் திரும்ப அகர்வால் மீண்டும் ஒருநாள் வந்து தோசை சாப்பிடவேண்டும் என்கிறான். யாருக்குத்தான் வெறுப்பு வராது இணக்கமாகச் செல்ல வேண்டும் என்பதற்காக தன் சுயத்தை, விருப்பங்களை அமுக்கிவைத்துவிட்டு அவனது விருப்பங்களுக்கு மதிப்புகொடுத்துச் செல்லச்செல்ல அதுவே உள்ளத்தில் பெரிய

கசப்பாக திரண்டெழுந்து இணைந்திருக்க விடாது விலகிச் செல்ல வைக்கிறது.

தனிமனித அறம், சமூக அறம் வீழ்ச்சியடைந்து தனிமனித குரூரம் மேலோங்க சுயநலத்தை அங்கீகரிக்கும் சமூகமாக மாறிவிட்டதை எல்லா அடுக்குகளிலும் காணநேர்வதைச் சொல்கிறது 'ஒரு பழைய கிழவரும் புதிய உலகமும்' குரூர எண்ணங்களுக்கு இடமளித்துவிட்ட சமூகத்தில் மதிப்பீடுகளைப் பேணும் பழைய தலைமுறையினர் வீழ்ச்சியடைவதைக் கலையம்சம் மேலோங்க இக்கதை சொல்கிறது. உயர்ந்த எண்ணங்கள் பழசாகுகின்றன. வக்கிரமும் பொய்மையும் அங்கீகாரம் பெற்ற புதுசான உலகமாகி மாறிவிட்ட கோலத்தை முதன்முறை பார்க்கிறோம். பழைய உலகமும் புதிய உலகமும் சந்திக்கிற புள்ளியை காலத்தின் புதிய கோலத்தை, மாற்றங்களை ஆற்றலோடு வெளிப்படுத்திய கதை இது. ஆதவனின் படைப்பு மையம்கூட இவ்விடத்தில் இருந்துதான் ஊற்றெடுக்கிறது.

தன்னலத்தின் பொருட்டு மதிப்பீடுகளை உதறிவிட்டு எவ்வித கூச்சமும் இல்லாமல் வாய்ப்புகளை வசப்படுத்திக்கொள்ளும் புதிய உலகத்தையும் பண்பாடு உருவாக்கிய அறம், நேர்மை, உண்மை முதலிய மதிப்பீடுகள் உருவாக்கிய பழைய மனிதர்களிடம் தங்கியுள்ள நியாயங்களை உதறமுடியாமல் சரியும் பழைய உலகமும் மோதிக்கொள்கிற புள்ளிதான் இவரது கதைகள். இதில் உண்டாகும் பொருளியல் ஏற்றத்தாழ்வுகளை ஆழமான உளவியல் கண்ணோட்டத்தில் இருபுறமும் புகுந்து திறந்து திறந்து செல்வதுதான் இவரது எழுத்தின் அடிப்படை. படைப்பாளியாக ஆதவன் மனிதர்களின் ஆசாபாசங்களுக்கு மதிப்பளித்தபடி எப்போதும் எளிமையான அன்பின் பக்கம் நிற்க ஆசைப்படுகிறார். அது இல்லாது கண்டு குமுறுவதுதான் அவரது கதைகள். மாறிக்கொண்டிருக்கும் புதிய உலகின் போதாமைகள் மீது படைப்பாளி கொள்ளும் அக்கறைதான் இக்கதைகள்.

ஆதவன் மார்க்சியவாதியல்ல. மார்க்சியத்தை எளிய விதத்திலேனும் அறிந்திருக்கக்கூடும். மார்க்சியர் சொல்ல மறந்த ஒரு பகுதியைத் தன் கதைகளின் வழி அதிகம் பேசியவர் ஆதவன் என்பது எனக்குப் புலப்பட்டது. பெரும்பாலான கதைகளில் பொருளாதாரத்தில் மேல்கீழாக உள்ள இரண்டு உலகங்கள்

உரசிக்கொள்கின்றன. இதில் சற்றுக் கீழ்நிலையில் உள்ளவர்களின் கண்ணோட்டத்தில் மேல் உள்ளவர்களின் போலி பெருமிதங்களை, மேட்டிமைத்தனங்களை, அவர்களது கள்ளத்தனத்தை உடைத்துக்காட்டுகிறார். அதே சமயம் பொருளாதாரத்தில் கீழ்நிலையில் உள்ளவர்களைப் புனிதப்படுத்துவதும் இல்லை. அவர்களின் ஆதங்கம், ஆசாபாசம், கபடம், கோபம், வெறுப்பு, ஆசை எல்லாம் வெளிப்படவே காட்டுகிறார். இருபுறமும் கருப்பு வெள்ளையாகக் காட்டாமல் பல வண்ணங்களோடுகூடிய மனிதர்களாகக் காட்டுகிறார். இந்த வர்க்கமுரண்பாட்டின் இழையில் நின்று இரு உலகங்களின் மன ஆட்டங்களைக் கண்டு வெளிச்சத்தில் வைக்கிறார். பொருளாதார ஏற்றத்தாழ்வு மனிதர்களை எவ்விதம் பாதிக்கிறது என்று மார்க்சியர்கள் ஆராய்கிறபோது, ஆதவன் அதை உளவியல் ரீதியாக ஆராய்ந்து பார்க்கிறார். இதை அவர் திட்டமிட்டு செய்யவில்லை என்பது மிகத்தெளிவாகத் தெரிகிறது. அவரது இலக்கியப் பார்வையில் தற்செயலாகக் கூடிவந்த அம்சமாகத் தெரிகிறது. பொதுவாகவே எழுத்தாளன் எப்போதும் நியாயங்களின் பக்கம் நிற்பது என்பது ஒரு வகையில் மார்க்சிய நோக்குத்தான்.

ஆதவன் 'புதுமைப்பித்தன் துரோகம்' என்றொரு கதையை எழுதியிருக்கிறார். பொருளியல் நெருக்கடியில் வாழும் எழுத்தாளனும் பணக்கார இலக்கிய வாசக நண்பனும் புதுமைப்பித்தன் குறித்து உரையாடுகின்றனர். சாதாரண வாசகனாக இருக்கக்கூடும் என்று நினைந்திருந்த நண்பன் புதுமைப்பித்தனின் கலைமேன்மையை உணர்ந்து உரையாடுகிறான். எழுத்தாளன் வைக்கும் வாதங்களுக்கு இன்னும் ஆழமான வேறொரு விசயத்தை அவன் முன் வைக்கிறான். எதைத் தொட்டாலும் எழுத்தாளன் ஒரு புரிதலுக்கு ஈடாகவோ, மேலாகவோ புதுமைப்பித்தன் கலை மேதமையின் ஆழ அகலங்களை எடுத்து வைக்கிறான். குறிப்பாக வறுமையில் உழலும் மாந்தர்களின் உலகை உக்கிரமாகக் காட்டியிருப்பதாக அந்த வாசகன் சொல்கிறான். அவன் விமர்சகர் கே.என்.எஸ் (க.நா.சு) உடனான நட்புக் கொண்டவன் என்பது தெரியவும் ஆடித்தான் போகிறான். அத்தோடு இவன் போட்டி எழுத்தாளனாக வந்துவிட அதிக வாய்ப்பிருப்பதாக நினைக்கிறான்.

வசதிவாய்ப்பு நிரம்பிய வாசகன் ராம் புதுமைப்பித்தன் எழுதிய வறுமை பற்றிய கதைகளை சிலாகித்து சொல்லும்போது எழுத்தாளன் வேணுகோபாலுக்கு கோபம் வருகிறது. புதுமைப்பித்தனின் எள்ளல் தன்மை பற்றி புதிய எண்ணம் ஒன்று உருவாகிறது. ஏழை எளியவர்களின் பிடிவாதங்களை, சமரசங்களை அடிபணிதலை கேலியும் கிண்டலுமாக எழுதுவது வசதியான வாசகனுக்குக் கொண்டாட்டமாக இருக்கும். வறுமையோடு மல்லுக்கட்டும் எழுத்தாளனுக்கு இந்தக் கிண்டல் புதுமைப்பித்தன் செய்த துரோகமாகத் தெரிகிறது. வேதனையின் அவஸ்தையை புன்னகையுடன் அணுக முடியுமா? முடியாது. இப்படியான கோணத்தை ஆதவன் அக்கதையில் முன்வைக்கிறார். புதுமைப்பித்தனின் மேதமையை இருவரும் அங்கீகரித்தபடியே இவ்விடத்திற்கு கொண்டுவந்து நிறுத்துகிறார். ஆதவனின் சிறந்த கதைகளில் ஒன்று இது.

எழுத்தாளனின் இந்தப் பார்வை அவன் தேர்ந்த வாசகனாக இருப்பது தெரியவருகிறபோதுதான் இந்த முடிவுக்கு வருகிறான். அவனைப் போட்டியாளனாகக் கருதத் தோன்றியதும் தன் பக்கத்து நியாயங்களை முன்வைக்கிறான். வறுமையில் உழலும் எழுத்தாளன் அவனது வசதி வாய்ப்பின் மீது விசனம் கொள்கிறான். இவனைப்போல வசதிகளைத் தேடி திரட்டிவைத்துவிட்டு எழுத வந்திருக்கலாமோ என்று தோன்றுகிறது. சாதாரண வாசகனாக இருந்தால் இவனது சுயத்தைத் தூண்டியிருக்காது. விசயம் தெரிந்த புதிய போட்டியாளனாகத் தோன்றுகிறது. விவாதம் வளர வளர தனது இருப்பைத் தக்க வைக்க உளவியல் ரீதியாக எழுத்தாளனின் பார்வை மாறுகிறது என்பதை புனைவின் சாகசத்துடன் சொல்கிறது.

தலித் வாழ்க்கையைத் தலித்துதான் படைக்கவேண்டும்; படைக்க முடியும் என்று தொண்ணூறுகளின் துவக்கத்தில் ஒரு கோட்பாடாக ஓங்கி ஒலித்தது. அதற்குப் பத்தாண்டுகளுக்கு முன் ஆதவன் 'லேடி' என்ற கதையை எழுதியிருக்கிறார். மேல்வர்க்கத்தவர்களின் பாவனைகளை மத்தியவர்க்க மனம் விமர்சித்ததுபோல மத்தியவர்க்கத்தின் எச்சத்தனத்தைப் பத்துபாத்திரம் தேய்க்கும் பெண்ணின் மனமொழியிலிருந்து பிய்த்து பிய்த்து வைக்கிறார். உடல் உழைப்பு என்ற பிரமாண்டமான பகுதி இந்த ஒரு கதையில் சிறப்பாகக் கூடி

வந்திருக்கிறது. 'கருப்பு அம்பா கதை', 'முதலில் இரவு வரும்', 'படங்கள் இல்லாத பத்திரிக்கை', 'புதுமைப்பித்தன் துரோகம்' முதலிய கதைகளில் இத்தன்மையின் உள்ளார்ந்த வலி சன்னமாக வெளிப்பட்டிருக்கிறது.

'லேடி' கதையில் முதலாளியம்மாள் - வேலைக்காரப் பெண் பாப்பா இடையே ஓர் உரையாடல் இப்படி வெளிப்படுகிறது.

"நல்ல மறதிடி! மெனக்கெட்டு நான் மறக்காமல் உனக்கு 'விம்' எடுத்துத் தாரேன். ஆனால் அதைப் பக்கத்திலே வச்சுண்டே... ஈயம், வெங்கலம், எவர்சில்வர் எல்லாத்தையும் நீ பாட்டிலே சாம்பலாலேயே தேய்ச்சுண்டு போறயே! செய்கிற காரியத்திலே கவனமில்லாமல் எப்பவும் ஏதோ ஞாபகம் உனக்கு... அப்படி என்னத்த நீ எப்பவும் நினைச்சிண்டேயிருக்க? ஏண்டி"

பாப்பா பதில் சொல்லாமல் வெறுமனே சிரித்தாள். 'எனக்குள்ளே எவ்வளவோ இருக்கும் நீ உன் சோலியப் பாத்துக்கொண்டு இரு!" என்று அந்தச் சிரிப்பின் பொருள்.

'கார்த்திக்' கதையைவிட மிகச்சிறந்த கதைகளை ஆதவன் எழுதியிருக்கிறார். என்றாலும் 'கார்த்திக்' கதைக்குள் உருவாகி வந்த கவித்துவக் கணங்கள் மற்ற கதைகளில் மேவிப் படியவில்லை. பழைய மரபின் களிம்புகளிலிருந்து விலகி எழ நினைக்கிற; குடும்பப் பொறுப்பை ஏற்று திருமண பந்தமே வேண்டாம் என்று நினைக்கிற, சடங்கு சம்பிரதாயங்கள் முட்டாள்தனமென்று நினைக்கிற, கிழடுகளின் யோசனைகளை வெறுக்கிற - புதிய விசயங்களை, புதிய வாழ்க்கையை விரும்புகிற இளைஞன் வாழ்க்கைச் சூழலில் மாட்டிக்கொண்டதும் ஒரு சந்தர்ப்பத்தில் அழகான அனுபவ உண்மையை உணர்கிறான். அது பழமையுள் புதைந்திருப்பதைக் காண்கிறான். எல்லாவற்றையும் துடைத்து எடுப்பதுபோல முற்றாக ஒதுக்கிவிட முடியாது. மரபின் செழுமை புதிய வாழ்வையும் அர்த்தமாக்கும் என்பதை அவனது வாரிசுகளின் வழி காண்கிறான்.

தன் அலுவல் பொருட்டு மற்றொரு நகரத்திற்கு ஒருமுறை ரயிலில் செல்கிறான். எப்போதும் அலுவலக சிறைக்குள் அல்லல்படும் அவனுக்கு விரிந்த வயல்வெளி சந்தோசத்தைத்

தருகிறது. தென்றல் காற்றும் பச்சைவெளியும், பறவைகளும், மனிதர்களும் பெரிய மனவெழுச்சியைத் தருகின்றன.

திருமண பந்தம் பெரும் சுமையைத் தரக்கூடியது என்று ஒதுங்கும் அவனுக்கும் ஒரு காதல் வரவே செய்கிறது. எதிர் கட்டிடத்தில் ஏர்கன்டிசன் பெட்டியிலிருந்து சொட்டும் நீரில் இரு குருவிகள் மாறி மாறிக் குளித்து சிலிர்ப்பதைக் காணும் பெண்ணை சந்திக்கிறான். அவளது அன்பு அவனை ஈர்க்கிறது. திருமணம் செய்கிறான். புரட்சி தம்பதிகளாக வாழ நினைத்து சாதாரண தம்பதிகளாக மாறுகின்றனர். அவளின் இயற்கை மீதான ரசனை ஒடுங்கி இல்லாது போகிறது.

பழமையின் வாசனை இல்லாமல் நவீன மனிதனாக வளர்க்க நினைத்த தன் மகன் தாத்தாவுடன் அதிகம் ஒட்டிக்கொள்கிறான். தாத்தா சொல்லும் கதைகள் அவனுக்குப் பேரானந்தத்தைத் தருகின்றன. அந்த தாத்தா ஒருநாள் இறந்துபோகிறார். தாத்தா இறந்துபோனதை சாமியிடம் போய்விட்டார் என்று சமாதானம் செய்கின்றனர். இறப்பின் தாத்பர்யம் குழந்தைக்குத் தெரியவில்லை.

தாத்தாவுடன் விளையாட, விலங்குகளின் கதைகளைக்கேட்க, சண்டை போட விரும்புகிறது. இவன் தன் அப்பாபோல கதை சொல்ல முயல்கிறான். அது அக்குழந்தைக்கு வசீகரமாக இல்லை. தாத்தா வேண்டும் என்கிறான். அவன் தாத்தா சுவாமியிடம் சென்றதைச் சொல்கிறான். குழந்தை கேட்கிறது.

“சுவாமி எங்கே இருக்கிறார்?”

“மேலே வானத்தில் இருக்கிறார்”

குழந்தை ஜன்னலருகில் சென்று வானத்தை நிமிர்ந்து பார்க்கிறது. பிறகு அப்பாவிடம் திரும்பி வந்து, “நானும் சுவாமிகிட்ட போகட்டுமா அப்பா?” என்கிறான்.

“சுவாமிகிட்ட எல்லோரும் போக முடியாது கண்ணு” என்றாள் பத்மா.

“ஏம்மா?”

"சுவாமியே கூப்பிடுவார். அவாதான் போகலாம்"

"தாத்தாவைக் கூப்பிட்டாரா சுவாமி"

"ஆமாம்"

"என்னைக் கூப்பிடமாட்டாரா?"

அம்மா அவனை அணைத்துக்கொண்டு அழுகிறாள். குழந்தை ரவிக்கு ஒன்றும் புரியவில்லை.

பிடிக்காத பழைய உலகம் தனக்குள் வைத்திருக்கிற அழகை கார்த்திக் புகுந்து பார்க்கத் தொடங்குகிறான். 'கார்த்திக்' கதையுடன் சேர்த்துப் பார்க்கும் கதையாக 'முதலில் இரவு வரும்' கதையைச் சொல்லலாம்.

ஆழ்மன எண்ணங்களை மொழிக்குள் வசப்படுத்திய கலைஞன் ஆதவன். காதலில் விழக்கூடாது என்று நினைத்தவன் அதிலே விழுந்துவிட நேர்கிறது. அந்த நிலையைப் பற்றி 'கவலைகளற்ற சுதந்திர பட்சி' என்று செக்சனிலுள்ள மற்றவர்களால் கருதப்பட்டவன், திடீரென்று தன் விருப்பமின்றியே ஓர் அதிசயமான சிறைக்குள் அடைபட்டுவிட்டதை உணர்கிறான். கரைகளற்ற நீர்ப்பரப்பில் அலைகளின் போக்குக்கேற்ப அலைந்து திரிந்த படகாக இருந்தவன், திடீரென்று ஒரு கரையருகில் ஒரு முனையில்தான் கட்டப்பட்டுவிட்டதை உணர்கிறான்" இவ்விதம் எழுதுகிறார். (சிவப்பாக உயரமாக மீசை வச்சுக்காமல்...) மாந்தர்களின் எண்ணங்களை, சூழல்களை, பிரச்சனைகளை செறிவான நுட்பங்களோடு மொழியில் வெளிப்படுத்தினார். ஒன்றிரண்டு என்றில்லை பல கதைகளில் இவரது மொழியாளுமை சிறப்பாக வெளிப்பட்டிருக்கிறது.

ஆதவன் காட்டும் கதை உலகமும் நாஞ்சில் நாடன் காட்டும் கதை உலகம் வேறுவேறானவை சம்பந்தமற்றவை. ஒப்பிட முடியாதவையும்கூட. இருவரும் சமகாலத்தவர்கள். ஆதவன் படைப்புலகை புரிந்துகொள்ள இந்த வேற்றுமைதான் சரியானபடி இனம் காட்டுகிறது. நாஞ்சில் நாடன் புறஉலகின் அத்தனை விதமான தோற்றங்களையும், இயக்கங்களையும் தன் கதைக்குள் கொண்டு வந்தவர். புறஉலகில் முழு கவனமும் குவிந்து அதன் ஊடே சமூக முரண்களை, மனிதர்களின் கயமைகளை,

வேசங்களை அல்லது மேன்மையைச் சொல்வதாக இருக்கும். ஆதவன், அகஉலகின் அத்தனை புதிர்களின் ஊடே உள்ளம் என்ற சிறு கைவிளக்கைக் கொண்டு பதுங்கியிருக்கும் அக ஜாலங்களின் ஆடைகளை உரித்து நிர்வாணமாக்கிக் காட்டுவதிலேயே கவனமெல்லாம் குவிந்திருப்பதைப் பார்க்க முடிகிறது.

சகமனிதர்களோடு இயல்பான விதத்தில் நல்லுறவைப் பேணாத மேட்டிமைத்தனம் கொண்டவர்கள் அவருக்குப் பிடிப்பதில்லை. அலுவலகம் வீடு என்று சுருங்கிவிட்ட மனிதர்களின் உலகம்தான் பிரதானமாக இருக்கிறது. சிறுவயதில் ஏற்படும் விடுதலை உணர்வுகள், மரபின் பிடியிலிருந்து விடுபட எத்தனிக்கும் எண்ணங்கள், கொஞ்சம் வசதியோடு வாழ விரும்பிய ஆசைகள், எல்லாம் மறு சுழற்சியாக குடும்பம் என்ற கூண்டில் அகப்பட்ட வாழ்க்கையாக மாறிப்போவதைத் திரும்பத் திரும்பக் காட்டுகின்றன. டெல்லி, பம்பாய், சென்னை போன்ற பெருநகர மனிதர்கள்தான் இவர்கள். பெருநகரங்கள் தெரிவதில்லை; அலுவலகம், வீடு இவைதான் பெரிதாகத் தெரிகின்றன. அதனுள்ளே போதாமை, மௌனமான சச்சரவு என்பது தவிர ஏதுமற்ற உலகாகிப் போய்விடும் மானிடத் துக்கம் ஒன்று இவரது கதையுலகில் தொக்கி இருப்பதுதான் பளிச்செனத் தெரிகின்றது. மிகச்சிறிய அளவில் கோவில், இந்தியாகேட், ரயில் பயணம், வந்தாலும் அலுவலகத்தோடும் குடும்பத்தோடும் பின்னப்பட்ட ஒன்றாகவே இருக்கின்றன. முகமற்ற மனிதர்களாக பெருநகர அலுவலகக் கட்டடங்களுள் புதையுண்டவர்களாக இருக்கின்றனர். இந்த மத்தியவர்க்கத்து மனிதர்களின் கனவுகளும், கனவுகளை வீழ்த்தும் யதார்த்தங்களும்தான் இவர் காட்டியவை.

ஆதவனின் எல்லாக் கதைகளையும் விலாவாரியாக எழுதி எனது வாசக அனுபவத்தைப் பகிரலாம். இந்தக் கட்டுரையிலேயே அப்படி செய்யவேண்டிய அவசியமில்லை என்றும் நினைக்கிறேன். ‘கால்வலி’, ‘அகதிகள்’, ‘அகந்தை’, ‘ஓட்டம்’ போன்ற சில கதைகள் குறித்து எழுத மனம் உந்தினாலும் ரொம்பவும் விரிக்கவேண்டாம் என்று விட்டு விட நேர்கிறது. ஓர் இலக்கிய வாசகனாக ஆதவன் கதைகள் மீது விமர்சனங்களும் உண்டு. அது அவரது ஆளுமை மீதான விமர்சனம் அல்ல. படைப்பு ரீதியான விமர்சனம்தான்.

'சிரிப்பு' எனக்குப் பிடித்த கதைகளில் ஒன்றுதான், வாழ்க்கையில் சிரித்து மகிழ்வது எவ்வளவு பெரிய விசயம்! சிரிக்க நேர்கிற இடங்களில் எல்லாம் சிரிக்க முடியாதபடி ஒடுக்கப்பட்ட - ஒடுங்கிக்கொண்ட பங்கஜத்தின் ஒரே ஒரு சிரிப்பைப் பற்றிய கதை. முக்கியமாக மாமியாரின் அதிகாரத்தால் சிரிப்பையே மறந்துபோன பங்கஜம் தன் எழுபதாவது வயதில் வாய்விட்டு சிரிக்கும்படி நேர்கிறது. அந்த சந்தர்ப்பம் சரிதான், பங்கஜம் தன் வாழ்விலே இந்த ஒரே ஒரு முறைதான் சிரித்தாள் என கதைக்காகச் சிரிப்பைக் குறுக்குவதுதான் நம்பகத்தன்மையை இழக்கிறது. குறைந்தபட்சம் திருமணத்திற்கு முன்பு தான் தாய்வீட்டில் சிரிக்காது வளர்ந்திருக்க முடியுமா? கதைக்காக வரைந்துகொண்ட வரைகோடு வெளியில் தெரிவதுபோல் இருக்கிறது. மற்றபடி பங்கஜத்தின் எழுபதாண்டுகால வாழ்வையும் அவளின் சிரிப்பை வேறொரு தளத்திற்கு எடுத்துச்சென்றிருக்கும் விதமும் சிறப்பாகக் கூடி வந்திருக்கிறது.

பங்கஜம் தன் எழுபதாண்டுகால வாழ்வில் மாமியார், மாமனார், மருமகள், மகன், மகள், உறவினர்கள், கணவன், வீட்டுக்கார மீனாட்சியம்மாள், என ஒவ்வொருவரின் நடைமுறை சுயநலம், சண்டித்தனம், பெருமிதம், அலட்சியம் தேவைக்கு மட்டுமே தொடர்பு கொள்கிற தந்திரம், இப்படி அவர்கள் நடந்து கொள்ளும் விசயங்களில் நிர்பந்தத்தால் உடன்பட்டு, அதன் அழுத்தங்களில் புழுங்கி மகன் மகள் என எவரையும் சார்ந்து இருக்காமல் தனித்து இருப்பதே கௌரவம் என வயதான காலத்திலும் பிடிவாதத்தோடு வாடகை வீட்டில் நிலைகொண்டு உறவுகளின் பொய்முகங்களை கழற்றி கழற்றி காட்டுவதில் உள்ள அவளின் தீர்மானத்தில் நியாயம் ஓங்கி வெளிப்படுகிறது.

இந்த பங்கஜத்தின் வாழ்வில் ஒருநாள் நடந்த ஒரு சம்பவம். வீட்டுக்கார மீனாட்சியம்மாள் எப்போதும் பங்கஜத்தைக் கண்காணித்துக் கொண்டே இருப்பவள். சமையல் செய்யும் போது தூங்கும்போது பங்கஜம் செய்கிற மறதியான தவறுகளைச் சுட்டிக்காட்டுவதிலேயே குறியாக இருப்பவள். அந்தத் தெருவில் உள்ள ஒரு வீட்டில் நடக்கும் பஜனைக்கு இருவரும் செல்கிறார்கள். பஜனை முடிந்தபின் அங்கிருந்து முருகன் கோயிலுக்குப் போய்விட்டு வந்துவிடலாம் என்று திட்டமிடுகிறார்கள். மீனாட்சியம்மாள் பாரீய உடம்புக்காரி. மற்ற பெண்கள் சூழ

நாற்காலியில் அமர்ந்திருக்கிறாள். தட்டில் வைத்திருக்கும் கோதுமை பிஸ்கட்டை எடுக்க முன் சாய்ந்து கை நீட்டும்போது நாற்காலி வார திடுமென விழுந்து விடுகிறாள். பங்கஜம் கட்டுப்படுத்த முடியாதபடி சிரிக்கிறாள். கவலை மறந்து முதன் முதல் சிரிக்கிறாள். மீனாட்சிக்கு அவமானமாக இருக்கிறது. காட்டிக்கொள்ளாமல் இருக்கிறாள். கோயிலுக்குச் செல்கின்றனர். முருகனைக் கண்ட மீனாட்சி அம்மாள் "என்ன ஒரு தேஜஸ், என்ன ஒரு கம்பீரம் சுவாமி முகத்திலே" என்று பங்கஜத்தைப் பார்த்துச் சொல்கிற போது, பங்கஜத்திற்கு நாற்காலியிலிருந்து வீழ்ந்த காட்சி திரும்பவருகிறது. "எனக்கென்னவோ ஸ்வாமி சிரிக்கிற மாதிரி இருக்கு, குறும்பா சிருச்சுண்டிருக்காப்பலே - பாருங்கோ உங்களுக்குத் தெரியலே" என்கிறாள். மீனாட்சி பங்கஜத்தைப் புதுசாகப் பார்க்கிறாள். பங்கஜம் வேறு ஒரு பங்கஜமாகத் தெரிகிறாள். புத்திசாலித்தனமான இடம்தான். நம் மனநிலைக்கு உகந்த ஒன்று அங்கு வெளிப்படுவதாகத் தோன்றும். ஒரு நல்ல கதையில் படைப்புக் குறைபாடு இல்லாது அமையும்போது அதன் வீச்சு கூடுதலாக இருக்கும்.

'லேடி' கதையில் வரும் வீட்டுவேலைக்காரியான பாப்பாவின் பாத்திரவார்ப்பு தனித்த சாதனை என்பேன். ஆனால் 'புறா' கதை பிராமணர் எதிர் பிராமணரல்லாதார் மனப்பாங்கை அலுவல் நிமித்தமாக கையாண்டு ஒரு கோணத்தில் ஒரு தெளிவைத் தர முனைகிறார். அது அவ்வளவு சரியாக வரவில்லை. அதாவது பிரச்சனையின் ஆழம் இல்லை. ஒரு மேம்போக்கான மனிதார்த்தப் பார்வையைக் கட்டமைப்பதாக இருக்கிறது.

பிராமணரால் அலுவலகத்தில் தொடர்ந்து நெருக்கடிக்கு உள்ளாகிறான் இக்கதை மாந்தன். அவரால் ஏற்படும் மனக்காயத்தை இன்னும் வலுவான சம்பவங்களால் பின்னப்பட்டிருக்குமானால் கதைக்குக் கனமும் ஆழமும் கூடியிருக்கும். அவ்விதமான மோதல் இல்லாமல் ஒரு பிராமணர் வீட்டில் காப்பி குடிப்பதில் உள்ள முறையால் மட்டும் கொண்டுவந்து விட முடியாது. பிராமணன் திட்டமிட்டு தீண்டத்தகாதவனாக நடத்துவதில்லை. வெள்ளைக்காரன் உருவாக்கிய சட்டதிட்டங்களில் உயரதிகாரியாக அமரும் நிலையிலிருந்து உருவானவை. ஒரு பிராமணன் தவறு செய்தால் ஒட்டுமொத்த சமூகமே எப்படி பொறுப்பேற்க முடியும் என்று தனக்குள் தெளிவடைகிற (சண்முகம்) விசயம் ஆழமற்றதாக

இருக்கிறது. பார்ப்பனிய குணத்திற்குச் சாதகமான பூச்சாக இருக்கிறது. பார்ப்பனிய குணத்தை ஆழமாக அலசாதது போல இருக்கிறது. உதாரணமாக மனுதர்ம நூலில் உள்ள பிராமணியக் கருத்துக்களை - அதை ஒட்டிய பிராமணர்களின் மனநிலையை பரிசீலித்திருந்தால் கதை வலுவான தார்மீகத்துடன் உருவாகி இருக்கும். மற்றொன்று, ஆங்கிலேயன் வருவதற்கு முன்பே பேதம் இருந்தது. வைணவத்தில் வடகலை தென்கலை சாதிய முரண்பாட்டினாலேயே உண்டானது. ஆதவன் இருதரப்பையும் சமரசம் செய்யப் பார்க்கிறார். ஆசிரியரின் நோக்கம் சரி. அதைக் கீறி உள்ளே சென்றிருக்கவேண்டும். புதுமைப்பித்தன் ‘நாசகார கும்பல்’ என்கிற கதையில் தன் சுயசாதி மக்களின் சாதிய வன்மத்தை மூர்க்கமாகப் போட்டுடைத்திருப்பார். அதுமாதிரி உள்ளிறங்கி பார்க்கப்படவில்லை. இக்கதையில் சொல்லப்படும் புறா என்ற லட்சிய படிமம் பெரிய அறிதலை உண்டாக்கவில்லை.

ஆதவனின் சில நல்ல கதைகள்கூட வேகமாக நம் நினைவிலிருந்து மறையும் தன்மை கொண்டவையாக இருக்கின்றன. அக்கதைகளில் நிகழ்வுகள் கதைக்கான மெல்லிய இழையாக நின்று (கதை இயக்கமும் நின்று) மனித சலனங்களைச் உரையாடல்களால் நிரப்பி இருக்கின்றன. அல்லது அடைத்துக் கொள்கின்றன. (பிற்கால கதைகளில் இந்த உரையாடல் விலகிக்கொண்டது). இன்னொன்று இந்த உரையாடல்கள் வெவ்வேறு குரல் தன்மை கொண்டவையாக இல்லை. சற்றேறக்குறைய ஒரே குரல்தன்மை கொண்டவையாக (மத்தியதரவர்க்கம்) இருக்கின்றன. அதனால் எந்தக் கதையில் எந்த விசயம் விவாதிக்கப்படுகிறது என்று திரும்ப புரட்டிப்பார்க்க வேண்டியதாக இருக்கிறது. கற்பனை செய்து கொள்வதற்கும் இடமளிப்பதில்லை. மிச்சம் மீதியில்லாமல் சொல்லிவிட வேண்டும் என்ற ஆர்வம் ஆரம்பகாலக் கதைகளில் அதிகம் உண்டு. இக்கதைகளில் கதையை வளர்த்தெடுத்துச் சொல்ல வரும் சிறிய நிகழ்வுகளும் தனித்துவம் வாய்ந்ததாக இல்லை. ஒரு விசயத்தின் பொருட்டு மன அவசங்கள் அக்குவேறு ஆணிவேறாகக் பிடுங்கி வைக்கப்படுகின்றன. வாசிக்கும்போது பெரிய அளவில் நம்மை சுழற்றி ஈர்த்துக்கொள்ளும் வல்லமை கொண்டிருந்தாலும் வாசித்துவிட்டு வேறு கதைக்கு நகரும்போது மெல்ல அதன் பாதிப்பு மறையத் தொடங்குகின்றது. இவ்வகையான கதைகளில் மாந்தர்களின் வார்ப்பு உருவாகி வராததுகூட உடனடி கவனத்திற்கு

வராது போகின்றது. கதையின்வெளி குறுகியதாகவும் இருக்கிறது. பிரச்சனையின் தன்மை சன்னமானதாக இருக்கிறது. ஓரளவு நிகழ்வின் அடர்த்தியோடு சொல்லப்பட்ட கதைகளே பாதிப்பை ஏற்படுத்துவனவாக இருக்கின்றன. இக்கதைகளின் மாந்தர்கள் வாசகன் உள்ளத்தில் மங்கிய கோட்டுச் சித்திரம்போல உறுக்கொள்கின்றனர். கி.ரா. போல அங்க அடையாளங்களுடன் கூடிய பாவனைகள் அல்ல. விசயத்தை ஒட்டி உருவாகி வரும் உருவங்கள். கதை இயக்கம் புனைவால் விரிந்து விரிந்து செல்லும் கதைகளில்தான் இவரது சாதனைகள் இருக்கின்றன. சில கதைகள் அதன் தனித்துவம் சார்ந்தும் படைப்பாளியின் பார்வை சார்ந்தும் அழுத்தமாக நினைவில் நிற்கின்றன.

தி. ஜானகிராமனின் கதைகளில் உரையாடல் உணர்வின் தளத்தில் வெளிப்பட்டது என்றால் ஆதவன் உணர்வை அறிவுப்பூர்வமான தளத்தில் வெளிப்படுத்துகிறார். தீவிர எண்ணங்களுக்கு மாந்தர்கள் ஆட்படுகின்றனர். ஆனால் அவை பிரச்சனையின் உக்கிரத்திலிருது எழவில்லை. எதிரெதிர் மாந்தர்களின் அகந்தையிலிருந்து எழுகின்றன.

ஒரு பாத்திரத்தின் குணநலன்களை எண்ணங்களை ஆசிரியரே விளக்கிச் செல்லும் இடங்கள் இருக்கின்றன. வாசகனுக்காக விளக்கும் இடங்கள் புனைவின் சாத்தியத்தைக் கீழிறக்குகின்றன. இதில் அறிவார்த்தம்தான் மேலோங்குகிறது. உணர்வுதளம் கீழிறங்குகிறது.

கதைகளில் வரும் பிரச்சனைகள் முரட்டுத்தனமானவை அல்ல. வாழ்க்கை நெருக்கடியில் வாழ முடியாது சிக்கித்தவிக்கும் சமூகப் பிரச்சனைகள் இல்லை. பிரச்சனை எல்லாம் தேர்வு சார்ந்து விரியும் அவ நம்பிக்கைகளின் எண்ண ஓட்டங்களே. படிக்கும்போது மாந்தர்களின் எண்ண ஓட்டங்கள் பிடிக்கின்றது. ஆனால் அக்கதைகளின் வழி மானுட துக்கத்தையே தீர்க்கமுடியாத சிக்கலின் வேர்களையோ கண்டடைவதில்லை. (ஆரம்பக் கதைகளில்) இது ஒத்து வருமா ஒத்துவராதா என்று மன அலசல்தான் கதையை முழுக்க அடைத்துக்கொள்கிறது. இந்தக்கோணம் மனதின் வேடிக்கைகளைத் திறந்து திறந்து பார்த்தபடி நகர்ந்துகொண்டே இருக்கிறது. படித்த மத்தியதர வர்க்க மனப்போக்கைச் சொல்வதாக மட்டும் அமைகிறது. மானுட

தமிழ்ச் சிறுகதை ஒரு காலத்தின் செழுமை | 337

சிக்கலின் மேல் பார்வை குவிந்து பண்பாட்டுப் பொறிக்குள் சிக்கித் தவிக்கும் பாடுகளாக இல்லை. மத்தியதர வர்க்கத்து வாழ்க்கைப் பிரச்சனைதான் முக்கியத்துவம் பெறுகிறது. அந்த உலகை சிறப்பாகக் காட்டியிருக்கிறார். ஒரு படைப்பாளியாக இதில் சமரசமற்று இயங்கியிருக்கிறார். அவருக்குத் தெரிந்த உலகை அவருக்கு உண்டாகிவந்த பார்வையைச் சரியாகச் செய்திருக்கிறார்.

ஆதவனின் பல கதைகளின் கதைக்கான இயக்கம் பேருந்து நிறுத்தங்களிலோ, வீட்டை விட்டுக் கிளம்பும்போதோ, அலுவலகத்திலோ கடை வாயிலிலோ துவங்குகிறது. இந்த இயக்கம் கதை தொடங்கப்பட்டவுடன் நின்றுவிட நினைவுச் சுழலுக்குள் இயங்குகிறது. நிகழ்கால இயக்கம் சிறுத்துப்போகிறது. இயக்கத்தின் சாதகமான அம்சங்கள் கதைக்குள் எழுந்துவராமல் அமுங்கிப்போகின்றன. நினைவுச்சுழலில் உள்ளத்தின் மர்மங்களை வெளிக்கொணர்வதிலே உள்ள ஆழம் கதைகளில் புனைவின் தன்மையை இழந்துவிடுகிறது. புனைவிற்கு முக்கியத்துவம் தந்து எழுதும்போது உள்ளத்தின் சலனங்கள் அளவாகக்கூடி மானிட மர்மத்தைத் திறக்கிறது. மனதை பாதிக்கவும் செய்கிறது. ‘படங்கள் இல்லாத பத்திரிகை’, ‘லேடி’, ‘கார்த்திக்’, ‘ஒரு பழைய கிழவரும் ஒரு புதிய உலகமும்’ போன்ற கதைகளில் உடனடியாக ஈர்ப்பை ஏற்படுத்துவதற்கு அவைகளுள் இயங்கும் புனைவியக்கம்தான் காரணம். இந்த விமர்சனங்களையெல்லாம் தாண்டி ஆதவன் முக்கியமான சிறுகதையாசிரியர் என்பதை அவரது படைப்புகள் பறை சாற்றுகின்றன.

சில கதைகள் அதன் தனித்துவம் சார்ந்தும் படைப்பாளியின் ஆளுமை சார்ந்தும் நினைவில் என்றென்றும் நிலைக்கின்றன. ‘நிழல்கள்’, ‘இறந்தவன்’, ‘புதுமைப்பித்தனின் துரோகம்’, ‘ஞாயிற்றுக்கிழமைகளும் பெரிய நகரமும் அறையில் ஓர் இளைஞன்’, ‘கார்த்திக்’, ‘சிரிப்பு’, ‘ஒரு அறையில் இரண்டு நாற்காலிகள்’ முதலியவை முக்கியமானவை.

எல்லாத் தளங்களிலிருந்தும் எனக்குச் சிறப்பாகத் தோன்றிய கதைகளாக ‘அப்பர்பெர்த்’, ‘இண்டர்வியூ’, ‘சிவப்பாக உயரமாக மீசை வச்சுக்காமல்...’, ‘ஒரு பழைய கிழவரும் ஒரு புதிய

உலகமும்', 'லேடி', 'முதலில் இரவு வரும்', 'கத்தி' ஆகியவை தோன்றுகின்றன.

நாற்பத்தி ஐந்தாம் வயதில் எதிர்பாராத விதத்தில் ஆதவன் மரணத்தைத் தழுவினார். இருபதே இருபதாண்டு காலம்தான் இலக்கியப்பணி ஆற்ற வாய்த்தது. இந்தக் குறைந்த அவகாசத்தில் அறுபது கதைகளுக்கு மேலும், இரண்டு நாவல்களும் தந்திருக்கிறார். இவரது 'காகிதமலர்கள்' நாவல் படித்து முப்பதாண்டுகள் ஆகின்றன. டெல்லியில் மேல் மட்ட வாழ்க்கை. பதவி மோகத்திற்காக மனைவியையே கூட்டிக்கொடுக்கும் கணவன். அரசியல்வாதி, அம்மாவை அறிந்துகொண்ட மகன், அவனது அறிவார்த்தம், அம்மாவின் மனச்சிக்கல்கள் என இன்னும் மறையாமல் மிதக்கின்றன. காமத்தைச் சுகித்து முடித்து வாய்பிளக்க குரட்டை விட்டுத் தூங்கும் அந்த அரசியல்வாதியின் தொப்பை வயிறும் முத்தமிடும்போது நாறிய வாயும் பதவிக்காக வடிவற்ற அந்தக் குடிகாரக் கிழவனுக்குத் தன்னைக் கொடுத்து வெறுக்கும் குடும்பத் தலைவியும் காட்சி சித்திரங்களாக நிற்கின்றனர். இந்த நாவலைப் பத்தொன்பது வயதில் படித்தேன். திரும்ப படித்துப் பார்க்க ஆசை கொண்ட நாவலில் முதல் வரிசையில் இருக்கிறது. இதையொட்டிய காலத்தில்தான் 'ஒரு பழைய கிழவரும் புதிய உலகமும்' சிறுகதையையும் படித்தேன். களங்கமற்ற வாசகனாக அப்படைப்புகள் தந்த எழுச்சி மகத்தானது. ஆதவன் மீது கொண்ட ஆர்வம் அவரது கதைகளைத் தேடிப் படிக்கவும் செய்தது. ஒரு கலைஞனுக்கு இப்படியான குறைந்த ஆயுளைத் தந்து முடித்து வைக்க வேண்டாம் என்று தான் மனம் ஒருநாள் பதறியது. வாழ வாய்த்திருந்தால் அவரது சாதனை பெருஞ்சாதனையாக மாறியிருக்கவும் கூடும்.

■ 26.01.2009 ■ தாய்வீடு, 2022

முற்போக்கு இலக்கியத்தின்
அசலான கலைஞன் கந்தர்வன்

கந்தர்வன் எழுபதுகளில் எழுத வந்தவர் என்றாலும் எண்பதுகளிலும் தொண்ணூறுகளிலும் நிறைய எழுதினார். கந்தர்வன் எழுத வந்த காலத்தில் முற்போக்கு இலக்கியம் என்ற பேச்சு உச்சத்தில் பறந்து கொண்டு இருந்தது. புதுமைப்பித்தன், ஜெயகாந்தன் இருவரை, முற்போக்குவாதிகள் என்றாலும் அப்படி கொள்கை சார்ந்து அவர்களை ஒன்றிலே அடக்கிவிட முடியாது. முற்போக்கு என்ற பதாகையை ஏந்தி எழுதியவர்களில் ரகுநாதன், ராஜம் கிருஷ்ணன், டி. செல்வராஜ், ஜெயந்தன், பொன்னீலன், சு. சமுத்திரம், மேலாண்மை பொன்னுசாமி, தனுஷ்கோடி ராமசாமி, சோலை சுந்தரபெருமாள் என்ற நீண்ட வரிசை உண்டு. இவர்களில் யாரும் சிறுகதை என்ற கலைவடிவத்தில் சாதனைகள் நிகழ்த்தியவர்கள் அல்லர். ஒன்றிரண்டு கிடைத்திருக்கலாம். சிறுகதையாளராகத் தனித்து நின்றவர்கள் இல்லை. இந்த இயக்கப் பின்னணியில் இருந்தபடி சிறந்த சிறுகதையாளராக மலர்ந்தவர் கந்தர்வன். இவர் எழுதவந்த அதே எழுபதுகளின் துவக்கத்திற்கு முன்னரே முற்போக்கு இலக்கியத்தில் சில அழுத்தமான நல்ல கதைகள் எழுதியவர்களாக இராசேந்திரச்சோழன், பா. செயப்பிரகாசம், அம்பை மூவரைச் சொல்லலாம். இவர்களிடம் போகப்போகப் பிரச்சாரத்தன்மை கூடியது. கந்தர்வனிடம் போகப்போக கலைத்தன்மை கூடியது. முன்சொன்ன பொன்னீலன் வரிசை எழுத்தாளர்கள் எழுத்துப் பாணியிலிருந்து விலகி கந்தர்வன் தனித்துவம் மிக்க முற்போக்கு எழுத்துவகையைத் தோற்றுவித்தவராக இன்று உறுதியாகத் தெரியவருகிறார்.

கதையை எப்படிச் சொல்லலாம், எந்தளவு சொல்லிச் செல்லலாம் என்பதில் அவருக்கு விழிப்பு இருந்தது. எழுத அமரும் முன்னே மனதளவில் கூடி வருகிற செம்மையாக்கம்

அது. 'ஒரு இடந்தேடி' என்றொரு கதை. அகில இந்திய எழுத்தாளர் மாநாட்டில் பல மாநிலங்களிலிருந்து வந்து கேரளாவில் கூடுகின்றனர். கர்நாடகத்தைச் சேர்ந்த முதிய கவிஞர் தன் மனைவியோடு வருகிறார். அவர் வந்தது இலக்கிய சாக்கைச் சொல்லி மூன்று நாள் அமைதியான இடத்தில் இருக்க. பிள்ளைகள் நல்ல நிலையில் இருக்கிறார்கள். இவர்களை அரவணைக்காமல் கைவிட்டு விடுகின்றனர். இந்தத் தம்பதிகளோடு கதைசொல்லியும் இரண்டு நாள் இணைந்திருக்க நேர்கிறது. அவர்களைச் சந்தித்து அவர்களோடு தனக்கும் ஒதுக்கியிருக்கும் அறைக்குச் செல்கிறார். மூன்று பத்திகளிலிருந்து தேவையான வரிகளைத் தருகிறேன்.

"... அடிக்கடி மனைவியோடு பேசினார். திருப்தியில்லாத அவர் முகத்தை சரி செய்ய என்னசெய்வது என்ற சங்கடம் டி.பி. முன் இறங்கும் வரை என்னிடமிருந்தது. அவர்களை ஒரு அறைக்குள் விட்டு அடுத்த அறைக்குள் நான் தங்கிக்கொண்டேன்.

அரைமணி கழித்து பிரஷோடு வாசலில் நின்றபோது ஒரு வாளி நிறைய வெந்நீரைத் தூக்க முடியாமல் தூக்கிக்கொண்டு ராவ் "திஸ் இஸ் ஃபார் மை லேடி" என்று சொல்லிக்கொண்டே சென்றார்.

ஒன்பது மணிக்கெல்லாம் அவர் என் அறைக்கு வந்தார். அழுக்கெல்லாம் போய் பளிச்சென்றிருந்தார் ... ..."

இந்த மூன்று பத்திகள் முக்கியமான விஷயத்தைப் பேசவில்லை. சாதாரண நிகழ்வு சுருக்கமாக நேர்த்தியுடன் சட்சட்டென நகர்கிறது. இப்பத்திகளின் இடையே சொல்லப்படாத பல காரியங்கள் நடந்துவிட்டன என்பது இயல்பாக வெளிப்படுகிறது. இதை கந்தர்வன் கதை எழுதும் கைப்போக்கிலேயே எழுதிவிடுகிறார் எல்லாக் கதைகளிலும். பல முற்போக்கு எழுத்தாளர்களிடம் இந்தக் கலை கைகூடவில்லை. வழவழவென்று வார்த்தைகள் கொட்டிகிடக்கும். முற்போக்கு என்று சொல்லிக்கொள்ளாத பலரிடமும் இந்த வழவழப்பு உண்டு.

பிரச்சனை என்ற பெயரில் எழுத்தாளர்களே பாத்திரங்களின் பொருளாதார சிக்கலை, பசியை, வறுமையை, சுரண்டலை, வேதனைகளை, சாதியக் கொடுமைகளைச் சொற்களால் குவித்து மூடினர். கந்தர்வன் இந்தச் சொல்முறையை முற்றாக

நிராகரித்தார். அவர்களின் வறுமையை, சுரண்டலை இந்த மானுட சமூகம் எப்படி ஆக்கிவைத்திருக்கிறது என்று காட்டினார். அல்லது அந்தச் சூழலில் அவர்கள் எப்படி சிக்கி வதைபடுகிறார்கள் என்று காட்டினார். கதையில் வரும் பாத்திரங்களுக்கு விடியலைக் கொண்டு வராமல் வாசகனுக்கு அந்தப் பிரச்சனையின் வேர்களை இனம்காட்டினார். இலக்கியத்தின் சத்தான குணம் என்பதே அதுதானே. எழுத்து தரும் புத்துயிர்ப்பு என்பதுதான் கந்தர்வனின் இலக்கியக் கொள்கை. இயக்கக் கொள்கைக்கு ஊட்டம் தரும் மிகையான சொற்களை விலக்கி அவர்களின் ஆசாபாச குரல்களிலிருந்தே அவர்களின் இதயத் துடிப்பை முன்வைத்தார். பொருளாதாரத்தில் வதைபடும் வெகுமக்களின் நம்பிக்கைகளை கேலியுடனோ, எரிச்சலுடனோ அணுகியதில்லை. அவர்களின் நம்பிக்கைகளை ஏற்றபடியே அவர்கள் நெறிபடும் அதிகாரங்களை இனம்காட்டினார். வறுமையின் காரணமாக மாடுமேய்க்கிற சிறுவனாக, மளிகைக் கடையில் ஊழியனாக சிறுவயதில் இருந்த அனுபவங்கள் எல்லாம் பின்னாளில் கதைகள் எழுதும்போது ஜீவரசமாக வந்து உதவியிருக்கின்றன. சக முற்போக்கு எழுத்தாளர்கள் பத்திரிக்கைச் செய்திகளைக் கதைகளாக்கியபோது கந்தர்வன் தன் காலடியிலிருந்து விசயத்தை எடுத்துக்கொண்டார். அதனால்தான் கந்தர்வனின் கதைகள் முற்போக்கின் அசலாக இருக்கின்றன. அவர் உருவாக்கிய மானிட சித்திரங்கள் ரத்தமும் சதையுமாக நம் கண்முன் உலவுகின்றன. அப்படிப் படைப்பதை அவர் மிக விரும்பிச் செய்தார்.

கந்தர்வன் ஒவ்வொரு கதைக்குள்ளும் ஒரு பிரச்சனையைப் பற்றிப் பேசத்தான் எழுதுகிறார். அப்படி எழுத அமரும்போது அவரின் உள்ளம் அந்த வாழ்க்கைக்குள் இயல்பாகக் கரைந்துவிடுகிறது. ஓர் எழுத்தாளனின் விமர்சனக் கண்கொண்டு மட்டும் பார்க்காமல் சரியோ தவறோ பிரச்சனையின் இரு பக்கங்களிலும் தன்னைத் திறந்து கொள்கிறார். மானிட பாவனைகளை உற்று கவனிக்கிற அவரின் குணம் கதைகளுக்கு மிகப் பெரிய பலத்தையும் நம்பகத்தன்மையையும் உண்டாக்கிவிடுகிறது.

மாந்தர்களின் முகக்குறிப்புகள், சுற்றுப்புறம் குறித்த விவரணைகள், பேசு பொருள் குறித்து அந்தக் கணத்தில் தோன்றும் எண்ண வெளிப்பாடுகள், மக்களிடையே புழங்கும் தனித்துவமான சொற்கள் என பல நுண்ணிய விசயங்கள் அவரின்

சொல்முறையில் லாவகத்தோடு வெளிப்படுகின்றன. பொதுவாக முற்போக்குவாதிகள் தவறவிடும் இடம் இத்தகையதுதான். இதற்கு நின்று கவனிக்கிற நிதானம் வேண்டும். கந்தர்வனுக்கு அது இயல்பிலேயே அமைந்திருக்கிறது. கந்தர்வனுக்குள் படிந்து போயிருக்கின்ற மக்கள் மொழி அளவுடனும் அழகுடனும் உயிர்ப்புடனும் கதையோட்டத்தில் மேலெழுந்து வந்து ஈர்ப்பையும் நம்பகத்தன்மையையும் கூட்டுகிறது. கி.ரா. சில சமயம் கூடுதலாக ரசித்து எழுதுவது தெரியும். கந்தர்வனிடம் மக்கள் மொழி கச்சிதமாக வெளிப்படுகிறது. விடியற்காலையோ, மதியமோ, விளக்கு வைக்கிற நேரமோ, ஆளரவமற்ற நடு இரவோ அந்தந்த நேரத்து புற உலக காட்சிகளைச் சிறு சிறு தொடர்களில் தீட்டிவிடுகிறார். சில உதாரணங்கள் தருகிறேன்.

"பத்து நாளாய்ப் பன்னிப் பன்னிச் சொல்லியும் இந்தா தாரேன் அந்தா தாரேன் என்று சொல்லிக்கொண்டே தினமும் ஓடிவிடுகிறார்" (மைதானத்து மரங்கள்)

"ஒரு வாரங்கழித்து பேண்ட்காரர் வந்தபோது பைக்குள்ளிலிருந்து கைகொள்ளாத நோட்டுக்களை அள்ளி வெளியிலெடுத்தான். பழசு, புதுசு, அழுக்கு எல்லாம் சேர்ந்த கலவை நோட்டுக்கள்"

"ஆயிரங்களுக்குக் குறைந்து வாயிலிருந்து வார்த்தை கீழே வருவதில்லை. லிண்டல், ரூஃபிங் என்று புதுப்புது வார்த்தைகளிலேயே கணவன் மனைவி பேசிக்கொண்டனர்" (ஒவ்வொரு கல்லாய்)

கதை விரிந்து செல்லும் போதே விசயம் சார்ந்து பேசியவர்களின் பேச்சுத் தொனி மெல்ல விவரணையோடு இழைந்து வருவது இலகுவாக நிகழ்கிறது. சாதாரண வார்த்தைகளில் சொல்லக் கூடாததுபோல சொல்லிக் கடந்து விடுகிறார். அது நம் தமிழ்மனம் சார்ந்த வெளிப்பாட்டு முறையாக இருப்பதைச் சற்று நிதானித்துப் பார்த்தால் புரியும்.

"... இளவட்டங்கள் கூட்டமாக வந்து கேந்திரமான மரத்தடிகளில் உட்காருவார்கள். கண்ட கண்ட பெண்களைப் பற்றியெல்லாம் அவர்கள் கதையளந்து கொண்டிருப்பார்கள்" (மைதானத்து மரங்கள்)

"தாத்தா, வீட்டிலிருந்து எப்போது புறப்பட்டுப் போனார். எந்த ஊரில் யார் வீட்டிலிருக்கிறார். ராத்திரி எத்தனை மணிக்கு வருவார் என்பதெல்லாம் வீட்டில் யாருக்கும் தெரியாது. உள்ளூரில்தான் தங்கியிருக்கிறார். "ஒரு வீட்டில்" என்பதுபோல் நக்கலாக ஒருவர் சொல்ல "அதெல்லாமில்லை. சிறைக்குளமோ, பண்ணந்தையோ, கீரந்தையோ எங்கேயிருக்காகனு யார் கண்டா" என்று அழுத்தமாய் அடுத்த ஆள் பேசிவிடும்." *(சாசனம்)*

இந்த சொல்முறைகளில் வெளிப்படும் ரகசியம் கதையின் மைய இழைக்கு கூடுதல் வலுத் தருவதாகவும் அமைந்துவிடுகின்றன. மேலும் ஓர் உதாரணத்தை இவ்விடத்தில் காட்டலாம்.

"காவணம் போட, நிரைச்சல் மேய, படப்பு போட என்று வேலு எதைச் செய்தாலும் செய்கிற போது பார்த்து கொண்டேயிருக்கத் தோன்றும். செய்த பிறகு செய்ததைத் தொட்டுக் கொண்டேயிருக்கத் தோன்றும். வேலுவை மட்டும் மேலத்தெரு கீழத்தெரு இரண்டு ஜனங்களும் தொடமாட்டார்கள்" *(துண்டு)*

மானிடர்களைப் பற்றியும், அவர்களின் செயல்களைப் பற்றியும் அசைவுகளைப் பற்றியும், நுட்பமாக அவதானித்து எழுதியிருக்கிறார். ஒண்டுக்குடித்தன வீடுகளில் பெண்கள் படும் அவஸ்தையை "தூங்கிக் கொண்டோ, புரண்டுகொண்டோ கிடக்கிற பெரியவர்கள். குழந்தைகளைத் தாண்டி உடைகளைச் சரிபடுத்தி அகால நேரங்களில் அவள் பாத்ரூம் போய்வருவதில் அவளுக்கு நேரும் சங்கடங்கள் அவனைப் பாதித்திருந்தன" (ஒவ்வொரு கல்லாய்) என்று சொல்லி கொஞ்சம் விசாலமான பாத்ரூம் அட்டாச்சோடு கூடிய ஒரு வீட்டைக் கட்ட வேண்டிய சூழலை வெளிப்படுத்துகிறார். கதையும் வீட்டைக் கட்டிப் பார்த்து கடனில் சிக்கி தவிக்கிற கதைதான்.

'துண்டு' என்ற கதையில் சாதியமேட்டிமையில் திளைக்கும் குடும்பத்தில் வேலை செய்யும் வேலு எவ்விதமெல்லாம் கூனிக் குறுகி இருக்க நேர்கிறது. அப்படி இருக்க வல்லாண்மை சமூகம் விரும்புகிறது; செயல்படுத்துகிறது; எதிர்பார்க்கிறது என்பதை வெகு நுட்பமாக வெளிப்படுத்துகிறார். அந்த வேலுவின் தனித்துவங்கள் ஒப்பிட்டும் பிரித்து தனித்தும்

பேசும் இடங்களில்தான் ஓர் எளிய சாதியில் பிறந்த மகத்தான மனிதன் எப்படி கீழானவனாகப் பார்க்கப்படுகிறான் என்பதை விமர்சனப்பூர்வமாகப் பார்க்கவைக்கிறது.

“யானையைத் தூக்கித் தலையிலெ வை. சொமந்திருவான். தொறட்டியை எடுத்துக் கொப்பை முறிச்சிராம ஒரு முருங்கைக்காய் பறிக்க ஏலாதுடா எங்க பண்ணைக்காரனுக்கு” என்று சொல்லி வேலுவின் கைத்திறனைச் சிலாகிக்கவும் செய்கிற முதலாளிதான் அடிமைத்தன உடல்மொழியையும் விரும்புகிறார். வேலு கட்டில் கயிறு பின்னப் போடும் அழகை, “கயிறு பிரிந்தும் அறுந்தும் கருவாடாய் கிடக்கும் கட்டிலைப் பின்ன வேலுவுக்கு ஆள்போகும். கயிற்றுப் பிரியோடு வேலு கட்டிலுக்குக் குனியும்போது முத்தமிடுவதுபோல் தோன்றும். பிரியத்தை முதலாவதாய்க் கட்டிலில் வைத்துவிட்டுத்தான் அதனைத் தொடுவார். பின்னும் அழகை ஜனம்கூடி ரசிக்கும். பின்னி முடித்துக் கயிற்றைத் தட்டும்போது வில்லைத் தட்டுவது போலிருக்கும் கிண் கிண் எனும் ஒலி” என்று காட்சிப்படுத்துகிறார்.

பொருள்களை விற்றுத் தரும் அல்லது விற்பதற்கு ஏற்பாடு செய்து தரும் விற்பனைப் பிரதிநிதிகள் எதிர்கொள்ளும் சவால்களைச் சொல்கிறது “இலக்குகள்” கதை. அவர்கள் சலிக்காமல் ஓடவேண்டியதிருக்கிறது. தோல்வி மேல் தோல்வி விழுந்தாலும் நம்பிக்கையோடு அடுத்த கதவைத் தட்ட வேண்டியிருக்கிறது. எப்படியும் ஜெயித்துவிடலாம்; சொகுசான வாழ்க்கையை எட்டிப் பிடித்துவிடலாம் என்று கனவு காண வேண்டியிருக்கிறது. அப்படியான ஒரு பிரதிநிதி தொலைபேசியில் உரையாடும்போது வெளிப்படும் உடல்மொழியில் அவனின் சரிவு மெல்ல மெல்ல நிகழ்வதைத் துல்லியமாகப் படம்பிடிக்கிறார். “அவன் என் அறைக்கு வந்து என்னிடம் பேசிக் கொண்டிருக்கும் அநேகத் தருணங்களில் ‘செல்’ மணியடிக்கும். சிகரெட் பிடித்தபடி எதிர்முனை நபருடன் அலட்டலாய்ப் பேச ஆரம்பிப்பான். அப்புறம் அன்னியோனியமாகப் பேசுவான். போகப்போக சமாளித்துப்பேசுவான். அப்புறம் கொஞ்சலாய் வரும். இன்னின்ன தேதிகளில் முடிப்பதாகத் திட்டமாக வாக்குறுதிகள் சொல்வான். அவன் குரலில் பதட்டம் அதிகரிக்கும்.”

“சாசனம்” கதையின் துவக்கத்தில் குறவீட்டு புளிய மரம் பற்றிய விவரணை வருகிறது. வெறுமனே கதையில் வரக்கூடிய காட்சியாக இல்லாமல் அதுவே பிரச்சனையின் மையமாக இருப்பது பின்னால் விரிகிறது. “... அத்தனை நஞ்சை புஞ்சை வீடு மரங்களிலும் அப்பாவுக்கு ரொம்ப பிடித்தமானது இந்தப் புளிய மரம்தான். வெகு தூரத்திலிருந்து பார்த்தால் ஒரு குன்று பச்சையாய் நின்றிருப்பது போலிருக்கும். அருகில் வந்து அண்ணாந்து பார்த்தால் ஆயிரங்கிளையோடு அடர்ந்து அந்த மரத்திற்குள் ஒரு தோப்பு அசைந்தாடுவது போலிருக்கும்.” கந்தர்வன் கதைகளில் வரும் சிறு சிறு காட்சிகள், பேச்சுக்கள் எல்லாம் ஒட்டுமொத்தக் கதையின் அங்கமாக நின்று ஓர் அனுபவத்தைத் தருகின்றன. நாம் வாழும் வாழ்க்கையை விமர்சிக்கின்றன. கதையிலிருந்து பிசகாது கூடுதல் குறைவு இல்லாமல் செறிவான கட்டமைப்பில் அவை இணைந்து ஓர் உருவம் கொள்கின்றன.

பனைமரத்தைத் தன் தோளால் மோதி மோதி சாய்க்கும் ஒரு ஜாம்பாவான் ஊர்மக்கள் போடும் சில்லரைக் காசுக்காக ஒடுங்கி நிற்கும் வீழ்ச்சியைப் பணத்திற்கும் பசிக்கும் வீரார்ந்த மனிதர்களும் அடிமையாகும் இகழ்ச்சியை “அதிசயம்” என்ற கதையில் சொல்கிறார். சென்ற நூற்றாண்டில் இப்படியான மனிதர்கள் வலம் வந்ததிலிருந்து ஒரு நாட்டுப்புற தொன்மமாக இதை எடுத்து கையாண்டிருக்கிறார். அந்த மனிதன் பனை மரத்தைச் சாய்க்க போர் தொடுக்கும் முன் அவன் செயலைக் குறிப்பிடுகிறார். “அவர் அடிமரத்தைத் தொட்டு வணங்கினார். பிறகு நெடுஞ்சாண் கிடையாக மரத்தடியில் விழுந்து கும்பிட்டு எழுந்தார்.” இந்தப் பந்தம் மேலை தேசங்களில் இல்லாதது. வீழ்த்தப்போகும் மரத்திற்கும் அவனுக்கும் பகைமை இல்லை. ஓங்கி உயர்ந்து நிற்கும் அம் மரம் மனிதர்களின் பசியோடு தொடர்புடையது. இந்த மனிதனும் பசிக்காகத்தான் போராடுகிறான். அம்மரத்திடம் தான் செய்யப்போகும் காரியத்திற்காக மன்னிப்பு கேட்பது போல் இருக்கிறது. இப்படியான பந்தத்தை - பண்பாட்டுச் செழுமையைக் கந்தர்வனின் கலைமனம் தவற விடுவதில்லை. அதனை அரவணைத்தபடி முற்போக்குத் தன்மையை வென்றெடுக்க முயல்கிறது. செம்மீனில் வரும் கடலம்மா என்பது ஒரு தொன்மமாகத்தான் வருகிறது. நுண்தகவல் அல்ல. இப்படியெல்லாம் பார்ப்பதற்குப் பல முற்போக்கு படைப்புகளில்

இடமில்லை. வெற்றுக்கூடாக இருக்கின்றன. கந்தர்வன் வட்டாரப் பண்பாட்டு இழைகளால் அசலான முற்போக்குக் கதைகளைப் படைக்கிறார்.

கந்தர்வனின் கதைகள் தமிழ்ச் சமூக வாழ்வின் சிக்கல்களைப் பேசுகின்றன. சாதிய ஒடுக்குமுறைகளை, பாலியல் சுரண்டல்களை, அதிகார ஆதிக்கத்தைப் பேசுகின்றன. பிற உயிர்களை மதிக்காத வேடிக்கைத்தனத்தை, ஆணாதிக்கத்தை, இயற்கையளித்த பிரபஞ்ச நேயத்தைத் துச்சமாக வீழ்த்துகிற பேராசைத்தனத்தைப் பற்றிப் பேசுகின்றன. உயிர்களின் எதிர்ப்புணர்ச்சியை நசுக்கி அதிகாரங்களின் அடிமைகளாக ஒடுங்கி வாழவேண்டிய அவலத்தை; எளிய பாமர ஜனங்களை ஏமாற்றிப் பிழைக்கிற அரசியல்வாதிகளை; முந்தைய அறிவியல் தொழிலை நம்பி வாழ்ந்தவர்களின் பிழைப்பை நவீன அறிவியல் வளர்ச்சி நாசமாக்கி விட்டுச் செல்வதை; ஊடகங்களின் நுகர்வுக் கலாச்சாரம் புகுந்து எளியவர்களின் பணத்தை பறித்ததோடு நிம்மதியையும் பறித்துவிடுகிற கோலத்தை எனப் பல்வேறு பிரச்சனைகளை இவர் கதைகள் பேசுகின்றன.

பிள்ளைகளுக்காகவே ஓயாமல் உழைத்து அமைதியான தருணங்களை ஸ்பரிசிக்காமலேயே ஓய்ந்து முதிர்ந்து முடங்கிப் போகிற பேரன்பு மிக்கப் பெண்களை கந்தர்வன் கதைகளில் பார்க்கிறோம். இன்னும் பிழைப்பிற்காக ஐதீகப் புனைவுகளை உருவாக்கி ஏமாற்றுதலையே ஒரு வாழ்க்கையாக மாற்றிக்கொள்கிற நவீன சடங்காச்சாரக்காரர்களைப் பார்க்கிறோம். திருமணத்தைப் பணம் இறைத்துக் கொண்டாடும் அபத்தத்திலிருந்து மீட்டு எளிமையை நாடும் பெற்றோர்களின் ஞானத்தைப் பார்க்கிறோம். அன்றாடங்காய்ச்சிகளின் உழைப்பு என்பதே தினம்தினம் துயரத்தால் ஆனதுதான். அந்த உழைப்பைப் படைப்பாக மாற்றும்போது பேரெழில் கொண்டுவிடுகின்றது. இதனைத் தனது தொடக்ககாலக் கதையான "சனிப்பிணம்" கதையிலேயே கொண்டு வந்து விட்டார். கந்தர்வனின் விவரணை துல்லியமானது. உண்மையின் தவிப்பை விரித்திருப்பது. எளிய சிக்கலற்ற கதைகளில் கூட அவரின் சொல்முறை அவதானிப்பிற்குரியதாக இருக்கிறது. வேறு தொழில் தெரியாது, தெரிந்த தொழிலில் வீழ்ந்து மேலெழ முடியாமல் தத்தளிக்கிற மனிதர்கள் மீது கந்தர்வனுக்கு ஒரு பரிவு உண்டு. சில கதைகள் எழுதப்பட்ட

காலத்தில் முக்கியத்துவமுடையதாக இருந்திருக்கின்றன. போதாமைகள் நிறைவடையும் போது காலத்தால் அக்கதைகள் பின்தங்கவும் செய்கின்றன. கந்தர்வன் எழுதிய 'அடுத்தது' கதையின் இன்னொரு பார்வைதான் பாஸ்கர் சக்தி பின்பு எழுதிய "சாதனம்". தொலைக்காட்சி பெட்டி வாங்குவது ஒரு பெரிய சாதனையாக இருந்த காலம் மலையேறும் போது அது குறித்து பேசிய கதையும் மங்குகிறது. சில கதைகள் பிரச்சனைகளைப் பேசுகின்றன. முழு ஆகிருதியோடு உருவாகாததால் பின் தங்குகின்றன. எப்படியாயினும் கந்தர்வன் நல்ல எழுத்தாளர்.

பிற முற்போக்கு எழுத்தாளர்களிடமிருந்து கந்தர்வன் வேறுபடும் இடம் மிக முக்கியமானது. அவர் தனது சொந்த அனுபவத்தைத் துணைக்கொண்டும், தனக்குத் தெரிந்த மானிட உலகிலிருந்தும் கதைகளை உருவாக்கினார். தான் சார்ந்த சமூகத்திற்குள் புரையோடிக் கிடக்கும் கீழ்மைகளை, அதிகாரங்களை, சாதிய ஆணவங்களை, நுட்பமாக வெளிப்படுத்தினார். அத்தோடு அச்சமூகத்திற்குள் பெண்களிடம் ததும்பிய பேரன்பை, பெருமதிப்பை அளவான உணர்வுடன் வெளிப்படுத்தினார். இந்த இடத்தில் "வேண்டுதல்" கதையை நினைவுபடுத்துகிறேன்.

கந்தர்வன் கதைகளுக்கு வெளியில் நின்று பேசுவதில்லை. விமர்சிப்பதில்லை. தான் சார்ந்த உலகிற்குள் ஒரு நிகழ்வை நிகழ்த்தி அந்த நிகழ்வின் வழி சமூகத்தின் பிற்போக்கையோ முற்போக்கையோ முன்வைக்கிறார். எதிர்மறையான - பிற்போக்குத்தனமான செயல் செய்யும்படி நேருகிறபோது விமர்சன மொழியை முற்றாகத் தவிர்த்து முதலில் நிகழவிடுகிறார். என்னவாக இருக்கிறதோ அதன் இயல்பு குன்றாமல் மீட்டி வைத்துவிட்டு தீமையின் நாடகம் எப்படி அரங்கேறுகிறது என்பதை வாசகன் உணர்ந்து சிந்திக்கும் இடத்திற்கு நகர்த்துகிறார். ஒரு வகையில் சிறுகதை என்பது பிரச்சனையை விஸ்தாரமாக முன் வைப்பதல்ல. அதனுள் மானுட மர்மத்தைக் கண்டடைவது என்பதை உணர்ந்த படைப்பாளி கந்தர்வன். இந்த படைப்பாக்க குணம் முற்போக்கு எழுத்தாளர்களில் வெகு சிலருக்கு மட்டுமே வாய்த்திருக்கிறது. 'துண்டு', 'சாசனம்', 'அதிசயம்', 'கொம்பன்' போன்ற கதைகள் அசலான முற்போக்கு கதைகளுக்குச் சில உதாரணங்கள். இங்கு ஒன்றை நினைவுபடுத்த வேண்டியிருக்கிறது. மாந்தர்களைக் கருப்பு வெள்ளையாக கந்தர்வன் பார்ப்பதில்லை.

கதைகளில் வரும் சாதி மேலாண்மை கொண்டவர்கள் வன்மமாக இருக்கிறார்கள். சொந்தபந்தங்களிடம் அன்பாக இருக்கிறார்கள். ஆதிக்கத்தை ஏற்றிவைக்கவும் செய்கிறார்கள். பின்வாங்கவும் செய்கிறார்கள். நல்லவற்றைப் பாராட்டவும் செய்கிறார்கள். அவர்கள் எல்லா குண இயல்புகளோடும் மனிதர்களாக இருக்கிறார்கள். இந்தத் தளத்தில் நின்றபடிதான் அவரின் கதைகள் விமர்சன இலக்கை அடைகின்றன.

கலை இலக்கியத் தளத்தில் மார்க்சிய சித்தாந்தங்களின் முக்கியத்துவம் அறிந்தவர்தான். அவர் ஒரு தொழிற்சங்கவாதியும்கூட. கோட்பாடுகளுக்குக் கதை எழுதாமல் தமிழர் வாழ்க்கையிலிருந்து சிக்கல்களை முன்வைத்தார். அவை பண்பாடு சார்ந்து அணுகுவதற்கும் கோட்பாடுகளை நெகிழ்த்தி வளப்படுத்திக் கொள்வதற்கும் மூலங்களாக அமைகின்றன.

கந்தர்வன் புதுமைப்பித்தன், கு. அழகிரிசாமி, தி. ஜானகிராமன் போல சிறுகதைகளில் பல உச்சங்களைத் தொட்டவர் அல்ல. முற்போக்குத் தளத்தில் பிறரால் அடையமுடியாத எல்லைகளை இயல்பாகத் தொட்டவர். முற்போக்கு இலக்கியத் தளத்தில் தனித்துவமானவர். கூட்டத்திலிருந்து விலகி தனித்துத் தெரிகிற உயர்ந்த பனைமரம் அவர். முற்போக்கு இலக்கியத் தடத்தில் முன்பு இல்லாத முன்னோடி; உயிரோட்டமுள்ள படைப்பாளி. இவருக்குப்பின் எழுத வந்தவர்களில் தமிழ்ச்செல்வனையும், மு. சுயம்புலிங்கத்தையும், உதயசங்கரையும் சொல்லலாம். என்றாலும் முழு ஆற்றலை வெளிப்படுத்தாதவர்கள். ஜெயமோகன் சொன்னதுபோல இந்தியாவில்கூட மண்சார்ந்த முற்போக்குப் படைப்பாளி கந்தர்வன் போல இல்லை என்பது அவருக்கு நல்ல பெயர்தான்.

கந்தர்வனின் சாதனைகளாக 'சாசனம்', 'கதை தேசம்', 'காளிப்புள்ளே', 'மங்கலநாதர்', 'பத்தினி ஓலம்', 'கொம்பன்', 'துண்டு', 'உயிர்', 'வேண்டுதல்' போன்ற கதைகளைச் சொல்லலாம். குறிப்பிடத்தக்க கதைகளாக 'ஒவ்வொரு கல்லாய்', 'ஆண்மை', 'சனிப் பிணம்' 'சீவன்', 'அதிசயம்', 'தினம் ஒரு பாண்டியன் எக்ஸ்பிரஸ்', 'மைதானத்து மரங்கள்' ஆகிய கதைகளைச் சொல்லலாம். அவரது விவரணையின் அழகு

பிற கதைகளிலும் உண்டு. குறிப்பாக 'காவடி'யை இதற்காகப் படிக்கலாம்.

கந்தர்வனின் படைப்பியக்கத்தின் மீது நான் வைக்கும் விமர்சனம் அக உலகப் பயணம் என்பது குறைவாகவே தென்படுகிறது. புற உலக மோதல்களிலிருந்து படைப்புகளை உருவாக்குகிறார். இவர் காட்டும் மனிதர்களிடம் வெளிக்கிளம்பும் உளவியல் என்பது யாவரும் கண்டுவிடக் கூடியதுதான். சூழ்நிலை நெருக்குதலால் ஏற்படும் கோபதாபங்களே. யாரும் எழுதிவிடக்கூடியது. அறியாத பிரதேசத்தை கண்டடைகிற சவால் என்பது அக உலகப் பயணம். சுந்தரராமசாமி 'இரண்டு முகங்கள்' என்றொரு கதை எழுதியிருக்கிறார். இருபத்தியைந்து ஆண்டுகளுக்கு முன் செங்கல் சுமக்கும் சித்தாளாக இருந்த பெண் முகம் போன்று ஒருத்தியைப் பார்க்கிறார். அதே முகம். அன்று பார்த்த அதே வயது. அது அவளுடைய மகள். இருபத்தியைந்து ஆண்டுகளாக வாழ்க்கை ஒன்றும் மாறி விடவில்லை. மகளும் சித்தாளாக வாழ நேர்கிற அவலம். மாறாத வாழ்க்கைப் பயணம் ஏழைக்கு என்கிறது அக்கதை. அந்த முழுக் கதையை நாஞ்சில்நாடன் 'மேனன் சம்சாரம் தலைப்பிள்ளை சூலியாக இருந்தபோது போட்ட கடை. இப்போது மேனனின் மருமகள் சூலியாக இருக்கிறாள்' என்று இரண்டே வரியில் கண்டுபிடித்து வைக்க முடிகிறது. இந்தப் புறத்தோற்றம் போன்றதல்ல அகம் என்றாலும், விதவிதமான சிக்கல்களின் ஆழங்களை - உள்ளத்தின் இருளை கந்தர்வன் வெளிச்சத்திற்குக் கொண்டுவரவில்லை.

மேலும் இவரின் படைப்புகள் ஓரளவு பிரச்சனைகளை விரித்துக் காட்டுவதோடு நின்றுவிடுகின்றன. அப்பிரச்சனைகளுக்கே உள்ள முக்கியத்துவம் இருக்கிறது. அந்தத் தளத்தில் நின்றபடி அறியாத ஒன்றை தாவிப் பிடித்துக் கொண்டு வருவதில்லை. மேலதிகமான கரியமின்னல் ஒன்று துடிப்பதைக் காட்டிவிட முனைவதுதான் படைப்புக் கலைஞரின் வேலை. கந்தர்வன் குறிப்பிடத்தக்க தமிழ்ப் படைப்பாளி. மேதமைமிக்க அம்சங்கள் இவருடைய படைப்பில் எழுந்து வரவில்லை.

1992 இல் மதுரை காமராசர் பல்கலைக்கழகத்தில் நடந்த கருத்தரங்கில் கந்தர்வனோடு எனக்கு உறவு ஏற்பட்டது. அங்கு நடந்த விவாதத்தில் இளம் பிராயத்திற்கே உரிய

துடுக்குத்தனத்தோடு பொன்னீலன், மேலாண்மை பொன்னுசாமி இவர்களின் பேச்சுக்கள் மீது விமர்சனத்தை வைத்தேன். அந்த விவாதத்தைத் தனியே எழுதலாம். தலைமையேற்றிருந்த சி. கனகசபாபதி ஐயா என்னைப் பேசவிட்டு உற்சாகப்படுத்தினார். கொம்பு சீவிவிட்டார் என்றே சொல்லலாம். மற்றொரு அமர்விற்குத் தலைமை ஏற்ற கந்தர்வன் மறுப்புகளுக்கு இடங்கொடுத்து உற்சாகப்படுத்தினார். அவரின் கதைகள் குறித்து ஒருவர் கேட்டார் நீங்கள் கிறித்துவத்திற்கு எதிரானவரா என்று. கந்தர்வன், "சீவன் கதையில் இந்துசாமியின் மண்டையைப் பிளந்தேனே அப்போது இனிச்சிச்சா" என்று கேட்டார். அந்தக் குரல் இப்போதுகூட ஒலிக்கிறது. இரு நிகழ்வு முடிந்து வெளியே வந்தபோது என்னைத் தோளோடு அணைத்து "உன்னத்தானே இத்தன நாள் தேடிக்கிட்டிருந்தேன். வாடி ராசா. இந்தாப் பார்டா, நான் எவனுக்கும் என் முகவரிய நானா தந்ததில்ல. உனக்கு நானா தர்றேன். நீ எனக்கு சிஷ்யப்பிள்ள மாதிரி. இன்னொருத்தனும் இருக்கான் பெருமாள் முருகன்னு" அன்றிலிருந்து அவர் இறக்கும் வரைக்கும் தொடர்ந்த நட்பு இருந்தது. கடிதங்கள் எழுதினார்.

அவரைச் சந்திக்கும் போது 'காளிப்புள்ளே', 'துண்டு', 'சீவன்', 'ஆண்மை', 'காவடி' கதைகளைச் சொல்வேன். ரொம்ப ஆர்வத்தோடு முகத்தில் உணர்வு பொங்கத் தழுவியதுண்டு. ஒரு சின்னப் பையன் எப்படி ரசித்து உள்ளார்ந்து சொல்றான் பாரு என்பார். 2004 இல் "உங்கள் கதைகள் குறித்து நல்லதொரு கட்டுரை எழுதப் போறேன்" என்றேன். "எழுதுடா" என்றார். தொகுக்கப்படாத கதைகளை நகல் எடுத்து அனுப்பினார்.

12 ஆண்டுகள் கழித்து மறுபடி காமராசர் பல்கலைக்கழகத்திலேயே சந்தித்தோம். இலக்கியம் பேச ஒரே அறையை அமைத்துக் கொண்டோம். இடையிடையே நம்ம பெரிச பாத்திட்டு வந்திடுறேன் என்று ஜெயகாந்தன் அறைக்கு ஓடினார். அன்று கந்தர்வன் மேடையில் மிகச் சிறப்பாகப் பேசினார். உணர்ச்சி கொந்தளிக்க. மாலையில் தொடர்ந்து கைபேசி அழைப்பு வந்தது. "பொண்டாட்டி கூப்பிடுறா... உணர்சிவசப்படாமதான் பேசினேன். மெல்ல பேசினேன். ஒடம்பு நல்லா இருக்கு" என்று என்னைப் பார்த்து கண்சிமிட்டியபடி மனைவியிடம் பொய் சொன்னார். கைபேசியை வைத்துவிட்டு "அப்படித்தான். நம்ம பொம்பிள்ளைக பதட்டப்படுறாகெல்ல" என்றார். நடைபயிற்சி

போனோம். டீ சாப்பிட்டோம். பேச்சு தனித்து நின்று விவாதம் செய்தோம். ஜெயமோகன் கந்தர்வன் குறித்து சொன்னது நண்பர்களிடையே சலசலப்பை ஏற்படுத்திய தருணம். "அவர் அவர் கருத்தைச் சொல்றார். நான் என் பாதையில் தானே போறேன்" என்றார்.

கந்தர்வனுக்கு அவர் எழுதிய கதைகள் மீது நன்மதிப்பு இருந்தது. சிறுகதையைத் தனது இலக்கிய வாழ்வாகவும் கவிதையை மக்களுக்கான குரலாகவும் பிரித்துக்கொண்டதாகச் சொன்னார். மறுபடியும் கட்டுரை எழுதியபின் சந்திக்கிறேன் என்றேன். கட்டுரை எழுத கதைகளைப் படித்துக்கொண்டிருந்தேன். கந்தர்வனின் மரணச்செய்தி வந்தது. அதுவும் ஐந்துநாள் தாமதமாக. அவர் இல்லாத உலகத்தில் கட்டுரை எழுதி என்ன பிரயோஜனம் என்று அப்படியே போட்டுவிட்டேன். அவருக்காக எழுதி அவரை உற்சாகப்படுத்தவும் தீவிரமாக எழுதத் தூண்டவும் ஆசைப்பட்டேன். அறுத்துக் கொண்டு போய்விட்டார். முதலில் சந்தித்த அதே பல்கலைக்கழகத்திலேயே இறுதி சந்திப்பாகவும் நடந்தேறியது. கந்தர்வனுடனான உறவை விரிவாக எழுதலாம், நேரம் வரும்போது. அவரைச் சந்தித்து 24 ஆண்டுகள் ஆகிவிட்டன. அப்போது நான் எழுதத் தொடங்கவில்லை. பல்கலைக்கழக மாணவன்தான். ஏதோ வகையில் என்னை இனம் கண்டார். 12 ஆண்டுகளுக்கு முன் எழுத விரும்பிய கட்டுரையை இன்று எனக்காக எழுதிக்கொண்டேன் என்று மட்டும் சொல்லிக் கொள்கிறேன்.

■ தாமரை, டிசம்பர் 2016 – ஜனவரி 2017.